ടാർഗൂസിലെ കുതിരക്കാരൻ

അജിബായ്

അജിബായ് (അജിത് ആർ.), 1970 ഫെബ്രുവരിയിൽ ജനനം. പിതാവ് എൻ രാജൻ റിട്ട: മ്യൂറൽ എക്സ്പെർട്ട് ഫൈൻ ആർട്ട്സ് കോളേജ് തിരുവനന്തപുരം. മാതാവ് കെ. വി. അംബിക. കലാലയ പബ്ലിക് സ്കൂൾ അധ്യാപിക. സുനിതകുമാരിയാണ് ഭാര്യ, ഏക മകൾ അർച്ചന അജിത് എസ്. കേരളാ സർവ്വകലാശാലയിൽ ബിരുദാനന്തര ബിരുദ വിദ്യാർത്ഥിനി.

സ്വന്തമായി ഒരു വർക്ഷോപ് നടത്തുന്നു. ഒപ്പം സിനിമ, സീരിയൽ, നാടക രംഗത്ത് അഭിനേതാവ്, ഗ്രൂമർ, സഹ സംവിധായകൻ എന്ന നിലയിൽ പ്രവർത്തിക്കുന്നുണ്ട് . പത്തോളം ഓൺലൈൻ കഥ/കവിത രചനാ മത്സരങ്ങളിൽ പുരസ്കാരം ലഭിച്ചിട്ടുണ്ട്.

വിലാസം:
Ajibai [Ajith.R]
TC 41/492 , SRA 212(a)
Sarovaram, Valiyavila,
Vattiyoorkkav PO, Thiruvananthapuram
ajibaimadmech@gmail.com

അജിബായ്

ടാർഗൂസിലെ കുതിരക്കാരൻ

ത്രില്ലർ

മാക്സ് ബുക്സ്
2023

വില: **390** രൂപ

Targhoosile Kuthirakkaran
By Ajibai
Malayalam

Published by:-
MAX BOOKS
Maxlive Media Solutions Pvt Ltd.
Muppathiyil Building, Muttambalom Post,
Kanjikuzhy, Kottayam 686 004
maxlivemediasolutions@gmail.com
maxbookskerala@gmail.com
Ph: 90740 98776

Cover Design: Maxlab
Picture Courtsey: Freepik

Printed in India
at Max, Kottayam

Edition:
First Editon May 2023
Copies: 1000
Price: Rs. 290

ISBN: 978-93-91085-58-2

പ്രസാധകക്കുറിപ്പ്

ടാർഗൂസ്, റൊമാനിയയിലെ ഒരു സാങ്കല്പിക ഖനിപട്ടണമാണ്. ഒരു കാലത്ത് നിരവധി യുദ്ധങ്ങൾക്കു സാക്ഷിയായ മണ്ണാണ വിടം. കാലമെത്ര കടന്നു പോകുമ്പോഴും പകയുടെ കനലുകൾ അണയാതെ, ആളിക്കത്താനായി കാത്തിരിക്കുന്നു അവിടെ. നമുക്കു തീർത്തും അപരിചിതമായ ചെക്ക് റിപ്പബ്ലിക്കിൽ നിന്നാരംഭിച്ച് റൊമാനിയ വരെ നീണ്ടു കിടക്കുന്ന കാർപാത്യൻ മലനിരകൾ പശ്ചാത്തലമാക്കി രചിച്ചിരിക്കുന്ന ഉദ്വേഗജനകമായ നോവൽ. ഇതിൽ, പകയും, ചതിയും, പ്രണയവും, വിരഹവും ഇഴചേർന്നു കിടക്കുന്നു. ഒപ്പം മിത്തായി വലേഷ്യയുടെ രാജകുമാരനും.

ഇതു ടാർഗൂസിന്റെ കഥയാണ്.

സ്വീകരിക്കുക.

അജീഷ് ചന്ദ്രൻ
പ്രസാധകൻ

ആമുഖം

പതിനഞ്ചാം നൂറ്റാണ്ടിൽ ശക്തമായ ഓട്ടോമൻ സാമ്രാജ്യം അതിരുകൾ വികസിപ്പിച്ചുകൊണ്ടു അന്നത്തെ യൂറോപ്യൻ രാജ്യങ്ങളിൽ പലതും ആക്രമിച്ചു കീഴടക്കി കൂടുതൽ പ്രദേശങ്ങളിലേക്ക് കടന്നു കയറിക്കൊണ്ടിരുന്നു. ശക്തമായ എതിർപ്പുകൾ മറികടന്നു സുൽത്താൻ മഹമൂദ് എന്ന ഓട്ടോമാൻ ചക്രവർത്തിയുടെ നേതൃത്വത്തിൽ കോൺസ്റ്റാന്റിനോപ്പിൾ പട്ടണം പിടിച്ചെടുത്തതോടെ ഓട്ടോമാൻ തുർക്കി സാമ്രാജ്യത്തിന്റെ മേൽക്കോയ്മ അതിന്റെ ഉച്ചസ്ഥായിയിലേക്ക് പ്രയാണം ആരംഭിച്ചിരുന്നു. ആധുനിക ചരിത്രകാരന്മാർ മധ്യകാലചരിത്രത്തിന്റെ അവസാനമായി കണക്കുകൂട്ടുന്നതു തന്നെ കോൺസ്റ്റാന്റിനോപ്പിളിന്റെ പതനമാണ്. കോൺസ്റ്റാന്റിനോപ്പിൾ വീണതോടെ സുൽത്താൻ മഹമൂദ് തന്റെ അതിശക്തമായ സൈന്യത്തെ നയിച്ചുകൊണ്ട് തുർക്കിയുടെ അതിർത്തി പ്രദേശത്തെ പ്രവിശ്യകളായ മാല്ഡവ്യ, വലേഹ്ച്ചിയ, ട്രാൻസിൽവാനിയ തുടങ്ങിയ പ്രദേശങ്ങൾ പിടിച്ചെടുക്കാനുള്ള ശ്രമം ആരംഭിച്ചു. തത്സമയം വലേഹ്ച്ചിയ പ്രവിശ്യയുടെ ഭരണാധികാരിയായിരുന്നത് വ്ലാദ് മൂന്നാമൻ ഡ്രാക്കുള രാജകുമാരനായിരുന്നു. തന്റെ ശത്രുക്കളോടു ദയാരഹിതമായ നടപടികൾ സ്വീകരിക്കുന്നതിൽ പ്രസിദ്ധനായിരുന്ന വ്ലാദ് രാജകുമാരൻ. എന്നാൽ വലേഹ്ച്ചിയയുടെ പുരോഗതിയിലും ജനക്ഷേമത്തിലും ശ്രദ്ധാലുവായ ഒരു ഭരണാധികാരി കൂടിയായിരുന്നു അദ്ദേഹം എന്നു ചരിത്രം പറയുന്നുണ്ട്.

വലേഹ്ച്ചിയ പ്രവിശ്യയുടെ ഭരണാധികാരി ആയിരുന്ന വ്ലാദ്, ഡ്രാക്കൂൾ രാജാവിന്റെ മൂന്നു മക്കളിൽ രണ്ടാമനായിരുന്നു. കുരിശു യുദ്ധങ്ങൾ അവസാനിച്ചിരുന്നുവെങ്കിലും തങ്ങളുടെ വിശുദ്ധ ഇടങ്ങൾ വീണ്ടെടുക്കാൻ വേണ്ടി പ്രതിജ്ഞചെയ്തു പ്രവർത്തിച്ചിരുന്ന ക്രൈസ്തവവിശ്വാസികളായ രാജാക്കന്മാരുടെ സംഘടനയായ 'ഡ്രാഗണിസ്റ്റ് സമൂഹത്തിൽ' അംഗമായതോടെയാണ് ഡ്രാക്കൂൾ എന്ന സ്ഥാനപ്പേര് വ്ലാദ് രാജാവിന്റെ പേരിനൊപ്പം ചേർ

ക്കപ്പെട്ടത്. ഡ്രാക്കൂളിന്റെ മകൻ എന്ന നിലയിൽ വ്ലാദ് മൂന്നാമന്റെ പേരിനൊപ്പം 'ഡ്രാക്കുള' എന്ന സ്ഥാനപ്പേരും ചേർക്കപ്പെട്ടു.

വ്ലാദ് രാജകുമാരന്റെ ക്രൂരതകൾ ലോകമറിയുന്നത് ഓട്ടോമാൻ സാമ്രാജ്യം വലേഹ്ച്ചിയയുടെ അതിരുകൾ ഭേദിച്ച് തലസ്ഥാനമായ ടാർഗവീഷ്ഠ പട്ടണത്തിലേക്ക് നീങ്ങുന്നതോടെയാണ്. ടാർഗവീഷ്ഠ പട്ടണത്തിലേക്കുള്ള വഴിയിൽ ഓട്ടോമാൻ സൈന്യത്തെ കാത്തിരുന്നത് ഇരുപത്തി മൂവായിരത്തോളം വരുന്ന 'ഇമ്പേൽ' (കൂർപ്പിച്ച നീളൻ മരക്കൊമ്പുകൾ ആളുകളുടെ ഗുഹ്യഭാഗത്തു കൂടി പ്രവേശിപ്പിച്ചു വായിലൂടെ പുറത്തുകൊണ്ടുവന്നു കൊലപ്പെടുത്തുന്ന ക്രൂരമായ നടപടി) ചെയ്യപ്പെട്ട തുർക്കി പ്രജകളുടെയും സൈനികരുടെയും പിടയുന്ന ശരീരങ്ങളാണ്. അപ്പോഴും പ്രാണൻ വിടാതെ പിടയുന്ന തന്റെ പ്രജകളുടെയും സൈനികരുടെയും കാഴ്ച സുൽത്താൻ മഹമൂദിന്റെ മനസ്സിൽ വല്ലാത്ത ഭീതിയുളവാക്കി. ഓട്ടോമാൻ സൈന്യവും വല്ലാതെ ഭയന്നിരുന്നു. സുൽത്താൻ മഹമൂദ് വലേഹ്ച്ചിയ കീഴടക്കാനുള്ള ഉദ്യമത്തിൽ നിന്നു അതിവേഗം പിന്തിരിഞ്ഞു. ഈ സംഭവത്തോടെ വ്ലാദ് രാജകുമാരൻ യൂറോപ്പിലും മധ്യേഷ്യയിലും ക്രൂരനായ ഒരു യോദ്ധാവെന്ന നിലയിൽ കുപ്രസിദ്ധനായി.

ബ്രാം സ്ട്രോക്കർ തന്റെ ക്ലാസിക് നോവലായ 'ഡ്രാക്കുള' രചിക്കുന്നത് വ്ലാദ് രാജകുമാരന്റെ ഈ പ്രതിച്ഛായ മുൻനിർത്തിയാണ്. ആയിരത്തിനാനൂറ്റിഎഴുപത്താറിൽ ഓട്ടോമാൻ സൈന്യവുമായിട്ടുണ്ടായ ഒരു യുദ്ധത്തിൽ വ്ലാദ് കൊല്ലപ്പെടുകയും അദ്ദേഹത്തിന്റെ ശിരസു മുറിച്ചെടുത്തു സുൽത്താൻ മഹ്മൂദിന് സമർപ്പിക്കപ്പെടുകയുമായിരുന്നു എന്നു പറയപ്പെടുന്നു. എന്തായാലും വ്ലാദിന്റെ ക്രൂരമായ സ്വഭാവ സവിശേഷതകൾ മുൻനിർത്തി വിവിധ സാഹിത്യകൃതികളും, ചലച്ചിത്രങ്ങളും, നാടകങ്ങളും ഒക്കെ പുറത്തു വന്നിട്ടുണ്ട്. ശത്രുക്കളോട് അങ്ങേയറ്റത്തെ ക്രൂരത കാട്ടിയിരുന്നപ്പോഴും സ്വന്തം നാടിനെ സ്നേഹിച്ച മിടുക്കനായ ഭരണാധികാരിയും തന്റെ നാടിനോട് ഏറ്റവും ദേശഭക്തി പുലർത്തിയിരുന്ന വ്യക്തിയുമായിരുന്നു വ്ലാദ്. തന്റെ രാജ്യത്തിന് മേൽ സംഭവിക്കുന്ന അക്രമണങ്ങളോട് പ്രതികരിക്കുമ്പോൾ യാതൊരു വിട്ടുവീഴ്ചയും അദ്ദേഹം കാണിച്ചിരുന്നുമില്ല. അതുകൊണ്ടാവാം വ്ലാദ് രാജകുമാരൻ ഇന്നും റൊമാനിയൻ നാടോടിക്കഥകളിൽ വീരകഥാപാത്രമായി ആഘോഷിക്കപ്പെടുന്നത്.

'ടാർഗൂസിലെ കുതിരക്കാരൻ' എന്ന ഈ കഥ നടക്കുന്നത്

പതിനെട്ടാം നൂറ്റാണ്ടിൽ ആണ്. റൊമേനിയൻ തലസ്ഥാനമായ ബുക്കാറെസ്റ്റിനും പഴയ വലേഹ്ച്ചിയ തലസ്ഥാനമായ ടാർഗോവീഷ്ഠയ്ക്കും ഇടയിൽ ഉള്ള ഒരു സാങ്കൽപ്പിക ഖനി പട്ടണമായ ടാർഗൂസിലും പരിസരത്തുമായിട്ടാണ് ഈ കഥ വിഭാവനം ചെയ്തിട്ടുള്ളത്. ഏതൊരു ഖനി പട്ടണത്തിലും കണ്ടെത്താനാവുന്ന തികച്ചും സാധാരണക്കാരായ ആളുകളുടെ ജീവിതത്തെ ചുറ്റിപ്പറ്റിയാണ് കഥാഗതി എങ്കിലും വ്ലാദിന്റെ അമാനുഷികതയും ഡ്രാക്കോണിസ്റ്റുകളുടെ തുടർച്ചയും വിട്ടു പോകാതിരിക്കാൻ ശ്രമം നടത്തിയിട്ടുണ്ട്. നമുക്ക് അപരിചിതമായ റൊമേനിയൻ പ്രാദേശിക സാഹചര്യങ്ങളിൽ നിന്ന് വിട്ടുപോകാതിരിക്കാനും ശ്രമിച്ചിട്ടുണ്ട് എങ്കിലും ഫാന്റസി ഉപയോഗിക്കേണ്ട ഇടത്തു ചില്ലറ സ്വാതന്ത്ര്യങ്ങൾ എടുത്തിട്ടുള്ളത് സദയം ക്ഷമിക്കും എന്നു കരുതുന്നു.

വായനക്കാർ സ്വീകരിക്കുമെന്ന പ്രതീക്ഷയോടെ.

അജിബായ്
(അജിത് ആർ.)

ടാർഗൂസിലെ കുതിരക്കാരൻ
പശ്ചാത്തലം

റൊമാനിയ.

മദ്ധ്യ യൂറോപ്പിലെ ബാൾക്കൻ പെനിൻസുലയ്ക്ക് വടക്കായി, ഡാന്യൂബ് നദിക്ക് താഴെ, കാർപാത്യൻ മലനിരകൾക്കു കീഴിലായി സ്ഥിതി ചെയ്യുന്ന പ്രകൃതിരമണീയമായ ഒരു രാജ്യമാണ് റൊമാനിയ.

ഡ്യാനൂബ് ഡെൽറ്റയിലെ ഭൂരിഭാഗം പ്രദേശങ്ങളും ഈ പ്രദേശത്താണ് സ്ഥിതി ചെയ്യുന്നത്.

ഈ രാജ്യത്തിന്റെ പടിഞ്ഞാറ് ഭാഗത്തായി ഹംഗറിയും,

സെർബിയയും, വടക്ക് കിഴക്ക് ഭാഗങ്ങളിലായി യുക്രെയിനും റിപ്പബ്ലിക്ക് ഓഫ് മാൾഡോവയും, തെക്ക് വശത്തു ബൾഗേറിയയുമാണ്.

റൊമാനിയയുടെ വാണിജ്യ രാഷ്ട്രീയ തലസ്ഥാനമാണ് ബുക്കാറെസ്റ്റ് പട്ടണം. ബുക്കാറെസ്റ്റിനും, അതിർത്തി പട്ടണമായ ബ്രാസോവിനും ഇടയിൽ വാലെഹ്ച്ചിയായിലെ ഏറ്റവും പ്രസിദ്ധമായ പട്ടണങ്ങളിലൊന്നാണ് ടാർഗോവീഷ്ഠ.

ടാർഗോവീഷ്ഠയുടെ ഉപഗ്രഹപട്ടണമായി വികസിച്ച ടാർഗൂസ് എന്ന സങ്കൽപ്പ നഗരത്തിലാണ് ഈ കഥ നടക്കുന്നത്.

കഥ നടക്കുന്നത് ഏറെ കാലം മുൻപാണ്,

ഓട്ടോമൊബൈൽ എന്ന് വിളിക്കപ്പെടുന്ന പെട്രോളിയം ഇന്ധനങ്ങൾ ഉപയോഗിച്ച് ചലിക്കുന്ന വാഹനങ്ങൾ നിരത്തു കീഴടക്കുന്നതിനും മുൻപ്, ഗ്രഹാംബെല്ലിന്റെ ദൂരഭാഷിണിയന്ത്രം അകലങ്ങളെ പുനർ നിർണ്ണയിക്കുന്നതിനും മുൻപ്, കോൺക്രീറ്റും ചുട്ടെടുത്ത കട്ടകളും ഗ്രഹനിർമാണത്തിന്റെ അടിസ്ഥാന ഘടകമായി മാറുന്നതിനും മുൻപ്...

ആ കാലത്ത് റൊമാനിയയിൽ...

തുടക്കം

അസ്തമയ സൂര്യൻ കാർപാത്യൻ മലനിരകളിൽ നിന്ന് വെളിച്ചം തിരിച്ചെടുത്തു മടക്കയാത്ര തുടങ്ങിയിരുന്നു. വലെഹ്ചിയാ മേഖലയുടെ അതിർത്തി പട്ടണമായ ബ്രാസോയിൽ നിന്നും ടാർഗോവീഷ്ഠ പട്ടണത്തിലേക്കുള്ള വഴിയിലൂടെ നാല് കുതിരകളെ കെട്ടിയ വണ്ടി നീങ്ങികൊണ്ടിരുന്നു. തടിച്ചു പൊക്കം കുറഞ്ഞ വണ്ടിക്കാരൻ കഴിയുന്നത്ര വേഗത്തിൽ വണ്ടിയോടിച്ചു. ഇരുട്ട് കനക്കും മുൻപ് ടാർഗോവീഷ്ഠ എത്തേണ്ടതുണ്ട്. കുതിരകൾ ക്ഷീണിച്ചു പോകും മുന്നേ ഗൊണ്ടോല മുടി കടന്നിരിക്കണം.

ഇരുട്ടായാൽ വന്യമൃഗങ്ങളെ പേടിക്കണം.

അയാൾ അതിവേഗം കുതിരകളെ ആ വഴിയിലൂടെ തെളിച്ചുകൊണ്ടിരുന്നു. അയാൾക്ക് കാണാൻ ആവുന്നിടത്തോളം ദൂരം പാത ശൂന്യമായിരുന്നു എന്നത് അയാൾക്ക് അസ്വാഭാവികമായി തോന്നി.

പെട്ടെന്ന് കുതിരകൾ എന്തോ കണ്ടു ഭയപ്പെട്ടിട്ടെന്നപോലെ വിറളിപിടിച്ചു. മലനിരകളിൽ തട്ടി പ്രതിഫലിക്കുന്ന സൂര്യവെളിച്ചം അല്പമൊക്കെ ബാക്കിയുണ്ടായിരുന്നതിൽ നിന്ന് വണ്ടിയോടിച്ചയാൾ ആ കാഴ്ച കണ്ടു ഞെട്ടി.

പാതയുടെ ഇരുവശവും കുത്തി നിർത്തിയിരിക്കുന്ന മരക്കുന്തങ്ങൾ, കുന്തങ്ങളുടെ കൂർത്തമുനയിൽ കൊരുത്തു വച്ചിരിക്കുന്ന മനുഷ്യശരീരങ്ങൾ. അയാൾ ഭയപ്പാടോടെ ചുറ്റും നോക്കി. കാണാവുന്നിടത്തൊക്കെ കുന്തങ്ങളും അവയിൽ കോർക്കപ്പെട്ടു പിടയുന്ന ഉടലുകളും മാത്രം. കുതിരകൾ വിറളിപിടിച്ചു മുന്നോട്ടു ഓടിക്കൊണ്ടിരുന്നു. പെട്ടെന്ന് കാട്ടുനായകൾ കൂട്ടത്തോടെ ഓരിയിടുന്ന ഒച്ച ഉയർന്നു.

കുതിരവണ്ടി പാതയിലെ ഒരു കല്ലിൽ തട്ടി ഉയർന്നു.

ഒരു വശത്തെ ചക്രം പൊളിഞ്ഞു അത് ചെരിഞ്ഞു.

ടാർഗൂസിലെ കുതിരക്കാരൻ

അപ്പോഴും നിയന്ത്രണമില്ലാതെ കുതിരകൾ വിറളിപിടിച്ചു നീങ്ങി. കുതിരവണ്ടിയുടെ തണ്ടു പൊളിയുന്ന ഒച്ച. വീണുപോകാതിരിക്കാൻ വണ്ടിക്കാരൻ വശങ്ങളിൽ മുറുകെ പിടിച്ചു. പെട്ടെന്ന് കുതിരവണ്ടിയുടെ തണ്ടൊടിഞ്ഞു കുതിരകൾ സ്വതന്ത്രമായി. വണ്ടിക്കാരൻ തെറിച്ചു പാതയിലേക്ക് വീണു. വണ്ടിയാകട്ടെ പാതയിൽ നിന്ന് തെന്നിമാറി മലയുടെ അടിവാരത്തേക്ക് ഉരുണ്ടു പോയി. കുതിരകൾ അതിവേഗം മുന്നിലേക്ക് പാഞ്ഞു പോയി. വണ്ടിക്കാരൻ മെല്ലെ എഴുന്നേൽക്കാൻ ശ്രമിച്ചു. തൊട്ടടുത്ത് നിന്ന് കാട്ടുനായകളുടെ ഓരിയിടൽ ഉയർന്നു. അങ്ങേയറ്റത്തെ ഭീതിയും വണ്ടിയിൽ നിന്ന് വീണുണ്ടായ മുറിവുകളുടെ വേദനയും താങ്ങി അയാൾ മെല്ലെ എഴുന്നേറ്റു നിന്നു ചുറ്റും നോക്കി.

പാതയിൽ അനന്തമായി നീളുന്ന മരക്കുന്തങ്ങളും അതിൽ പിടയുന്ന ഉടലുകളും. അയാൾ ഉറക്കെ നിലവിളിക്കാൻ ശ്രമിച്ചു.

പക്ഷേ ഒച്ച പുറത്തുവന്നില്ല.

ഇടതുകാലിൽ വല്ലാത്ത വേദന, വേദന സഹിക്കാൻ ആവാതെ വണ്ടിക്കാരൻ ആ പാതയിൽ കാൽ കുഴഞ്ഞു വീണു.

'അഹമ്മദ് അൽ ബാഖ്‌യി'

ഘനഗംഭീരമായ ഒച്ചയിൽ ആരോ തന്റെ പേര് വിളിക്കുന്നത് കേട്ട് വണ്ടിക്കാരൻ തല ഉയർത്തി. പാതയിൽ അയാൾക്ക് നേരെ മുന്നിൽ പെട്ടെന്ന് ഒരു കുഞ്ഞുസൂര്യനുദിച്ചപോലെ തീവ്രമായ പ്രകാശം നിറഞ്ഞിരിക്കുന്നു. അയാൾ അത്ഭുതത്തോടെ നോക്കി. വെളിച്ചത്തിനും അയാൾക്കും ഇടയിലായി മെല്ലെ ഒരു രൂപം തെളിഞ്ഞു വന്നു. അഹമ്മദ് അൽ ബാഖ്‌യി എന്ന വണ്ടിക്കാരൻ ഭയപ്പാടോടെ ആ രൂപത്തെ നോക്കി.

'അഹമ്മദ് അൽ ബാഖ്‌യി നീയൊരു ഒറ്റുകാരനാണ്. ഈ മണ്ണിനോട് കൂറില്ലാത്ത വെറും ഒറ്റുകാരൻ. ഈ പാതയിൽ നിനക്ക് വേണ്ടിയും ഒരു മരക്കുന്തം ഒരുങ്ങേണ്ട സമയം കഴിഞ്ഞിരിക്കുന്നു. പിടഞ്ഞൊടുങ്ങിയ മറ്റു ശത്രുക്കൾക്കും ഒറ്റുകാർക്കുമൊപ്പം നീയും ഒടുങ്ങിപ്പോകേണ്ട സമയമായിരിക്കുന്നു.'

അഹമ്മദ് ഒന്നും മിണ്ടാൻ ആവാതെ ആ രൂപത്തെ നോക്കി മുട്ടുകുത്തി നിന്നു. പിന്നിൽ ഉള്ള തീവ്രമായ വെട്ടം കാരണം അയാളുടെ മുഖം വ്യക്തമല്ല. എങ്കിലും അസാമാന്യമായ പൊക്കമുണ്ട് അയാൾക്ക് എന്ന് അഹമ്മദിന് തോന്നി. വെളുത്ത നീളൻ കുപ്പായം, കാറ്റിൽ പാറിപ്പറക്കുന്ന മഞ്ഞുപോലെ വെളുത്ത നീളൻ തലമുടി. പെട്ടെന്ന് ആ രൂപത്തിന്റെ കാൽചുവട്ടിലേക്ക് കാട്ടുനായ

കൾ കൂട്ടത്തോടെ വന്നു ചേരുന്നതും അനുസരണയോടെ അയാൾക്ക് ചുറ്റും നടക്കുന്നതും അഹമ്മദ് കണ്ടു.

ചീഞ്ഞഴുകിയ ജഡങ്ങളിൽ നിന്നു പുറപ്പെടുന്നതിനു സമാനമായ രൂക്ഷവും അസഹനീയവുമായ ഗന്ധം അവിടെയാകെ നിറഞ്ഞു.

'അഹമ്മദ് അൽ ബാഖ്യി, നീയെന്റെ ജനതയെ കൊള്ളയടിച്ചു. വലേഹ്ച്ചിയായുടെ സമ്പത്ത് നിന്റെ കൂട്ടർ തട്ടിയെടുത്ത് കോൺസ്റ്റാന്റിനോപ്പിളിനെ തകർത്ത കൂട്ടരുടെ കൈവശം ഏൽപ്പിക്കാൻ ശ്രമിച്ചു. അപ്പോഴൊക്കെയും നിനക്ക് ഞാൻ താക്കീതു നൽകിയിരുന്നു. റാദൂവിന്റെ രക്തപരമ്പരയിൽ പെട്ടവനായതുകൊണ്ട് നിനക്ക് ഞാൻ ഒരവസരം കൂടി തരും. വലേഹ്ച്ചിയയിലെങ്ങും ഇനി മേൽ നിന്നെ കാണരുത്. ഇത് വലേഹ്ച്ചിയായുടെ വോയിവോദിന്റെ (പ്രവിശ്യയുടെ ഗവർണ്ണർ) ഉത്തരവാണ്.'

'ഇല്ല, ഞാനൊന്നും ചെയ്തിട്ടില്ല. ഞാനല്ല അവരാണ്. എന്നെ കൊല്ലരുത്, എന്നെ കൊല്ലരുത്'

അഹമ്മദ് ഉറക്കെ നിലവിളിച്ചു.

പെട്ടെന്നാരോ അഹമ്മദിന്റെ ചുമലിൽ പിടിച്ചു.

അയാൾ ഞെട്ടി ചുറ്റും നോക്കി. നരച്ച കരിങ്കൽ ചുവരുകൾ.

താനൊരു ഇടുങ്ങിയ മുറിയിലാണെന്നു തിരിച്ചറിഞ്ഞ അഹമ്മദ് തോളിൽ കൈവച്ച ആളിനെ തുറിച്ചു നോക്കി.

'അഹമ്മദ് നീയെന്താ ഉറക്കത്തിൽ പിച്ചും പേയും പറയുന്നത്? വീണ്ടും ആ സ്വപ്നം കണ്ടോ?'

അഹമ്മദ് തന്റെ മുന്നിൽ നിന്ന മനുഷ്യനെ നോക്കി പറഞ്ഞു.

'കോസ്റ്റഡീൻ ക്രാസ്സിമിർ, പേട്രൺ എനിക്കിത്തിരി വെള്ളം തരൂ...'

ക്രാസ്സിമിർ ഒരു കോപ്പയിൽ വെള്ളമെടുത്തു അഹമ്മദിന് കൊടുത്തു. എന്നിട്ട് അഹമ്മദ് കിടക്കുന്ന കട്ടിലിനു സമീപമുള്ള കസേരയിൽ തന്റെ കഷണ്ടിത്തല തടവിക്കൊണ്ട് ഇരുന്നു.

'അഹമ്മദ്, ഒക്കെ നിന്റെ മനസിന്റെ ഓരോ തോന്നലുകളാണ്. നിന്നെ ഭയം കീഴടക്കിയിരിക്കുന്നു. രണ്ടു ദിവസം കൂടി പിടിച്ചു നിൽക്ക്. നിനക്ക് തിരികെ തുർക്കിയിലേക്ക് മടങ്ങാനുള്ള വാഹനം രണ്ടു ദിവസത്തിനുള്ളിലെത്തും.'

'ഇല്ലാ ക്രാസിമിർ ഇനിയൊരു രാത്രികൂടി ഞാനീ മണ്ണിൽ നിൽക്കില്ല. അതവനാണ് വലേഹ്ച്ചിയായുടെ വോയിവോദ്. അവനെനിക്ക് മുന്നറിയിപ്പ് തരുന്നു. ഞാനില്ല ക്രാസ്സിമിർ. എനിക്കൊരു കുതിരയെ തരൂ. ഞാൻ തിരികെ പോകുന്നു. എനിക്ക് പോയെ

മതിയാകൂ.'

'നിന്റെ ഇഷ്ടം പോലെ ചെയ്യ്. കുതിരയെ ഞാൻ ഏർപ്പാടാക്കാം. തിരിച്ചു പോകുമ്പോൾ നിന്നെ ഇങ്ങോട്ടയച്ചവർക്ക് ഞാനൊരു കത്ത് തന്നുവിടാം. മേലിൽ ഇത്തരം പണികൾക്ക് ആളെ അയക്കുമ്പോൾ നല്ല ചുണയുള്ളവരെ വേണം അയക്കാൻ എന്ന്.'

'ക്രാസ്സിമിർ എന്നെ നീ പരിഹസിച്ചുകൊള്ളുക. എങ്കിലും സ്നേഹിതാ നീ സൂക്ഷിക്കണം. ഈ കളി അത്ര നല്ലതിനല്ല എന്ന് എന്റെ മനസ് പറയുന്നു. നമുക്ക് അറിയാനോ ചെറുത്ത് നിൽക്കാനോ ആവാത്ത ഒരുപാട് ശക്തികളുണ്ട്. അവ ഇത്തവണ നമുക്കെതിരുമാണ് ക്രാസ്സിമിർ, ഈ ശ്രമം ഉപേക്ഷിക്കുക. ഇതൊരു വലിയ ദുരന്തത്തിലേക്കാണ് പോകുന്നതെന്ന് എനിക്കുറപ്പാണ്.'

ഉറക്കെ പൊട്ടിച്ചിരിച്ചു കൊണ്ട് തന്റെ കഷണ്ടിത്തല തടവി ക്രാസ്സിമിർ ആ മുറിവിട്ടു പോയി.

അഹമ്മദ് ആശങ്കയോടെ ചുറ്റും തുറിച്ചുനോക്കിക്കൊണ്ടിരുന്നു.

1

ബുക്കാറസ്റ്റിലെ ഹോട്ടലിൽ നിന്നും ഇറങ്ങുമ്പോൾ ഉദ്ദേശിച്ചതിൽ നിന്നും ഏറെ വൈകിയിരുന്നു. വെളുപ്പിനെ യാത്രതുടങ്ങേണ്ടതുണ്ട് എന്ന് അറിയാഞ്ഞിട്ടല്ല, പക്ഷേ, രാവിലെ പട്ടണത്തെയാകെ വിറങ്ങലിപ്പിച്ചു വീശിയടിച്ച മഞ്ഞു കാറ്റ് ഞങ്ങളുടെ യാത്ര വല്ലാതെ വൈകിച്ചു. ഒടുവിൽ കാറ്റടങ്ങി കാഴ്ചകൾ വ്യക്തമായിത്തുടങ്ങിയതോടെ അനിശ്ചിതത്വം തെല്ലു മാറി. ഞങ്ങൾ യാത്രയ്ക്ക് തയാറായി.

നീളൻ തൊപ്പിയുള്ള കറുത്ത ഫർകോട്ട് ധരിച്ച ഗൗരവം നിറഞ്ഞ മുഖഭാവമുള്ള ആറടിപൊക്കക്കാരനായ ആ കുതിരവണ്ടിക്കാരനെ എനിക്ക് ഇഷ്ടപ്പെട്ടിരുന്നില്ല. പക്ഷേ ഏർപ്പാടാക്കി തന്ന ഹോട്ടൽ റിസപ്ഷനിസ്റ്റ് പറഞ്ഞത് 'വലേഹ്ചിയാ' മേഖലയിലെ തന്നെ ഏറ്റവും മിടുക്കൻ ആയ കുതിരക്കാരനാണ് ഈ മനുഷ്യൻ എന്നാണ്!

ടാർഗോവീഷ്ഠ, അവിടെക്കാണ് പോകേണ്ടത്.

ഹൊറർ ക്ലാസിക്കായ 'ഡ്രാക്കുള' എന്ന നോവൽ രചിക്കാൻ ബ്രാം സ്ട്രോക്കർക്ക്' പ്രചോദനമായ ചരിത്ര പുരുഷൻ വ്ലാഡ് മൂന്നാമൻ ഡ്രാക്കുള രാജകുമാരന്റെ രാജധാനിയായിരുന്ന ടാർഗോവീഷ്ഠ.

ടാർഗൂസിലെ കുതിരക്കാരൻ

പതിനഞ്ചാം നൂറ്റാണ്ടിന്റെ പകുതിയിൽ ശക്തരായ ഓട്ടോമൻ സാമ്രാജ്യം യൂറോപ്പിലേക്ക് വികസിക്കുന്നതിനു ഏക തടസമായി നിന്ന വാലെഹ്ചിയാ പ്രവിശ്യയുടെ വോയിവോട്, മഹമൂദ് മൂന്നാമൻ എന്ന ഓട്ടോമൻ സുൽത്താനെ യൂറോപ്പിലേക്ക് പ്രവേശിക്കുന്നതിൽ നിന്ന് വർഷങ്ങളോളം തടഞ്ഞു നിർത്തിയ വ്ലാദ് ഡ്രാക്കുള രാജകുമാരൻ. ടാർഗോവീഷ്ഠയിലെ യുദ്ധത്തിൽ പിടികൂടിയ ആയിരക്കണക്കിന് ഓട്ടോമൻ സൈനികരെ ശൂലത്തിൽ ഇരുത്തി കൊന്നു കളഞ്ഞ, ഒരു മൈതാനമാകെ നിറഞ്ഞു നിന്ന ശൂലത്തിൽ തറയ്ക്കപ്പെട്ട സൈനികരുടെ ഭീതിദമായ ആ ദൃശ്യം മഹമൂദിനെ ഭയപ്പെടുത്തിയെന്നും അദ്ദേഹം യൂറോപ്യൻ ആക്രമണത്തിൽ നിന്ന് പിന്തിരിഞ്ഞുവെന്നും ചരിത്രം.

ആ വ്ലാദ്‌രാജകുമാരന്റെ കോട്ട ടാർഗോവീഷ്ഠ പട്ടണത്തിലാണ്, അവിടേക്കാണ് ഞങ്ങൾക്ക് പോകേണ്ടത്. വലേഹ്ചിയാ മേഖലയിൽ, അല്ലെങ്കിൽ ബുക്കാറെസ്റ്റ് പട്ടണത്തിൽ നിന്ന് ടാർഗോവീഷ്ഠയിലേക്ക് ഒന്നുകിൽ ആറുപേർക്ക് ഇരിക്കാവുന്ന 'തൃസൂറ പബ്ലിക്ക ഡി സായ്' എന്നറിയപ്പെടുന്ന നാലുകുതിരകൾ വലിക്കുന്ന വാഹനത്തിൽ പോകണം, അല്ലെങ്കിൽ സ്വകാര്യമായി ഏർപ്പാടാക്കുന്ന കുതിരവണ്ടികളിൽ പോകണം. തൃസൂറ പുബ്ലിക്കയിൽ മിക്കപ്പോഴും സീറ്റ് ലഭിക്കാൻ തന്നെ ബുദ്ധിമുട്ടാണ്.

ടാർഗോവീഷ്ഠയ്ക്ക് മുൻപുള്ള ടാർഗോസ് പട്ടണത്തിലെ ഖനിത്തൊഴിലാളികളും, ടാർഗോവീഷ്ഠയിലെ കർഷകരും ഖനിത്തൊഴിലാളികളും ഒക്കെ ബുക്കാറെസ്റ്റിലെ വ്യാപാരശാലകളിലും പണിയിടങ്ങളിലും നിന്ന് തിരികെ പോകാൻ ആശ്രയിക്കുക ത്രസൂറ പബ്ലിക്കകളെയാണ്. സ്വസ്ഥമായി കാർപാത്യൻ മലനിരകളിലെ കാഴ്ചകൾ ആസ്വദിച്ച് യാത്രചെയ്യാൻ ഏറ്റവും നല്ലതു സ്വകാര്യ കുതിരവണ്ടികളെ വാടകയ്ക്ക് ഏർപ്പാടാക്കുന്നതു തന്നെയാണ് എന്നറിയാവുന്ന കൊണ്ട് ഞങ്ങൾ ഈ വഴി സ്വീകരിച്ചുവെന്ന് മാത്രം.

ഞങ്ങൾ ടാർഗോവീഷ്ഠയിലേക്കുള്ള യാത്രയ്ക്ക് തയാറായി ഇറങ്ങി. ബാഗുകൾ ആ കുതിരവണ്ടിക്കാരൻ തന്നെ എടുത്തു വണ്ടിയിൽ വച്ചു.

ഹോട്ടൽ ജീവനക്കാർ യാത്രാ മംഗളങ്ങളും ഉപചാരവാക്കുകളും പറഞ്ഞു. എല്ലാവരോടും നന്ദി പറഞ്ഞു ഞങ്ങൾ വണ്ടിയിലേക്ക് കയറി. അടച്ചു മൂടാൻ വാതിലുകളും കർട്ടനുകളും പഞ്ഞിനിറച്ച ഇരിപ്പിടങ്ങളും ഉള്ള സുഖദായക യാത്ര നൽകുന്ന കുതിര

വണ്ടി. ഞങ്ങൾ അകത്തു ഇരുന്നതിനു ശേഷം ഞാൻ പുറത്തേക്കുള്ള വാതിലുകൾ അടച്ചു.

വണ്ടിക്കാരൻ ഇരിക്കുന്ന സീറ്റിനും ഞങ്ങളുടെ ക്യാബിനും ഇടയ്ക്ക് ഒരു ചെറിയ ജനാലയുണ്ട്. വണ്ടിക്കാരനുമായിട്ടുള്ള സംവേദനങ്ങൾ നടത്തുക ഇതുവഴിയാണ്.

അയാൾ ആ ജനാല തുറന്നു പറഞ്ഞു.

'ഡോംന്യൂൾ സർ വല്ലാത്ത മഞ്ഞു വീഴ്ചയുണ്ട്, തണുപ്പ് ശരിക്കും ഉണ്ടാവും അതിനാൽ കട്ടിയുള്ള മേൽവസ്ത്രങ്ങൾ ധരിക്കാൻ മടിക്കരുത്.'

'മുൾട്ടുമെസ് ഡ്രാഗ കാലറിസ്' നന്ദി പ്രിയപ്പെട്ട കുതിരക്കാരാ'

ഞാൻ മറുപടി പറഞ്ഞു.

അവളെന്നോട് ചേർന്നിരുന്നു ചോദിച്ചു,

'എത്ര നേരം എടുക്കും ഈ യാത്ര?'

'അറിയില്ല ബുക്കാറെസ്റ്റിൽ നിന്നും ഏതാണ്ട് നൂറു മൈൽ ദൂരം മാത്രമേ ഉള്ളൂ ടാർഗോവീഷ്ഠ, എങ്കിലും പാത തികച്ചും ദുർഘടമാണ് പോരാത്തതിന് മൂടൽ മഞ്ഞിറങ്ങിയാൽ കാഴ്ച ബുദ്ധിമുട്ടാവും. സന്ധ്യക്ക് മുന്നേ എത്തിക്കാം എന്ന് മാത്രമേ ഈ കുതിരക്കാരൻ ഉറപ്പു തന്നിട്ടുള്ളൂ'

ഞാൻ അവളോട് പറഞ്ഞു, കുതിരക്കാരൻ വീണ്ടും തിരിഞ്ഞു നോക്കി,

'ഡോംന്യൂൾ നമ്മൾ പുറപ്പെടുകയായി' ഒന്ന് ഞരങ്ങി കുലുങ്ങി വണ്ടി മുന്നോട്ടു നീങ്ങി. ഞങ്ങൾ തിരിഞ്ഞു ഹോട്ടലിലേക്ക് നോക്കി ജീവനക്കാർ അപ്പോഴും കൈവീശി യാത്രമംഗളം നേരുന്നുണ്ടായിരുന്നു. കനത്ത ടിപ്പ് കൊടുത്തതിന്റെ ഫലമാകും.

കുതിരവണ്ടി നീങ്ങിക്കൊണ്ടിരുന്നു.

മെല്ലെ മെല്ലെ നഗര കാഴ്ചകൾ മറഞ്ഞു. മഞ്ഞു മൂടിയ കാർപാത്യൻ മലകളുടെ കാഴ്ചകൾ കണ്ടു തുടങ്ങി.

ഇടയ്ക്കൊക്കെ റോഡിലെ കല്ലുകളിൽ തട്ടി വണ്ടി വല്ലാണ്ട് കുലുങ്ങിയതൊഴിച്ചാൽ യാത്ര അത്ര മോശമായിരുന്നില്ല. കാർപാത്യൻ മലനിരകളിലേക്ക്, യാഥാർഥ്യവും സങ്കൽപ്പവും ഇടകലർന്ന ഭീതിയും ആവേശവും ജനിപ്പിക്കുന്ന കാർപാത്യൻ മലകൾ. ഞാൻ അവളെ എന്നോട് ചേർത്തു പിടിച്ചു. അവൾക്ക് മാത്രം കേൾക്കാൻ ആവും വിധം മെല്ലെ പറഞ്ഞു.

'നിക്കോലീന, അങ്ങനെ നമ്മൾ യാത്ര തുടങ്ങുകയാണ്, വ്ലാദ് ഡ്രാക്കുള രാജകുമാരന്റെ രാജധാനിയിലേക്ക്, പതിനഞ്ചാം നൂറ്റാ

ണ്ടിലെ റോമാനിയൻ ഹീറോ ആയ വ്ലാദ് രാജകുമാരൻ. ഓട്ടോമാൻ സാമ്രാജ്യത്തിനെതിരെ കുരിശുയുദ്ധം നയിച്ച വ്ലാദ് രാജകുമാരൻ. സമാനതകളില്ലാത്ത ക്രൂരതകളിലൂടെ എതിരാളികളുടെ ഉറക്കം കെടുത്തിയ സാക്ഷാൽ വ്ലാദ് ഡ്രാക്കുള രാജകുമാരൻ'

കുതിരകൾ തകർന്നു പൊടിഞ്ഞ വഴികളിലൂടെ മെല്ലെ മെല്ലെ നീങ്ങി. കുതിരക്കാരൻ എന്തൊക്കെയോ ചില വിചിത്ര സംജ്ഞകൾ കൊണ്ട് അവയെ നിയന്ത്രിച്ചിരുന്നു.

രണ്ടു കുതിരകളും വളരെ യോജിപ്പോടെയും അനുസരണയോടെയും ആണ് നീങ്ങിയത്. ഞങ്ങൾ തിരിച്ചു കഴിഞ്ഞിട്ട് ഏതാണ്ട് രണ്ടു മണിക്കൂർ ആയിട്ടുണ്ടാവും പക്ഷേ, ഒരു പതിനഞ്ചു മൈലിനപ്പുറം കടന്നിട്ടുണ്ടാവില്ല, ഇത് തന്നെ ഒരു ഭാഗ്യമാണെന്ന് വണ്ടിക്കാരൻ തമാശയെന്നോണം പറഞ്ഞു.അവളെന്നോട് ചേർന്നിരുന്നു ചെറുതായി മയങ്ങി. ഞാൻ അവളെ ചേർത്തു പിടിച്ചു ജനാലയിലൂടെ പുറത്തേക്ക് നോക്കിയിരുന്നു.

കാർപാത്യൻ മലയുടെ മഞ്ഞു മൂടിയ സൗന്ദര്യം.

ഇടയ്ക്കിടെ മഞ്ഞു പ്രതലത്തിലെ വിടവുകൾ ദുരൂഹതകൾ ഒളിച്ചു വച്ചു ചിരിക്കുന്ന പോലെ! തണുത്ത കാറ്റ് വണ്ടിയുടെ വാതിലിന്റെ വിടവുകളിലൂടെ അകത്തേക്ക് നുഴഞ്ഞു കയറിയപ്പോ ഞാൻ ഒരു 'ആർ ജെ റെയ്നോൾഡ്സ് - ക്യാമൽ' സിഗരറ്റ് എടുത്തു കത്തിച്ചു.

ഇടയ്ക്ക് വണ്ടിക്കാരൻ ആ ചെറു ജനാല തുറന്നു.

'ഡോംന്യൂൾ അടുത്ത മൂന്നു വളവിനപ്പുറം ഒരു സത്രം ഉണ്ട്, ഭാഗ്യം ഉണ്ടെങ്കിൽ അവിടെ ആരെങ്കിലും കാണും ഇത് കഴിഞ്ഞാൽ ടാർഗോവീഷ്ഠ വരെ മറ്റൊരു ഇടത്തും ഭക്ഷണം ലഭിക്കില്ല. അങ്ങനെ ആണെങ്കിൽ അവിടെ നിന്നും ഭക്ഷണം കഴിച്ചു അല്പം ഭക്ഷണം കൈവശം കരുതി കൊണ്ട് നമുക്ക് മുന്നോട്ടു പോകാം. ഒരാഴ്ച മുന്നേ തകർത്ത് പെയ്ത മഴ വഴിയുടെ പകുതിയും തകർത്തിരിക്കുന്നു. നമുക്ക് ഇതിലധികം വേഗതയിൽ പോകാൻ ആവുമെന്ന് തോന്നുന്നില്ല.'

'ശരി എന്നാൽ അങ്ങനെ തന്നെ ആകട്ടെ'

ഞാനും സമ്മതം അറിയിച്ചു.

മലയോര പാതയിലൂടെ കുതിരവണ്ടി മുന്നോട്ടു ചലിച്ചു, കുണ്ടും കുഴിയും നിറഞ്ഞ മലയോര വീഥികളെ, കൊടും വളവുകളെ ഒക്കെ തികഞ്ഞ സാമർഥ്യത്തോടെ കൈകാര്യം ചെയ്യുന്ന, ഇടപെടലുകളിൽ തികഞ്ഞ മാന്യത സൂക്ഷിക്കുന്ന വണ്ടിക്കാരൻ ഹോ

ട്ടൽ ജീവനക്കാർ പറഞ്ഞപോലെ മിടുക്കൻ തന്നെയാണ്. അയാളോട് എനിക്ക് ആദ്യം തോന്നിയ അനിഷ്ടം മെല്ലെ കുറഞ്ഞു വന്നു.

അയാൾ പറഞ്ഞതുപോലെ മൂന്നാമത്തെ വളവു കഴിഞ്ഞു നിരപ്പുള്ള പാതയിലെത്തിയപ്പോൾ ദൂരെ ഒരു ചെറിയ കെട്ടിടം കണ്ടു. ചെറിയ ജനാല തുറന്നു വണ്ടിക്കാരൻ അതാണ് സത്രം എന്ന് അറിയിച്ചു.

ഞങ്ങളുടെ വാഹനം സത്രത്തിന്റെ പ്രധാനവാതിലിനു മുന്നിലായി നിർത്തി. വണ്ടിക്കാരൻ ഇറങ്ങി ഞങ്ങളുടെ പെട്ടികൾ എടുക്കാൻ സഹായിച്ചു.

ഭാരമേറിയ പെട്ടി ആയിട്ട് പോലും നിസ്സാരമായി ചുമന്നു അകത്തേക്ക് നടക്കുന്ന വണ്ടിക്കാരനെ ഞാൻ അത്ഭുതത്തോടെ നോക്കി. കരിങ്കൽച്ചുവരുകളുള്ള ഒരു ഇടത്തരം കെട്ടിടമായിരുന്നു സത്രം. ഇടയ്ക്ക് കനമുള്ള മരപ്പലകകൾ കൊണ്ട് ഒരു തട്ടുണ്ടാക്കി രണ്ടാമതൊരു നിലയും സജ്ജീകരിച്ചിട്ടുണ്ട്. വലിയൊരു നെരിപ്പോടും മുകളിലേക്ക് നീളുന്ന കരിപിടിച്ച ചിമ്മിനിയും. സത്രത്തിന്റെ ഉൾവശം ആ കെട്ടിടത്തിന്റെ പഴക്കത്തെ സൂചിപ്പിച്ചു.

ഞങ്ങൾ കടന്നു ചെന്ന ഉടനെ പൊക്കം കുറഞ്ഞു തടിച്ച കഷണ്ടിക്കാരൻ ആയ ഒരാൾ സത്രത്തിന്റെ ഉള്ളിൽ നിന്നും പുറത്തേക്ക് വന്നു. കുതിരക്കാരനെ കണ്ടമാത്രയിൽ അയാൾ അതീവ ആഹ്ലാദത്തോടെ ഓടിവന്നു ആലിംഗനം ചെയ്തു.

'അലെക്സാൻഡ്രു! അലെക്സാൻഡ്രു മെഹമൂദിന്റെ വഴിയെ കുതിരയോട്ടിയ ടാർഗൂസിന്റെ സ്വന്തം അലെക്സാൻഡ്രു'

'പിർവൂ, എന്റെ പ്രീയപ്പെട്ട ചങ്ങാതീ.' എന്ന് പ്രത്യഭിവാദനം ചെയ്തു കുതിരക്കാരനും അയാളും കുറെ ചിരിച്ചു, എന്നിട്ട് പെട്ടെന്ന് തിരിഞ്ഞു അയാൾ ഞങ്ങളെ വന്ദിച്ചു.

'മാന്യരായ അതിഥികളെ സ്വാഗതം. ക്ഷമിക്കണം പഴയ കൂട്ടുകാരനെ വർഷങ്ങൾക്ക് ശേഷം കണ്ടപ്പോൾ ഞാൻ ആതിഥ്യമര്യാദ മറന്നു. നിങ്ങൾക്കെന്റെ ഈ കൊച്ചു സത്രത്തിലേക്ക് സ്വാഗതം.'

'അത് സാരമില്ല. കലർപ്പില്ലാത്ത സ്നേഹപ്രകടനങ്ങൾ കാണുന്നതും സന്തോഷമുള്ള കാര്യമാണ്'

ഞാൻ മറുപടി പറഞ്ഞു ചിരിച്ചു.

അയാളും ഉറക്കെ പൊട്ടിച്ചിരിച്ചു.

'ഞാൻ പിർവൂ. ഇവിടെ നിങ്ങൾ സ്വന്തം ഭവനം പോലെ കരുതുക ക്ഷീണമകറ്റി ഉന്മേഷം നിറയ്ക്കുക. വിന്റീല, വിന്റീലാ'

സത്രമുടമയുടെ ഭാര്യ ഹാളിലേക്ക് കടന്നുവന്നു.

അവർ കുതിരക്കാരനെ കണ്ടു ഞെട്ടിയത് പോലെ തോന്നി. പെട്ടെന്ന് അവരുടെ മുഖത്തു ആഹ്ലാദം വന്നു നിറഞ്ഞു.

'അലെക്സാൻഡ്രു! നീയാണോ ഇത്, നീയാകെ മാറിയിരിക്കുന്നു. ഞങ്ങളെയൊക്കെ നീ മറന്നു അല്ലേ?'

'മറന്നതൊന്നുമല്ല പ്രിയപ്പെട്ട സഹോദരീ. ഒക്കെ വിശദമായി പറയാം. അതിഥികളെ ടാർഗോവീഷ്ഠയിലെത്തിച്ചിട്ട് ഞാൻ രണ്ടു ദിവസം ഇവിടെ തങ്ങിയിട്ടേ പോകുന്നുള്ളൂ. വിന്റീലാ ഞങ്ങൾക്ക് ഇത്തിരി തിടുക്കമുണ്ട്. അവർക്ക് വിശപ്പുണ്ടാകും.'

'ഓ ഞാനതു മറന്നു. മാഡം വരിക'

സത്രമുടമയുടെ ഭാര്യ വിന്റീല നികോലീനയെ നെരിപ്പോടിനടുത്തു ചൂട് കിട്ടുന്ന ഇരിപ്പിടത്തിലേക്ക് വഴി കാണിച്ചു. സത്രമുടമയും വണ്ടിക്കാരനും കോണിപ്പടിയിലൂടെ മുകളിലേക്ക് നടന്നുപോയി. ഞാൻ ഓവർക്കോട്ടൂരി കോട്ട് ഹാങ്ങറിൽ തൂക്കി.

രണ്ടു കൈകളും ഇടുപ്പിൽ പിടിച്ചു കൊണ്ട് ഒന്ന് വലിഞ്ഞു നടുവ് നിവർത്തി. ഒരു സിഗരറ്റ് കൂടി കത്തിച്ചു.

മാന്യത തുളുമ്പുന്ന പെരുമാറ്റവും, തികഞ്ഞ സൗന്ദര്യവും ഉള്ള ഒരു മദ്ധ്യവയസ്കയായിരുന്നു ഞങ്ങളുടെ ആതിഥേയ ആയ വിന്റീല. അവർ തന്ന ചൂട് വെള്ളം കൊണ്ട് മുഖം കഴുകി അല്പം തീ കാഞ്ഞു കഴിഞ്ഞപ്പോൾ തന്നെ വണ്ടിയിൽ ഇരുന്നു കുലുങ്ങി കുലുങ്ങി യാത്ര ചെയ്തതിന്റെ ചൊരുക്ക് ഞങ്ങളെ വിട്ടു മാറിയിരുന്നു.

റൊമാനിയൻ ആതിഥ്യമര്യാദ അനുസരിച്ചു ആദ്യം തന്നെ അവർ ഞങ്ങൾക്ക് 'സിയോർബ' എന്ന സൂപ്പ് തന്നു. മാന്ത്രിക ദ്രാവകമെന്നപോലെ ആ സൂപ്പ് ഞങ്ങളുടെ ഓരോ അണുവും ഉണർത്തി.

നന്ദി പറയുമ്പോൾ വിന്റീല ഇത്രയും കൂട്ടിച്ചേർക്കാൻ മറന്നില്ല.

'ഇത് ബുക്കാറെസ്റ്റിൽ ഒക്കെ കിട്ടുന്ന തരം സിയോർബ അല്ല ഡോംന്യൂൾ. ഇവിടെ ഈ മലനിരകളിൽ മാത്രം കിട്ടുന്ന ചില സുഗന്ധദ്രവ്യങ്ങൾ കൂടി ഞാൻ ഇതിൽ ചേർത്തിട്ടുണ്ട്. അത് കൂടി ചേർത്താൽ കുതിരയുടെ ശക്തി ലഭിക്കും എന്നാണു ഇവിടെ എല്ലാരും ഇതിനെ പറ്റി പറയാറ്'

എന്നിട്ടവർ അധികം ഒച്ചയുണ്ടാക്കാതെ ചിരിച്ചു.

ഞങ്ങളും ചിരിയിൽ പങ്കു ചേർന്നു.

'അല്പം കാത്തിരിക്കുക, ഞാൻ നിങ്ങൾക്ക് വേണ്ട ഭക്ഷണം ഉണ്ടാക്കട്ടെ അത് വരെ ഈ തണുപ്പിനെ പ്രതിരോധിക്കാൻ അല്

പം 'ടുയ്ക്ക' (ഒരിനം പ്ലം ബ്രാണ്ടി) വേണമെങ്കിൽ ആകാം' അവർ അലമാരി ചൂണ്ടി പറഞ്ഞു.

'നന്ദി വിന്റീല'

ഞാൻ ആ അലമാരിയുടെ നേരെ നടന്നു.

തീൻമേശയിൽ വിഭവങ്ങൾ നിരന്നു കഴിഞ്ഞു. പിർവൂവും അലെക്സാൻഡ്രുവും അല്പം കൂടുതൽ 'ടുയ്ക്ക' കഴിച്ചോ എന്ന് സംശയം തോന്നി രണ്ടു പേരും ഒരുപാട് സംസാരിക്കയും ഉച്ചത്തിൽ ചിരിക്കുകയും ചെയ്യുന്നുണ്ടായിരുന്നു. ഞങ്ങൾ ഭക്ഷണം കഴിച്ചു കൊണ്ടിരിക്കെ പുറത്തൊരു കുതിര വന്നു നില്ക്കുന്നതും ആരുടെയോ കനത്ത ബൂട്ടിന്റെ ശബ്ദം അടുത്തു വരുന്നതും കേട്ട് എല്ലാവരും ഒരുപോലെ വാതിലിലേക്ക് നോക്കി.

വാതിൽ തുറന്നു ഉറച്ച ശരീരമുള്ള ഒരു മനുഷ്യൻ കടന്നു വന്നു. സായുധസേനയിലെ ഏതോ ഉദ്യോഗസ്ഥനാണ് അയാളെന്നു യൂണിഫോമും അതിലെ അലങ്കാരങ്ങളും കണ്ടപ്പോൾ തന്നെ മനസിലായി. കയ്യിലെ നീളൻ തോക്കും ഹെൽമെറ്റും അത് ഉറപ്പിച്ചു പറഞ്ഞു.

വിന്റീലയും പിർവൂവും ആഹ്ലാദത്തോടെ അതിഥിയെ സ്വീകരിച്ചു. ഹെൽമെറ്റ് മാറ്റിയപ്പോ വന്നു ചേർന്നയാളിന്റെ മുഖം വിന്റീലയുടെ മുഖത്തോടു വളരെ സാമ്യം തോന്നി.

അലെക്സാൻഡ്രു ആകട്ടെ അയാളെ അധികം ഇഷ്ടപ്പെടാത്തപോലെ മുഖം കടുപ്പിച്ചു.

വിന്റീല പുതിയ അതിഥിയെ ഞങ്ങൾക്ക് പരിചയപ്പെടുത്തി.

'ഡോംന്യൂൾ, ഇത് വിയോറെൽ എന്റെ സഹോദരൻ, സായുധസേനയിൽ ക്യാപ്റ്റൻ ആണ്'

ഞാൻ എഴുന്നേറ്റു സ്വയം പരിചയപ്പെടുത്തി.

'ഞാൻ 'ഗ്രിഗോറി', ഇതെന്റെ ഭാര്യ 'നികൊലീന' ഞങ്ങൾ ടാർഗോവീഷ്ഠയിലേക്ക് ഉള്ള യാത്രാമദ്ധ്യേ ആണ്.' വിയോറെൽ സന്തോഷത്തോടെ ഞങ്ങളെ അഭിവാദ്യം ചെയ്തു.

'മാന്യരായ അതിഥികളെ നിങ്ങൾക്കൊരു മോശം വാർത്തയുണ്ട്, നിങ്ങളുടെ യാത്ര ഇന്ന് തുടരാൻ ആവില്ല. സുമാർ പതിനഞ്ചു മൈലിനപ്പുറം മലയിടിഞ്ഞ് വീണത് കാരണം വഴി തടസ്സപ്പെട്ടിരിക്കയാണ്. ചുരുങ്ങിയത് രണ്ടു പകലെങ്കിലും ഇല്ലാതെ വഴി തടസ്സം നീക്കാൻ ആവില്ല. ഈ പാതയിൽ ഇത് പതിവാണ്.'

ഈ വാർത്ത എന്നെ നിരാശനാക്കി.

ഞാൻ നികൊലീനയെ നോക്കി എന്ത് ചെയ്യും എന്ന ഭാവത്തിൽ

അവൾ എന്നെയും നോക്കി. വിയോറെൽ തുടർന്നു.

'ഞാൻ വഴി പുനഃസ്ഥാപിക്കുക എന്ന ദൗത്യവും ആയി ബന്ധപ്പെട്ടാണ് ഇപ്പോൾ ഇവിടെ വന്നത് തന്നെ. ഇന്ന് രാത്രി ഇവിടെ കഴിച്ചു കൂട്ടി രാവിലെ അങ്ങോട്ടേക്ക് പോകണം തടസ്സം നീങ്ങിയാൽ ഉടനെ തന്നെ ഞാൻ നിങ്ങളെ അറിയിക്കാം. അത് വരെ നിങ്ങൾക്ക് ഈ പ്രദേശത്തെ ഏറ്റവും നല്ല പാചകക്കാരിയുടെ അതിഥികൾ ആയി കഴിയാം എന്ന് തോന്നുന്നു.'

വിയോറെൽ ഉറക്കെ ചിരിച്ചു.

പിർവൂവും വിന്റീലയും അതിൽ പങ്കു ചേർന്നു.

പിർവൂ ഞങ്ങളോട് പറഞ്ഞു.

'വലിയ സൗകര്യം ഒന്നും ഉണ്ടാവില്ല. എങ്കിലും, നിങ്ങൾക്ക് രണ്ടുപേർക്ക് താമസം സൗകര്യപ്പെടുത്താൻ കഴിയും. എന്താണ് തീരുമാനം, ഡോംന്യൂൾ ഗ്രിഗോറി?'

ഞാൻ സമ്മതഭാവത്തിൽ തലയാട്ടി. വേറെ വഴിയില്ല. ഒന്നുകിൽ ഇവിടെ തങ്ങണം. അല്ലെങ്കിൽ തിരിച്ചു വന്ന വഴിയെ നാലഞ്ച് മണിക്കൂർ വീണ്ടും യാത്ര ചെയ്തു പോയി ആ ഹോട്ടലിൽ തങ്ങണം. ഹോട്ടലിന്റെ തിരക്ക് പിടിച്ച അന്തരീക്ഷത്തെക്കാളും ഞാൻ ഇവിടം ഇഷ്ടപ്പെട്ടു എന്നതാണ് സത്യം.

'നികൊലീനാ നീ എന്ത് പറയുന്നു?, വഴി ശരിയാകും വരെ ഇവിടെ തങ്ങാം എന്തേ?' എന്ന എന്റെ ചോദ്യത്തിന് അവളും ചിരിച്ചു കൊണ്ട് സമ്മതം മൂളി.

'അലെക്സാൻഡ്രു, സുഹൃത്തേ വരിക നമ്മുടെ ബാക്കി ലഗ്ഗേജ് കൂടി വണ്ടിയിൽ നിന്ന് എടുക്കാം' എന്ന് പറഞ്ഞു ഞാൻ എഴുന്നേറ്റു വിയോറെൽ പെട്ടെന്ന് തിരിഞ്ഞു നോക്കി.

'അലെക്സാൻഡ്രു? മഹമൂദിന്റെ വഴിയെ വണ്ടിയോടിച്ച കുതിരക്കാരാ നീയോ?'

അലെക്സാൻഡ്രു ആകട്ടെ വിയോറലിന്റെ സംഭാഷണം ഇഷ്ടപ്പെടാത്ത പോലെ നിന്നു.

'നോക്കണം ഡോംന്യൂൾ ഗ്രിഗോറി അലക്സി പിർവൂവിന്റെ ഏറ്റവും അടുത്ത സുഹൃത്താണ്. ഞാനും എന്റെ കുടുംബവും എതിർത്തിട്ടും വിന്റീലയുടെ വിവാഹം പിർവൂവും ആയി നടത്താൻ കൂടെ നിന്നവൻ. അതിന്റെ പേരിൽ ഞങ്ങൾ അന്ന് നന്നായി ഇടഞ്ഞതാണ്. പക്ഷേ, അലക്സി ഇപ്പോൾ അതൊക്കെ പഴങ്കഥയായിയിരിക്കുന്നു. ഇന്ന് പിർവൂ ഞങ്ങളുടെ കുടുംബത്തിന്റെ വേണ്ടപ്പെട്ട മരുമകൻ തന്നെയാണ്. പിന്നെ നമ്മൾ തമ്മിൽ എന്തിനാണ്

പിണക്കം'

അലെക്സാൻഡ്രുവിന്റെ ചുണ്ടിൽ ഒരു പുഞ്ചിരി തെളിഞ്ഞു.

വിയോറിലും ചിരിച്ചു.

'വിയോ, ഇരിക്ക് ഡോംന്യൂൾ താങ്കളും ഇരിക്കണം. ആദ്യം ഭക്ഷണം അത് കഴിഞ്ഞാവാം സംഭാഷണവും ബാഗ് എടുക്കലും ഒക്കെ. മിട്ടിറ്റെലും (ചെറുതായി മുറിച്ച ഇറച്ചി കൊണ്ട് നിർമിക്കുന്ന ഒരു ഗ്രിൽ വിഭവം), കാർനാട്ടിയും (പോർക്ക് ലിവർ ഉപയോഗിച്ച് നിർമ്മിക്കുന്ന ഒരു നാടൻ റൊമേനിയൻ വിഭവം) തണുത്താൽ സ്വാദ് കുറയും'

'അതെയതെ' പിർവൂ അതോടു യോജിച്ചു.

ട്രാൻസിൽവാനിയൻ ഗ്രാമീണ ഭക്ഷണത്തിന്റെ സ്വാദും ടുയ്കാ മദ്യത്തിന്റെ ലഹരിയും മെല്ലെ ഞങ്ങളിലേക്ക് പടർന്നു. പുറത്തു പക്ഷികൾ എന്തോ കണ്ടു പേടിച്ച പോലെ പെട്ടെന്ന് പറന്നുയർന്നതോ ഇടതൂർന്ന മരങ്ങൾക്കിടയിലൂടെ കാട്ടുനായക്കൂട്ടം സത്രത്തിനു സമീപത്തേക്ക് വന്നു ചേർന്നതോ, മൂടൽമഞ്ഞു കനത്തു വന്നതോ ഞങ്ങൾ അറിഞ്ഞിരുന്നില്ല. കുതിരകൾ അസാധാരണമാം വിധം ഉച്ചത്തിൽ ശബ്ദം ഉണ്ടാക്കും വരെ.

2

ഞങ്ങളുടെ ആതിഥേയ വിന്റീലയുടെ പാചകമികവ് ഞങ്ങൾക്ക് വിളമ്പിയ വിഭവങ്ങളിൽ തെളിഞ്ഞിരുന്നു. ഒപ്പം ട്യുയ്ക്കാ പകർന്ന ലഹരി കൂടിയായപ്പോൾ ഭക്ഷണം ഗംഭീരമായി. എന്തായാലും ഇന്നിനി യാത്രയുണ്ടാവില്ല എന്നതുകൊണ്ട് ആരും അളവിൽ കുറച്ചതുമില്ല!

ട്യുയ്ക മദ്യം തലയ്ക്കു പിടിച്ചതോടെ അലെക്സാൻഡ്രു പാട്ട് പാടി തുടങ്ങി. മനോഹരമായ താളത്തിൽ ഒരു നാടോടി ഗാനം.

'എല്ലാം വീണ്ടും തുടങ്ങുന്നു,
ഒരിക്കൽ കൂടി നിനക്കായ്.
എല്ലാം വീണ്ടും തുറക്കുന്നു,
മനോഹരമാക്കി നിനക്കായ്.
എല്ലാം ഇന്നും തുടരുന്നു,
എന്തെന്നാൽ നീ എനിക്കായ്'

അലെക്സാൻഡ്രുവിന്റെ പരുപരുത്ത ശബ്ദത്തിൽ പോലും കേൾക്കാൻ രസകരമായി തോന്നി ആ പാട്ട്. സത്രത്തിലെ അന്തരീക്ഷം

ഒരു ചെറു ആഘോഷത്തിന്റെ അവസ്ഥയിലേക്ക് മാറി. പെട്ടെന്നാണ് കുതിരകൾ ഭയത്തോടെ ഉച്ചത്തിൽ ശബ്ദിച്ചത്.

തുടർന്ന് സത്രത്തിനു പിന്നിൽ നിന്ന് പന്നികളുടെ കരച്ചിലും ഉയർന്നു. പിർവൂ ഉച്ചത്തിൽ കൂവി,

'കാട്ടുനായ്ക്കൾ'

അയാൾ വളരെ വേഗത്തിൽ കോണിപ്പടികളിലൂടെ മുകളിലേക്ക് ഓടി, വിയോറിൽ ഉറക്കെ എന്തോ വിളിച്ചു പറഞ്ഞു കൊണ്ട് തന്റെ തോക്കുമായി വാതിൽ തുറന്നു പുറത്തേക്ക് ചാടി. ഞാനും എന്താണ് എന്നറിയാനുള്ള ജിജ്ഞാസയോടെ അയാളുടെ ഒപ്പം പുറത്തേക്ക് ഇറങ്ങി.

ഒന്നും കാണാൻ ആവാത്ത അവസ്ഥ മൂടൽമഞ്ഞു എല്ലായിടത്തും നിറഞ്ഞിരുന്നു. പെട്ടെന്ന് വീടിനു പിന്നിൽ ഒരു വെടിയൊച്ച കേട്ടു, ഒപ്പം പിർവൂവിന്റെ ആക്രോശവും ഉയർന്നു.

'നായിന്റെ മക്കൾ എന്റെ പന്നിക്കൂട്ടിൽ കടന്നാൽ ഈ മലനിരയിൽ പിന്നൊരു കാട്ടുനായയെ ഞാൻ വച്ചേക്കില്ല'

വീണ്ടും ഒരു വെടിശബ്ദം.

ക്യാപ്റ്റൻ വിയോറിൽ കുതിരയുടെ അടുത്തേക്ക് പോയി.

അയാൾ മൂടൽ മഞ്ഞിടയിലൂടെ എവിടെക്കോ ഉന്നം വയ്ക്കുന്നതും ഒരു വെടി പൊട്ടിക്കുന്നതും ഞാൻ കണ്ടു. ഒരു കാട്ടു നായയുടെ ദയനീയ ശബ്ദം.

ഇത്രയും ആയപ്പോൾ ഇടറുന്ന കാലുകളോടെ അലെക്സാൻഡ്രു പുറത്തേക്ക് വന്നു അയാൾ ആരെയും ശ്രദ്ധിക്കാതെ, ഇതൊന്നുമേ തന്നെ ബാധിക്കുന്നേയില്ല എന്ന മട്ടിൽ തന്റെ കുതിരകളെ അഴിച്ചു സത്രത്തിനു പിന്നിലേക്ക് കൊണ്ട് പോയി. തുടർന്ന് തന്റെ കുതിരയും ആയി ക്യാപ്റ്റൻ വിയോറിലും അയാളെ പിന്തുടർന്നു. പോകും വഴി ക്യാപ്റ്റൻ എന്നോട് പറഞ്ഞു,

'ഡോംന്യൂൾ ഗ്രിഗോറി നിങ്ങൾ അകത്തു കയറി ഇരിക്കുക, ഈ കാട്ടു നായകളെ വിശ്വസിക്കാൻ ആവില്ല'

ഞാൻ അദ്ദേഹത്തിന്റെ ഉപദേശം മാനിച്ചു തിരികെ സത്രത്തിനുള്ളിലേക്ക് കയറി നികൊലീന ഈ ബഹളം എല്ലാം കണ്ടു അമ്പരന്നു നിന്നു.

പെട്ടെന്ന് അകത്തു നിന്ന് വിന്റീലയുടെ നിലവിളി ഉയർന്നു.

നികൊലീനയും ഞാനും അകത്തേക്ക് കുതിച്ചു.

എങ്ങനെയോ ഒരു കാട്ടുനായ അകത്തു കടന്നിരിക്കുന്നു.

അതിന്റെ ലക്ഷ്യം വിന്റീലയാണ്.

അവരാകട്ടെ ചുമരോട് ചേർന്ന് അനങ്ങാൻ ആവാതെ നിൽക്കുകയാണ്. തൊട്ടു മുന്നിൽ അവരെ ആക്രമിക്കാൻ ഒരുങ്ങി മുറുമുറുക്കുന്ന കാട്ടുനായ. എവിടെയോ നിന്ന് പിർവൂവിന്റെ ഒച്ച.

അയാൾ ദൂരെയാണെന്നു ഞാൻ തിരിച്ചറിഞ്ഞു.

എന്തെങ്കിലും ഒരു ആയുധത്തിനായി ഞാൻ ചുറ്റും നോക്കി. നെരിപ്പോടിനരികെ കോടാലിയുണ്ട്.

ആവുന്നത്ര വേഗത്തിൽ കോടാലി എടുത്തതും കാട്ടുനായ കോടാലിക്കു ഇരയായതും ഒപ്പം കഴിഞ്ഞു. സ്തംഭിച്ചു നിന്ന വിന്റീലയുടെ അടുത്തേക്ക് നീങ്ങി നികൊലീന അവളെ സമാധാനപ്പെടുത്താൻ എന്നോണം കൈകൾ ചേർത്തു പിടിച്ചു. ഞാൻ മരണത്തോട് മല്ലിടുന്ന ആ ജന്തുവിനെ നോക്കി നിന്നു. പുറത്തുണ്ടായിരുന്നവർ എല്ലാം ഓടി അകത്തേക്ക് വന്നത് ഈ രംഗം കണ്ടു കൊണ്ടാണ്. ഏതാണ്ട് കാര്യങ്ങൾ ഊഹിച്ചു കാണും അവർ. എന്റെ കയ്യിലെ ചോര ഇറ്റുന്ന കോടാലിയും വിന്റീലയുടെ നിൽപ്പും ഭാവവും കണ്ടു പിർവൂ അവളെ മെല്ലെ ചേർത്തു പിടിച്ചു സമാധാനിപ്പിച്ചു. സമനില വീണ്ടെടുത്ത വിന്റീല എല്ലാവരോടുമായി ഉറക്കെ പറഞ്ഞു.

'എന്നെ കൊന്നേനെ ഈ ജന്തു, ഗ്രിഗോറി നിങ്ങൾ മിന്നൽ വേഗത്തിൽ അവനെ കോടാലിക്കു വെട്ടിയില്ലായിരുന്നു എങ്കിൽ'

ക്യാപ്റ്റൻ വിയോറിൽ എന്റെ അടുത്തേക്ക് വന്നു.

'മാന്യ സുഹൃത്തേ നിങ്ങൾ എന്റെ സഹോദരിയുടെ ജീവൻ രക്ഷിച്ചതിനു എങ്ങനെ നന്ദി പറയണം എന്നറിയില്ല'

പിർവൂ അടുത്തേക്ക് വന്നു എന്റെ കൈ പിടിച്ചു, ആ കണ്ണുകൾ തിളങ്ങി.

'ഞാൻ എന്താണ് പറയേണ്ടത് '

അയാള് മെല്ലെ ചോദിച്ചു, ഞാൻ പിർവൂവിനോട് പറഞ്ഞു

'ട്യ്യുയ്ക്ക എവിടെയാണ് ഇരിക്കുന്നതെന്നു പറഞ്ഞിരുന്നെങ്കിൽ...'

ക്യാപ്റ്റൻ വിയോറിൽ ഉറക്കെ പൊട്ടിചിരിച്ചു

'കൊള്ളാം നമ്മുടെ അതിഥി നമുക്ക് ചേർന്ന ആള് തന്നെ'

വീണ്ടും ടുയ്കാ ചഷകങ്ങൾ നിറഞ്ഞു. ഇതിനിടെ കാട്ടുനായയുടെ ശരീരം പിർവൂ വലിച്ചു പുറത്തേക്കു കൊണ്ട് പോയി. മൂടൽ മഞ്ഞും ചെറുകാറ്റും തണുപ്പിച്ച അന്തരീക്ഷം ടുയ്കാ മെല്ലെ ചൂട് പിടിപ്പിച്ചു.

നേരിപ്പോടിനടുത്തിരുന്ന നികൊലീനയുടെ മനസ് അസ്വസ്ഥമായിരുന്നു. നേരം ഇരുണ്ടു വരുന്നതെ ഉള്ളൂ ഈ സമയത്ത്

തന്നെ അന്തരീക്ഷം ആകെ മാറിയതും മൂടൽ മഞ്ഞു നിറഞ്ഞതും കാട്ടുനായകളുടെ ആക്രമണവും, സാധാരണ കാട്ടുനായ്ക്കൾ രാത്രി നേരം ആണ് മനുഷ്യസാന്നിധ്യമുള്ള ഇടങ്ങളിൽ വേട്ടയ്ക്കിറങ്ങുക എന്നാണു കേട്ടറിവ്. ഇതിപ്പോ എന്താണിങ്ങനെ ഈ നേരത്ത്? തന്റെ അറിവ് ശരിയല്ലാ എന്ന് വരുമോ?

അതോ... പെട്ടെന്ന് അവളുടെ ഓർമകളിൽ വ്ലാദ് ഡ്രാക്കുള രാജകുമാരന്റെ ചരിത്രം തെളിഞ്ഞു വന്നു. രണ്ടായിരത്തോളം വരുന്ന മഹമൂദിന്റെ സൈനികരെ ശൂലത്തിൽ തറച്ചു കൊന്ന വ്ലാദ്. ബ്രാം സ്ട്രോക്കറുടെ ഡ്രാക്കുള എന്ന നോവൽ, അസാമാന്യമായ ഒട്ടോമാൻ സേനയെ വിറപ്പിച്ചു വിട്ട വ്ലാദ്. വ്ലാദിനെ കുറിച്ചുള്ള ചിന്തകൾ അവളിൽ അസ്വസ്ഥത പടർത്തി.

അവൾ ചെറുതായി തല ചെരിച്ചു ഗ്രിഗോറിയെ നോക്കി.

അയാൾ ടുയ്കാ നല്കിയ ലഹരിയിലാണ്, അല്പം മുൻപ് അയാള് കാട്ടുനായയെ കീഴ്പെടുത്തിയ രംഗം അവളോർത്തു.

തന്റെ പുരുഷൻ ശക്തനും ധീരനും ആണ്. അയാളെ നോക്കി ഇരിക്കെ മെല്ലെ അവളുടെ അസ്വസ്ഥതകൾ അകന്നു പോയി.

അന്ന് രാവിൽ, ബുക്കാറസ്റ്റ് നഗരത്തെ കാർമേഘം മൂടി. കൊടുങ്കാറ്റും പേമാരിയും, കാറ്റിൽ കാർമേഘങ്ങൾ വലെഹ്ചിയാ നഗരത്തിലേക്കും അവിടെ നിന്നു കാർപാത്യൻ മലനിരകളെയും നനച്ചു കൊണ്ട് കടന്നു വന്നപ്പോൾ ഒരു ആഘോഷം കഴിഞ്ഞ ആലസ്യത്തിൽ സത്രം ഉറക്കത്തിലായിരുന്നു. ഗ്രിഗോറീയുടെ നെഞ്ചിൽ പറ്റിച്ചേർന്നു കിടന്നു നികൊലീന നല്ല ഉറക്കത്തിലായിരുന്നു. വിന്റീലയും പിർവൂവും സംഭവബഹുലമായ ഒരു ദിവസത്തെ ക്ഷീണം ഉറക്കത്തിനു സമർപ്പിച്ചു കഴിഞ്ഞിരുന്നു. ക്യാപ്റ്റൻ വലേറിയോ ആകട്ടെ, അയാൾ അവിടെ വരുമ്പോൾ സ്ഥിരമായി ഉപയോഗിക്കുന്ന അങ്ങേയറ്റത്തെ മുറിയിലും.

പുറത്തു പെയ്യുന്ന മഴ നോക്കി ഒരു ചുരുട്ടും പുകച്ചു അവ്യക്തമായ മുഖഭാവത്തോടെ അലെക്സാൻഡ്രു മാത്രം ഉണർന്നിരുന്നു. അയാളുടെ കയ്യിൽ പിർവൂവിന്റെ തോക്ക് ഇരുന്നു തിളങ്ങി.

അലെക്സാൻഡ്രു പിറുപിറുത്തുകൊണ്ടിരുന്നു.

'ഈ കാട്ടുനായകൾ, എനിക്കറിയാം എന്തൊക്കെയോ കുഴപ്പങ്ങളുണ്ട്. പന്ത്രണ്ടു വർഷങ്ങൾക്കിപ്പുറം ഈ വഴിയിലൂടെ കുതിരകളെ തെളിക്കാൻ ഞാൻ തീരുമാനിച്ചത് ഇനിയും കാത്തിരിക്കുന്നതിൽ അർത്ഥമില്ല എന്നറിഞ്ഞു തന്നെ ആണ്, എത്ര തന്നെ ടുയ്ക്ക കഴിച്ചാലും ഇന്ന് അലെക്സാൻഡ്രുവിന് ഉറക്കമില്ല. ഇത്തവണ

ഞാൻ എല്ലാം തീർപ്പാക്കിയേ അടങ്ങു. ചതിക്കപ്പെട്ടു തകർന്നു ടാർഗൂസ് ഉപേക്ഷിച്ചു പോയ അലെക്സാൻഡ്രുവിനെ ആവില്ല ഇത്തവണ അവർ കാണുക. കാർപാത്യൻ മലയിലൊരുവനും ഇനിയെന്നെ ഒന്നും ചെയ്യാനാവില്ല.'

അയാൾ തോക്കിൽ തിരയുണ്ടെന്നു ഉറപ്പു വരുത്തി പുറത്തെ ഇരുളിലും കൂരയിൽ നിന്നു ഇറ്റു വീഴുന്ന മഴത്തുള്ളികളിലും നോക്കി എന്തൊക്കെയോ പുലമ്പിക്കൊണ്ട് ഇരുന്നു.

ബുക്കാറെസ്റ്റിൽ നിന്നും ടാർഗോവീഷ്ഠയിലേക്കുള്ള വഴിയിൽ നിന്ന് ഇടത്തോട്ട് തിരിഞ്ഞു കുറെ സഞ്ചരിച്ചാൽ ടാർഗൂസ് എന്ന പട്ടണമാണ്. ബുക്കാറെസ്റ്റിനെയും ടാർഗോവീഷ്ഠയെയും അപേക്ഷിച്ചു ടാർഗൂസ് ഒരു ചെറിയ പട്ടണമാണ്. പറയത്തക്ക ചരിത്രമോ, വലിയ എടുപ്പുകളോ, സൗകര്യങ്ങളോ ഒന്നും ഇല്ലാത്ത ഒരു കുടിയേറ്റ നഗരം. ടാർഗോവീഷ്ഠയുടെ ഉപനഗരമായി ആരംഭിച്ചു ഒരു സ്വതന്ത്ര നഗരമായെങ്കിലും കഴിഞ്ഞ കുറച്ചു ദശാബ്ദങ്ങളായി ടാർഗൂസ് ഒട്ടുമേ മാറിയിട്ടില്ല. ടാർഗൂസിലെ പ്രശസ്തമായ കൽക്കരി ഖനിയുടെ ചുറ്റും രൂപപ്പെട്ട കൊച്ചു പട്ടണം ഖനിയുടെ വരുമാനത്തിലെ ഇടിവ് കൊണ്ടാവണം വികസനപാതയിൽ അറച്ചു നിന്നുപോയത്. ഖനിയിലെ തൊഴിലാളികളും ഉദ്യോഗസ്ഥരുമാണ് ടാർഗൂസിലെ മിക്ക അന്തേവാസികളും.

നേരം വൈകിയാൽ എന്നും മദ്യപാനവും തല്ലു കൂടലും ഒക്കെ ആയി ആഘോഷമാകുന്ന ഇടമാണ് ടാർഗൂസ് നഗര ചത്വരം. തെരുവ് വാണിഭക്കാരും, ചൂതാട്ടക്കാരും, നർത്തകികളും ഒക്കെ തങ്ങളുടെ ഭാഗ്യം പരീക്ഷിക്കാൻ എത്തുന്ന ഒരു സാധാരണ പട്ടണം. ആ പട്ടണത്തിലെ പഴയ സമ്പന്ന കുടുംബങ്ങളിൽ ഒന്നായിരുന്നു ഫിലിപ്പ് കുടുംബം.

മരപ്പലകകൾ ചേർത്തു ഉണ്ടാക്കിയ കൊച്ചു വീടുകൾ നിറഞ്ഞ ഈ പട്ടണത്തിൽ വേലികെട്ടി തിരിച്ച വലിയ പുരയിടത്തിനു നടുവിലെ കല്ല് കൊണ്ട് മെനഞ്ഞ ആ പഴയ മാളിക മറ്റു താമസക്കാരിൽ നിന്നും ഫിലിപ്പ് കുടുംബം സാമ്പത്തികം ആയി ഒരുപാട് മെച്ചപ്പെട്ടിരിക്കുന്നു എന്നതിന് തെളിവാണ്.

അവിടെ ഇപ്പൊഴുള്ളത് ഫിലിപ് കുടുംബത്തിലെ ഇളയ സന്തതി ദിമിത്രി ഫിലിപ്പും അയാളുടെ ഭാര്യ ആദെലീനും രണ്ടു പരിചാരകരും മാത്രമാണ്. ദിമിത്രിയുടെ മൂത്ത സഹോദരനായിരുന്ന ഈവാനിയോ ഫിലിപ്പ് കൗമാരപ്രായത്തിൽ ഒരു അപകടത്തിൽ

പെട്ട് മരണപ്പെട്ടു പോയിരുന്നു. സ്വത്തുക്കൾ അവനു കൂടി നൽകേണ്ടിവരുമെന്നതുകൊണ്ട് ദിമിത്രി അവനെ അപകടത്തിൽ പെടുത്തി കൊന്നതാണ് എന്നൊരു അടക്കം പറച്ചിൽ അന്നാട്ടിലുണ്ടായിരുന്നുതാനും.

കൽക്കരിഖനിയിൽ സൂപ്പർവൈസർ ആയിരുന്നു ദിമിത്രി. നല്ല പൊക്കവും അതിനൊത്ത തടിയും കുറ്റിതലമുടിയും പകുതി നരച്ച താടിയും ഉള്ള ദിമിത്രി ടാർഗൂസ് പട്ടണത്തിലെ കുഴപ്പക്കാരിൽ പ്രധാനിയാണ്. മദ്യപിച്ചു കഴിഞ്ഞാൽ വലിയ ആക്രമണ സ്വഭാവം കാട്ടുന്ന ദിമിത്രിയെ ശാരീരികമായി നിയന്ത്രിക്കുക എന്നത് ഒട്ടും എളുപ്പമായിരുന്നില്ല. പോരാത്തതിന് യജമാനനെ നിഴലു പോലെ പിന്തുടരുന്ന അയാളുടെ പരിചാരകൻ ഇയോണും.

കൊല്ലുന്ന രാജാവിന് തിന്നുന്ന മന്ത്രി എന്ന പോലെ ഒരു നിരന്തര വഴക്കാളിയും കൗശലക്കാരനുമായിരുന്നു ഇയോൺ. ഖനി തൊഴിലാളികൾക്ക് ഏവർക്കും അങ്ങേയറ്റം വെറുപ്പായിരുന്നു ഇയോണിനോട് എങ്കിലും ദിമിത്രിയെ പേടിച്ചു ആരും ഇയോണിനെ ഒന്നും ചെയ്തിരുന്നില്ല എന്ന് മാത്രം.

ആദെലീനും അമ്പതു കഴിഞ്ഞ മാർത്ത എന്ന് പേരുള്ള ഒരു സ്ത്രീ പരിചാരകയും ആണ് ഫിലിപ് കുടുംബത്തിലെ മറ്റു രണ്ടു അന്തേവാസികൾ.

കഴിഞ്ഞു പോയ കാലത്ത് എന്തുമാത്രം സുന്ദരിയായിരുന്നു അദെലീൻ എന്ന് ഇന്നും അവരെ കാണുമ്പോ അറിയാനാകും. വിവാഹം കഴിഞ്ഞു പന്ത്രണ്ട് വർഷമായിട്ടും ആദെലീൻ പ്രസവിച്ചില്ല. അതെ കാരണം കൊണ്ട് തന്നെ ദിമിത്രി ആദെലീനെ വെറുത്തിരുന്നു.

എന്നും രാത്രി മദ്യപിച്ചു വന്നു ആദെലീനെ ഉപദ്രവിക്കുക എന്നത് ദിമിത്രിയുടെ ദിനചര്യ പോലെ ആയി കഴിഞ്ഞിട്ട് വർഷങ്ങളായി. പല സമയത്തും വൃദ്ധയായ മാർത്തയെ ഭാര്യ കാൺകെ ബലമായി ഭോഗിക്കുക എന്നത് ദിമിത്രിയുടെ ഒരു വിനോദമായിരുന്നു. എതിർത്താൽ ദിമിത്രി അവരെ കൊല്ലും എന്നറിയാവുന്ന കൊണ്ടും, പുറത്താക്കപ്പെട്ടാൽ ജീവിക്കാൻ മറ്റൊരു ഇടമില്ല എന്നതു കൊണ്ടും നിവൃത്തിയില്ലാതെ മാർത്ത അതൊക്കെ സഹിച്ചു പോന്നു എന്ന് മാത്രം.

എന്നാൽ അന്നത്തെ ദിവസം ദിമിത്രി വൈകുന്നേരം വീട് വിട്ടു പോയില്ല.

പകരം ഇയോണിനെ കൊണ്ട് മദ്യം വാങ്ങിപ്പിച്ചു അയാൾ

വീട്ടിൽ തന്നെയിരുന്നു മദ്യപിച്ചു. എന്നു തന്നെയുമല്ല അന്നയാൾ പതിവിലേറെ ക്ഷോഭത്തിൽ കാണപ്പെടുകയും ചെയ്തു.

രണ്ടാം നിലയിലെ തന്റെ മുറിയിൽ ജനാല വഴി മഞ്ഞു മൂടി കിടക്കുന്ന താഴ്‌വര നോക്കി കണ്ടു അദെലീൻ എന്തോ ചിന്തയിലായിരുന്നു. അവളുടെ ചിന്തകൾക്ക് വിരാമം ഇട്ടു താഴെ ദിമിത്രിയുടെ ആക്രോശം ഉയർന്നു.

'അറിഞ്ഞില്ലേ സ്വപ്ന സുന്ദരി, അവൻ തിരിച്ചു വന്നിട്ടുണ്ടത്രെ. നിന്റെ ആ പഴയ കാമുകൻ. നായിന്റെ മോൻ, ഇത്തവണ അവനെന്റെ കൈ കൊണ്ട് ചാകും. ഇങ്ങോട്ടു വരാതിരിക്കില്ലല്ലോ, അവന്റെ പ്രിയപ്പെട്ടവളെ കാണാൻ. ബുക്കാറെസ്റ്റ് പട്ടണത്തിൽ ഉണ്ടത്രേ. ഒരു നാടൻ തോക്ക് സംഘടിപ്പിക്കാൻ ആവുമോ എന്നന്വേഷിച്ചു നടക്കുകയാണെന്നാണ് കേട്ടത്. ഇങ്ങു വരട്ടെ, നാടൻ തോക്ക് നല്ലത് രണ്ടുമൂന്നെണ്ണം ഇവിടെ ഉണ്ട് അവനു കൊടുക്കാം ഞാൻ. നിന്നെ നിറച്ചു വച്ച അവന്റെ ആ നെഞ്ച് ഞാൻ വെടിയുണ്ട കൊണ്ട് തുളയ്ക്കും'

ദിമിത്രി കോപം കൊണ്ട് തിളച്ചു.

വീണ്ടും വീണ്ടും മദ്യ ചഷകങ്ങൾ ഒഴിഞ്ഞു കൊണ്ടേയിരുന്നു.

അകത്തു മാർത്ത ശാന്തയായിരുന്നു.

ഇന്ന് പേടിക്കണ്ട, ഇനി അയാളുടെ ഉളുപ്പ് നാറ്റവുമുള്ള ഉടലോ, ബലപ്രയോഗത്തിലൂടെയുള്ള സംഭോഗമോ സഹിക്കേണ്ടി വരില്ല. ഒത്തിരി മദ്യം അകത്താക്കിയാൽ ദിമിത്രിക്ക് പിന്നെ തന്നെ ഓർമ വരാറില്ല എന്ന് അവൾക്കറിയാമായിരുന്നു.

പക്ഷേ, ആദെലീൻ അസ്വസ്ഥയായിരുന്നു.

എന്തൊക്കെ ആവും ഇനി സംഭവിക്കുക?

അവൻ വന്നെന്നു കേൾക്കുന്നത് നേരാണോ?

ഇത്രയും കാലത്തിനു ശേഷം അവനെന്തിന് തിരികെ വന്നു? ബുക്കാറെസ്റ്റ് ഇവിടെനിന്നും ഒത്തിരി ദൂരെ ആണ്. അവൻ ഇങ്ങോട്ടു വരാൻ തന്നെയാവുമ്പോ ബുക്കാറെസ്റ്റിൽ എത്തിയത്? അതോ...

അവൾ ജനാലയിലൂടെ പറയത്തേക്ക് നോക്കി നിന്നു.

അവൻ ആ നാട്ടിലെ ഏറ്റവും നല്ല കുതിരക്കാരനായിരുന്നു.

ആറടി പൊക്കവും അതിനൊത്ത ശരീര ഭംഗിയും ഉള്ള ഒരു യുവാവ്. അവനെ ആഗ്രഹിക്കാത്ത പെൺകുട്ടികൾ തന്റെ സൗഹൃദവലയത്തിൽ ഇല്ലായിരുന്നു, പക്ഷേ അവന്റെ മനസ്സിൽ താൻ മാത്രമായിരുന്നു. എത്രയോ ഓർമ്മകൾ.

ഈ മലയോരത്തെ ഇടതൂർന്ന മരങ്ങൾക്കിടയിലൂടെ അവനെ

കെട്ടിപ്പിടിച്ചു കുതിര സവാരി ചെയ്തത്, രാത്രി ആരും അറിയാതെ അവൻ തന്റെ മുറിയിലേക്ക് വന്നത്.

അവൾ അറിയാതെ അവളുടെ പാദങ്ങളിലേക്കു നോക്കി, അവൻ ചുംബിച്ച തന്റെ പാദങ്ങൾ. മനോഹരമായി തന്റെ ഉടലിലെ ഓരോ അണുവും പ്രണയം കൊണ്ട് ഉണർത്തിയ ആ ദിവസങ്ങൾ. പെട്ടെന്ന് അവളുടെ ഓർമ്മകൾ മുറിഞ്ഞു.

'പന്നിക്ക് പിറന്നവളെ അവനെ കിനാവ് കാണുകയാണോ നീ. നിന്റെ ഒടുവിലെ കിനാവ് അവൻ ആ പന്നി ഇവിടെ വരണം, കാത്തിരിക്കുകയാണ് ഞാൻ. അവനെ ഞാൻ നേരിൽ കാണുന്ന നിമിഷം വരെ നിനക്കും ജീവിക്കാം. ഇയോണിനെ കൊണ്ട് ഈ പറമ്പിൽ തന്നെ രണ്ടു കുഴി കുത്തും ഞാൻ. ഒരുമിച്ചു അടക്കും രണ്ടിനെയും, ശവക്കുഴിയിൽ, മണ്ണിനടിയിൽ കിടന്നുകൊണ്ട് ഇണ ചേരാം രണ്ടിനും'

ദിമിത്രി ആദെലീൻ ഇരുന്ന മുറിയുടെ വാതുക്കൽ നിന്ന് തിളച്ചു. അയാൾ തന്റെ കൈവശം ഇരുന്ന ഒഴിഞ്ഞ മദ്യ ചഷകം അവളെ ലക്ഷ്യമാക്കി എറിഞ്ഞു.

ഒഴിഞ്ഞു മാറാൻ ആവും മുൻപ് അവളുടെ നെറ്റിയിൽ ഒരു മുറിവുണ്ടാക്കി അത് തറയിൽ വീണു ചിതറി.

അസഹ്യമായ വേദനയോടെ അവൾ തറയിൽ ഇരുന്നു പോയി. ഉറക്കെ പൊട്ടിച്ചിരിച്ചു ദിമിത്രി വീണ്ടും താഴേക്കു തന്റെ ലഹരി പൂണ്ട പാദങ്ങൾ ഉറപ്പിക്കാൻ ആകാതെ നടന്നു പോയി.

ആദെലീൻ ഉറക്കെ കരഞ്ഞു.

കുറച്ചു നേരമെടുത്തു അവൾ സാധാരണ നിലയിലേക്ക് തിരിച്ചെത്താൻ. അവളുടെ ചിന്തകൾ അപ്പോഴും അവനെ ചുറ്റിപ്പറ്റി നിന്നു. അവളുടെ ഓർമയിൽ അവസാനമായി അവനെ കണ്ട നിമിഷം തെളിഞ്ഞു വന്നു. കുറ്റം ചെയ്തത് താനാണ്.

ദിമിത്രിയുടെ കുടുംബത്തിന്റെ സാമ്പത്തിക സ്ഥിതി കണ്ടു കൊതിച്ചു പോയത്. ഫിലിപ്പ് കുടുംബത്തിന്റെ സമ്പത്ത് നല്കുന്ന ആഡംബര ജീവിതം കൊതിച്ചു തന്നെ പ്രാണനെ പോലെ സ്നേഹിച്ച അവനെ അപമാനിച്ചു ഒഴിവാക്കുകയായിരുന്നു താൻ.

'എനിക്ക് നിന്നോട് ഇപ്പോൾ വെറുപ്പാണ്, ഞാൻ നിന്നെ അങ്ങേയറ്റം വെറുത്തു പോയി'

അവന്റെ മുഖത്ത് നോക്കി അങ്ങനെ തറപ്പിച്ചു പറയുമ്പോൾ... അവൻ തകരുന്നത് അവൾക്ക് മനസ്സിലായിരുന്നു.

എന്നാലും അവനെ ഒഴിവാക്കേണ്ടത് തനിക്ക് ലഭിക്കാൻ പോ

കുന്ന ധനാഢ്യരായ ഫിലിപ്പ് കുടുംബത്തിന്റെ മരുമകൾ സ്ഥാനം ഉറപ്പിക്കാൻ അനിവാര്യമായിരുന്നു.

എന്തൊരു വിഡ്ഢിയായിരുന്നു താനെന്നോർത്തു ആദെലീൻ തളർന്നിരുന്നു. ആഡംബര ജീവിതം കൊതിച്ചു അവനെ ഒഴിവാക്കി ദിമിത്രിയുടെ ഭാര്യാപദവി നേടിയ ആ ദിവസം മുതൽ ദുരിതമല്ലാതെ മറ്റൊന്നും താൻ അനുഭവിച്ചിട്ടേയില്ല. അവനോടു ചെയ്ത തെറ്റിന്റെ ശിക്ഷ തന്നെയാവണം ഈ ദുരിതജീവിതമെന്നു അവൾക്ക് തോന്നി.

താൻ അവനെ തള്ളിപ്പറഞ്ഞപ്പോഴൊക്കെയും തിരികെ ഒന്നും അവൻ പറഞ്ഞിരുന്നില്ല. അവന്റെ ജീവിതത്തിൽ ഇനി ഞാനുണ്ടാവില്ലെന്ന സത്യം അംഗീകരിച്ചു തലകുനിച്ചു ഇറങ്ങി പോയവനെ താൻ വീണ്ടും വീണ്ടും നോവിച്ചു. തന്റെ ഭാഗമാണ് ശരിയെന്നു വരുത്താൻ അവനെക്കുറിച്ചു ഇല്ലാത്ത കളവുകൾ പറഞ്ഞു. ആ ഇടയ്ക്ക് ടാർഗൂസിലെ പ്രബലരായ ചിലരോട് ശത്രുതയുണ്ടായതിന്റെ പേരിൽ നിയമപ്രശ്നങ്ങൾ കൂടി ആയതോടെ അവനും അവന്റെ ഉറ്റ സുഹൃത്തുക്കളായ മറ്റു ചിലരും നാടു തന്നെ ഉപേക്ഷിച്ചു പോയെന്നതു പോലും തനിക്ക് കേവലം കേട്ടറിവായിരുന്നു. അത്രമേൽ അകലേക്ക് മാറിയിരുന്നു താനപ്പോൾ.

താഴെ വീണ്ടും ഒച്ചപ്പാടുകൾ.

അവളുടെ ചിന്തകൾ മുറിഞ്ഞു.

ഇയോണിനോട് പരമാവധി ഒച്ചയിൽ കലഹിക്കുന്ന ദിമിത്രി. അടുത്ത കുപ്പി എടുത്തു വരാൻ താമസിച്ചതാണ് കാരണം.

എത്ര കുടിച്ചാലാണ് ഇയാൾക്ക് തൃപ്തി വരിക?

അവനും ഇടയ്ക്ക് മദ്യപിക്കാറുണ്ടായിരുന്നു.

പക്ഷേ മദ്യപിച്ചാൽ അവനു സ്നേഹം കൂടും.

മദ്യത്തിന്റെ ചൂരുള്ള ചുംബനങ്ങൾ!

ആ ഗന്ധം തനിക്ക് ഒട്ടുമേയിഷ്ടമല്ലെങ്കിലും അതിലൊക്കെയും ഒളിപ്പിച്ചിരുന്ന പ്രണയം മനോഹരവും തീവ്രവുമായിരുന്നു.

ഒക്കെയും എന്നേയ്ക്കുമായി നഷ്ടമായിരിക്കുന്നു.

അവളുടെ മനോഹരമായ കവിളുകളെ പൊള്ളിച്ചു കണ്ണുനീർ ഒഴുകി. ഇനിയെന്താണുണ്ടാവുക?

ശാന്തമായ ഒരു മരണം പോലും ദിമിത്രി തനിക്ക് തരില്ല എന്ന അറിവിൽ അവൾ ഞെട്ടി.

അവന്റെ നഷ്ടം എത്ര വലുതാണെന്ന് തിരിച്ചറിഞ്ഞ കാലത്ത് എത്ര രാവുകളിലാണ് മഞ്ഞു മൂടിയ താഴ്‌വാരത്തുകൂടി എന്നും

കേട്ടിരുന്ന അവന്റെ കുതിരക്കുളമ്പടി ശബ്ദം വീണ്ടും കേൾക്കാനാ യെങ്കിലെന്നോർത്തു ഞാൻ കാത്തിരുന്നത്.

ഒടുവിൽ അവൻ എത്തിയിരിക്കുന്നു.

ഇത്രയും കാലത്തിനു ശേഷം!

താൻ ഇപ്പോഴും ആ മനസിലുണ്ടാവുമോ? അവൻ എന്നെ ഓർ ക്കുന്നുണ്ടാവുമോ?

അവന്റെ മനസ്സിൽ താനുണ്ടാവുമോ?

ഉണ്ടെങ്കിൽ അവൻ പ്രണയിച്ചിരുന്ന ആ പഴയ പെണ്ണായിട്ടു തന്നെ ആവുമോ, അതോ ദിമിത്രിയുടെ സ്വത്തുക്കൾ തരുന്ന ജീവിതം കിനാവ് കണ്ട അത്യാഗ്രഹിയായ വെറുക്കപ്പെട്ട ഒരുവളാ യിട്ടോ...

വയ്യ... മരണം പോലും മാറി നിൽക്കുന്നു. ഇല്ല...

ഞാൻ മരിക്കില്ല, അവൻ വരണം...

അവനെ ഒരിക്കൽ എങ്കിലും നേരിട്ടൊന്നു കാണണം അവ നോടു പറയണം എനിക്ക് തെറ്റ് പറ്റി എന്ന്.

ചെയ്തുപോയ തെറ്റുകൾക്ക് അവനോടു മാപ്പ് ചോദിക്കണം.

അതുവരെ ജീവിച്ചിരിക്കുക തന്നെ വേണം.

അവൾ അവനെക്കുറിച്ചുള്ള ഓർമകളിൽ മുഴുകി തെല്ലൊന്നു മയങ്ങിയ നേരത്താണ് ദിമിത്രി കുതിരകളെ അടിക്കുന്ന ചാട്ടവാറു മായി ആ മുറിയിലേക്ക് കടന്നു വന്നത്.

ദിമിത്രി അവളെ തുറിച്ചു നോക്കി. ഉറങ്ങുന്നു പന്നിക്ക് പിറന്ന മോൾ, അവളെ ഞാൻ ഉറക്കാം, എന്റെ കുടുംബത്തിന്റെ തുടർച്ചയ് ക്കു ഒരു സന്തതിയെ പോലും തരാൻ ആവാത്ത പന്നി. ഇവളെ ഞാൻ ഉറക്കാം.

ചാട്ട അന്തരീക്ഷത്തിൽ ഒരു കീറൽ ശബ്ദം ഉണ്ടാക്കി ആദലീ ന്റെ മേൽ പതിച്ചു. അസഹ്യമായ വേദനയും തളർച്ചയും കൊണ്ട് ഒരു നിലവിളിയോടെ ആദെലീന്റെ ബോധം നഷ്ടമായി.

ഭ്രാന്തമായ ആവേശത്തോടെ ദിമിത്രി ഉറക്കെ ഉറക്കെ ചിരിച്ചു.

പെട്ടെന്ന് ടാർഗൂസിനെ ആകെ നടുക്കിക്കൊണ്ടു ഇടിമിന്നൽ ഉണ്ടായി. മരങ്ങളിൽ ചേക്കേറിയിരുന്ന പക്ഷികൾ ഉണർന്നു കല പില കൂട്ടി. മലയടിവാരത്തിലെ മരങ്ങളെ ആകെ ഇളക്കി ഒരു കാറ്റടിച്ചു. ദിമിത്രിയുടെ പരിചാരകൻ ഇയോൺ പ്രധാന ഹാളി ലെ ജനാല അടയ്ക്കാൻ തുടങ്ങുമ്പോൾ വീടിനു മുന്നിലെ ഗേറ്റി ന്റെ വശങ്ങളിൽ കത്തിച്ചു വച്ചിരിക്കുന്ന രാത്രി വിളക്കിന്റെ മങ്ങിയ വെട്ടത്തിൽ വീടിനു പുറത്തൊരു കുതിരക്കാരനെ കണ്ടു. ഒരു

വെള്ളക്കുതിരയുടെ മുകളിൽ നരച്ച നീണ്ട താടിയും മുടിയുമുള്ള, വെള്ളവസ്ത്രം ധരിച്ച ഒരാൾ.

ഇയാളെന്തിനാ ഇങ്ങോട്ടു തന്നെ തുറിച്ചു നോക്കി നിൽക്കുന്നത്. ഇയോൺ പെട്ടെന്ന് വാതിൽ തുറന്നു പുറത്തിറങ്ങി നേരെ ഗേറ്റിനരികത്തേക്ക് നടന്നു.

അയാൾ അനങ്ങാതെ അവിടെ തന്നെ നിൽക്കുകയാണ്.

'ആരാ? എന്താ വേണ്ടത്?'

ഇയോൺ ദേഷ്യത്തോടെ അയാളോട് ചോദിച്ചു. കുതിരപ്പുറത്തിരുന്നയാൾ ഒന്നും മിണ്ടാതെ ഇയോണിനെ നോക്കിക്കൊണ്ടിരുന്നു. പെട്ടെന്ന് ശക്തമായ ഒരു കാറ്റടിച്ചു. അയാളുടെ മുടിയിഴകളും താടിയും വസ്തങ്ങളും കാറ്റത്ത് ഇളകിപ്പറന്നു.

'സമയമായിരിക്കുന്നു ഇയോൺ'

അയാൾ ഘനഗംഭീരമായ ഒച്ചയിൽ ഇയോണിനെ നോക്കി വിരൽ ചൂണ്ടി അത്രയും പറഞ്ഞു. വീണ്ടും ഒരു ഇടിമിന്നൽ. കണ്ണഞ്ചിപ്പിക്കുന്ന മിന്നലിന്റെ പ്രകാശത്തിൽ ഇയോൺ ഒരു ഞൊടി കണ്ണടച്ചുകളഞ്ഞു. കണ്ണുതുറന്നു നോക്കുമ്പോൾ അവിടെ ആരുമില്ല. കുളമ്പടിയൊച്ചയൊന്നും കേട്ടതുമില്ല. ഇയാളിതെങ്ങോട്ടു പോയെന്നു ഇയോൺ അത്ഭുതപ്പെട്ട് ഗേറ്റു തുറന്നു പാതയിൽ ഇരുവശത്തേക്കും നോക്കിയെങ്കിലും ഒന്നുമേ കാണാൻ ആയില്ല.

അധികം അകലെയല്ലാതെ കാട്ടുനായ്ക്കൾ കൂട്ടത്തോടെ ഓരിയിടുന്ന ശബ്ദം കേട്ട് ഇയോൺ ഞെട്ടി.

ഇയോണിന്റെ മനസ്സിൽ എന്തോ ഒരു ആശങ്ക തോന്നി.

ഗേറ്റു അടച്ചു പൂട്ടി അയാൾ ഫിലിപ്പ് ഭവനത്തിനുള്ളിലേക്ക് നടന്നു.

3

സത്രത്തിൽ പ്രഭാതം പതിവുപോലെ ആരംഭിച്ചു.

അതിഥികൾക്ക് വേണ്ടി ഭക്ഷണം തയാറാക്കുന്ന തിരക്കിലായിരുന്നു വിന്റീല, മുൻവശത്തെ ഹാളിൽ തോക്കും പിടിച്ചു ഉറക്കത്തിലായിരുന്നു അലെക്സാൻഡ്രു, തലേ ദിവസത്തെ ഉറക്കമിളച്ചുള്ള കാത്തിരിപ്പിന്റെ ഇടയിലെപ്പോഴോ അയാളുറങ്ങിപ്പോയി.

'സിയൊർബ ഡി ബുർത്ത' -(മാടിന്റെ കുടൽ കൊണ്ട് ഉണ്ടാക്കുന്ന ഒരിനം സൂപ്പ്) ഉണ്ടാക്കുന്ന തിരക്കിലായിരുന്നു പിർവു. തലേ ദിവസത്തെ അമിത മദ്യപാനം രാവിലെ ഉണ്ടാക്കുന്ന ഹാങ് ഓവർ ഒഴിവാക്കാൻ അതിരാവിലെ ഒരു 'സിയൊർബ' കഴി

ച്ചാൽ മതി എന്ന് അയാൾക്ക് നന്നായി അറിയാം. അത് തയാറാക്കി വച്ച ശേഷം പിർവൂ അലെക്സാൻഡ്രുവിനെ വിളിച്ചുണർത്തി. പെട്ടന്നു വിളിച്ചതിന്റെ ഞെട്ടലിൽ അലെക്സാൻഡ്രു ചാടി എഴുന്നേറ്റു തോക്കെടുത്തു എങ്കിലും സ്ഥലകാലബോധം പെട്ടെന്ന് കൈ വന്നത് വിന്റീലയ്ക്കും പിർവൂവിനും ചിരിക്കാൻ വകയായി. തീൻ മേശയിൽ എതിരെ ഇരുന്ന പിർവൂവിനോട് അലെക്സാൻഡ്രു ഒച്ച കുറച്ചു എന്തൊക്കെയോ സംസാരിച്ചു.

പിർവൂ വല്ലാത്തൊരു ഭാവത്തോടെ അത് കേട്ടിരുന്നു.

ഇരുവരുടെയും മുഖഭാവം ശ്രദ്ധിച്ചപ്പോൾ സംസാരിച്ച വിഷയം എന്തോ ഗൗരവമുള്ളതാണ് എന്ന് വിന്റീലയ്ക്കു തോന്നി. അവർ പിർവൂവിന്റെ അടുത്തേക്ക് വന്നു.

'പിർവൂ എന്താണ് നിങ്ങൾ രണ്ടു പേരുടെയും ഭാവം തികഞ്ഞ ഗൗരവത്തിലാണല്ലോ. എന്തെങ്കിലും കുഴപ്പമുണ്ടോ. ഞാൻ അറിയാൻ പാടുള്ളത് ആണെങ്കിൽ ദയവായി പറയു.'

പിർവൂ ചിരിച്ചു എന്ന് വരുത്തി.

'പ്രീയപ്പെട്ട വിന്റീ നീ അറിഞ്ഞാലും കുഴപ്പം ഒന്നും ഇല്ല. ഇത്രയും വർഷങ്ങൾക്കു ശേഷം അലെക്സി ഈ മലനിര കേറി വന്നത് അവൻ പറഞ്ഞിട്ടാണ്. ഡ്രാഗോമീർ... സാക്ഷാൽ ഡ്രാഗോമീർ ആന്ദ്രേ. ബുക്കാറെസ്റ്റ് നഗരത്തിൽ അവനുണ്ട്. നിസ്സഹായനായി സ്വന്തം ജനതയ്ക്ക് വേണ്ടി പൊരുതിയതിന്റെ പേരിൽ കള്ളക്കേസുകളിൽപ്പെടുത്തി ടാർഗൂസ് അധികാരികൾ നിർബന്ധിതമായി ഒരു പതിറ്റാണ്ടിന്റെ വിലക്ക് കല്പിച്ചു നൽകിയ ആ പഴയ ഡ്രാഗോമീർ അല്ലാ സരേജാവോ നഗരം അവനെ കൂടുതൽ കടുപ്പമുള്ളവനാക്കിയിരിക്കുന്നു. അവൻ വരുന്നുണ്ട് കണക്കുകൾ തീർക്കാൻ.'

വിന്റീല ഒന്ന് ഞെട്ടി, പക്ഷേ, പെട്ടെന്ന് തന്നെ അവരുടെ മുഖത്തു സന്തോഷ ഭാവം തെളിഞ്ഞു.

'ഡ്രാഗോമീർ, അവൻ എത്തിയോ? പന്ത്രണ്ടു വർഷത്തെ അജ്ഞാത വാസത്തിനു ശേഷം ഡ്രാഗോമീർ വന്നുവെന്നോ? എന്നിട്ട് അവനെന്തേ ഇങ്ങോട്ട് വന്നില്ല? അലെക്സീ അവനും നീയുമൊക്കെ എനിക്ക് വിയോറീലിനെപ്പോലെയാണ്. കൂടെപ്പിറപ്പുകളാണ്, എന്നിട്ടും അവനെന്തേ ഇങ്ങോട്ടു വന്നില്ല. അവൻ ഞങ്ങളെ മറന്നു കാണും അല്ലെ? അതല്ലേ വരാത്തത്.'

വിന്റീലയുടെ മുഖത്ത് നിരാശയും പരിഭവവും നിറഞ്ഞു.

ഇത്തവണ അലെക്സാൻഡ്രു ആണ് സംസാരിച്ചത്.

'അങ്ങനെ ഒന്നും ചിന്തിക്കണ്ടാ വിന്റീ. അവൻ നിങ്ങളെ ഒക്കെ

ഇപ്പോഴും ഒരുപാട് ഇഷ്ടപ്പെടുന്നു. ശരിക്കും പറഞ്ഞാൽ അത് കൊണ്ടാണ് അവൻ വരാത്തതും, അവന്റെ ശത്രുക്കൾ നിങ്ങളെ നോട്ടപ്പുള്ളികളാക്കുന്നതും, നിങ്ങളുടെ ജീവിതത്തിൽ അലോസരങ്ങൾ ഉണ്ടാക്കുന്നതുമായ സാഹചര്യം ഉണ്ടാവരുതെന്നു കരുതിയാണ് അവൻ... ഞങ്ങൾ ടാർഗൂസ് വിട്ടു പോയ സമയത്തെ സാഹചര്യം അറിയാമല്ലോ, ശത്രുക്കൾ പ്രബലരാണ്. ടാർഗൂസ് പട്ടണത്തിൽ അവനു പലതും ചെയ്യാനുണ്ട്. അനുഭവങ്ങൾ അവനെ പാടെ മാറ്റിയിരിക്കുന്നു. എന്തിലേക്കും എടുത്തുചാടി പ്രതികരിക്കുന്ന പഴയ ഡ്രാക്കോയല്ല എന്തും ആലോചിച്ചും വിശകലനം ചെയ്തും മാത്രം പ്രതികരിക്കുകയും പ്രവർത്തിക്കയും ചെയ്യുന്ന ഒരാളായി, പഴയതിലും ശക്തനായ ഒരു ഡ്രാക്കോയാണ് ഇന്നവൻ. അവൻ വരും ഇന്നോ നാളെയോ അവനെത്തും, നിങ്ങളെ കണ്ടിട്ടേ പോകൂ.'

'അവനങ്ങനെ കരുതുന്നത് എന്തിനു? അലെക്സീ അവൻ തന്ന ജീവിതമാണ് എന്റെയും വിന്റീലയുടെയും, അന്ന് ഞങ്ങൾ ഒന്നും അല്ലായിരുന്ന സമയത്ത്, തികച്ചും നിസ്സഹായരായിരുന്ന ഒരു സമയത്ത് അവനും നീയും ഒക്കെ ഞങ്ങൾക്ക് വേണ്ടി നിന്നപ്പോൾ ഒപ്പം നിൽക്കാൻ പോലും അധികമാരും തയാറായിരുന്നില്ല. വിന്റീയുടെ അച്ഛന്റെ ശത്രുക്കൾ ഞങ്ങളെ അപായപ്പെടുത്തി അതിന്റെ പഴി അവളുടെ കുടുംബത്തിനുമേൽ കെട്ടിവയ്ക്കാൻ ശ്രമിച്ച നേരം അവൻ ഞങ്ങൾക്ക് വേണ്ടി അവരുടെ ശത്രുത പിടിച്ചു വാങ്ങി, എന്നിട്ടു ഞങ്ങളെ ബുക്കാറെസ്റ്റിലേക്ക് മാറ്റിയതും പിന്നീട് ഈ സത്രം ഏറ്റെടുത്തു നടത്താൻ വേണ്ടത് ചെയ്തു തന്നതും ഒക്കെ നിങ്ങൾ തന്നെയല്ലേ? എന്നിട്ടും അവനെതിരെ അവർ നീക്കം നടത്തിയപ്പോൾ നമുക്ക് അവനുവേണ്ടി ഒന്നും ചെയ്യാൻ നമുക്കാകാതെ പോയി. പക്ഷേ, അലക്സീ ഇന്ന് അതല്ലല്ലോ സ്ഥിതി, അവനെ പോലൊരു സുഹൃത്തിന് അല്ല കൂടപ്പിറപ്പിനു വേണ്ടി വേണമെങ്കിൽ ഈ പിർവൂ മരണംപോലും ഏറ്റുവാങ്ങും. എന്തിനാണ് അവൻ ഞങ്ങളിൽ നിന്നും ഒഴിഞ്ഞു മാറുന്നത്? വരട്ടെ ഇങ്ങോട്ട് വിടില്ല അവനെ ഇനി ഒരിടത്തും. സരമാഗോയിലേക്കായാലും ടാർഗൂസിലേക്കായാലും ഇനി ഒരുമിച്ച്. അത്ര തന്നെ.'

പിർവൂ വികാരഭരിതനായി പറഞ്ഞു

'ഇത് തന്നെ ആണ് കാരണം'

അലെക്സാൻഡ്രു ഒരു ചെറു ചിരിയോടെ പറഞ്ഞു ..

'നിങ്ങളവനെ വിടില്ല എന്ന് അവനറിയാം. ഞാൻ പറഞ്ഞില്ലേ അവനാകെ മാറി. ഇന്ന് അവന്റെ മുന്നിൽ ഒരേ ഒരു ലക്ഷ്യം മാത്രമേ ഉള്ളൂ. ടാർഗൂസിലെ തൊഴിലാളികളുടെ ജീവിതം മെച്ചപ്പെടുത്തണം. അതിനെതിരെ നിൽക്കുന്ന ശക്തികളെ തകർക്കണം. അതിനുള്ള ശേഷി സംഭരിച്ചു വേണ്ട തയാറെടുപ്പുകൾ നടത്തി തന്നെ ആണ് ഈ വരവ്.'

അലെക്സാൻഡ്രു ഇത്രയും പറഞ്ഞു സൂപ്പ് കഴിക്കുന്നത് വീണ്ടും തുടർന്നു.

'മൂന്നും കണക്കാ, അലെക്സിയും ഡ്രാക്കോയും പിന്നെ എന്റെ പിർവൂ നീയും. ടാർഗൂസ് പട്ടണത്തിലെ പഴയ തെമ്മാടികൾ ഒത്തു ചേരുന്നു. എന്തോ ഒരു ഗൂഢ ലക്ഷ്യത്തിനു വേണ്ടി. പക്ഷേ, മറക്കണ്ടാ പിർവൂ. നീ ഇപ്പൊ ആ പഴയ തെമ്മാടി മാത്രമല്ല എന്റെ കെട്ടിയോനും കൂടി ആണെന്ന്. എന്നാലും ഇത്തിരി തെമ്മാടിത്തരം കാണിക്കുന്നതിൽ എനിക്ക് എതിരില്ലാ കേട്ടോ. അതൊക്കെ എനിക്കും ഇഷ്ടം തന്നെ. ഒരു കണക്കിന് ഇവന്റെ ആ ചെറുപ്പത്തിലെ തെമ്മാടി സ്വഭാവം ആണല്ലോ എന്റെ മനസിലേക്ക് ഇവനെ ഉന്തി വിട്ടത്'

തിരിഞ്ഞു നടക്കുമ്പോ വിന്റീല ചിരിച്ചു കൊണ്ട് പറഞ്ഞു.

'തെമ്മാടിത്തരം ആര് കാട്ടിയാലും അതെന്റെ വിഷയം ആവും'

സൈനിക ഓഫീസറുടെ വേഷത്തിൽ വിയോറിലും തീൻ മുറിയിലേക്ക് കടന്നുവന്നു. അവന്റെ വാക്കുകൾ കേട്ട് പിർവൂവും അലെക്സാൻഡ്രുവും വിന്റീലയും ഉറക്കെ ചിരിച്ചു.

'വിയോ രാവിലെ തന്നെ എങ്ങോട്ടാണ്?'

പിർവൂ തന്റെ ഭാര്യാ സഹോദരന്റെ വേഷം കണ്ടു ചോദിച്ചു.

'രാവിലെ തന്നെ തുടങ്ങിയാലേ ഈ മണ്ണ് നീക്കൽപ്രക്രിയ രണ്ടു ദിവസം കൊണ്ടെങ്കിലും പൂർത്തിയാവൂ ഞാൻ അവിടെ ഇല്ലാ എങ്കിൽ ചിലപ്പോ പണി നേരെ നടന്നു എന്ന് വരില്ല. അത് കൊണ്ട് നേരത്തെ എത്തിയേക്കാം എന്ന് കരുതി വിന്റീ ഞാൻ രാവിലെ ഭക്ഷണം കാത്തു നിൽക്കുന്നില്ല അവിടെ തയാർ ആക്കിയിട്ടുണ്ടാവും, ഞാൻ ഇറങ്ങുവാ.'

'അയ്യോ അത് കഷ്ടമായല്ലോ, നേരത്തെ പറഞ്ഞിരുന്നു എങ്കിൽ ഞാൻ എപ്പോഴേ തയാർ ആക്കി വച്ചേനെ. ഒന്നും കഴിക്കാതെ നിന്നെ ഞാൻ എങ്ങനെ പറഞ്ഞു വിടും വിയോ?'

വിന്റീല നിരാശയായി പറഞ്ഞു.

'സാരമില്ല ഇത്തിരി സൂപ്പ് ആവാം. സിയൊർബ കഴിച്ചില്ലെങ്കിൽ

എന്റെ ഇന്നലത്തെ സായാഹ്നം എങ്ങനെയായിരുന്നു എന്ന് ഒപ്പം ഉള്ളവർക്ക് മനസിലാക്കാൻ ബുദ്ധിമുട്ടുണ്ടാവില്ല.'

വിയോറിൽ ഉറക്കെ ചിരിച്ചു, മറ്റുള്ളവരും പങ്കു ചേർന്നു..

മണ്ണിടിഞ്ഞു വീണ പാതയുടെ പണി അതിവേഗം പുരോഗമിച്ചു കൊണ്ടിരുന്നു, അപ്പോഴാണ് ആ ഭാഗത്തേക്ക് ടാർഗൂസ് നഗരത്തിന്റെ വശത്തു നിന്നും അതിവേഗം ഒരു കുതിരവണ്ടി എത്തിച്ചേർന്നത്.

വണ്ടിക്കാരൻ ധൃതിയിൽ ഇറങ്ങി മണ്ണ് നീക്കിക്കൊണ്ടിരുന്ന തൊഴിലാളികളുടെ ഇടയിലൂടെ അവരെ നിയന്ത്രിച്ചിരുന്ന സൈനിക ഓഫീസറുടെ അടുത്തു വന്നു എന്തോ പറഞ്ഞു. തുടർന്നു ഇരുവരും ഓടി വണ്ടിയുടെ സമീപം എത്തുകയും അതിൽ അവശയായി കിടന്ന വൃദ്ധയെ മെല്ലെ ചാരി ഇരുത്തി അവരോടു സംസാരിക്കാൻ ശ്രമിക്കുകയും ചെയ്തു.

ഈ കാഴ്ച കണ്ടു കൊണ്ടാണ് ഉരുൾ പൊട്ടൽ സൃഷ്ടിച്ച വലിയ ഗർത്തത്തിന്റെ അപ്പുറം നിന്ന് വിയോറിൽ മരക്കൂട്ടങ്ങൾക്കിടയിലൂടെ സാഹസപ്പെട്ടു കുതിരപ്പുറത്ത് അവിടെ എത്തിച്ചേർന്നത്.

ദൂരെ നിന്നാണ് കണ്ടതെങ്കിലും കുതിരവണ്ടിയുടെ വരവും വണ്ടിക്കാരന്റെ ശരീരഭാഷയും കണ്ടപ്പോൾ എന്തോ കുഴപ്പം ഉണ്ടെന്നു വിയൊറീൽ സംശയിച്ചു. വിയോറിലിനെ കണ്ട മാത്രയിൽ വണ്ടിയുടെ സമീപം നിന്ന ഉദ്യോഗസ്ഥൻ അയാളെ സല്യൂട്ട് നൽകി സ്വീകരിച്ചു. വിയോറിൽ കുതിരപ്പുറത്തു നിന്ന് ഇറങ്ങി ആ വണ്ടിയിൽ അവശയായി കിടന്ന വൃദ്ധയുടെ സമീപം എത്തി.

സമയം സന്ധ്യ കഴിഞ്ഞിരുന്നു.

പിർവൂവിന്റെ സത്രത്തിലെ ഹാളിൽ ഗ്രിഗോറിയും, പിർവൂവും, വിയോറിലും ഗൗരവമേറിയ ചർച്ചയിലായിരുന്നു. സത്രത്തിലെ അടുക്കളയിലേക്കുള്ള വഴിയിൽ വലതു വശത്തുള്ള ചെറിയ മുറിയിൽ മാർത്ത ഉറക്കം വിട്ടു എഴുന്നേറ്റു.

അവർ പേടിച്ചരണ്ട് ചുറ്റും നോക്കി.

തന്റെ കൈ പിടിച്ചു ഒപ്പം ഇരുന്ന മനുഷ്യനെ അവർ സൂക്ഷിച്ചു നോക്കി.

'അലെക്സീ? എന്റെ മോനെ അലെക്സീ ഇത് നീ തന്നെ ആണോ?'

അവർ ഉറക്കെ പറഞ്ഞു

'അതെ മാർത്തമ്മായി, ഇത് നിങ്ങളുടെ അലെക്സി തന്നെയാണ്. സമാധാനമായി ഇരിക്കൂ നിങ്ങൾ വേണ്ടപ്പെട്ടവരുടെ ഒപ്പം തന്നെ ആണ്'

മാർത്ത അലെക്സാൻഡ്രുവിന്റെ കൈ മുറുകെ പിടിച്ചു. തലേ ദിവസത്തെ സംഭവങ്ങൾ ഒന്നൊന്നായി അവരുടെ മനസ്സിൽ തെളിഞ്ഞു. വിന്റീലയും നികൊലീനയും ഈ കാഴ്ച കണ്ടു മുറിയുടെ വാതിലിനു സമീപം നിന്നു. വിയൊറീൽ മാർത്തയുടെ ശബ്ദം കേട്ട് മെല്ലെ എഴുന്നേറ്റു ആ മുറിയുടെ സമീപം വന്നു നിന്നു. മാർത്ത ആയാസപ്പെട്ട് എഴുന്നേറ്റിരുന്നു.

'അലെക്സീ ഞാൻ ഇതെവിടെയാണ് മോനെ? ഞാൻ എങ്ങനെ ഇവിടെ എത്തി?'

'അമ്മായീ ഇത് വിന്റീലയുടെ സത്രം തന്നെയാണ്. നിങ്ങൾ അന്വേഷിച്ച ഇടം നിങ്ങളന്വേഷിക്കുന്ന വിന്റീല എന്റെ ഭാര്യയാണ്. ഓഫീസറായിരുന്ന എലീജ ലോറൻസിന്റെ മകൾ.'

ഇത്രയും പറഞ്ഞു കൊണ്ട് പിർവൂ അകത്തേക്ക് കടന്നു വന്നു. മാർത്ത അത്ഭുതത്തോടെ അവനെ നോക്കി.

'പിർവൂ... ഡാ തെമ്മാടീ. എന്റെ മോനെ നീയുമുണ്ടോ ഇവിടെ. എനിക്കിനി പേടിയില്ലാ, എനിക്കൊന്നും പേടിയില്ലാ, നിങ്ങള് രണ്ടാളും ഉള്ള സ്ഥിതിക്ക് അവനുമുണ്ടാവണമല്ലോ വിളിക്ക് എന്റെ ഡ്രാക്കോയെ അവനെവിടെ, അവനെവിടെ?'

'അവനിവിടില്ല അമ്മായി പക്ഷേ ഡ്രാഗോമീർ വരും. ഇന്ന് വരുമെന്നാണ് കരുതിയത് നാളെ എന്തായാലും എത്തും. അമ്മായി പറയൂ എന്താണ് സംഭവിച്ചത്? നിങ്ങളെങ്ങനെ ആ മലയിടിഞ്ഞ ഇടം വരെ എത്തി? പേടിക്കണ്ട ഞങ്ങളൊക്കെ ഇല്ലേ. വിയോറിൽ വരിക മാർത്ത അമ്മായിക്ക് ബോധം വന്നു. നമുക്ക് ചോദിച്ചറിയാം എന്താണ് സംഭവിച്ചതെന്ന്.'

മാർത്ത അമ്മായി വിയോറിലിനെ സംശയത്തോടെ നോക്കി അവന്റെ യൂണിഫോറം അവരെ പേടിപ്പിച്ച പോലെ തോന്നിച്ചു. പിർവൂ പറഞ്ഞു,

'അമ്മായി പേടിക്കണ്ടാ ഇതെന്റെ അളിയനാ. വിന്റീലയുടെ സഹോദരൻ. ഇവനാണ് അമ്മായിയെ ഇവിടെ കൊണ്ട് വന്നത്. മലയിടിഞ്ഞ ഇടത്ത് പണി നടക്കുന്നത് ഇവന്റെ നേതൃത്വത്തിലാണ് അവിടെ ആണ് അമ്മായിയെ ആ കുതിരവണ്ടിക്കാരൻ എത്തിച്ചത്. വഴിയിൽ ക്ഷീണിച്ചു തളർന്നു കിടക്കുകയായിരുന്നു അമ്മായി ആ വണ്ടിക്കാരൻ കണ്ടെത്തുമ്പോൾ എന്നാണു പറഞ്ഞത്.

അമ്മായി 'വിന്റീലയുടെ സത്രത്തിൽ പോണം' എന്ന് മാത്രമാണ് ആവർത്തിച്ചു പറഞ്ഞിരുന്നതെന്നാണ് അവൻ പറഞ്ഞത്. എല്ലാം ധൈര്യമായി പറയൂ, എന്താണ് സംഭവിച്ചത്. ആരെയാണ്? എന്തി നെയാണ്? അമ്മായി ഇത്രയും അധികം പേടിക്കുന്നത്?'

മാർത്ത അമ്മായി എല്ലാം ഓർത്തെടുത്തു.

ദിമിത്രി ഫിലിപ്പിനെ, ആദെലീനെ, ആ വീട്ടിൽ നടന്ന ഓരോ സംഭവത്തെയും... എന്താണ് സംഭവിച്ചതെന്ന് അറിയാൻ കാത്തിരു ന്നവരോട് പതിഞ്ഞ ശബ്ദത്തിൽ അവർ പറഞ്ഞു തുടങ്ങി.

ഇതേ സമയം ടാർഗൂസ് നഗരത്തിൽ രാവ് കനത്തിരുന്നു.

ഫിലിപ്പ് കുടുംബത്തിന്റെ ഭവനത്തിൽ അന്നും ആരും ഉറങ്ങി യിരുന്നില്ല. ദിമിത്രി ഫിലിപ്പ് ആകെ അസ്വസ്ഥനായി വീണ്ടും മദ്യ ത്തിൽ മുഴുകി ഇരുന്നു.

അയാളുടെ അനുചരൻ ഒപ്പം ഉണ്ടായിരുന്നില്ല.

അകത്തെ മുറിയിൽ ആദെലീൻ ശാന്തയായി ഇരുന്നു.

എന്തും നേരിടാം എന്ന ഭാവം അവളിൽ നിറഞ്ഞു നിന്നു.

അവളുടെ നെറ്റിയിലെ മുറിവിൽ നിന്നും ഒഴുകിയ ചോര പുരി കത്തിലും അവിടെ നിന്നൊഴുകി കവിളിലും ഒക്കെ കട്ട പിടിച്ചിരു ന്നു മുടി പാറി പറന്നുകിടന്നു. കയ്യിൽ നീളത്തിൽ ചാട്ടയടിയുടെ പാട്. അവൾ ചാട്ടവാർ മുറുകെ പിടിച്ചു കൊണ്ട് വാതിൽക്കലേക്ക് നോക്കി ഇരുന്നു. വീടിനു പുറകിലെ ഒഴിഞ്ഞ പറമ്പിൽ കുറച്ചു ഭാഗത്ത് മണ്ണിളകി കിടന്നു അപ്പോൾ മൂടിയ ഒരു കുഴി എന്ന് ഓർ മിപ്പിച്ചു കൊണ്ട്.

വീടിനു മുന്നിലെ സൈറ്റ് ഔട്ടിൽ ഇരുന്നു മദ്യപിച്ചുകൊണ്ടിരു ന്ന ദിമിത്രി ധൃതി പിടിച്ചു അകത്തേക്ക് നടന്നു. അയാൾ തന്റെ അലമാര തുറക്കുകയും പുതിയ ഒരു തോക്ക് എടുക്കുകയും ചെയ് തു. അയാളുടെ ഉടുപ്പിന്റെ രണ്ടു പോക്കറ്റിലും തോക്കിന്റെ തിര കൾ വാരി നിറച്ച് ദിമിത്രി വീണ്ടും പുറത്തേക്കു വന്നു ഒരു കസേ ര എടുത്തു വീടിന്റെ ഉമ്മറവാതിലിനു മുന്നിൽ ഇട്ടു നിശ്ചയ ദാർ ഢ്യം തുടിക്കുന്ന ഭാവത്തോടെ അയാൾ വീടിലേക്കുള്ള വഴിയിൽ നോക്കി ഇരുന്നു തോക്കിൽ തിരകൾ നിറച്ചു. തിര നിറയ്ക്കുന്നതി നിടയിലും ദിമിത്രി പിറുപിറുക്കുണ്ടായിരുന്നു.

'ചെറ്റ, ധൈര്യം ഇല്ല അവനിപ്പോഴും, ഇരുട്ടിന്റെ മറ പറ്റി വന്നു ആക്രമിക്കുന്നു പന്നീടെ മോൻ, ഇങ്ങു വരട്ടെ, ദിമിത്രി ആരെന്നു ഇന്നവനറിയും. അവള് സ്വപ്ന സുന്ദരി, അവളുടെ കാമുകന് കിട്ടി

യ താൽക്കാലിക വിജയം അവളെ മത്തു പിടിപ്പിച്ചിട്ടുണ്ടാവും. അവളുടെ മുന്നിലേക്ക് അവന്റെ ജഡം വലിച്ചെറിഞ്ഞു കൊടുക്കണം. എന്നിട്ട് അവളെയും കൊല്ലണം. കാർപാത്യൻ മലയുടെ ആഴങ്ങളിൽ രണ്ടിന്റെയും ശവങ്ങൾ പുഴുവെടുക്കണം, എന്നിട്ടേ... എന്നിട്ടേ ഈ ദിമിത്രി അടങ്ങുകയുള്ളൂ. എന്നിട്ടാ കിഴവിയെ കണ്ടെത്തണം. അവളെ കൊത്തിയരിഞ്ഞു കാട്ടുനായ്കൾക്കു കൊടുക്കണം.'

ഇങ്ങനെ പറഞ്ഞുകൊണ്ടാണിരുന്നതെങ്കിലും ദിമിത്രിയുടെ ശരീരഭാഷ അയാൾ ഭയത്തിനു അടിമപ്പെട്ടിരുന്നുവെന്ന് സൂചിപ്പിച്ചു. എന്തിനും ഒപ്പമുണ്ടായിരുന്ന അനുചരന്റെ അഭാവവും അയാളെ അസ്വസ്ഥനാക്കിയിരുന്നു. ആ വീട്ടിൽ ആദെലീനും ദിമിത്രിയും രണ്ടു ഭാവത്തിൽ രണ്ടിടത്തായി ആരെയോ കാത്തിരുന്നു.

നേരം പുലരാറായ സമയത്തു അവിചാരിതമായി വീണ്ടും സത്രത്തിനു സമീപമുള്ള പ്രദേശമാകെ മൂടൽമഞ്ഞു വന്നു മൂടി. ദൂരത്തായി കാട്ടുനായ്ക്കളുടെ ഓരിയിടൽ.

മഞ്ഞിനിടയിലൂടെ രണ്ടു കുതിരകൾ ടാർഗോവീഷ്ടയിലേക്കുള്ള വഴിയിലൂടെ വിന്റീലയുടെ സത്രത്തിനു സമീപത്തേക്ക് മെല്ലെ കടന്നു വന്നു. മുഖത്തിന് കുറുകെ വെട്ടേറ്റത് പോലെ മുറിപ്പാടുള്ള ആരോഗ്യദൃഢഗാത്രനായ ഒരു മധ്യവയസ്കനും.

വൃദ്ധനെങ്കിലും ഊർജസ്വലമായ മറ്റൊരാളും.

രണ്ടു പേരുടെയും മുഖം അതീവ ഗൗരവഭാവത്തിലായിരുന്നു.

4

വിന്റീലയുടെ സത്രത്തിൽ വിശ്രമിക്കവേ മാർത്തയുടെ മനസ്സിൽ ഭൂതകാലസംഭവങ്ങൾ തികട്ടി. തന്റെ ഭർത്താവ് ഉണ്ടായിരുന്ന കാലം ടാർഗൂസ് പട്ടണത്തിലെ ഒരു ചെറിയ ബാറിന്റെ ഉടമയായിരുന്നു അദ്ദേഹം. അവിടത്തെ സ്ഥിരം സന്ദർശകരായിരുന്നു ദ്രാഗോമീറും, പിർവുവും, അലെക്സിയും. ഒരിക്കലും പിരിയാത്ത കൂട്ടുകാർ, ദ്രാഗോമീർ തനിക്ക് മകനെ പോലെ ആയിരുന്നു.

പ്രണയിച്ച പെൺകുട്ടിയുടെ വീട്ടുകാർ പ്രബലരായിരുന്നത് കൊണ്ടും അവരുടെ എതിർപ്പ് മറികടന്നു അന്നാട്ടിൽ തുടരാൻ ആവില്ലെന്നും കണ്ടു പിർവു കൂട്ടുകാരുടെ സഹായത്തോടെ അവളെയും കൊണ്ട് നാട്ടിൽ നിന്നും ഒളിച്ചോടിപ്പോയി. അതിപ്പോഴും തനിക്കൊരു അത്ഭുതമാണ്.

ടാർഗൂസിലെ കുതിരക്കാരൻ

തികഞ്ഞ യാഥാസ്ഥിതികനായിരുന്ന എലിജാ ലോറൻസിന്റെ മകൾ. വല്ലപ്പോഴും മാത്രം പുറത്തിറങ്ങി കണ്ടിരുന്ന പെൺകുട്ടി. അവളുടെ പേര് വിന്റില എന്നാണെന്നു താനറിയുന്നതു പോലും ഇപ്പോഴാണ്. ഇതിനിടയിലെപ്പോഴാണാവോ പിർവൂ അവളുമായി പ്രണയത്തിലായത്?

പ്രണയമെന്നത് വല്ലാത്തൊരു സംഗതിയാണെന്നോർത്ത് മാർത്ത പുഞ്ചിരിച്ചു. ഡ്രാക്കോയാകട്ടെ തൊഴിലാളി സംഘടനാ നേതാവെന്ന നിലയിൽ ഖനിയുടമയാൽ വേട്ടയാടപ്പെട്ടു. കള്ളക്കേസുകളുടെ ഒരു കൂമ്പാരം തന്നെ അവന്റെ പേരിലുണ്ടായി. ഒടുവിൽ അവനെയും മറ്റു ചില സംഘടനാ പ്രവർത്തകരെയും പത്തു വർഷത്തേക്ക് ടാർഗൂസിൽ പ്രവേശിക്കുന്നതിൽ നിന്നും ഭരണകൂടം വിലക്കി.

ഈ തക്കം നോക്കിയാണ് അദെലീനെ ദിമിത്രി വിവാഹം കഴിക്കുന്നത്. അതോടെ അലെക്സി മാനസികമായി തകർന്നു പോയി. ഒടുവിൽ അവനും ടാർഗൂസ് വിട്ടു എവിടേക്കോ പോയി.

അതിനു ശേഷമാണ് ബാറിലെ ഒരു സംഘട്ടനത്തിൽപ്പെട്ട് തന്റെ ഭർത്താവ് കൊല്ലപ്പെടുന്നത്. അദ്ദേഹത്തിന്റെ മരണശേഷം താൻ ആ ബാർ നടത്തികൊണ്ട് പോകാൻ വല്ലാതെ കഷ്ടപ്പെട്ടു. സാമ്പത്തികാവസ്ഥ പരിതാപകരമായപ്പോൾ ബാർ നടത്തിപ്പിന് വേണ്ടിയാണ് ദിമിത്രി ഫിലിപ്പിനെ സമീപിച്ചു പലിശയ്ക്കു കടമെടുത്തത്. അത് വീട്ടാൻ ആവാതെ അവസാനം എല്ലാം നശിച്ചു.

ഒടുവിൽ കൊടുത്ത് തീർക്കാനുള്ള കാശിന്റെ പേരിൽ ദിമിത്രിയുടെ വീട്ടുവേലക്കാരി ആകേണ്ടി വന്നതും അവരോർത്തു. പെട്ടെന്ന് ആരുമില്ലാത്തവളായിപ്പോയ തന്റെ ഭൂതകാലമോർത്തു മാർത്ത ഒരു ദീർഘനിശ്വാസം പൊഴിച്ചു. ഈ മൂവർസംഘം അവിടെ ഉണ്ടായിരുന്നു എങ്കിൽ തനിക്കു ഇത്രയും ഗതികേട് വരില്ലായിരുന്നുവെന്ന് അവർക്കു തോന്നി. ഇന്നിപ്പോ ഇത്രയും വർഷത്തിനു ശേഷം എന്തോ ഒരു സുരക്ഷിതത്വം അവർക്ക് തോന്നി. ഈ ലോകത്ത് താനൊറ്റയ്ക്കല്ല എന്നൊരു വിശ്വാസം. പക്ഷേ, വീണ്ടും അവരെ ചിന്തകൾ അലട്ടി അലക്സി അവനെങ്ങനെ ഇതൊക്കെ സഹിക്കും.

ആദെലീനെ അവനെത്രത്തോളം സ്നേഹിച്ചിരുന്നുവെന്ന് മാർത്തയ്ക്ക് നന്നായിട്ടറിയാം. ഇപ്പോഴത്തെ അവസ്ഥ അവനിലെന്തു ഭാവമാവും ഉണ്ടാക്കുക? അവന്റെ പഴയ പ്രണയിനിയുടെ ദുരവസ്ഥ അവനെങ്ങനെയാവും സ്വീകരിക്കുക? അവന് അവളോട് വെ

റുപ്പാകുമോ അതോ സ്നേഹമാണോ ഉള്ളത്?

അതേസമയം വിയോറിൽ ഒരു ചിന്താക്കുഴപ്പത്തിൽ അകപ്പെട്ടു പോയിരുന്നു.

ഒരു കുറ്റകൃത്യം നടന്നിരിക്കുന്നു.

കുറ്റം ചെയ്ത ആൾ തന്റെ കുറ്റം ഏറ്റു പറഞ്ഞിരിക്കുന്നു.

നീതി ന്യായം നടപ്പാക്കേണ്ട ഉദ്യോഗസ്ഥൻ എന്ന നിലയിൽ താൻ തന്റെ കടമ നിർവഹിക്കേണ്ടതുണ്ട്.

മാർത്തയെ കസ്റ്റഡിയിലെടുക്കേണ്ടി വരും.

എന്നാൽ മാർത്തയെ ആ കുറ്റകൃത്യത്തിലേക്ക് നയിച്ച സാഹചര്യങ്ങൾ കൂടി കണക്കിലെടുക്കേണ്ടതുണ്ടല്ലോ. നിയമങ്ങൾ മാനുഷികമായ രീതിയിലാവണം കൈകാര്യം ചെയ്യേണ്ടത്. അത് കൊണ്ട് തന്നെ രാവിലെ അവിടെ സന്ദർശിച്ചു വേണ്ട പരിശോധനകൾ നടത്തിയിട്ട് വ്യക്തമായ തെളിവെടുപ്പ് നടത്തിയിട്ടു വേണം ഇനിയുള്ള നീക്കങ്ങൾ എന്ന് അയാളുറച്ചു. എന്തായാലും ഇന്ന് രാവ് കഴിയട്ടെ.

സത്രത്തിനു പുറത്തു ആ മരം കോച്ചുന്ന തണുപ്പത്ത് കയ്യിൽ ഒരു കുപ്പി ടുയ്ക്ക മദ്യവും ആയി അലക്സി അലഞ്ഞു തിരിഞ്ഞു നടന്നു. അവനൊന്നും വിശ്വസിക്കാൻ ആയില്ല. ഇതൊന്നും സത്യമാവില്ലെന്നും എല്ലാം ഒരു ദുഃസ്വപ്നം ആയിരിക്കണമെന്നും അവൻ അവനെത്തന്നെ വിശ്വസിപ്പിക്കാൻ ശ്രമിച്ചു.

മെല്ലെ മെല്ലെ അവനു ഭാവമാറ്റം വന്നു തുടങ്ങി.

ഇല്ല. ഇനിയും ഇതനുവദിക്കാൻ ആവില്ല... മാർത്ത അമ്മായി ഒരു അമ്മയെ പോലെ തന്നെ സ്നേഹിച്ച മാർത്തമ്മായി. അവർ അനുഭവിച്ച പീഡനങ്ങൾ ഓർത്തപ്പോൾ അലെക്സിയിൽ പഴയ തെമ്മാടി ഉണർന്നു വന്നു. ടാർഗൂസിൽ പോകണം കണക്കുകൾ തീർക്കണം.

പക്ഷേ,...

ഗ്രിഗോറിയെ, നികൊലീനയെ അവരെ എന്ത് ചെയ്യും?

അവരെ എങ്ങനെ താൻ ടാർഗോവീഷ്ഠ എത്തിക്കും?

വാക്ക് പറഞ്ഞു കൂട്ടിക്കൊണ്ടു വന്ന അവരെ വഴിയിൽ ഉപേക്ഷിക്കാൻ ആവുമോ? എന്ന് കരുതി ദിമിത്രിയെ ഇനിയും വെറുതെ വിടാൻ പറ്റില്ലല്ലോ. മാർത്ത അമ്മായി പറഞ്ഞ കാര്യങ്ങൾ വച്ച് നോക്കുമ്പോൾ ആദെലീന്റെ ജീവൻ അപകടത്തിലാണ്.

അവരു കൂടി അവിടെയില്ലാത്ത സ്ഥിതിക്ക് അവൻ അവളെ എന്തൊക്കെ ചെയ്തേക്കുമെന്നോർത്തപ്പോൾ അലക്സി വല്ലാത്തൊ

രു മനസികാവസ്ഥയിലായി. അവൻ കൈവശമിരുന്ന കുപ്പിയിലെ മദ്യം വാശിക്ക് എന്നോണം കുടിച്ചു വറ്റിച്ചു എന്നിട്ട് ദേഷ്യത്തിൽ കുപ്പി എവിടേക്കോ വലിച്ചെറിഞ്ഞു തിരികെ വേച്ചു വേച്ചു സത്രത്തിലേക്ക് നടന്നു.

ഇതേ സമയം സത്രത്തിനു കുറച്ചു മാറി ഒരു പാറക്കൂട്ടത്തിന്റെ മറവിൽ ചിലർ പതുങ്ങിയിരിപ്പുണ്ടായിരുന്നു. അക്കൂട്ടത്തിൽ ഒരാൾ മറ്റൊരുവനോട് പറഞ്ഞു.

'അവനിപ്പോൾ നമ്മുടെ റൈഫിൾ റേഞ്ചിലാണ്, പക്ഷേ, അവനെ ജീവനോടെ വേണം എന്നാണല്ലോ അവർ പറഞ്ഞത്. സത്രത്തിൽ കടന്നു കയറി എന്തെങ്കിലും ചെയ്യാൻ ശ്രമിക്കുന്നത് വിഡ്ഢിത്തം ആയിരിക്കും.'

'അതെ, സത്രത്തിൽ ഇന്ന് ഒത്തിരി ആളുകളുണ്ട്. ആ സത്രമുടമയും ഭാര്യയും മാത്രം ഉള്ളപ്പോഴാണെങ്കിൽ കൂടുതൽ ചിന്തിക്കേണ്ടതില്ലായിരുന്നു. ഇതിപ്പോ സായുധസേനയിലെ ഒരു ഉദ്യോഗസ്ഥൻ കൂടിയുള്ള സ്ഥിതിക്ക് വിഷയം ചിലപ്പോ കയ്യിൽ നിന്നെന്നു വരില്ല. നമ്മുടെ ഇടപെടൽ വെളിച്ചത്തായാൽ പലർക്കും അത് ദോഷമായേക്കും.'

'എന്തായാലും, ഇവന്റെ യാത്ര ടാർഗോവീഷ്ഠയിലേക്ക് തന്നെ ആണല്ലോ. ഇടയ്ക്കെവിടെ നിന്നെങ്കിലും ഇവനെ പിടിക്കാം.'

'ഇവിടെ വച്ച് ചെയ്യുന്നത് മണ്ടത്തരം തന്നെ നമുക്ക് നാളെ രാവിലെ വരെ എവിടെ എങ്കിലും തങ്ങാൻ നോക്കാം അവൻ നമ്മെ കാണണ്ടാ ആളെ തിരിച്ചറിയും. വഴിയുടെ പണി കഴിഞ്ഞ സ്ഥിതിക്ക് രാവിലെ തന്നെ തിരിക്കാനാണ് സാധ്യത. അങ്ങനെയാണെങ്കിൽ പിന്നാലെ പോയി ഇടയ്ക്ക് എവിടെയെങ്കിലും വച്ച് നമുക്ക് അവനെ പൊക്കാം. നാളെ നമ്മുടെ ബാക്കി ആളുകളും എത്തുമല്ലോ.'

അവർ പാറയുടെ മറപറ്റി അവരുടെ കുതിരകളെ കെട്ടിയിരുന്ന ഇടത്തേക്ക് നടന്നു.

ഗ്രിഗോറി പിർവുവിനെ നോക്കി ഇരുന്നു.

അയാൾക്കൊരു കാര്യം ബോധ്യമായിരുന്നു ഇന്ന് പകൽ വന്ന ആ വൃദ്ധ പറഞ്ഞ സംഭവങ്ങളോട് പ്രതികരിക്കാതെ ഇരിക്കാൻ ഇവർക്കാവില്ല. തന്റെ യാത്ര ഇനിയും നീളാൻ സാധ്യത ഉണ്ട്.

നാളെ അലെക്സാൻഡ്രു തന്റെ ജന്മസ്ഥലത്തേക്ക് പോണം എന്ന് പറഞ്ഞാൽ സാങ്കേതികമായി തനിക്കു പറ്റില്ല എന്ന് പറ

യാൻ ആവും, പക്ഷേ, മനുഷ്യത്വപരം ആയി ചിന്തിച്ചാൽ അയാളെ തടയാൻ ആവുമോ? നികൊലീനയോടു സംസാരിക്കണം എന്നിട്ടൊരു തീരുമാനം എടുക്കുന്നതാവും ശരി. അയാള് എഴുന്നേറ്റു പിർവൂവിനു ശുഭരാത്രി നേർന്ന് തന്റെ മുറിയിലേക്ക് പോയി. വിന്റീലയ്ക്ക് ശുഭരാത്രി നേർന്ന് നികൊലീന അയാളെ അനുഗമിച്ചു.

ആദെലീൻ ദിമിത്രി ചിന്താധീനയായിരുന്നു.

തലേദിവസം രാത്രിയിലെ സംഭവങ്ങൾ അവൾ ഒന്ന് കൂടി ഓർത്തു. മദ്യലഹരിയിലാണ്ട ദിമിത്രി തന്റെ നെറ്റിയിൽ മുറിവേൽപ്പിച്ചതും ചാട്ട കൊണ്ട് ഉപദ്രവിച്ചതും അവളോർത്തു. അതിനു ശേഷം ഒന്നും ഓർമയുണ്ടയിരുന്നില്ല. ആരോ തന്റെ ശരീരം തഴുകുന്നത് അറിഞ്ഞാണ് ഉണർന്നത്. ദിമിത്രിയുടെ പ്രിയപ്പെട്ട പരിചാരകൻ ഇയോണിന്റെ കാമം നിറഞ്ഞ മുഖം അടുത്ത് കണ്ട മാത്രയിൽ അവൾ എഴുന്നേല്ക്കാൻ ശ്രമിച്ചു പക്ഷേ, അവൻ വായ പൊത്തിപ്പിടിച്ചു തന്നെ ബലമായി കട്ടിലിലേക്ക് എടുത്തു തള്ളുകയാണ് ഉണ്ടായത്. സർവശക്തിയും എടുത്തു നിലവിളിക്കാൻ മാത്രമേ തനിക്ക് ആയുള്ളൂ. ഇയോൺ അത് കേട്ട് ചിരിക്കയാണുണ്ടായത്.

'യജമാനത്തീ നീ എന്തൊരു സുന്ദരിയാ, എത്രയോ നാളായി ഞാൻ ഈ അവസരം ഒന്ന് കൊതിച്ചു നടക്കുന്നു. വെറുതെ നിലവിളിക്കണ്ട, ബലം പിടിച്ചാൽ ഞാൻ നിന്നെ കൊന്നു കളയും. മദ്യപിച്ചു ബോധം ഇല്ലാതെ കിടക്കുന്ന ആ ദിമിത്രി പിശാചു ഇനി എഴുന്നേൽക്കണം എങ്കിൽ നാളെ വൈകുന്നേരം ആവണം. അവന്റെ മദ്യത്തിൽ കറുപ്പ് ചേർത്താണ് ഞാൻ കൊടുത്തത്. മിണ്ടാതെ കിടന്നാൽ ഒന്നും സംഭവിച്ചില്ല എന്ന് കരുതി നിനക്കും എനിക്കും ഇതിങ്ങനെ തുടരാം. അതല്ല എങ്കിൽ നിന്നെ കൊന്നു കുഴിച്ചിട്ടിട്ട് നീ എങ്ങോട്ടോ ഓടിപ്പോയി എന്ന് പറഞ്ഞാൽ നിന്റെ ഭർത്താവ് കഴുവേറി വിശ്വസിച്ചോളും.'

എന്നിട്ടവൻ വിചിത്രമായ ഒരു ചിരി ചിരിച്ചു.

'നിന്റെ എല്ലാ ആജ്ഞയും അനുസരിച്ച് നിന്റെ അനുചരനായി നടന്നപ്പോ നീ കരുതി ഞാൻ മണ്ടനാണെന്ന് അല്ലേ? നിന്റെ ഈ കൊഴുത്ത മാംസം ഇതെന്നെ മത്തു പിടിപ്പിക്കാൻ തുടങ്ങിയിട്ട് നാളേറെയായി. ഇന്നല്ലെങ്കിൽ ഇനി എന്നാണിങ്ങനെ ഒരു അവസരമുണ്ടാകുക? ആ കിഴവി മാർത്തയെ നോക്കണ്ടാ അവളുറങ്ങിയിട്ടു നേരം കുറെ ആയി. ഇങ്ങു വാ പെണ്ണേ, ഈ ഇയോണും ഒന്നറിയട്ടെ സുന്ദരിയായ യജമാനത്തിയുടെ ശരിയായ ഗന്ധം.'

അയാൾ അവളെ വീണ്ടും തന്നിലേക്ക് വലിച്ചടുപ്പിക്കുന്ന സമ

യത്താണ് വലിയൊരു ഒച്ചയോടെ അവൻ തന്റെ ദേഹത്തേയ്ക്കും പിന്നെ നിരങ്ങി തറയിലേക്കും വീണത്. പിന്നിൽ വിറകു മുറിക്കുന്ന മഴുവും ഏന്തി നില്ക്കുന്ന മാർത്തയെ കണ്ടു ആദെലീൻ അത്ഭുതപ്പെട്ടു. താൻ എന്നും അകറ്റി നിർത്തിയിരുന്ന ശത്രുവെന്നു കരുതിയിരുന്ന ആ സ്ത്രീ!

ഒരു ഒച്ച പോലും പുറപ്പെടുവിക്കാതെ ഇയോൺ മരണം പൂകുമ്പോൾ ആദെലീൻ അമ്പരന്നു അവരെ നോക്കി.

'എന്തിനു, എന്തിനു നീ എന്നെ രക്ഷിച്ചു?'

'ഇഷ്ടമില്ലാത്ത പുരുഷൻ ബലമായി ഭോഗിക്കുന്നത് ഒരു പെണ്ണിന്റെ മനസ്സിൽ എന്ത് വികാരണമാണുണ്ടാക്കുക എന്ന് നല്ലവണ്ണം അറിയുന്നത് കൊണ്ട്.'

അവർ ശാന്തമായി മറുപടി നല്കി.

'ദിമിത്രി ഉണർന്നു വന്നാൽ'

'എന്നെ കൊല്ലും അറിയാം, അതിലപ്പുറം എന്ത് ചെയ്യാൻ'

'നിനക്ക് പേടിയില്ലേ? ജീവനിൽ കൊതിയില്ലേ?'

'ആത്മഹത്യ ചെയ്യാൻ ധൈര്യം ഉണ്ടായിരുന്നു എങ്കിൽ ഞാൻ എന്നേ മരിച്ചിരുന്നേനെ ആദെലീൻ. എന്റെ ഭർത്താവ് കൊല്ലപ്പെട്ടപ്പോൾ എനിക്കത് ആകാമായിരുന്നു, ജീവിക്കാൻ വേണ്ടി അങ്ങോരുടെ ബാർ എടുത്തു നടത്തിയപ്പോ അന്നും എനിക്ക് ജീവിക്കാൻ കൊതിയായിരുന്നു, സാമ്പത്തിക ബുദ്ധിമുട്ടുകൾ വന്നപ്പോഴൊക്കെ ദിമിത്രി പണം തന്നു സഹായിച്ചു, പകരം ഓരോ തവണയും അവൻ എന്റെ സ്വത്തുക്കൾ ഈട് വാങ്ങി. ഒടുവിൽ ഞാൻ ഈ വീട്ടിലെ വേലക്കാരി ആയതു അവനു കൊടുക്കാനുള്ള കടം പണിയെടുത്തു വീട്ടാം എന്ന് വാക്ക് കൊടുത്തു പോയതിന്റെ പേരിലാണ്. ഈ വലിയ വീടിന്റെ പടി കടന്ന ശേഷം ഞാൻ പുറം ലോകം കണ്ടിട്ടില്ല. ഈ വളപ്പിനപ്പുറം കടന്നു പോകാനും എനിക്കായിട്ടില്ല. അവന്റെ അടിമകൾ എന്നും ഇവിടെ കാവലുണ്ടായിരുന്നു. നിന്നെ തോൽപ്പിക്കാനും നോവിക്കാനും വേണ്ടി അവൻ ബലമായി എന്നെ ഭോഗിക്കുന്ന ഓരോ നിമിഷവും അവന്റെ മരണം ഞാൻ ആഗ്രഹിച്ചിരുന്നു. സാരമില്ല ഇന്ന് ഈ പന്നിയെ കിട്ടി. ഇനി അവനെ കിട്ടും. മാർത്ത ഇങ്ങനെ ഒന്നും ജീവിച്ചവളല്ല. ഇനി പറഞ്ഞിട്ട് കാര്യവും ഇല്ല. നീ കരയണ്ടാ കുഞ്ഞേ ഏതാനും നിമിഷങ്ങൾക്കപ്പുറം നീ വിധവയാകും. എന്തായാലും ഞാനൊരു കൊലപാതകിയായി ഇനി അവനെ കൂടി അവസാനിപ്പിച്ചാൽ നീ എങ്കിലും രക്ഷപെടും.'

ദിമിത്രിയുടെ ക്രൂരതകൾ ആവോളം അനുഭവിച്ച ആ വൃദ്ധ, സാഹചര്യങ്ങളുടെ പുതിയ ഉരുത്തിരിയലിന്റെ സങ്കീർണത കൊണ്ട് ഉന്മാദാവസ്ഥയിൽ ആയിരുന്നു. ആ രാത്രി തന്നെ ദിമിത്രിയും അവസാനിക്കണം എന്നവർ തീരുമാനിച്ചിരുന്നു. മദ്യപിച്ചു ബോധമില്ലാതെ കിടക്കുന്ന ദിമിത്രിയെ മഴു കൊണ്ട് അവസാനിപ്പിക്കാൻ തനിക്കാവും എന്ന് മാർത്ത കണക്കുകൂട്ടി, തന്റെ ജീവിതം നശിച്ചെങ്കിലും ഇനിയുള്ള കാലം ഈ പെണ്ണെങ്കിലും സമാധാനമായി ജീവിക്കട്ടെ. അവർ താഴേയ്ക്കുള്ള കോണിപ്പടികളുടെ അടുത്തെത്തിയതും അവരുടെ എല്ലാ കണക്കു കൂട്ടലും തെറ്റിച്ചു കൊണ്ട് താഴെ നിന്ന് ദിമിത്രിയുടെ ശബ്ദം ഉയർന്നു.

'ഇയോണേ പന്ന നായെ നീ എവിടെ ആണ്?'

ശബ്ദം കേട്ട മാർത്ത ഞെട്ടിപ്പോയി. അതുവരെ സംഭരിച്ചു വച്ച അവരുടെ ധൈര്യം ചോർന്നുപോയി. ഭീതിയോടെ യാഥാർഥ്യത്തിലേക്ക് തിരിച്ചു വന്നു. ആദെലീനും വല്ലാതെ ഭയന്നു. ദിമിത്രി ഈ രംഗത്തേക്ക് കടന്നു വന്നാൽ എന്തും സംഭവിക്കാം. പെട്ടെന്ന് ആദെലീൻ മാർത്തയോട് പറഞ്ഞു.

'വേണ്ട ഇനി ഇവിടെ നില്ക്കണ്ട, നിങ്ങൾ രക്ഷപെടുക. എവിടെ എങ്കിലും പോയി സമാധാനമായി ജീവിക്കുക. ടാർഗോവീഷ്ടായിലേക്ക് പോകരുത്. ബുക്കാറെസ്റ്റിലാണെങ്കിൽ വലിയ കുഴപ്പമുണ്ടാവില്ല. എന്തായാലും ഇവിടം വിടണം ഇത്തിരി പണം എന്റെ പക്കൽ ഉണ്ട് ഞാൻ അത് തരാം. തൽക്കാലം നിങ്ങൾക്ക് ഇവിടം വിട്ടു പോകാൻ അത് മതിയാകും.'

അവളോടിപ്പോയി അലമാരി തുറന്നു കാശെടുത്ത് മാർത്തയ്ക്ക് കൊടുത്തു.

'സമയം കളയരുത് വേഗം പോകുക. ബുക്കാറെസ്റ്റ് എത്തും മുൻപ് എന്തെങ്കിലും ആവശ്യം തോന്നിയാൽ പോകുന്ന വഴിയിൽ വിന്റീലയുടെ സത്രമുണ്ട്. പണ്ടിവിടെ ഓഫീസർ ആയിരുന്ന എലീജ ലോറൻസിന്റെ മകൾ വിന്റീല. അവളെന്റെ ബാല്യകാല സഖിയാണ്. ഞാൻ ദിമിത്രിയെ വിവാഹം കഴിച്ചതിന്റെ പേരിൽ അവൾ എന്നോട് പിണക്കമാണെങ്കിലും ഇത്തരം ഒരു സന്ദർഭത്തിൽ അത് കാണിക്കയില്ല ഉറപ്പ്, എന്റെ പേര് പറഞ്ഞാൽ സഹായം കിട്ടും എനിക്കവളെ വിശ്വാസമാണ്. പോകൂ പിൻവാതിലിലൂടെ ഒച്ച ഉണ്ടാക്കാതെ പോകൂ, ജീവനുള്ള കാലത്തോളം ഞാൻ നിങ്ങളെ മറക്കില്ല. എന്നെങ്കിലും ഇതൊക്കെ നന്നായി അവസാനിച്ചാൽ നമുക്ക് ഇനിയും കാണാം.'

മാർത്തയെ കെട്ടിപ്പിടിച്ചു കൊണ്ട് ആദെലീൻ പറഞ്ഞവസാനിപ്പിച്ചു. അവളെ വിടുവിച്ചു മാർത്ത ഒച്ചയുണ്ടാക്കാതെ നടന്നു പോയി. ആദെലീന്റെ നോട്ടം അപ്പോഴാണ് വാതിലിനു സമീപം കിടക്കുന്ന ചാട്ടയിൽ പതിച്ചത്, ഓടിച്ചെന്നു അതെടുത്തു ബലമായി പിടിച്ചു കൊണ്ട് അവൾ കട്ടിലിൽ ഇരുന്നു.

ഇയോണിന്റെ മൃതദേഹം അപ്പോഴും ചോരയൊലിപ്പിച്ചു കട്ടിലിനു സമീപം തന്നെ കിടന്നു. ആ ശരീരം നോക്കി വിചിത്രമായൊരു ഭാവത്തിൽ അവളിരുന്നു.

എന്നാൽ അവർ പ്രതീക്ഷിച്ച പോലെ ദിമിത്രി ഉണർന്നിരുന്നില്ല. കറുപ്പ് കലർന്ന മദ്യം പണി തുടങ്ങിയതേ ഉണ്ടായിരുന്നുള്ളൂ. ഉറക്കത്തിനിടയിൽ അവൻ എന്തോ വിളിച്ചു പറഞ്ഞത് കൊണ്ട് അവന്റെ ജീവൻ എടുക്കുന്ന ഉദ്യമത്തിൽ നിന്നും മാർത്തയെ പിന്തിരിപ്പിക്കാൻ ആയെന്നു മാത്രം.

ആ ഇരുട്ടത്തു മാർത്ത ആവുന്നത്ര വേഗത്തിൽ നടന്നും ഓടിയും ബുക്കാറെസ്റ്റ് ലക്ഷ്യമാക്കി നീങ്ങി.

അവളുടെ പ്രായവും കൊടിയ പീഡനങ്ങളും ഏൽപ്പിച്ച തളർച്ച അവളെ പലപ്പോഴും യാത്ര തുടരാൻ ആവാത്ത വണ്ണം തടസ്സപ്പെടുത്തി.

എങ്കിലും അവൾ എങ്ങനെയോ വീണ്ടും വീണ്ടും എഴുന്നേറ്റു യാത്ര തുടർന്നു. ഒടുവിൽ തളർന്നു വഴിയിൽ വീണു പോകും വരെ. ആരോ അവളെ താങ്ങി എടുക്കുന്നതും വരണ്ട തൊണ്ട നനയ്ക്കാൻ വെള്ളം കൊടുത്തതും അവൾ അർദ്ധ ബോധത്തിൽ അറിഞ്ഞു.

'സത്രം... വിന്റീലയുടെ സത്രം, അവിടെ പോണം' എന്ന് അവ്യക്തമായ സ്വരത്തിൽ അവൾ ആവർത്തിച്ചുകൊണ്ടിരുന്നു.

അടുത്ത ദിവസം ഉച്ചയോടു അടുത്ത നേരത്താണ് ദിമിത്രി കണ്ണ് തുറന്നത്. വല്ലാത്ത ക്ഷീണം ഇന്നലെ കഴിച്ചത് കൂടിപ്പോയി, ഇനി ഹാങ്ങോവർ മാറണം എങ്കിൽ ഇപ്പോഴേ കഴിക്കണമെന്നയാൾ മനസിലോർത്തു.

ഉറക്കെ അയാൾ തന്റെ അനുചരനെ വിളിച്ചു.

'ഇയോൺ... ഇയോൺ ഡാ കാട്ടുപന്നീടെ മോനെ നീ ഏതടുപ്പിലാണ്? എന്റെ കയ്യീന്ന് തല്ലു വേണ്ടെങ്കിൽ ഇങ്ങു വാ' ഇതൊന്നുമറിയാതെ ആദെലീന്റെ മുറിയുടെ തറയിൽ ഇയോൺ ഉറക്കത്തിലായിരുന്നു.

ഒരിക്കലും ഉണരാത്ത ഉറക്കത്തിൽ.

5

നേരം പുലർന്നതെ ഉണ്ടായിരുന്നുള്ളൂ.

തണുപ്പുകാലമായിട്ടും ടാർഗൂസ് പട്ടണത്തിൽ നിന്നും ടാർഗോവീഷ്ടയിലെക്കുള്ള പ്രധാന പാതയിലേക്ക് തിരിയുന്ന കവലയിൽ മൂന്നു നാല് ആളുകൾ ടാർഗൊവീഷ്ഠയിലെക്കും ബുക്കാറെസ്റ്റിലേക്കും പോകുന്ന ത്രസൂറ പബ്ലിക്ക കുതിരവണ്ടികളെ കാത്തു നിൽപ്പുണ്ടായിരുന്നു.

ടാർഗൂസ് പട്ടണത്തിൽ നിന്നും സുമാർ ഏഴു മൈൽ ദൂരമുണ്ട് ഈ കവലയിലേക്ക്. ടാർഗൂസിൽ നിന്നും നേരിട്ടൊരു കുതിരവണ്ടി പിടിച്ചു പോകുക എന്നതിന്റെ ചെലവ് താങ്ങാൻ അവർക്കാവുമായിരുന്നില്ല.

വഴിവക്കിൽ നിന്നും കയറുമ്പോ ഒപ്പം ആളുകളുണ്ടെങ്കിൽ ചെലവ് പങ്കു വയ്ക്കാം എന്നത് കൊണ്ടാണ് അവിടെ ആളുകൾ കാത്തു നിൽക്കുന്നത്. പെട്ടെന്ന് അതിവേഗത്തിൽ കടന്നു വരുന്ന ഒരു കുതിരയുടെ കുളമ്പടി ശബ്ദം അവരുടെ ശ്രദ്ധ ആകർഷിച്ചു, പ്രധാന പാത വഴി വന്നു അതിവേഗത്തിൽ ആ കുതിര ടാർഗൂസ് പട്ടണത്തിലേക്കുള്ള വഴിയെ തിരിഞ്ഞു പോയി.

'ആരാണിവൻ' എന്നൊരു അത്ഭുതഭാവത്തിൽ അവർ അവന്റെ യാത്ര നോക്കി നിന്നു. ഒരു മധ്യവയസ്കൻ സംശയഭാവത്തിൽ പിറുപിറുത്തു.

'ഇത് അവനല്ലേ? ഹേ അത് അവനാവില്ല. എനിക്ക് തോന്നിയതാവും, അവനെ പോലെ ഉള്ള മറ്റാരോ ആവും'

അയാൾ വീണ്ടും പ്രധാന പാതയിലേക്ക് ശ്രദ്ധ തിരിച്ചു. കുതിര വണ്ടികൾ ഒന്നും വരുന്നില്ലല്ലോ എന്ന് ചിന്തിച്ചു കൊണ്ട്.

ദിമിത്രി ചിന്തയിലായിരുന്നു.

വല്ലാത്ത അസ്വസ്ഥതയും ഭീതിയും അയാൾക്ക് അനുഭവപ്പെട്ടു. ആദെലീൻ...

ഇവൾക്കീ ധൈര്യം എവിടെ നിന്നു കിട്ടി?

തന്റെ നിഴലു പോലെ ഒപ്പം നടന്ന ഇയോൺ കൊല്ലപ്പെട്ടിരിക്കുന്നു, ആ പന്നിക്ക് പിറന്ന കിഴവിയും രക്ഷപെട്ടിരിക്കുന്നു. അവൾ പറഞ്ഞത് നേരാണ് തനിക്കവളെ കൊല്ലാൻ ആവില്ല. രാവിലെ തന്നെ അയാൾ ഒരു കുപ്പി ടുയ്ക്ക എടുത്തു തുറന്നു കുടിച്ചു തുടങ്ങി. ചുവരിൽ തൂക്കിയ മങ്ങിയ ഛായാചിത്രത്തിലേക്ക് നോക്കി അയാൾ തെറി വിളിച്ചു.

'മഹാനായ ഫിയോഡോർ ഫിലിപ്പ്, പന്ന കിഴവൻ മരിക്കും മുന്നേ എഴുതി വച്ച ഒസ്യത്ത്.'

അതെഴുതും മുന്നേ അയാളെ കൊല്ലണമായിരുന്നു എന്ന് ദിമിത്രിക്ക് പലപ്പോഴും തോന്നിയിട്ടുണ്ട്. എന്നാലും എന്താവും മിനിഞ്ഞാന്നു രാത്രി നടന്നിട്ടുണ്ടാവുക. അവൾ പറഞ്ഞത് പോലെ അവൻ ആ അലക്സാൻഡ്രു തന്നെ ആവുമോ വന്നത്? ഇയോണിനെ കൊന്നു ആ കിഴവിയെയും കൂട്ടി അവൻ പോയപ്പോ ഇവളെ ഒപ്പം കൂട്ടാത്തത് എന്ത്?

അവളു പറഞ്ഞതനുസരിച്ചാണെങ്കിൽ താൻ സുബോധത്തിൽ ഇരിക്കുമ്പോ നേരിട്ട് വന്നു പ്രതികാരം ചെയ്തു അവളുടെ കൈ പിടിച്ചു കൊണ്ട് പോകും പോലും അവൻ. അതിനായി വരുമത്രേ ഇനിയും. ഇങ്ങു വരട്ടെ പന്നിക്ക് പിറന്നവൻ വീട്ടിലെ ആണുങ്ങള് ബോധം കേട്ട് ഉറങ്ങുമ്പോ കടന്നു വന്നു വേലക്കാരനെ കൊല്ലുന്നതു പോലെ അത്ര എളുപ്പമാവില്ല തന്നെ കൊല്ലാൻ, ഇയോൺ എന്ന നായിന്റെ മോൻ തനിക്കാരുമല്ല. പക്ഷേ, അവൻ കൊല്ലപ്പെട്ടത് തനിക്കു വേണ്ടി ആയത് കൊണ്ട് അവന്റെ കൊലപാതകി ആയ തന്റെ സ്വന്തം ഭാര്യയുടെ കാമുകനെ ഇഞ്ചിഞ്ചായി കൊല്ലണം. എന്നിട്ട് ഇയോണിന്റെ ശരീരം അടക്കിയ അതേ കുഴിയിൽ അവനെയും അടക്കും.

അയാൾ ടുയ്ക്ക കുടിച്ചു കൊണ്ടേയിരുന്നു.

ഇടയ്ക്ക് അയാൾ മുകളിലത്തെ നിലയിലേക്ക് നോക്കി വിളിച്ചു കൂവി.

'എടീ പന്നീടെ മോളെ നിന്റെ കാമുകനിങ്ങു വരട്ടെ, ഇയോണല്ലാ ദിമിത്രി. ഓർമയുള്ള കാലം മുതൽ കൽക്കരി ഘനിയിലെ കരിയും ചൂടും കൊണ്ട് വളർന്നവനാ ദിമിത്രി. നിന്നെ ഞാൻ കൊല്ലുകയോ നീ ആത്മഹത്യ ചെയ്യുകയോ ചെയ്താൽ എനിക്ക് സ്വത്തിന്റെ മേലുള്ള അവകാശം ഇല്ലാതാകും എന്ന് എന്റെ തന്ത ആ കള്ള കിഴവൻ ഫിയോഡോർ എഴുതി വച്ചത് കൊണ്ട് നിന്നെ ഞാൻ കൊല്ലാതെ വിട്ടു. ഇനി വേണ്ടാ അവൻ വന്നോട്ടെ. അവനെ നിന്റെ മുന്നിലിട്ട് വലിച്ചു കീറിയ ശേഷം രണ്ടിനെയും ഞാൻ ഒരുമിച്ചു അടക്കം ചെയ്യും സ്വത്തും കോപ്പും ഇനി ദിമിത്രിക്ക് പുല്ലാണ്. നീ അറിയും പന്നിക്ക് പിറന്നവളെ ദിമിത്രി ആരെന്ന്'

എന്നിട്ടയാൾ വീണ്ടും ടുയ്ക്ക ഒരു കവിള് കൂടി കുടിച്ചു അസ്വസ്ഥനായി ഇരുന്നു. മുകളിൽ അവളുടെ കിടപ്പു മുറിയിൽ ആദെലീൻ ജനാലയിലൂടെ പുറത്തേക്ക് നോക്കി ഇരുന്നു. ശരീരം നന്നാ

യി വേദനിക്കുന്നുണ്ടായിരുന്നു. എങ്കിലും ആദെലീൻ പുഞ്ചിരിച്ചു. താൻ പറഞ്ഞ കളവു ഫലിച്ചു എന്ന് അവൾക്കു മനസിലായി. രാത്രി അലക്സി വന്നു എന്നും ഇയോണിനെ കൊന്നു മാർത്തയെ കൂട്ടിക്കൊണ്ടു പോയി എന്നു താൻ കളവു പറഞ്ഞത് ദിമിത്രി വിശ്വസിച്ചു. ഇനിയും ഏതു നിമിഷവും അവൻ വരുമെന്നും ദിമിത്രിയെ ശിക്ഷിച്ചു തന്നെയും കൂട്ടി പോകും എന്നും പറഞ്ഞത് അവനെ ഭയപ്പെടുത്തിയിട്ടുണ്ട്. അപ്പോൾ അങ്ങനെ പറയാൻ തോന്നിയത് നന്നായി.

ദിമിത്രിയുടെ ഭീതി നിറഞ്ഞ പെരുമാറ്റം അവളെ തെല്ലൊന്നും അല്ല സന്തോഷപ്പെടുത്തിയത്. കഴിഞ്ഞ പന്ത്രണ്ടു വർഷത്തെ ജീവിതത്തിനിടയിൽ ഇങ്ങനെ ഭയപ്പെട്ടു ദിമിത്രിയെ കണ്ടിട്ടില്ല എന്ന് അവളോർത്തു.

മെല്ലെ അവളുടെ മനസിലേക്ക് ഒരു വിഷാദഭാവം കടന്നു വന്നു. എത്ര ദിവസം ഈ കളവു പറഞ്ഞു പിടിച്ചു നിൽക്കും അവനെന്തായാലും വരികയില്ല. അത്രയ്ക്ക് നോവിച്ചാണ്, അത്രയ്ക്ക് അപമാനിച്ചാണ് അവനെ ഇറക്കി വിട്ടതെന്ന് അവൾ വീണ്ടും വീണ്ടും ഓർത്തു.

തനിക്ക് മാപ്പ് തരാൻ അവനാവില്ല.

പിന്നെന്താണ് പോംവഴി?

ഇവിടെ നിന്നും രക്ഷപെടണം, പക്ഷേ, എങ്ങോട്ട്? ടർഗോവീഷ്ഠയിലും, ടാർഗൂസിലും ഒക്കെ ദിമിത്രിയുടെ തെമ്മാടി കൂട്ടുകാരുണ്ട്. അവരുടെ കണ്ണ് വെട്ടിച്ചു ഈ ഇടങ്ങൾ കടന്നുപോകാൻ തനിക്കാവില്ല. സ്ത്രീ ശരീരങ്ങളെ കൊത്തിപ്പറിക്കാൻ കാത്തിരിക്കുന്ന കാമം മുറ്റിയ കഴുകന്മാരാണ് വഴി നീളെ, അവരുടെ ഒക്കെ കണ്ണ് വെട്ടിച്ചു തനിക്കൊരിക്കലും രക്ഷപെടാൻ ആവില്ല.

എന്ത് കൊണ്ട് തനിക്ക് ആത്മഹത്യ ചെയ്തു കൂടാ?

അതെ അതൊരു നല്ല ആശയമാണ്. പക്ഷേ, താൻ ആത്മഹത്യ ചെയ്താൽ അത് ദിമിത്രിയുടെ ക്രൂരതയ്ക്ക് പകരം ചോദിക്കാനുള്ള അവന്റെ തകർച്ച കാണാനുള്ള ആഗ്രഹത്തിന് എങ്ങനെ ശമനമാകും? എന്നെങ്കിലും തന്നെ രക്ഷിക്കാൻ ആരെങ്കിലും വന്നു ചേരുമെന്നും ദിമിത്രിക്ക് അയാളുടെ ക്രൂരതകൾക്ക് അർഹിക്കുന്ന ശിക്ഷ ലഭിക്കും എന്നും അവളാശിച്ചു.

ടാർഗോവീഷ്ഠം പട്ടണം.

പഴയ വലേഹ്ചിയാ പ്രവിശ്യയുടെ തലസ്ഥാനം.

ടാർഗൂസിലെ കുതിരക്കാരൻ

തിരക്കേറിയ പട്ടണത്തിലൂടെ അടച്ചു മൂടിയ ഒരു കുതിരവണ്ടി അതിവേഗം നീങ്ങി. അത് മെല്ലെ പട്ടണത്തിന്റെ അതിരുകൾ കടന്നു കാർപാത്യൻ മലനിരകളുടെ താഴ്‌വാരത്തുള്ള ഒഴിഞ്ഞ ഒരു വീഥിയിലേക്ക് പ്രവേശിച്ചു. ഇരുവശത്തും പരന്നു കിടക്കുന്ന പാടങ്ങൾ. അതിനിടയിലെ മൺപാതയിലൂടെ കുതിരവണ്ടി വിശാലമായ ഒരു വീടിനു മുന്നിലേക്ക് എത്തിച്ചേർന്നു. വണ്ടിയിൽ നിന്നും രണ്ടുപേർ ധൃതിപിടിച്ചിറങ്ങി ഉള്ളിലേക്ക് നടന്നു പോയി. ഒരാൾ യൂറോപ്യൻ വേഷമാണ് ധരിച്ചിരുന്നതെങ്കിലും ഒപ്പമുണ്ടായിരുന്ന ആഫ്രിക്കൻ വംശജൻ എന്ന് തോന്നിപ്പിച്ച ആളാകട്ടെ നീളൻ കുപ്പായവും വലിയ തുണികൊണ്ടുള്ള തലപ്പാവും അലംകൃതമായ ഒരു അരപ്പട്ടയും കെട്ടിയിരുന്നു.

ആ വലിയവീടിന്റെ വിശാലമായ ഹാളിനു വശത്തുള്ള മുറിയിൽ കോസ്റ്റഡീൻ ക്രാസ്സിമിർ അക്ഷമനായി കാത്തിരുന്നു. ആഗതർ ഇരുവരും അകത്തേക്ക് കടന്നു വന്നതോടെ അയാളുടെ മുഖം പ്രസന്നമായി.

അൽപനേരം അവർ മുറിയടച്ചിട്ട് ഇരുന്നു സംസാരിച്ച ശേഷം മൂന്നുപേരും കൂടി പുറത്തിറങ്ങി കുതിരവണ്ടിക്കാരനോട് വണ്ടി മാറ്റിയിടാൻ നിർദേശം നൽകിയ ശേഷം ക്രസ്സിമിറും ആഫ്രിക്കൻ വംശജൻ എന്ന് തോന്നിച്ച ആളും രണ്ടു കുതിരകളിലായി അതിവേഗം പുറത്തേക്കോടിച്ചു പോയി. കുതിരവണ്ടിയിൽ വന്ന മൂന്നാമൻ അൽപനേരം അത് നോക്കി നിന്ന ശേഷം തിരികെ വീടിനുള്ളിലേക്ക് നടന്നു.

രാവിലെ സത്രം ഉണരുന്നതിനു മുൻപ് തന്നെ രണ്ടു കുതിര സവാരിക്കാർ അവിടെ എത്തിയിരുന്നു. മുഖത്തിനു കുറുകെ വെട്ടേറ്റ പാടുള്ള ആജാനബാഹു ആയ ഒരു മധ്യവയസ്കനും കടന്നു പോയ കാലത്ത് താനും ഒട്ടും മോശമായിരുന്നില്ല എന്ന് വിളിച്ചു പറയുന്ന ശരീര പ്രകൃതിയുള്ള ഒരു വൃദ്ധനും.

അവർ തങ്ങളുടെ കുതിരകളെ സത്രത്തിനു മുന്നിൽ കെട്ടി സത്രത്തിനുള്ളിലേക്ക് കയറി വാതിലിൽ മെല്ലെ തട്ടി. വെളുപ്പിനെ ഇതാരാ വാതിൽ മുട്ടുന്നത് എന്നോർത്താണ് വിന്റീല ഉണർന്നത്. ധൃതിയിൽ വേഷം ഒക്കെ ശരിയാക്കി മുഖം തുടച്ചു അവർ വാതിൽ തുറന്നു. മുന്നിൽ നിക്കുന്ന ആളുകളെ കണ്ടു അവർ ഒന്ന് കൂടി തുറിച്ചു നോക്കി ഉറക്കെ എന്തോ പറയാൻ തുനിഞ്ഞ വിന്റീല അത്ഭുതപരതന്ത്രയായി നിന്നു.

പുഞ്ചിരിയോടെ അവരുടെ അനുവാദത്തിനു കാത്തു നിൽക്കാതെ ആഗതർ ഇരുവരും സത്രത്തിനുള്ളിലേക്ക് പ്രവേശിച്ചു. സത്രത്തിലെ പ്രധാന ഹാളിൽ ഒച്ച വീണ്ടെടുത്ത വിന്റീല വിളിച്ചു കൂവി.

'പിർവൂ പിർവൂ...'

'എന്താണ് രാവിലെ തന്നെ ഒച്ചയുണ്ടാക്കുന്നത്?'

പിർവൂ ഉറക്കച്ചടവോടെ എഴുന്നേറ്റു വന്നു.

രാവിലെ തന്നെ എത്തിയ അതിഥികളെ പിർവൂ സൂക്ഷിച്ചു നോക്കി അയാളുടെ കണ്ണുകൾ വിടർന്നു.

'ഡ്രാക്കോ! എന്റെ ഡ്രാഗോമീർ! ഒടുവിൽ നീ എത്തി, എന്നാലും ഇത്രേം നാള് നീ മറന്നു കളഞ്ഞല്ലോടാ ഞങ്ങളെ'

ആ രണ്ടു സുഹൃത്തുക്കളും ആലിംഗനബദ്ധരായി നിന്നു. സൗഹൃദത്തിന്റെ ആ ഒത്തുചേരലിന്റെ വികാരനിർഭരത ഒപ്പം ഉണ്ടായിരുന്ന വൃദ്ധനും വിന്റീലയും നിറകണ്ണുകളോടെ നോക്കി നിന്നു. ഈ ബഹളം ഒക്കെ കേട്ട് കൊണ്ടാണ് വിയോറിൽ ഹാളിലേക്ക് വന്നത്. ഡ്രാഗോമീറിനെ കണ്ട മാത്രയിൽ വിയോരേൽ ഉച്ചത്തിൽ സ്വാഗതം ചെയ്തു.

'ഡ്രാഗോമീർ! ദ്രാഗോമീർ ആന്ദ്രേ!'

ഡ്രാഗോമീർ വിയോരെലിനെ നോക്കി അത്ഭുതം കൂറി.

'വിയോറിൽ! നീ ഇവിടെ!'

'അതെന്താ ഡ്രാക്കോ എന്റെ പെങ്ങളും അളിയനും കൂടി നടത്തുന്ന സത്രമല്ലേ? അതേയ് നമ്മൾ വഴക്കടിച്ചതൊക്കെ വെറുതെയായി!'

'അതേതായാലും നന്നായി! കുറഞ്ഞപക്ഷം വിയോ നീ ഇപ്പോൾ എന്റെ ശത്രു അല്ലാ എന്നത് നല്ല സമാധാനം തരുന്ന ഒരു അറിവാണ്' ഡ്രാഗോമീർ ഉറക്കെ ചിരിച്ചു.

പിർവൂ ഡ്രാഗോമീറിന്റെ ഒപ്പം ഉണ്ടായിരുന്ന വൃദ്ധനെ ശ്രദ്ധിച്ചത് അപ്പോഴാണ്. സംശയം കലർന്ന ഭാവത്തിൽ വൃദ്ധന്റെ മുഖത്തു നോക്കി അവൻ ചോദിച്ചു.

'പിയറി അമ്മാവൻ അല്ലാ ഇതെന്ന് പറയരുത്.'

ഉച്ചത്തിൽ ചിരിച്ചു കൊണ്ട് പിർവൂവിന്റെ കരങ്ങൾ ഗ്രഹിച്ചു വൃദ്ധൻ അവനോടു പ്രതികരിച്ചു.

'ങാ... ഏതാണ്ടൊക്കെ' പിയറി പൊട്ടിച്ചിരിച്ചു. പിർവൂ പിയറിയെ ആലിംഗനം ചെയ്തു.

'അലെക്സീ എവിടെ?' ഡ്രാഗോമീർ ചോദിച്ചു.

'ഇന്നലെ ട്യൂയ്ക്കയിൽ കുളിച്ചില്ല എന്നേയുള്ളൂ. ഫിറ്റായി ഇവി

ടെ എവിടെയെങ്കിലും കിടന്നുറങ്ങുന്നുണ്ടാവും'

പിർവൂ ചിരിച്ചു കൊണ്ട് പറഞ്ഞു.

എന്നിട്ടയാൾ അലെക്സി ഉപയോഗിക്കുന്ന മുറിയുടെ സമീപത്തേക്ക് പോയി. പെട്ടെന്ന് സംശയഭാവത്തിൽ തിരിച്ചു വന്ന പിയറി വിന്റീലയെ വിളിച്ചു.

'വിന്റീ... ലായത്തിൽ കുതിരയുണ്ടോ എന്ന് നോക്ക്. അലെക്സിയുടെ വസ്ത്രങ്ങളും ബൂട്ടും കാണുന്നില്ല. അവനിതെവിടെ പോയി? ഒരു വേള ഇനി അവൻ'

പിർവൂ തന്നെ ധൃതിപ്പെട്ടു ലായത്തിലേക്ക് പോയി എന്നിട്ട് തിരികെ ഹാളിൽ വന്നു ധൃതിപിടിച്ചു ഹാളിലെ വലിയ അലമാരി തുറന്നു, ആശങ്കയോടെ പിർവൂ ഡ്രാഗോമീറിനെ നോക്കി.

'ഡ്രാക്കോ, അലക്സിയെ കാണുന്നില്ല... അവൻ പോയി! എന്റെ പുതിയ തോക്കും തിരകളും ലായത്തിൽ നിന്നും അവന്റെ കുതിരയും കൊണ്ടാണ് പോയിരിക്കുന്നത്. ആവേശത്തിൽ വിഡ്ഢിത്തം ഒന്നും ചെയ്യാണ്ടിരുന്നാൽ മതിയായിരുന്നു'

'പോയെന്നോ എങ്ങോട്ട്? അതും അതിഥികളെ ഇവിടെ ആക്കി വണ്ടിയും ഉപേക്ഷിച്ചു അവനെങ്ങോട്ടു പോയി?'

'ടാർഗൂസിലേക്ക്, മറ്റെങ്ങും ആവാൻ വഴിയില്ല.'

വിന്റീലയാണ് ഉത്തരം പറഞ്ഞത്. ഡ്രാഗോമീർ ചോദ്യഭാവത്തിൽ വിന്റീലയെ നോക്കി. വിന്റീല മാർത്ത അമ്മായി വന്നതും അവർ പറഞ്ഞ കാര്യങ്ങളും ഒക്കെ ചുരുക്കി ശ്വാസം പോലും വിടാതെ ഡ്രാഗോമീറിനെ അറിയിച്ചു.

'മാർത്ത! അവളിവിടെ ഉണ്ടോ?'

പിയറിയാണ് ചോദിച്ചത്. വിന്റീല മാർത്തയെ വിളിച്ചുണർത്തി. കണ്ടുമുട്ടലുകളുടെ വൈകാരികത വീണ്ടും ആവർത്തിക്കപ്പെട്ടു. പക്ഷേ, ഡ്രാഗോമീർ ചിന്താധീനൻ ആയിരുന്നു. അലെക്സി അവൻ കൊടിയ അപകടത്തിലേക്കാണ് എടുത്തു ചാടിയത്. ഉടനെ അങ്ങോട്ട് തിരിക്കേണ്ടിയിരിക്കുന്നു. ഡ്രാഗോമീറിന്റെ മുഖത്തെ ഭാവവ്യത്യാസം പിർവൂ ശ്രദ്ധിച്ചു.

'ഡ്രാക്കോ, എന്താണ് എന്തോ കുഴപ്പമുള്ളത് പോലെ തോന്നിക്കുന്നു നിന്റെ മുഖം.'

'കുഴപ്പമുണ്ട് പിർവൂ. അടുത്തിടെ തന്നെ ടാർഗൂസിൽ ചില വലിയ പ്രശ്നങ്ങൾ ഉണ്ടാകാനിടയുണ്ട്. ഉടനെ നിയമപാലകരെ ആരെയെങ്കിലും കാണണം. ഇവിടെ അടുത്തു തന്നെ ഉള്ള ആരെയെങ്കിലും, അലെക്സി അവനിതൊന്നും അറിയാതെ വളരെ വലി

യൊരു അപകടത്തിലേക്കാണ് പോയതെന്ന് ഞാൻ ഭയപ്പെടുന്നു'

'വിയോറിൽ, അവൻ സേനയിൽ ഉദ്യോഗസ്ഥനാണ്. ഈ പ്രദേശത്തിന്റെ സമാധാന ചുമതല ഉള്ള ആൾ'

'ആണോ? ഹാവൂ അതൊരു വലിയ ഭാഗ്യമായി, വിയോ ഇങ്ങോട്ട് വരൂ എനിക്ക് നിങ്ങളോട് അത്യാവശ്യമായി ചിലത് പറയാനുണ്ട്'

ഡ്രാഗോമീർ വിയോറെലിനെയും കൂട്ടി സത്രത്തിനു പുറത്തേക്കു നടന്നു അല്പം മാറി മരച്ചുവട്ടിൽ നിന്നു ഗൗരവത്തോടെ എന്തൊക്കെയോ പറഞ്ഞു കൊണ്ടിരുന്നു. വിയോറെലിന്റെ മുഖഭാവം അവരുടെ സംസാരവിഷയം അതീവഗൗരവമുള്ളതു തന്നെയെന്ന് തോന്നിച്ചു.

ടാർഗൂസ് പട്ടണത്തിലേക്കുള്ള വളഞ്ഞു പുളഞ്ഞ വീതികുറഞ്ഞ വഴിയെ പ്രഭാതത്തിൽ ത്രസൂറ കാത്തു നിന്നവർ കണ്ട ആ കുതിര ശരവേഗത്തിൽ കടന്നു പോയി. അലെക്സാൻഡ്രൂവിന്റെ മനസ്സിൽ ഒരേ ഒരു ലക്ഷ്യം മാത്രമാണ് ഉണ്ടായിരുന്നത്. ദിമിത്രി ഫിലിപ്പ്. അവനെ എത്രയും വേഗം കാണുക.

ആദെലീനെ അവൻ കൊലപ്പെടുത്തും മുൻപ് അവളെ രക്ഷപെടുത്തണം. മാർത്ത അമ്മായിയെ ഉപദ്രവിച്ചതിനു പകരം ചോദിക്കണം. ആദെലീനെ കുറിച്ചുള്ള ഓർമകളിൽ പെട്ടെന്ന് അവളെ അവസാനമായി കണ്ട രംഗം കടന്നുവന്നു.

തന്റെ ഹൃദയം തകർത്ത അവളുടെ വാക്കുകൾ.

'എനിക്ക് വെറുപ്പാണ്, ഞാൻ ഏറ്റവും അധികം ഇപ്പോൾ വെറുക്കുന്നത് നിന്നെ ആണ്. എന്റെ ജീവിതത്തിൽ ഇനി നീ വേണ്ടാ, എനിക്കിനി നിന്നെ കാണുകയും വേണ്ട'

ആ ഓർമ വന്നതും അലെക്സാൻഡ്രൂവിന്റെ ശ്രദ്ധ അല്പം പാളിപ്പോയി പ്രധാന പാതയിൽ നിന്നുള്ള ആറാമത്തെ വളവിൽ അവനെത്തിയ നിമിഷം ഒന്നിന് പുറകെ ഒന്നായി മൂന്നു വെടിയൊച്ച മുഴങ്ങി. തന്റെ ഇടതു കൈ ഇളകി പോയത് പോലെ തോന്നി അലെക്സാൻഡ്രൂവിനു. വെടിയേറ്റ ആഘാതത്തിൽ അവന്റെ കയ്യിൽ നിന്നും കടിഞ്ഞാൺ പോയി. അതോടെ കുതിര പ്രധാന പാത വിട്ടു ചെങ്കുത്തായ മലയിലെ ഇടതൂർന്ന മരങ്ങൾക്കിടയിലേക്ക് ഓടിപ്പോയി.

പെട്ടെന്ന് തന്നെ വലതു കൈ കൊണ്ട് കടിഞ്ഞാൺ പിടിച്ചെടുത്ത് കുതിരയെ നിയന്ത്രിച്ചു ആ കാടിന്റെ മറവിലേക്ക് അവൻ രക്ഷ

നേടി. ആറാമത്തെ വളവിനു സമീപം ഉള്ള പാറക്കെട്ടിന്റെ മറവിൽ നിറതോക്കുമായി കാത്തു നിന്ന മൂന്നുപേർ വെടിയേറ്റ അലെക്സാൻഡ്രൂവിനെ പിന്തുടർന്ന് കാടിനുള്ളിലേക്ക് പോയി.

6

കാർപാത്യൻ മലനിരയിലെ കാടുകൾ, ഓക്കുമരങ്ങളാലും, ഹോൺബീം വൃക്ഷങ്ങളാലും, വേപ്പുമരങ്ങളാലുമൊക്ക നിബിഡമാണ്. കാട്ടുപോത്തുകളും, ചെമ്പൻ മാനുകളും, ചെന്നായകളും, കാട്ടുപൂച്ചയുമൊക്കെ വിഹരിക്കുന്ന ആ കാടുകൾക്കിടയിൽ ഒരു പാറയുടെ മറവിൽ താൽക്കാലികമായി കെട്ടിയുണ്ടാക്കിയതെന്നു തോന്നിക്കുന്ന ഒരു കുടിലിനു മുന്നിൽ അർദ്ധനഗ്നരായ മൂന്ന് നാല് ആഫ്രിക്കൻ വംശജർ എന്തൊക്കെയോ ഒരുക്കിക്കൊണ്ടിരുന്നു. അപ്പോഴാണ് കോസ്റ്റഡീൻ ക്രസ്സിമിറും, നേരത്തെ അയാളുടെ വീട്ടിലേക്ക് വന്ന ആഫ്രിക്കൻ വംശജനും കൂടി അവിടേക്ക് കുതിരപ്പുറത്തു വന്നെത്തിയത്. അതിഥികളെ അവിടെ ഉണ്ടായിരുന്നവർ ബഹുമാനസൂചകമായി അഭിവാദ്യം ചെയ്തു.

'പുരോഹിതൻ എവിടെ?'

ക്രാസിമിറീനോടൊപ്പമെത്തിയ ആഫ്രിക്കൻ വംശജൻ ചോദിച്ചു. അവർ കുടിലിനുള്ളിലേക്ക് വിരൽ ചൂണ്ടി. ക്രാസിമിറും ആഫ്രിക്കൻ വംശജനും കുടിലിനുള്ളിലേക്ക് കയറി.

'ഖേപ്രി സുഹൃത്തേ കടന്നുവരു ഒപ്പമുള്ളത് ഡോംന്യുൾ ക്രാസിമിർ ആണെന്ന് കരുതട്ടെ?'

'വന്ദനം പ്രിയപ്പെട്ട ഫെറ്റിച്ചേർ ചാഫുലുമീസ, തീർച്ചയായും ഇത് ക്രാസിമിർ തന്നെയാണ്. എന്തായി കാര്യങ്ങൾ?'

ചാഫുലുമീസ തറയിൽ വിരിച്ചിരുന്ന പാലായിലേക്ക് വിരൽ ചൂണ്ടി. ഖേപ്രി അനായാസം അതിലേക്ക് ഇരുന്നുവെങ്കിലും തന്റെ തടിച്ച ശരീരപ്രകൃതി കാരണം ക്രാസിമിർ ഇത്തിരി പ്രയാസപ്പെട്ടു.

'ഖേപ്രി കാര്യങ്ങൾ അത്ര എളുപ്പമല്ല. ഞങ്ങളുടെ വൂഡൂ ദേവതയായ ലൂവിന്റെ അനുഗ്രഹത്താൽ ഏതാണ്ടൊക്കെ കാര്യത്തിനോട് അടുത്തെത്തിയതായിരുന്നു. പക്ഷേ, ബാരോൺ ക്രിമിനിയൽ ദേവൻ എതിർക്കുന്നു. അദ്ദേഹത്തെ പ്രീതിപ്പെടുത്താൻ വേണ്ടിയാണ് പുറത്തു ബലിമണ്ഡപം ഒരുക്കുന്നത്. എനിക്ക് ചിലതു ക്രാസിമിറിനോട് ചോദിച്ചറിയാനുണ്ടെന്നു പറഞ്ഞത് അതുകൊണ്ടാണ്.'

'എന്താണ് താങ്കൾക്ക് അറിയേണ്ടത് ഫെറ്റീച്ചർ?'

ക്രാസിമിർ പ്രതികരിച്ചു.

'ഡോംന്യൂൾ താങ്കൾക്ക് അത് മനസ്സിലാകുമോ എന്നെനിക്കറിയില്ല. നമ്മൾ കണ്ടെത്താൻ ശ്രമിക്കുന്ന നിധിയുടെ കാവലായി വളരെ ശക്തിയുള്ള ഒരു ആത്മാവ് നിലകൊള്ളുന്നുണ്ട്. അതാകട്ടെ ബാരോൺ ക്രിമിനിയൽ ദേവനുമായി ചങ്ങാത്തത്തിലുമാണ്. ആ ചങ്ങാത്തം ഉടഞ്ഞാൽ മാത്രമേ താങ്കൾക്ക് നിധിയിരിക്കുന്ന ഇടം കൃത്യമായി കണ്ടെത്തി പറഞ്ഞു തരാൻ എനിക്കാവൂ.'

'ഞാനെന്താണ് വേണ്ടത് ഫെറ്റീച്ചർ?'

ക്രാസിമിർ ജിജ്ഞാസുവായി.

'ഡോംന്യൂൾ എനിക്ക് നൽകിയ ആ ആ പുരാതന തുർക്കിയിലെ നാണയത്തിന്റെ അടിസ്ഥാനത്തിയാണ് ഞാൻ ഈ തിരച്ചിൽ നടത്തുന്നത്, ലൂ എനിക്ക് അനുകൂലമാണ് ഇപ്പോഴും, വൂഡൂ രീതിയിൽ ഇനിയധികം അന്വേഷിക്കണമെങ്കിൽ ഞങ്ങളുടെ ദേവതകൾ പ്രീതിപ്പെട്ടാലേ നടക്കൂ, ബാരോൺ ക്രിമിനിയേൽ ദേവൻ എതിർത്തു നിന്നാൽ എനിക്കൊന്നും ചെയ്യാനാവില്ല. ആദ്യം അറിയേണ്ടത് എന്തുകൊണ്ട് ബാരോൺ ദേവൻ എതിർക്കുന്നു എന്നതാണ്. ഈ നിധി ശരിക്കും എന്താണ് എങ്ങനെ? ആര്? ഇത് ഇവിടെ നിക്ഷേപിച്ചു എന്നറിയണം ഡോംന്യൂൾ അല്ലെങ്കിൽ എനിക്കിനിയുള്ള മാർഗം നിശ്ചയിക്കാൻ ആവുകയില്ല.'

ക്രാസിമിർ ചിന്താകുലനായി ഖേപ്രിയെ നോക്കി.

ഖേപ്രിയാകട്ടെ യാതൊരു ഭാവവ്യത്യാസവും കാണിക്കാതെ ഇതൊന്നും തനിക്ക് താല്പര്യമുള്ള വിഷയമേയല്ല എന്ന ഭാവത്തിൽ ഇരുന്നു. ഒടുവിൽ കുറച്ചു നേരത്തെ നിശബ്ദതയ്ക്കു ശേഷം ക്രാസിമിർ പറഞ്ഞു.

'ഈ നിധി ഈ മണ്ണിലെവിടെയോ ഒളിച്ചു വച്ചതു മറ്റാരുമല്ല ഫെറ്റീച്ചർ. അത് ഓട്ടോമൻ സുൽത്താനായിരുന്ന മഹമൂദ് മൂന്നാമൻ തന്നെയാണ്. വാലെഹ്ചിയാ മേഖലയുടെ നിയന്ത്രണത്തിനു വേണ്ടി മഹമൂദ് മൂന്നാമനും, വ്ലാദ് രാജകുമാരനുമായി നടന്ന സമരങ്ങൾ. പലവട്ടം വ്ലാദ് രാജകുമാരന്റെ സഹോദരൻ റാദൂവിനെ ഉപയോഗിച്ച് പോലും സുൽത്താൻ നടത്തിയ ശ്രമങ്ങൾ ഫലവത്താകാതെ വന്നപ്പോഴാണ് ഒടുവിൽ സുൽത്താൻ നേരിട്ട് വാലെഹ്ചിയായിലേക്ക് പടനയിച്ചത്. എന്നാൽ ടാർഗോവീഷ്ഠ കോട്ടയിലേക്കുള്ള പാതയിൽ സുൽത്താനുവേണ്ടി വ്ലാദ് രാജകുമാരൻ കരുതി വച്ചിരുന്ന കാഴ്ചകൾ സുൽത്താനെ മാനസികമായി

തളർത്തിക്കളഞ്ഞു. കണക്കുകൾ പറയുന്നത് ഇരുപതിനായിരം സൈനികരെയും ഓട്ടോമൻ പ്രജകളെയും മരക്കുന്തങ്ങളിൽ കൊരുത്തു പാതയുടെ ഇരുവശത്തും അങ്ങോളമിങ്ങോളം സുൽത്താന് കാണാൻ പാകത്തിന് പ്രദർശിപ്പിച്ചിരുന്നു എന്നാണ്. തന്റെ ശത്രുക്കളോടു ഒരു ദയവും കാണിക്കുന്ന ആളായിരുന്നില്ല വ്ലാദ്.'

'എന്നിട്ട്?'

ഫെറ്റീച്ചർ ചാഫുലുമീസ അമ്പരന്നു ചോദിച്ചു.

'എന്നിട്ടെന്താ, സുൽത്താന്റെ ഒപ്പമുണ്ടായിരുന്ന സൈനികർ ഭയപ്പെട്ടു. അവർ മുന്നോട്ടു പോകാൻ വിസമ്മതിച്ചു. അപ്പോൾ മഹമൂദ് അവരോടു താല്പര്യമില്ലാത്തവർക്ക് തിരിച്ചു പോകാം എന്നൊരു വ്യവസ്ഥ വച്ചു.'

ക്രാസിമിർ പറഞ്ഞു നിർത്തി. അൽപനേരം എന്തോ ഓർത്തിരുന്നിട്ട് അയാൾ തുടർന്ന് പറഞ്ഞു.

'സുൽത്താന് തന്റെ സൈന്യത്തിന്റെ മൂന്നിൽ രണ്ടു ഭാഗവും തിരിച്ചു പോകാൻ ഒരുങ്ങുന്ന കാഴ്ചയാണ് കാണേണ്ടി വന്നത്. അതോടെ ആക്രമണം എന്ന ഉദ്ദേശം വിട്ടൊഴിഞ്ഞു സുൽത്താൻ തിരികെ പോയി. വാലെഹ്ചിയാ പിടിച്ചടക്കിയ ശേഷം ഹങ്കറിയും, മാൾഡോവയും പിടിച്ചെടുക്കണമെന്ന ഉദ്ദേശത്തോടെ വലിയ സന്നാഹങ്ങൾ ഒരുക്കി വന്ന മഹ്മൂദിന് നിരാശനായി മടങ്ങേണ്ടിവന്നു. സൈനിക ചെലവുകൾക്കായി കരുതിയിരുന്ന വലിയ ധനത്തിന്റെ നല്ലൊരു ഭാഗം തിരികെ പോകും വഴി സുൽത്താൻ ഈ കാട്ടിലെവിടെയോ ഒളിച്ചു വച്ചു. ഒരിക്കൽ കൂടി തിരികെ വരണമെന്നും വ്ലാദിനെ കീഴ്പ്പെടുത്തണമെന്നും അദ്ദേഹം ഉറപ്പിച്ചിരുന്നു. എന്നിരിക്കിലും അദ്ദേഹത്തിനൊരിക്കലും ആ വഴി തിരികെ വരാൻ ആയില്ല. അതെവിടെ ഒളിപ്പിച്ചു എന്നത് പുറം ലോകത്താരും അറിഞ്ഞതുമില്ല ഫെറ്റീച്ചർ.'

'വ്ലാദ് രാജകുമാരനു ഇതേപ്പറ്റി അറിയാമായിരുന്നോ?'

ഇത്തവണ ഖേപ്രിയാണ് ചോദിച്ചത്.

'അറിയാമായിരുന്നുവെങ്കിൽ അദ്ദേഹം അത് അന്നേ എടുത്തേനേ. സുൽത്താൻ മഹ്മൂദിനും അദ്ദേഹത്തിന്റെ ഏറ്റവും വിശ്വസ്തരായ വിരലിലെണ്ണാവുന്ന ആളുകൾക്കുമേ ഇതറിയാമായിരുന്നുള്ളൂ എന്നാണ് കേട്ടറിവ്. അവരാകട്ടെ ഇതേക്കുറിച്ചു വെളിപ്പെടുത്തിയിട്ടുമില്ല. ഇപ്പോൾ നാല് നൂറ്റാണ്ടിനു ഇപ്പുറം ഈ നിധി നമ്മൾ കണ്ടെത്താൻ പോകുന്നു. അല്ലെ ഫെറ്റീച്ചർ?'

'വ്ലാദ് രാജകുമാരൻ? നിങ്ങളുദ്ദേശിച്ചത് വ്ലാദ് മൂന്നാമൻ ഡ്രാ

ക്കുളയെ ആണോ? ഡോംന്യൂൾ ക്രാസിമിർ, അങ്ങനെയാണെങ്കിൽ കാര്യങ്ങൾ ഇത്തിരി കടുപ്പമേറിയതാകാനിടയുണ്ട്.'

ചാഫുലുമീസ അമ്പരപ്പോടെ പറഞ്ഞു.

ക്രാസിമിറിന്റെ മുഖത്ത് നിരാശ പടർന്നു.

'എന്ത് കടുപ്പം?' ഖേപ്രി ചോദിച്ചു.

'ഖേപ്രി പ്രിയ സുഹൃത്തേ, കൊക്കോവ് എന്ന യുദ്ധവീരൻ ഞങ്ങളുടെ വിശ്വാസങ്ങളിൽ വളരെ പ്രധാനപ്പെട്ട ഒരു ദൈവമാണ്. വ്ലാദ് ഡ്രാക്കുളയും കൊക്കോവും ആത്മാവിന്റെ ലോകങ്ങളിൽ ഒരേ സ്ഥാനം വഹിക്കുന്നവരാണ്. അതിനാൽ തന്നെ വൂഡൂ ദൈവങ്ങൾ എല്ലാവരും നമ്മെ പിന്തുണയ്ക്കില്ല സുഹൃത്തേ. ഇനി ഒരേയൊരു മാർഗമേ അവശേഷിക്കുന്നുള്ളൂ.'

'എന്താണത്?' ക്രസ്സിമിർ ചോദിച്ചു

'അസാക്കാ തിണിർ - ഇടിമിന്നലുകളുടെ ദേവൻ, അദ്ദേഹത്തെ പ്രീതിപ്പെടുത്തണം. ഒപ്പം ബാരോൺ ക്രിമിനിയലിനെയും. അതോടെ നിധിക്ക് കാവലായി നിൽക്കുന്ന ആത്മാക്കൾ നിർവീര്യരാകും. എനിക്കുറപ്പാണ് വ്ലാദ് മൂന്നാമൻ ഡ്രാക്കുളയുടെ ആത്മാവിന്റെ നിയന്ത്രണത്തിലാണ് ഇപ്പോഴാ നിധിയുള്ളത്. അത് വാലെഹ്ചിയായുടെ പുറത്തേക്ക് കൊണ്ടുപോകാൻ വ്ലാദ് സമ്മതിക്കുകയില്ല. എങ്കിലും ഡോംന്യൂൾ ഈ ചാഫുലുമീസ അവസാന ശക്തിയുമുപയോഗിച്ചു പൊരുതും. ഇതിപ്പോഴെന്റെ അഭിമാന പ്രശ്നമായിരിക്കുന്നു. എനിക്ക് ചില സാധനങ്ങൾ കൂടി സംഘടിപ്പിച്ചു തരേണ്ടി വരും ഖേപ്രി.'

'എന്തൊക്കെ വേണമെന്ന് പറയു. സാധനങ്ങൾ എന്തുവേണോ എത്തിക്കാം.'

'പറയാം, ഈ വരുന്ന അമാവാസി നാളിൽ അസാക്ക തിണിർ പൂർണ്ണ ശക്തിയാർജ്ജിച്ചിരിക്കുന്ന അവസരത്തിൽ അദ്ദേഹത്തെ പ്രീതിപ്പെടുത്താനായാൽ നമ്മൾ വിജയിക്കും. ഇനി കേവലം മൂന്ന് നാൾ മാത്രം. അതുവരെ എനിക്ക് സമയം ഉണ്ടാകുമെങ്കിൽ മാത്രം'

'അതെന്താ സമയത്തിന്റെ പ്രശ്നം?'

ഖേപ്രി ചോദിച്ചു.

'യുക്തിബോധത്തിന്റെ അതിരുകൾക്ക് ഒരുപാട് അപ്പുറത്തുള്ള കാര്യങ്ങളാണ് നാം സംസാരിക്കുന്നത് പ്രീയപ്പെട്ട സുഹൃത്തേ. വ്ലാദ് മൂന്നാമൻ ഡ്രാക്കുള അത്ര എളുപ്പം ശത്രുക്കളോട് ക്ഷമിക്കുന്ന ആളല്ല എന്നോർക്കുക.'

വീണ്ടും അവർ എന്തൊക്കെയോ പറഞ്ഞു കൊണ്ടിരുന്നു. കാർ പാത്യനിൽ നിന്ന് സൂര്യൻ പിൻവാങ്ങാൻ ഒരുങ്ങുന്നതുവരെ.

7

ഇടതു ഭുജത്തിലാണ് അലെക്സിക്ക് വെടി ഏറ്റത്, കുറെ മാംസം ഇളകി പോയി. ആരാണ് വെടിവച്ചതെന്നു അവൻ കണ്ടിരുന്നില്ല. ദിമിത്രിയുടെ തെമ്മാടിക്കൂട്ടത്തിന്റെ പണിയാവണം ഇതെന്ന് അവൻ കണക്കു കൂട്ടി.

ഞാൻ വരുമെന്ന് അറിഞ്ഞിട്ട് അവൻ കാലേകൂട്ടി ആളെ ഏർപ്പാടാക്കിയതാവണം. ആരൊക്കെയോ തന്നെ പിന്തുടരുന്നത് അലെക്സാൻഡ്രു തിരിച്ചറിഞ്ഞിരുന്നു.

അവൻ കുതിരയെ ശ്രദ്ധാപൂർവം തെളിച്ചു.

ടാർഗൂസിനടുത്ത കാടുകൾ അവനു ചെറുപ്പത്തിലേ സുപരിചിതമായിരുന്നല്ലോ, പഴയ ഓർമ്മകൾ തെളിച്ചു കൊടുത്ത വഴിയിലൂടെ അവൻ ഉപേക്ഷിക്കപ്പെട്ട പഴയ ഖനിയുടെ മറുവശത്തു എത്തിച്ചേർന്നു.

അവിടെ നിന്ന് നോക്കിയാൽ അവനു താഴെയുള്ള വഴികളെല്ലാം കാണാൻ ആവും. ആ ഉയർന്ന ഇടത്തു ഇരുന്നാൽ പിന്തുടരുന്നവർക്കു അത്ര എളുപ്പം അവനെ നേരിടാൻ ആവുമായിരുന്നില്ല. കുതിരയെ ഖനിയിലെ താഴ്‌വാരത്തേക്കു അഴിച്ചു വിട്ടു അവൻ സത്രത്തിൽ നിന്നും എടുത്തു കരുതിയിരുന്ന പിർവൂവിന്റെ തോക്കു നിറച്ചു താഴേക്കുള്ള വഴിയേ കടന്നു വരാവുന്ന ശത്രുക്കളെ പ്രതീക്ഷിച്ചിരുന്നു. ഇടത്തു ഭുജത്തിൽ നിന്നും അപ്പോഴും ചോര വാർന്നൊഴുകിക്കൊണ്ടിരുന്നത് കാരണം അലെക്സാൻഡ്രൂ ക്ഷീണിതനായിക്കൊണ്ടിരുന്നു. എങ്കിലും അവൻ നിശ്ചയ ദാർഢ്യത്തോടെ തന്റെ ശത്രുക്കളെ കാത്തിരുന്നു.

അതേസമയം, ഫിലിപ് ഭവനത്തിൽ അദെലീൻ ആകെ അസ്വസ്ഥയായിരുന്നു. ദിമിത്രിയുടെ ഈ പുതിയ നീക്കം അവളെ അത്ഭുതപ്പെടുത്തി. പുറത്തു നിന്നും വാതില് പൂട്ടി തന്നെ ഈ മുറിയിൽ തടവിലാക്കി എന്നത് മാത്രമല്ല അവളെ അത്ഭുതപ്പെടുത്തിയത് അവനിപ്പോ ഒച്ചയുണ്ടാക്കുന്നത് കുറച്ചിരിക്കുന്നു.

ഭയം മനുഷ്യനെ എത്ര മാത്രം മാറ്റിയെടുക്കുന്നു എന്നത് അവൾ ഓർത്തു. പുറത്തു എന്തൊക്കെയാണ് നടക്കുന്നത് എന്നറിയാൻ അവൾക്കാഗ്രഹം ഉണ്ടായിരുന്നു. പക്ഷേ, രണ്ടു ദിവസമായി

നേരെ ഭക്ഷണം കഴിക്കാൻ ആവാത്തതും ശാരീരികമായി ആക്രമിക്കപ്പെട്ടതും അവളുടെ ആരോഗ്യത്തിനെ വല്ലാതെ ബാധിച്ചിരുന്നു. തളർന്നു കിടക്കുക അല്ലാതെ തനിക്കൊന്നിനുമാവില്ലെന്നത് അവളെ കൂടുതൽ കൂടുതൽ നോവിച്ചു.

ഒരുവേള തന്റെ അന്ത്യം ഇങ്ങനെ ആവുമോ എന്ന് തന്നെ അവൾ ഭയപ്പെട്ടു. അലെക്സീ നീ എവിടെ?

അവൻ തന്നെ തേടി വരുമോ? അലെക്സാൻഡ്രൂവിനെ കുറിച്ച് ചിന്തിച്ചിരിക്കെ അവൾ മെല്ലെ മയക്കത്തിലേക്ക് വഴുതിപ്പോയി.

സത്രത്തിലാകട്ടെ പിയറി അമ്മാവൻ ചുരുട്ട് ആസ്വദിച്ചു വലിച്ചു പുകയൂതി വിട്ട ശേഷം കയ്യിലിരുന്ന ടുയ്ക്ക ചഷകം ചുണ്ടോടു ചേർത്തു അതിലെ അവസാന തുള്ളി ടുയ്ക്കയും വലിച്ചു കുടിച്ചു. വിന്റീലയും നികൊലീനയും ഗ്രിഗോറിയും പിയറിയെ നോക്കി ഇരുന്നു. മാർത്ത ഓർമകളിൽ മുഴുകി ജനാല വഴി പുറത്തെ കാഴ്ചകളിൽ മുഴുകി.

'നിങ്ങൾക്കറിയാമോ ഈ മാർത്തയുടെ പിന്നാലെ നടന്ന ഒരു കാലമുണ്ട് എനിക്ക്. ഇവളെ സ്വന്തമാക്കുന്നതിലും വലുതായി ഒന്നുമില്ല എന്ന് വിശ്വസിച്ചിരുന്ന എന്റെ യൗവ്വന കാലം. ഞാനൊരു മദ്യപാനിയും പുകവലിക്കാരനും തെമ്മാടിയുമായിപ്പോയത് എന്റെ കുറ്റമാണോ? അല്ല നിങ്ങള് തന്നെ പറയു എന്റെ കുറ്റമാണോ? ഇവളുണ്ടല്ലോ മാർത്ത, ഇവൾ ങേ ഹേ എന്നെ മൈൻഡ് ചെയ്തില്ലാന്നേ.'

അത്രയും പറഞ്ഞു പിയറി പൊട്ടിച്ചിരിച്ചു.

വിന്റീലയും നികൊലീനയും അത് കേട്ട് ചിരിച്ചുപോയി. ഗ്രിഗോറിയാകട്ടെ മാർത്തയുടെ പ്രതികരണം അറിയാൻ കൗതുകത്തോടെ അവരെ നോക്കി. മാർത്ത പെട്ടെന്ന് തിരിഞ്ഞു പറഞ്ഞു.

'ചുമ്മാ തെമ്മാടി കളിച്ചു നടന്നാ പോരാ, ഇഷ്ടമായിരുന്നു എങ്കിലത് മുഖത്ത് നോക്കി പറയണമായിരുന്നു. ഇത് ചുമ്മാ ഒരു മാതിരി, ഞാൻ എവിടെ പോയാലും പിന്നാലെ നടക്കും, കണ്ണിൽ ഒന്ന് നേരെ നോക്കിയാൽ ഡിം തീർന്നു. പിന്നെ ആളുടെ പൊടി പോലും കാണില്ല. എന്നാലെന്താ അടുത്ത ദിവസം വീണ്ടും വരും. എന്റെ വിവാഹം കഴിഞ്ഞു എത്രയോ കാലം കഴിഞ്ഞാണ് പിയറിക്ക് ധൈര്യം ഉണ്ടെന്നു പോലും ഞാൻ അറിയുന്നെ. അതും ആ കൽക്കരി ഖനിയിലെ സമരകാലത്ത്, ഈ വിന്റീലയുടെ അച്ഛൻ എലീജ ലോറൻസ് ആയിരുന്നു അന്ന് അവിടെ സമരം ഒതുക്കാൻ ചുമതലപ്പെട്ട ഉദ്യോഗസ്ഥൻ. അദ്ദേഹം അയച്ച പട്ടാളത്തിന്റെ തോ

ക്കിനു നേരെ നിന്ന് തൊഴിലാളികൾക്ക് വേണ്ടി ചങ്കൂറ്റത്തോടെ വെല്ലുവിളിച്ച പിയറിയെ കണ്ടപ്പോൾ എനിക്കന്നു അത്ഭുതമായിരുന്നു. ഒരു പെണ്ണിനോട് പ്രണയം മുഖത്തു നോക്കി പറയാൻ ധൈര്യമില്ലാത്ത ആളാ പതിനഞ്ചു പേരോളം വരുന്ന പട്ടാളക്കാരോട് ചുണയുണ്ടെങ്കിൽ വെടി വയ്ക്കെടാ, എത്ര വെടി വയ്ക്കും നീയൊക്കെ എന്നൊക്കെ ആക്രോശിച്ചത്!'

പിയറി ഊറിച്ചിരിച്ചു.

'അത് ശരിയാണ്, എനിക്ക് ഇവളുടെ മുഖത്തു നോക്കിയാ അപ്പൊ വിറയലു വരുമായിരുന്നു. ഒരിക്കലും നേരിട്ട് പറയാൻ കഴിഞ്ഞിട്ടില്ല നിന്നെ എനിക്ക് ഇഷ്ടമാണെന്നു, പക്ഷേ, അന്ന് ആ സമരകാലത്ത്.' പിയറി ചിന്താധീനനായി അയാളുടെ മുഖത്തു ഗൗരവ ഭാവം വന്നു.

'കൽക്കരി ഖനിയിലെ തൊഴിലാളി സമരം. അതൊരു ആവേശമായിരുന്നു, ജീവൻ മരണ പോരാട്ടം. വിജയിക്കുക അല്ലെങ്കിൽ പട്ടിണികൊണ്ടോ, മുതലാളിയുടെ ഗുണ്ടകളുടെ അക്രമണത്തിലോ കൊല്ലപ്പെടുക. വേറെ വഴിയില്ലായിരുന്നു. പട്ടിണിയും രോഗങ്ങളും കൊണ്ട് തൊഴിലാളികൾ അങ്ങേയറ്റം കഷ്ടപ്പെട്ട നാളുകൾ. അല്ല അത് ജീവിതം ആയിരുന്നില്ല, അത്തരം മാനസിക അവസ്ഥയിൽ ആരും ധീരനായിപ്പോകും ഉറപ്പ്. പക്ഷേ, മാർത്താ, ഈ കുട്ടികൾ ഡ്രാക്കോയും അലെക്സിയും ഒക്കെ അന്ന് കാട്ടിയ ചങ്കൂറ്റമുണ്ടല്ലോ അത് വച്ച് നോക്കുമ്പോ... ഷ് അവരായിരുന്നു ഹീറോസ്. വിന്റീലാ നിന്നെയും കൊത്തിയെടുത്ത് പിർവൂ നേരത്തെ അവിടം വിട്ടു പോന്നില്ലായിരുന്നെങ്കിൽ ടാർഗൂസിന്റെ ആ വിമോചന സമരത്തിൽ അവനും ഒരു താരമായിരുന്നേനെ.'

വിന്റീലയ്ക്കു ജിജ്ഞാസ അടക്കാൻ ആയില്ല.

'പിയറി അമ്മാവാ ഞാൻ കുറെയൊക്കെ കേട്ടറിഞ്ഞിട്ടുണ്ട്, സത്യത്തിൽ എന്താണ് നടന്നതെന്ന് നേരിട്ട് കണ്ട ആളല്ലേ അമ്മാവൻ, ടാർഗൂസിന്റെ ആ സമരകഥ ഒന്ന് പറയാമോ? അലക്സിയും, ഡ്രാഗോമീറും, വാസിലിമാർക്കും, അമ്മാവനും, സ്റ്റെഫാനും ഒക്കെ നയിച്ച ടാർഗൂസിന്റെ സമരക്കഥ. അതൊന്നു പറഞ്ഞു തരൂ. എന്റെ ജന്മനഗരം പണക്കൊഴുപ്പിനും ആയുധശക്തിക്കും എതിരെ പൊരുതി വിജയിച്ച കഥ. ഗബ്രിയേൽ ഫിലിപ്പ് എന്ന തെമ്മാടിയുടെ അന്ത്യം കുറിച്ച കഥ'

ഗ്രിഗോറി വിന്റീലയെ പിന്താങ്ങി.

'ഇന്ന് പുലർച്ചെ വിയോറിലും,ഡ്രാഗോമീറും, പിർവൂവും ഒക്കെ

ടാർഗൂസിലേക്കു പോകുമ്പോ ഒപ്പം പോകാമെന്നു നിർബന്ധിച്ചിട്ടും അവരു സമ്മതിച്ചില്ല. ടാർഗൂസിലെന്തൊക്കെയോ കുഴപ്പങ്ങൾ ഉണ്ടെന്നു വിയോറിൽ പറഞ്ഞു പക്ഷേ, എന്താണെന്ന് പറഞ്ഞുമില്ല. സത്യത്തിൽ ടാർഗൂസ് അത്ര കുഴപ്പം പിടിച്ച സ്ഥലമാണോ പിയറി?'

'മാർത്താ ഇവിടെ വരൂ. നിന്റെ കണ്ണുകളിൽ നോക്കി ഞാൻ ആ കഥ ഈ കുട്ടികൾക്ക് പറഞ്ഞു കൊടുക്കട്ടെ, നിന്റെ കണ്ണുകളിൽ എന്റെ ഭൂതകാലമുണ്ട്. എനിക്കവിടെ എല്ലാം കാണാൻ ആവും.'

പിയറി മാർത്തയെ ക്ഷണിച്ചു

'പറയേണ്ട സമയത്ത് ഒന്നും പറഞ്ഞില്ല ഇപ്പൊ വന്നിരിക്കുന്നു നരച്ചു കൂടി ഇരിക്കേണ്ട സമയത്ത് ഒരു കാമുകൻ. അയ്യടാ, ഇനി ഇയാളുടെ ഭൂതകാലം ഞാൻ എടുത്തുവെന്ന് വേണ്ടാ. ദാ വന്നിരുന്നു, ഇനി പറഞ്ഞോ.'

മാർത്ത പിയറിയെ പരിഹസിച്ചു കൊണ്ട് അവന്റെ എതിരെ വന്നിരുന്നു. ഒരു ചഷകം കൂടി ടുയ്ക്ക നിറച്ചു ഒരിറക്ക് കുടിച്ചു ചുരുട്ടും വലിച്ചു ഒരു ചെറു പുഞ്ചിരിയോടെ മാർത്തയെ നോക്കി പിയറി ആ കഥ പറഞ്ഞു തുടങ്ങി. ടാർഗൂസിന്റെ സമരകാലം.

ഇതേ സമയം വെടിയേറ്റ മുറിവിൽ നിന്നും രക്തം നഷ്ടപ്പെട്ടു ക്ഷീണിതനായി അലെക്സാൻഡ്രു ബോധരഹിതനായി. താഴത്തെ വഴിയിൽ നിന്നും മൂന്നു തോക്കുധാരികൾ ശബ്ദം ഉണ്ടാക്കാതെ അലെക്സാൻഡ്രു ഇരുന്ന ഇടത്തേക്ക് മെല്ലെ കയറിക്കൊണ്ടിരുന്നു. കാടിനുള്ളിൽ എന്തൊക്കെയോ അനക്കങ്ങളുണ്ടായതും ചെന്നായ്ക്കൾ ഓരിയിടുന്നതും അവർക്ക് അസ്വാഭാവികമായി തോന്നിയിരുന്നില്ല.

8

ടാർഗോവീഷ്ഠയിലെ ആളൊഴിഞ്ഞ മൂലയിലെ ഒരു വീട്ടിൽ കുറെ ആളുകൾ തമ്പടിച്ചിരുന്നു. ക്ഷീണിതനെങ്കിലും അസ്വസ്ഥതയും ദേഷ്യവും നിറഞ്ഞ ഭാവത്തിൽ ദിമിത്രി ഫിലിപ്പ് അവിടെ ഒരു വലിയ കസേരയിൽ ഇരുന്നു കുപ്പിയിൽ നിന്നും ടുയ്ക്ക കുടിച്ചു കൊണ്ടിരുന്നു. കോസ്റ്റഡീൻ ക്രാസിമിർ തന്റെ കുടവയർ തടവിക്കൊണ്ട് പറഞ്ഞു.

'ഇനി കളി കൊഴുക്കും. നമ്മൾ ആരെ ഒക്കെ കാത്തിരുന്നുവോ അവരെല്ലാം ഒരുമിച്ചു തന്നെ എത്തിയിരിക്കുന്നു. അതും കയ്യെത്തി തൊടാവുന്ന ദൂരത്ത്. ഇത്തവണ ഒരു പിഴവും ഉണ്ടാവരുത്.

ടാർഗൂസിലെ കുതിരക്കാരൻ

ടാർഗൂസിലെ കടുവ സാക്ഷാൽ ദിമിത്രി ഫിലിപ് കൂടി ഇപ്പോൾ നമ്മോടൊപ്പം ഉണ്ട്. ഇത്തവണ ജയം നമ്മുടേതാവും. വർഷങ്ങളായി നമ്മൾ മനസ്സിൽ ഇട്ടു എരിക്കുന്ന കണക്കുകൾ ഇത്തവണ നമുക്ക് തീർക്കണം. ആ വനത്തിനുള്ളിൽ എവിടെയോ അവൻ ചത്തുകിടപ്പാണ് എന്ന് കരുതാം. ആ അലെക്സാൻഡ്രൂ അവൻ ഇനി ജീവനോടെ തിരിച്ചു വരാൻ യാതൊരു സാധ്യതയുമില്ല. അവനു വെടിയേറ്റ മുറിവ് നിസ്സാരമല്ലെന്ന് അവൻ പോയ പാതയിലെ രക്തക്കറ കണ്ടാൽ ആർക്കും മനസിലാകും. ആ പന്നി എവിടെയെങ്കിലും കിടന്നു ചോര വാർന്നു മരിക്കും. ഞാ ഒരുത്തന്റെ കണക്ക് അങ്ങനെ തീർന്നു എന്ന് കരുതാം.'

'ഇല്ലാ അതങ്ങനെ തീർന്നാൽ പോരാ.'

ദിമിത്രി ചാടി എഴുന്നേറ്റു അരിശത്തോടെ പറഞ്ഞു.

'അവന്റെ കണക്കു തീരേണ്ടതു എന്റെ കൈകൊണ്ടാണ്. എന്നായാലും അലെക്സാൻഡ്രൂ എന്റെ കൈ കൊണ്ട് തീരേണ്ടവനാണ്. ഇനിയിപ്പോ അവൻ കാട്ടിൽ കിടന്നു ചത്ത് എങ്കിൽ ആ ശവമെങ്കിലും എനിക്ക് വേണം. അതിനെ എങ്കിലും പിച്ചിചീന്തിയില്ലെങ്കിൽ എന്റെ കണക്കു തീരില്ല കോസ്റ്റഡീൻ, തീരില്ല'

ദിമിത്രി ഫിലിപ്പ് അലറിക്കൂവി.

'മിണ്ടിപ്പോകരുത് ദിമിത്രി. മൂന്നു പേരെയാണ് അവന്റെ പേരിൽ എനിക്ക് നഷ്ടമായത് .. അലെക്സാൻഡ്രു. ആ പന്നിക്കു പിറന്നവനെ കൊല്ലാൻ പുറകെ പോയ മൂന്നെണ്ണത്തിനെയും, അലെക്സാൻഡ്രുവിന്റെ ശവവും കണ്ടെത്താൻ ആയില്ല'

കോസ്റ്റാദീൻ പറയുന്നതിനിടെ അവിടെ ഇരുന്ന ഒരുവൻ ഇടയ്ക്കു കയറി പറഞ്ഞു.

'അതെങ്ങനെ കണ്ടെത്തും? അവിടെ തിരച്ചിൽ നടത്താൻ ശ്രമിക്കുമ്പോഴാണ് ഒരിക്കലും ഇല്ലാത്ത പോലെ കൊടുങ്കാറ്റും ഇടിമിന്നലും പിന്നെ കാട്ടുനായ്ക്കളുടെ കൂട്ട ആക്രമണവും'

ഒരുവൻ പറഞ്ഞു.

'മരിച്ച രണ്ടെണ്ണവും കാണാതെ പോയവനും തുകയുറപ്പിച്ചു വന്ന കൂലിപ്പട തന്നെ. അത് കൊണ്ട് സങ്കടമില്ല. അത്രേം കാശു ലാഭം. ഇനി നമ്മുടെ കൂട്ടത്തിൽ കൂലിപ്പടക്കാരില്ല. എല്ലാം എന്റെ വേണ്ടപ്പെട്ടവരാണ്. ഇനി എന്തിന്റെ പേരിലായാലും വിട്ടു കൊടുക്കാൻ ജീവൻ ബാക്കിയില്ല ദിമിത്രീ. പക്ഷേ, എടുക്കാൻ ജീവനുകൾ ഒരുപാട് ബാക്കിയാണ്'

കോസ്റ്റാദീൻ ഇത്രയും പറഞ്ഞു ദിമിത്രിയെ നോക്കി.

'അലെക്സാൻഡ്രു അവനെ എനിക്ക് കിട്ടിയേ പറ്റൂ എനിക്കുണ്ടായിരുന്നതൊക്കെ നഷ്ടപ്പെടാൻ കാരണമായത് ആ പന്നിയാണ്' ദിമിത്രി ദേഷ്യത്തോടെ കയ്യിലിരുന്ന ഒഴിഞ്ഞ കുപ്പി ചുവരിലേക്കു എറിഞ്ഞു പൊട്ടിച്ചു.

'ദിമിത്രി നീ സ്വയം നിയന്ത്രിക്ക്. നിന്റെ ഈ മുൻകോപവും എടുത്തുചാട്ടവും ഒക്കെ വരുത്തിവച്ച വിനകൾ അനുഭവിച്ചു മതിയായില്ലേ? ബുദ്ധിപരമായി വേണം കളിക്കാൻ ദിമിത്രി നീ എന്നെ നോക്ക്, എനിക്ക് നഷ്ടമായതെന്തൊക്കെയെന്ന് ഒന്നാലോചിച്ചു നോക്ക്. ടാർഗൂസിലെ എന്റെ ഖനികൾ എനിക്ക് ബൾഗേറിയയിലെ പുത്തൻ പണക്കാർക്ക് കൈമാറേണ്ടി വന്നു. സരമാഗോയിലെ ഖനികൾ സർക്കാർ പിടിച്ചെടുത്തു തൊഴിലാളികൾക്ക് കൈമാറി. തലമുറകളായി ഉണ്ടാക്കി വച്ചതൊക്കെ കൈവിട്ടു പോയി. ഇനി ആകെ രക്ഷപെടാൻ ഒരേ ഒരു വഴിയേ ഉള്ളൂ. ആ നിധി അത് കണ്ടെത്തണം. അത് എവിടെ എന്ന് കണ്ടെത്താൻ എല്ലാ മാർഗവും സ്വീകരിക്കുന്നുണ്ട്. മഹമൂദ് തിരികെ പോയ വഴി അറിയാവുന്നവരിൽ ഒരാൾ മാത്രമേ ഇപ്പോൾ ജീവിച്ചിരിപ്പുള്ളൂ. ആ വഴിയിലെവിടെയോ ആണ് നമ്മുടെ ഭാവി നിശ്ചയിക്കാനുതകുന്ന ആ നിധി ഒളിപ്പിച്ചിട്ടുള്ളത്. ഡ്രാഗോമീർ ആ വഴി പോയിട്ടില്ലെങ്കിലും അതുവഴി പോയിട്ടുള്ള അവസാനത്തെ ആളായിരുന്ന അലെക്സാൻഡ്രു അത് അവനോടു പറഞ്ഞു കൊടുത്തിട്ടുണ്ട് എന്ന് ഉറപ്പാണ്. ഡ്രാഗോമീർ, ടാർഗൂസ് പട്ടണത്തിൽ അവനുണ്ട്. അവനെ ജീവനോടെ പിടിക്കണം എന്നാലേ ആ രഹസ്യം അറിയാൻ ആവൂ. പിടികൂടാൻ ശ്രമിക്കുമ്പോൾ ആരും വലിയ വീരനൊന്നും ആവാൻ നിക്കണ്ടാ. മറഞ്ഞിരുന്നു അവനെ മുറിവേൽപ്പിച്ചു പിടിക്കണം. ജീവനോടെ വേണം അവനെ'

'അവനെ ജീവനോടെ തന്നെ പിടിക്കണം പന്ത്രണ്ടു വർഷമായി ഞാൻ ഈ കിടപ്പു തുടങ്ങിയിട്ട്. ദിമിത്രീ അവനെ നീ എന്റെ മുന്നിലിട്ട് കൊല്ലണം. അവന്റെ ശവം കണ്ടേ എനിക്ക് സമാധാനമായി മരിക്കാൻ ആവൂ.'

ഉള്ളിലെ മുറിയിൽ നിന്നും ഒരു വൃദ്ധന്റെ ചിലമ്പിച്ച ഒച്ച സംഭാഷണം തടസ്സപ്പെടുത്തി.

'ഗബ്രിയേൽ നിങ്ങൾ വിഷമിക്കണ്ട അവനെ ഞങ്ങൾകൊണ്ടു വന്നിരിക്കും. ഇത്രയും പേരുണ്ടല്ലോ ഒരുമിച്ചു നിന്നാൽ എന്തും സാധിക്കും.' ദിമിത്രി അകത്തേക്ക് നോക്കി പറഞ്ഞു.

'ഗബ്രിയേൽ ഫിലിപ്പ്. ഒരിക്കൽ എന്റെ വലം കൈ ആയി

ആയി നിന്ന് ടാർഗൂസ് ഭരിച്ച തെമ്മാടികളുടെ രാജാവ്, ഗബ്രിയേൽ ഞാൻ നന്ദികെട്ടവനല്ല നിങ്ങളുടെ പ്രതികാരം എന്റെയും കൂടിയാണ്. കോസ്റ്റഡീൻ ക്രാസിമീർ ഇന്ന് പഴയ പോലെ ധനാഢ്യനല്ല പക്ഷേ, ഇന്നും ഒരു യുദ്ധത്തിനുള്ള ധനം എന്റെ പക്കൽ ബാക്കിയുണ്ട് ഗബ്രിയേൽ'

ടുയ്ക്കാ കുപ്പികൾ ഒഴിഞ്ഞു കൊണ്ടിരുന്നു, വെറുപ്പിന്റെ പ്രതികാരത്തിന്റെ ധ്വനികൾ ആ കെട്ടിടത്തിന്റെ ചുവരുകളിൽ പ്രതിധ്വനിച്ചു.

ടാർഗോവീഷ്ടായിലേക്ക് മൂടൽ മഞ്ഞു മെല്ലെ കടന്നു വന്നു.

സത്രത്തിൽ ടാർഗൂസിന്റെ സമരക്കഥ കേൾക്കാൻ എല്ലാവരും ഉത്സുകരായി പിയറിക്കു ചുറ്റും കൂടിയിരുന്നു.

പിയറി ഒരു നാടൻ പാട്ടു പാടി.

'കല്ലുപാകാത്ത പാതകളേ,
ഇല പൊഴിഞ്ഞ മരങ്ങളേ,
കാത്തിരിക്കുക നിങ്ങളെന്റെ
നാട്ടിലേക്കുള്ള വരവിനെ.
കുതിരവണ്ടിതൻ ഒച്ചയിൽ
പാതയോരത്തെ വീടിന്റെ
ജനൽ തുറന്നിരുകണ്ണുകൾ
ഇന്നും പ്രേമം പകരുമോ?
ചില്ലു പാത്രങ്ങളിൽനിന്നും
ടുയ്ക നുരയുന്ന ചുണ്ടുകൾ
ഇന്നുമെമെന്നും പാടുന്നത്
എന്റെ നാടിന്റെ ഗീതവും.'

മാർത്ത അമ്മായി ചിരിച്ചു.

'പിയറീ ഈ പാട്ടൊക്കെ ഇപ്പോഴുമുണ്ടോ? ഞാൻ ഇതൊക്കെ കേട്ടിട്ട് വ്യാഴവട്ടങ്ങളായി!'

'ഞാനൊന്നും മറന്നിട്ടില്ല മാർത്ത. നിന്റെ മുഖക്കുരുക്കൾ പോലും കൃത്യമായി എനിക്കോർമയുണ്ട്.'

മാർത്ത അമ്മായി നാണിച്ചു പോലെ തോന്നി.

പിയറി പൊട്ടിച്ചിരിച്ചു.

പക്ഷേ, വിന്റീലയുടെ മുഖം മ്ലാനമായതു പോലെ തോന്നിച്ചു.

'എന്ത് പറ്റി വിന്റീല.. മ്ലാനമായതു പോലെ'

ഗ്രിഗോറിയാണ് ചോദിച്ചത്.

'ടാർഗൂസിൽ നിന്നും വിവരമൊന്നുമില്ല ഡോംന്യൂൾ'
വിന്റീല പ്രതിവചിച്ചു.
'ശരിയാണ്, അവിടെ നിന്നും വിവരങ്ങളൊന്നും എത്തിയിട്ടില്ല പക്ഷേ, ഭയപ്പെടാനൊന്നുമില്ല. കിട്ടാവുന്നതിൽ ഏറ്റവും നല്ല പോരാളികളാണ് അവിടേക്കു പോയിട്ടുള്ളത് വിന്റീലാ, മോള് ഭയപ്പെടേണ്ടാ.'
പിയറി അവളെ സമാധാനിപ്പിച്ചു.
പെട്ടെന്ന് രണ്ടു പട്ടാളക്കാർ സത്രത്തിലേക്കു കടന്നു വന്നു.
'ഞങ്ങൾ ടാർഗൂസിൽ നിന്നാണ്, ആരാണ് മാഡം വിന്റീല?'
വിന്റീല ചാടി എഴുന്നേറ്റു.
'ഞാനാണ് വിന്റീല എന്തെങ്കിലും കുഴപ്പമുണ്ടോ ടാർഗൂസിൽ?'
'കുഴപ്പമൊന്നുമില്ല അവിടെ എല്ലാരും സുരക്ഷിതർ തന്നെ ക്യാപ്റ്റൻ വിയോറിൽ താങ്കളോട് ഈ വാർത്ത പറയാൻ ഏൽപ്പിച്ചു വിട്ടതാണ്'
'നന്ദി, ഞങ്ങൾ ഇത്തിരി പരിഭ്രമിച്ചിരുന്നു. ദയവായി ഇരിക്കുക നിങ്ങൾക്ക് കുടിക്കാൻ ഞാനെന്തെങ്കിലും എടുക്കട്ടേ.'
'ചോദിച്ചതിന് നന്ദി മാഡം വിന്റീല. പക്ഷേ, ഞങ്ങൾക്ക് ധൃതിയുണ്ട്. ഉടനെ ബുക്കാറെസ്റ്റിൽ എത്തണം. ഇനിയൊരിക്കൽ തീർച്ചയായും താങ്കളുടെ ആതിഥ്യം സ്വീകരിക്കാം. എല്ലാവർക്കും നല്ലതു വരട്ടെ'
സൈനികർ ഉപചാരം പറഞ്ഞു പോയി. കുഴപ്പങ്ങൾ ഒന്നുമില്ല എന്ന വിവരം അറിഞ്ഞു എല്ലാവരും സന്തോഷിച്ചു. സൈനികരിൽ ഒരാൾ പെട്ടെന്ന് തിരിച്ചു വന്നു പറഞ്ഞു.
'ക്ഷമിക്കണം ഒരു കാര്യം പറയാൻ വിട്ടു പോയി. കാട്ടുനായകളുടെ ആക്രമണം ഉണ്ടാകാൻ സാധ്യതയുണ്ട് അതുകൊണ്ടു കരുതിയിരിക്കാൻ പറഞ്ഞു ക്യാപ്റ്റൻ'
തുടർന്ന് അയാൾ എല്ലാവരെയും നോക്കി പിയറിയെ ശ്രദ്ധിച്ചിട്ടു ചോദിച്ചു.
'താങ്കളാണോ മിസ്റ്റർ പിയറി?'
'അതെ ഞാനാണ്' പിയറി പ്രതിവചിച്ചു.
'വെളുത്ത ടർക്കിഷ് കാട്ടുനായകൾ മലയോരത്തെങ്ങാണ്ടൊക്കെ ഇറങ്ങിയിട്ടുണ്ട് എന്നും അവയെ പ്രത്യേകം സൂക്ഷിക്കണം എന്നും ക്യാപ്റ്റൻ പറഞ്ഞിരുന്നു. മിസ്റ്റർ പിയറിക്ക് അവയെ എങ്ങനെ കൈകാര്യം ചെയ്യണം എന്നത് കൂടുതൽ അറിയാമെന്നും ക്യാപ്റ്റൻ പറഞ്ഞു.' തുടർന്നയാൾ ഒരു നീളമുള്ള തുകൽ സഞ്ചി

പിയറിയെ ഏൽപ്പിച്ചു.

'ഇതിവിടെ തന്നേക്കാൻ പറഞ്ഞു, ഇനി യാത്ര പറയുന്നില്ല നല്ലതു വരട്ടെ വീണ്ടും കാണാം'

സൈനികർ പോയി. പിയറി ആ സഞ്ചി തുറന്നു നോക്കി.

രണ്ടു 'ക്യൂഗിർ' ബ്രാൻഡ് റൈഫിളുകളും കുറെയേറെ തിരകളും ആണ് സഞ്ചിയിലുണ്ടായിരുന്നത്.

വിന്റീല ഉടനെ തന്നെ എഴുന്നേറ്റു പോയി പന്നിക്കൂടും കുതിരലായവും അടച്ചു എന്നുറപ്പു വരുത്തി. പിയറി ആകട്ടെ തോക്കിൽ തിരകൾ നിറച്ചു ഒരെണ്ണം ഗ്രിഗോറിയുടെ നേരെ വച്ച് നീട്ടി.

വാതിലുകളും ജനാലകളും അടച്ചു സുരക്ഷിതമാക്കി സത്രം കാട്ടുനായ്കളെ നേരിടാൻ തയാറായി.

ഗ്രിഗോറി എനിക്ക് ലഭിച്ച റൈഫിൾ പരിശോധിച്ചു, പഠനകാലത്തെ നിർബന്ധിത സൈനിക പരിശീലന സമയത്തു ലഭിച്ചതിലും ഭാരം കുറഞ്ഞതാണ് ഈ റൈഫിൾ എന്ന് അയാൾ പിയറിയോടു പറയുകയും ചെയ്തു.

പിയറി പുറത്തേക്കിറങ്ങി വെറുതെ നാല് ചുറ്റും ഒന്ന് കണ്ണോടിച്ചു. ഗ്രിഗോറി അയാൾക്കു ഒപ്പം പോയി.

അല്പം മാറി നിന്ന് സ്ത്രീകൾ കാണുന്നില്ല എന്നുറപ്പു വരുത്തിയ ശേഷം പിയറി പതിഞ്ഞ ശബ്ദത്തിൽ പറഞ്ഞു.

'ഗ്രിഗറി, വെളുത്ത ടർക്കിഷ് കാട്ടുനായകൾ എന്ന് പറഞ്ഞത് എന്താ എന്നറിയാമോ?'

'ഇല്ലാ മിസ്റ്റർ പിയറി, ഞാൻ അതിനെപ്പറ്റി കേട്ടിട്ട് പോലുമില്ല'

'ഉം... അത് മറ്റൊന്നുമല്ല ടർക്കിഷ് പിന്തുണയുള്ള അല്ലെങ്കിൽ തുർക്കിയിൽ നിന്നുള്ള ശത്രുക്കൾ ആണ്. അവരെ സൂക്ഷിക്കണം എന്നാണു വിയോറിൽ ഉദ്ദേശിച്ചത്. അവരൊരു പക്ഷേ സത്രം ലക്ഷ്യം വച്ചേക്കാൻ ഇടയുണ്ടെന്നു വിയോറിൽ സംശയിക്കുന്നു'

'ഓ അതാണോ, സാരമില്ല പിയറി നമുക്ക് നോക്കാം. നാം ജീവനോടെ ഉള്ളപ്പോൾ ഇവിടെ ആർക്കും ഒന്നും സംഭവിക്കുകയില്ല'

'അകത്തുള്ളവർ ഇതറിയണ്ട, ഒരുപക്ഷേ, അവർ വെറുതെ ഓരോന്ന് ചിന്തിച്ചു ഭയപ്പെടും'

'ശരി എന്നാൽ നമുക്ക് അകത്തേക്ക് പോകാം'

സത്രത്തിന്റെ മുൻവാതിൽ അകത്തു നിന്നും അടച്ചു ഇരുവരും ഉള്ളിലേക്ക് ചെന്നു. സ്ത്രീകളെല്ലാം ഇടയ്ക്ക് മുറിഞ്ഞു പോയ ടാർഗൂസിന്റെ കഥ കേൾക്കാൻ വീണ്ടും തയാറായി ഇരിക്കുകയായിരുന്നു.

വിൻറ്റീല എല്ലാവർക്കും 'കാറിബൗ' സൂപ്പ് വിളമ്പി.

പിയറി സൂപ്പിന് പകരം ടുയ്ക്ക ആണ് എടുത്തത്.

അയാൾ കഥ വീണ്ടും പറയാൻ ആരംഭിച്ചു. ഗ്രിഗോറിയാകട്ടെ പകുതി ശ്രദ്ധ കഥയിലും ബാക്കി പുറത്തെ ശബ്ദങ്ങളിലും ആയി വിന്യസിച്ചു കേൾവിക്കാരനായി ഇരുന്നു.

'താങ്കൾ നേരത്തെ ചോദിച്ചില്ലേ ഗ്രിഗോറി ടാർഗൂസ് അത്ര കുഴപ്പം പിടിച്ച ഇടമാണോ എന്ന്, സത്യത്തിൽ ടാർഗൂസ് ഒരു കൊച്ചു പട്ടണമാണ് മിസ്റ്റർ ഗ്രിഗോറി. വലിയ പഴക്കം ഒന്നും അവകാശപ്പെടാനില്ലാത്ത ഒരിടം. കൽക്കരി നിക്ഷേപം കണ്ടെത്തുകയും ഖനനം ആരംഭിക്കുകയും ചെയ്തപ്പോൾ ഖനിയിലെ പണിക്കായി വന്നു കൂടിയ ആളുകളാണ് കൂടുതലും'

അയാൾ ഒന്ന് നിർത്തി.

ചുറ്റുപാടും ഒന്ന് ശ്രദ്ധിച്ച ശേഷം വീണ്ടും തുടർന്നു.

'സ്വാഭാവികമായും പട്ടണം ആയി അത് വളർന്നപ്പോ അവിടെ കച്ചോടക്കാരും പിന്നെ പട്ടണങ്ങളുടെ ഒഴിവാക്കാൻ ആവാത്ത ചില ഏർപ്പാടുകളും വന്നു. വളരെ കുറച്ചു പേര് അതും വിരലിൽ എണ്ണാവുന്ന ആളുകളായിരുന്നു അവിടെ നിന്നും പട്ടണത്തിനു പുറത്തു പോയി പണിയെടുത്തിരുന്നത്. ഖനി ഒക്കെ വികസിച്ചു വന്നപ്പോ മുതലാളിമാരുടെ കൈക്കാരായി ചില ഗുണ്ടകളും അവിടെ സ്ഥാനമുറപ്പിച്ചു.'

പിയറി സിഗാർ കത്തിച്ചു ഒന്ന് ആഞ്ഞു വലിച്ചു പുകയൂതി.

'എന്റെ മാർത്തയെ ഉപദ്രവിച്ച ദിമിത്രിയുടെ വല്യച്ഛനായിരുന്നു അവിടത്തെ ഏറ്റവും വലിയ തെമ്മാടി. ഗബ്രിയേൽ ഫിലിപ്, ദിമിത്രിയുടെ അച്ഛൻ ഫിയോഡോർ ഫിലിപ്പിന്റെ ജ്യേഷ്ഠൻ. ഒരു വല്ലാത്ത മനുഷ്യൻ, അസാമാന്യ പൊക്കവും പേശീബലവും ഉള്ള ശരിയായ തെമ്മാടി.

ടാർഗൂസിലെ ഒരുവിധം ആളുകൾക്കെല്ലാം ഗബ്രിയേൽ ഒരു പേടിസ്വപ്നമായിരുന്നു. അയാൾ എപ്പോൾ എന്ത് ചെയ്യുമെന്ന് ആർക്കും ഒരു പിടിയും കിട്ടില്ല. ക്രൂരമായി ആളുകളെ ഉപദ്രവിക്കുന്നതിൽ ആനന്ദം കണ്ടെത്തിയിരുന്ന ഗബ്രിയേൽ സ്വാഭാവികമായും ഖനിയുടമയുടെ വേണ്ടപ്പെട്ടവനുമായിരുന്നു. അതേസമയം ദിമിത്രിയുടെ അച്ഛൻ ഒരു പാവമായിരുന്നു, നല്ല മനുഷ്യൻ. ഈ ചെക്കനുണ്ടല്ലോ ദിമിത്രി അവന്റെ കുട്ടിക്കാലം മുതലുള്ള വലിയ ആഗ്രഹം ഒരു തെമ്മാടി ആവുകയെതായിരുന്നു. അതായത്, ഗബ്രിയേലിനെക്കാളും വലിയ തെമ്മാടിയാവുക എന്നതായിരുന്നു'

പിയറി അമ്മാവൻ സിഗാർ ഒന്നുകൂടി ആഞ്ഞുവലിച്ചു പുകയൂതി.

'ഗബ്രിയേലിന്റെ ചുറ്റും ഇപ്പോഴും ഒരുകൂട്ടം ആളുകളുണ്ടാവും. വലിയ ക്രിമിനൽ സ്വഭാവമുള്ള ഒരു കൂട്ടം. ഈ തെമ്മാടിക്കൂട്ടത്തിന്റെ ശല്യം സഹിക്കാൻ വയ്യാതെ ആയപ്പോഴാണ് ആദ്യമായി അവിടെ ഒരു കലാപം ഉണ്ടാകുന്നത്. ശല്യം എന്ന് വച്ചാൽ സന്ധ്യ കഴിഞ്ഞാൽ ഒരാളിനും പുറത്തിറങ്ങാൻ ആവില്ല. അവരുടെ കണ്ണിൽപ്പെട്ടാൽ കയ്യിലുള്ളതൊക്കെ പിടിച്ചു പറിക്കും. ഒറ്റപ്പെട്ടു പോകുന്ന സ്ത്രീകൾക്ക് നേരെയും ഇവരുടെ അക്രമം ആരംഭിച്ചപ്പോൾ തൊഴിലാളികൾ വല്ലാതെ സങ്കടത്തിലായി. അതിനോടൊപ്പം ഖനി ഉടമയായിരുന്ന കോസ്റ്റഡീൻ ക്രാസ്സിമിർ എന്ന കുറുക്കന്റെ തൊഴിലാളികളോടുള്ള സമീപനം. പണിയെടുക്കുന്ന കൂലി നേരെ നൽകില്ല. ഓരോന്ന് പറഞ്ഞു ആ കൂലിയിൽ നിന്ന് നല്ലൊരു ഭാഗം അയാൾ കുറയ്ക്കും. ഈ ഗൂണ്ടകളെയോ മാനേജ്മെന്റിന്റെ ക്രൂരതകളെയോ എതിർക്കാൻ ശ്രമിച്ചാൽ ജോലിയിൽ നിന്ന് പുറത്താക്കും, അങ്ങനെ അവരെ എതിരിടാൻ കഴിയാതെ പോയത് അവരിൽ അമർഷം നിറച്ചു. അങ്ങനെ ആ ദിവസം.... '

പിയറി വീണ്ടും സിഗാർ വലിച്ചു.

ആ മുഖം ഗൗരവം പൂണ്ടു.

മാർത്ത പിയറിയുടെ മുഖത്തു തന്നെ തറപ്പിച്ചു നോക്കി ഇരുന്നു അവരുടെ മനസ്സിൽ ഓർമ്മകൾ ഒരു കടലായി ഇരമ്പി.

9

ടാർഗൂസിൽ, തടികൊണ്ട് നിർമിക്കപ്പെട്ട ഒരു ഇരുനില വീട്ടിൽ നരച്ച താടി തടവി മെലിഞ്ഞു പൊക്കമുള്ള എസ്തേഫാൻ ലയിംസ് എന്ന സ്റ്റെഫാൻ ഡ്രാഗോമീറിനോടും പീർവൂവിനോടും പതിഞ്ഞ ഒച്ചയിൽ എന്തോ സംസാരിച്ചുകൊണ്ടിരുന്നു. ഡ്രാഗോമീർ വളരെ ഗൗരവത്തിൽ സ്റ്റെഫാന്റെ വാക്കുകൾ കേട്ടിരുന്നു. ഡ്രാഗോമീറിന്റെ നെറ്റിയിലെ ചുളിവുകൾ അയാൾ കാര്യമായ ആലോചനയിലാണെന്നു ബോധ്യപ്പെടുത്തി.

പിർവൂ പെട്ടെന്ന് ഇടയ്ക്കു കയറി ചോദിച്ചു.

'സ്റ്റെഫാൻ... നിങ്ങൾ ഈ പറയുന്ന വിഷയങ്ങൾ വളരെ ഗുരുതരമായതാണ്, ഇത്രയും ഒക്കെ നടന്നിട്ടും ഇവിടെ അധികാരികൾ ആരും ഇടപെടുന്നില്ല എന്ന് പറഞ്ഞാൽ'

'അതെ അധികാരികൾ ആരും ഇടപെടുന്നില്ല ഇവിടത്തെ അധികാരികളെ എങ്ങനെ നിശ്ശബ്ദരാക്കണം എന്ന് ഖനിയുടമകൾക്ക് നന്നായി അറിയാം, നിങ്ങളൊക്കെ ജീവൻ പണയം വച്ച് ഉണ്ടാക്കിയെടുത്ത തൊഴിലാളി പ്രസ്ഥാനവും ഇന്ന് നിശബ്ദമാണ്. തീവ്രമായ നിലപാടുകൾ ഉള്ള കുറെ ആളുകളുണ്ടായിരുന്നു. അവരിൽ പലരും കൊല്ലപ്പെടുകയോ നിർബന്ധമായി നാടുകടത്തപ്പെടുകയോ ചെയ്യപ്പെട്ടപ്പോൾ ബാക്കിയുള്ളവർ നിശബ്ദരായി. കുറെ ആളുകളെ കാണാതായിട്ടുണ്ട്, അതും കുടുംബസമേതം. പാവങ്ങൾ പിടിച്ചു നിൽക്കാൻ ആവാതെ ഒളിച്ചോടിയതാവണം. ടാർഗൂസിലെ കാടുകളിൽ ഒരു ചെറിയ ഗറില്ലാ ഗ്രൂപ്പുണ്ട്. ആരാ എന്താ എന്ന് ആർക്കുമറിയില്ല. തൊഴിലാളികളെ അവർ ഉപദ്രവിക്കാറില്ല. ഇടയ്ക്ക് അവർ ഖനിയിലെ തെമ്മാടിക്കൂട്ടത്തിൽപെട്ടവരെ ഒളിഞ്ഞിരുന്നു ആക്രമിക്കും, ഖനിയുടമകളുടെ കാശ് കൊള്ളയടിക്കും. തൊഴിലാളികളുടെ പാളയങ്ങളിൽ ആവശ്യസാധനങ്ങൾ വിതരണം ചെയ്യും. ആരാണവർ എന്നത് ആർക്കും അറിയില്ല. മുഖം മറച്ചാണ് അവർ വരിക, പലരും പറയുന്നത് അത് വാസിലിയാണെന്നാണ്. പക്ഷേ, നിങ്ങൾക്കറിയാമല്ലോ വാസിലി അങ്ങനെ ഒരാളല്ല. രണ്ടു വർഷം മുന്നേ തടവ് ശിക്ഷ കഴിഞ്ഞു വാസിലി ഇവിടേക്ക് തിരിച്ചു വന്നിരുന്നു. കുറെ ചെറുപ്പക്കാരെ സംഘടിപ്പിച്ചു അവൻ ഇവിടെ ഒരു ചെറുത്തു നിൽപ്പിനു ശ്രമിച്ചിരുന്നു. പക്ഷേ, എതിർപക്ഷം എണ്ണത്തിലും ശേഷിയിലും അവരെക്കാൾ കൂടുതലായതു കൊണ്ട് അവർക്ക് പിടിച്ചു നിൽക്കാൻ ആവാതെ പോയി. പിന്നെ പെട്ടെന്നൊരു ദിവസം വാസിലിയെ കാണാതായി. ഒപ്പം അവന്റെ മൂന്നു നാല് പുതിയ കൂട്ടുകാരെയും. അവർ സരമാഗോ പട്ടണത്തിൽ ഉണ്ടെന്നു ചിലർ പറയുന്നു. കൃത്യമായി ആർക്കുമറിയില്ല. കുടുംബങ്ങളെ ഒറ്റയടിക്ക് കാണാതെ പോകുന്നത് ഇപ്പോൾ ടാർഗൂസിൽ ഒരു വാർത്തയേ അല്ല ഡ്രാക്കോ, ഈ ദുരിതങ്ങൾക്കിടയിലാണ് ഇപ്പോൾ കൂനിന്മേൽ കുരുവായി ടർക്കിഷ് അതിർത്തിയിൽ നിന്ന് വന്ന കൊള്ളക്കാരുടെ ഇടപെടൽ. അവർ ഒന്നിലധികം ഗ്രൂപ്പുണ്ട്. ആക്രമണകാരികളുടെയും തെമ്മാടികളുടെയും പറുദീസയാണ് ഇപ്പൊ ടാർഗൂസ്, പുറമെ ശാന്തമെങ്കിലും ഉള്ളു പുകയുന്ന ടാർഗൂസ്. എനിക്ക് പേടിയുണ്ട് ഡ്രാഗോ, ഈ നഗരം നശിക്കും ഇവിടത്തെ തൊഴിലാളികൾക്ക് എന്നും ദുരിതം മാത്രമാണ്. ടാർഗൂസിന്റെ സമ്പത്തു മുഴുവൻ ഇവിടെ നിന്ന് കടത്താൻ ഖനിയുടമകൾക്കായിട്ടുണ്ട്. പകരം അവർ വിലകുറഞ്ഞ മദ്യവും, കറുപ്പും കൊ

ടുത്ത് തൊഴിലാളികളെ നശിപ്പിച്ചു. പ്രതികരണശേഷി ആകെ നശിച്ച ഒരു കൂട്ടമായി അവർ മാറി. എനിക്ക് ചിലപ്പോൾ തോന്നും മരിച്ചു പോയവരുടെ നഗരമാണ് ടാർഗൂസ് എന്ന്. ജീവനുണ്ടെന്നു തോന്നിപ്പിക്കുന്ന ചലിക്കുന്ന ശവങ്ങളാണെങ്ങും.'

സ്റ്റെഫാൻ വികാരഭരിതനായി അയാളുടെ കുഴിഞ്ഞു താണ കണ്ണുകൾ നിറഞ്ഞു.

'ഇല്ല സ്റ്റെഫാൻ, വാസിലി സരമാഗോയിലെങ്ങും ഇല്ല. ഞാൻ അവിടെയായിരുന്നു കഴിഞ്ഞ കുറെ വർഷങ്ങൾ. പിന്നെ ചിലതൊക്കെ അറിഞ്ഞും കേട്ടും തന്നെയാണ് ഞാനിപ്പോൾ തിരിച്ചു വന്നതും. സ്റ്റെഫാൻ നിങ്ങൾക്കെന്നെ വിശ്വസിക്കാം. ടാർഗൂസിന്റെ ശാപം നമ്മൾ മാറ്റിയെടുക്കും. ഇത്തവണ ഒരു പ്രധാന വ്യത്യാസമുണ്ട്. സൈന്യം നമ്മളോടൊപ്പമാണ്. വിയോറിൽ നല്ലൊരു ഓഫീസറാണ്. അവനെ സ്വാധീനിക്കാൻ ഖനിയുടമകൾക്കു ആവില്ല. എലീജ ലോറൻസിന്റെ കണക്കുകൾ തീർക്കാൻ അവനും തിടുക്കമുണ്ട്' ഡ്രാഗോമീർ പറഞ്ഞു.

'ഭയം വേണ്ട സ്റ്റെഫാൻ നമ്മളിതു ശരിയാക്കി എടുക്കും.'

പിർവൂ കൂട്ടിച്ചേർത്തു.

പെട്ടെന്ന് വാതിലിൽ മുട്ടി വിയോറിൽ അകത്തേക്ക് വന്നു.

'വിയോ അലെക്സിയുടെ വിവരം വല്ലതും കിട്ടിയോ?' പിർവൂ അന്വേഷിച്ചു

'അലെക്സിയെ കാണാതായ അന്ന് പുലർച്ചെ അയാൾ പ്രധാന റോഡിൽ നിന്നും ഇങ്ങോട്ടു തിരിയുന്നത് കണ്ടവരുണ്ട്. ആറാം വളവിൽ വെടിയൊച്ചകൾ കേട്ടു എന്ന് ആ സമയം അതുവഴി കടന്നു പോയ ഒരാളുടെ മൊഴിയുണ്ട്. ടർക്കിഷ് കാട്ടുനായകളുടെ ഇടപെടലുണ്ടായി എന്ന സംശയം ശക്തമാണ്. എന്തായാലും അവിടെ ആകെ തിരഞ്ഞിട്ടും സൈനികർക്ക് അധികം ഒന്നും കണ്ടെത്താനായിട്ടില്ല. കാടിനുള്ളിലേക്ക് ആരൊക്കെയോ കടന്നു പോയ ലക്ഷണം ഉണ്ട് എന്നതല്ലാതെ മറ്റൊന്നും അറിവായിട്ടും ഇല്ല, നാളെ രാവിലെ വീണ്ടും തിരച്ചിൽ നടത്തണം. അലെക്സിക്ക് എന്തോ അപകടം പിണഞ്ഞു എന്ന് ഉറപ്പാണ്'

'വിയോ നാളെ ഞാൻ കൂടി പോകാം. എനിക്കാ കാടുകൾ സുപരിചിതമാണ്' ഡ്രാക്കോ മറുപടി പറഞ്ഞു.

'വിയോ .. ആശുപത്രിയിൽ എങ്ങനെ ഉണ്ട് ?'

പിർവൂ വീണ്ടും ചോദിച്ചു

'അപകടനില തരണം ചെയ്തു എന്നാണു ഡോക്ടർ പറയുന്ന

ത്. എന്നാലും ബോധം പൂർണമായും തെളിഞ്ഞിട്ടില്ല.'

'അവിടെ ആരുണ്ട് ഇപ്പോൾ അവളുടെ ഒപ്പം?'

'തൽക്കാലം ഞാനൊരു സൈനികനെ അവിടെ നിർത്തിയിട്ടു ണ്ട്. സ്ത്രീകൾ ആരെങ്കിലും ഒപ്പം നിൽക്കുന്നതാവും നല്ലത് എന്നാണ് ഡോക്ടറുടെ അഭിപ്രായം. സ്റ്റെഫാൻ തൽക്കാലം ആരെ യെങ്കിലും ഒരു സഹായിയെ കിട്ടാൻ വഴിയുണ്ടോ?'

'തൊഴിലാളികളുടെ പാളയത്തിൽ അന്വേഷിക്കേണ്ടി വരും. നാളെ നോക്കാം' സ്റ്റെഫാൻ പ്രതിവചിച്ചു.

'പിർവൂ നീ നാളെ വെളുപ്പിന് സത്രത്തിലേക്കു മടങ്ങണം. ഇവി ടെ കാര്യങ്ങൾ ഒക്കെ ഒന്ന് അടുക്കിയെടുക്കാൻ കുറച്ചു സമയം എടുക്കുമെന്നാണ് തോന്നുന്നത്, പിന്നെ മാർത്ത അമ്മായിക്ക് സമ്മതമാണെങ്കിൽ അവരെ പിയറിയോടൊപ്പം ഇങ്ങോട്ടയക്കണം. ങാ, ആ ഗ്രിഗോറിയെയും, നികോലീനയെയും ഇങ്ങനെ അനിശ്ചി താവസ്ഥയിൽ സത്രത്തിൽ തന്നെ തുടരാൻ വിടുന്നത് മര്യാദയല്ല. പിയറിയോടു അലെക്സിയുടെ കുതിരവണ്ടിയിൽ അവരെയും മാർ ത്ത അമ്മായിയേയും കൂട്ടി ഇങ്ങോട്ടു വരാൻ പറയൂ. എന്നിട്ടു മാർ ത്തയെ ഇവിടെ ആക്കിയിട്ടു അതിഥികളെ ആ വണ്ടിയിൽ തന്നെ ടാർഗോവീഷ്ഠയിൽ വിടാം. അവിടെ അവർക്കു താമസിക്കാൻ എന്തോ ഏർപ്പാടുണ്ടാക്കിയിട്ടുണ്ടെന്നാണു ഗ്രിഗോറി പറഞ്ഞത്.'

'അതൊരു നല്ല ആശയമാണ്, ഏറ്റവും പ്രായോഗികമായ ആശ യം.' വിയോറിൽ ഡ്രാഗോയെ പിന്താങ്ങി.

'അപ്പോൾ അലെക്സിയെ അന്വേഷിക്കുന്ന കാര്യം?'

പിർവൂ സംശയം ഉന്നയിച്ചു.

'വേണം, ഞാനിവിടെ ഉണ്ടല്ലോ പിർവൂ. സത്രത്തിൽ നിന്ന് അതിഥികളും മാർത്തയും എല്ലാം ഇങ്ങോട്ടു വന്നാൽ നിന്റെ പെ ണ്ണ് ഒറ്റയ്ക്ക് ആവില്ലേ. നീ അവിടെ ഉണ്ടാകണം. ഇവിടെ ഞാനും വിയോയും നമ്മുടെ സ്റ്റെഫാനും ഒക്കെ ഉണ്ടല്ലോ.'

ഡ്രാക്കോ പീർവുവിനെ സമാധാനിപ്പിക്കാൻ ശ്രമിച്ചു.

'രണ്ടു ദിവസത്തെ പാടെയുള്ളൂ പിർവൂ, വർഷങ്ങളായി അട ഞ്ഞു കിടന്ന ഞങ്ങളുടെ കുടുംബവീട് വൃത്തിയാക്കാൻ ഞാൻ ആളെ ഏർപ്പാട് ചെയ്തു. അത് നിങ്ങളുടെ കൂടി വീടല്ലേ. നമുക്കെ ല്ലാം താമസിക്കാൻ ആവശ്യമുള്ളതിലുമേറെ ഇടം അവിടെയുണ്ട്. അല്ലെങ്കിലും നിങ്ങൾ ആ ആളൊഴിഞ്ഞ ഇടത്തു താമസിക്കുന്നത് അത്രയ്ക്ക് സുരക്ഷിതമാവില്ല ഇനി.' വിയോറിൽ പറഞ്ഞു.

'ഹേ അതൊന്നും വേണ്ടാ വിയോ. നിങ്ങളുടെ വീട്ടിൽ താമസി

ക്കുക എന്നതിനെക്കുറിച്ച് ഞാൻ ചിന്തിച്ചിട്ട് പോലും ഇല്ല.'

പിർവൂ പ്രതിവചിച്ചു...

'അങ്ങനെയല്ല പിർവൂ. എന്നായാലും എപ്പോഴായാലും നിങ്ങൾ ഇരുവരും താമസിക്കേണ്ടത് ആ കുടുംബവീട്ടിൽ തന്നെയാവണം. നിങ്ങൾക്കറിയാമോ അച്ഛൻ മരിക്കും മുന്നേ എന്നെ ഏല്പിച്ച ദൗത്യങ്ങളിൽ ഒന്നാണിത്. അന്ന് എതിർത്തതിൽ അദ്ദേഹത്തിന് വല്ലാത്ത മനസ്താപം ഉണ്ടായിരുന്നു. അത് പോട്ടെ. പിന്നെ എന്റെ തൊഴിൽ പ്രത്യേകത കൊണ്ട് എനിക്ക് സ്ഥിരമായി ഒരിടത്തും തങ്ങാനാവില്ല. അപ്പന്റെയും അമ്മയുടെയും ഓർമ്മകൾ ഉറങ്ങുന്ന ആ വീട് ഇങ്ങനെ അനാഥമാകുന്നത് ഇടയ്ക്ക് നോവിക്കാറുണ്ട് എന്നെ', വിയോറിൽ അല്പം വികാരഭരിതനായി.

'എനിക്ക് വേറെ ആരാണുള്ളത് പിയറീ. നിങ്ങളൊക്കെ മാത്രമല്ലേ ഉള്ളൂ.'

'ഹേ വിയോ... ഈ ഭാവം നിനക്ക് ചേരുന്നില്ല. ഈ യൂണിഫോം ധരിച്ചു കൊണ്ട് കണ്ണ് നിറഞ്ഞു നിൽക്കുന്നത് ഒട്ടും ചേരുന്നില്ല.'

ഡ്രാഗോമീർ എഴുന്നേറ്റു വിയോറിലിന്റെ ചുമലിൽ തട്ടി.

'സോറി ഡ്രാക്കോ... കുറെ വർഷങ്ങളായി കൃത്യമായ അവസരം കാത്തിരുന്നതാണ് വിന്റീയെയും പിർവുവിനെയും ഇങ്ങോട്ടു കൊണ്ടുവരാൻ. ഇപ്പോഴെല്ലാം ഒത്തു വന്നപ്പോൾ പറഞ്ഞു എന്നെ ഉള്ളൂ. എന്തായാലും ഇത്തവണ ഇവരെ ഞാൻ ഇവിടെ കൊണ്ട് വരിക തന്നെ ചെയ്യും', വിയോറിൽ പുഞ്ചിരിച്ചു.

'സമ്മതിച്ചേക്ക് പിർവൂ, നീ ഒളിഞ്ഞൊളിഞ്ഞു മാത്രം കയറിയിട്ടുള്ള എലീജ ലോറൻസിന്റെ വീട്ടിൽ താമസിക്കാൻ കിട്ടുന്ന അവസരം കളയണ്ടാ.' ഡ്രാഗോമീർ പൊട്ടിച്ചിരിച്ചു.

മറ്റുള്ളവരും ആ തമാശ ആസ്വദിച്ചു ചിരിച്ചു.

'ഡ്രാക്കോ സരമാഗോയിൽ പോയി ഇത്തിരി തമാശയൊക്കെ പഠിച്ചു അല്ലെ?' സ്റ്റെഫാൻ കൂട്ടിച്ചേർത്തു.

'എന്നാൽ ഞാൻ പോട്ടെ നാളെ കുറെ അധികം ജോലിയുണ്ട്. ഡ്രാക്കോ അപ്പോൾ എല്ലാം പറഞ്ഞതു പോലെ. നാളെ അലെക്സിയെ അന്വേഷിച്ചു പോകുന്നവരുടെ ഒപ്പം ഡ്രാക്കോ കൂടി പോകുമെങ്കിൽ അതവർക്ക് വലിയ സഹായമാകും. ഈ കാടിന്റെ ഉൾവഴികൾ നിങ്ങൾക്കൊക്കെ അറിയുന്നത് പോലെ മറ്റാർക്കും അറിയില്ലല്ലോ. അങ്ങനെയാണെങ്കിൽ എനിക്ക് ആ കാട്ടുപന്നിയെ തപ്പി പോകാം, ദിമിത്രി ഫിലിപ്പ് ഈ കഥയിലെ വില്ലൻ അവനാണല്ലോ. പിർവൂ രാവിലെ പോയി അവരെ ഒക്കെ ഇങ്ങോട്ടയക്ക

ട്ടെ. നിങ്ങൾ ഉറങ്ങിക്കൊള്ളൂ ക്ഷീണം കാണുമല്ലോ എനിക്കും നല്ല ക്ഷീണമുണ്ട്. എന്തെങ്കിലും ഉണ്ടെങ്കിൽ സൈനിക ആസ്ഥാനത്തു ഞാനുണ്ടാകും അപ്പോൾ നാളെ കാണാം'

വിയോറിൽ പുറത്തേക്കു പോയി, മറ്റുള്ളവർ ഉറങ്ങാനുള്ള തയാറെടുപ്പിലും.

വിന്റീലയുടെ സത്രം ഉറങ്ങിയിരുന്നില്ല.

എല്ലാവരും പിയറിയുടെ ചുറ്റും കഥ കേട്ടിരുന്നു.

സിഗാർ വലിച്ചു പുകയൂതി പിയറി തുടർന്നു പറഞ്ഞു.

'അന്ന് ഉച്ച കഴിഞ്ഞ സമയം. ഖനിയിൽ ഉച്ചയ്ക്ക് ശേഷം അവധിയായിരുന്നു. ഇടയ്ക്കൊക്കെ ചിലപ്പോൾ അങ്ങനെ അവധി കൊടുക്കാറുണ്ട്. എന്തിനെന്ന് ആർക്കും അറിയാൻ പാടില്ലാത്ത ഒരു അവധി. ഖനിയുടമകൾ എന്തോ ചില നിയമവിരുദ്ധ പ്രവർത്തികൾ നടത്താൻ വേണ്ടി ആ സമയത്തു തൊഴിലാളികളെ ഒഴിവാക്കുന്നതാണെന്നു ഒരു അഭ്യൂഹം ഉണ്ടായിരുന്നു. എങ്കിലും അവധി ആയതു കൊണ്ട് ആരും അതിന്റെ കാരണം ഒന്നും ചോദിയ്ക്കാൻ നിൽക്കാറില്ല താനും.'

ഇടയ്ക്കൊന്നു എഴുന്നേറ്റു ജനാലയിലൂടെ പുറത്തൊക്കെ ശ്രദ്ധിച്ചു പിയറി. ഗ്രിഗോറിയും ജാഗരൂകനായി.

അല്പം കഴിഞ്ഞു കുഴപ്പമൊന്നും ഇല്ലെന്ന് കണ്ടു പിയറി തിരികെ വന്നിരുന്നു കഥ തുടർന്നു.

'ഉച്ചക്ക് കവലയിൽ എന്തോ സാമഗ്രികൾ വാങ്ങാൻ വന്ന ഒരു തൊഴിലാളിയുടെ ഭാര്യയെ ഈ തെമ്മാടിക്കൂട്ടത്തിലെ ഒരുത്തൻ പരസ്യമായി കയറി പിടിച്ചു ചുംബിക്കാൻ ശ്രമിച്ചു. അവളുടെ ഒപ്പം ഉണ്ടായിരുന്ന ഭർത്താവ് അവനെ തല്ലി. തെമ്മാടിക്കൂട്ടം അയാളെ ഒരുമിച്ചു ആക്രമിച്ചു. ആ പാവം തല്ലു കൊണ്ട് വീണു പോയി. അവന്മാര് ഈ പെണ്ണിനെ ബലമായി പിടിച്ചു കൊണ്ട് പോകാൻ തുടങ്ങുമ്പോഴാണ് ഡ്രാഗോമീർ അവിടെ വരുന്നത്. ഒപ്പം സ്റ്റെഫാനും അലെക്സിയും ഉണ്ടായിരുന്നു.'

'എനിക്കോർമയുണ്ട് പിയറി, ഞാൻ ആ കാഴ്ച കണ്ടു ഭയന്ന് നിൽക്കുവാരുന്നു. ആ പെണ്ണിനെ പിടിച്ചോണ്ട് പോകാൻ തുനിഞ്ഞതും ഇവര് മൂന്നുപേരും വന്നിറങ്ങിയതും ഒരുമിച്ചായിരുന്നു. പിന്നവിടെ കൂട്ടത്തല്ലായിരുന്നു. ആ തെമ്മാടികൾ ജീവിതത്തിൽ ആദ്യമായി ശരിക്കും തല്ലു കൊണ്ടു. എന്തൊരു തല്ലായിരുന്നു. തെമ്മാടികളെ തിരിച്ചു തല്ലുന്നതിന്റെ മുന്നിൽ നിൽക്കാൻ ആളെ

കിട്ടിയപ്പോ കവലയിലുണ്ടായിരുന്ന തൊഴിലാളികളിൽ ചിലരും അവരുടെ ഒപ്പം ചേർന്നു. തെമ്മാടികൾക്ക് അവിടെ നിന്നും ഓടി രക്ഷപെടേണ്ട അവസ്ഥ വന്നു.'

മാർത്ത പറഞ്ഞു.

'അതെ. അവന്മാർക്ക് ടാർഗൂസിന്റെ ചരിത്രത്തിൽ ആദ്യമായി തോൽവി പിണഞ്ഞ ദിവസം. എന്നാലും അവരങ്ങനെ തോൽക്കാൻ തയാറായിരുന്നില്ല. ഗബ്രിയേൽ ഫിലിപ്പിന്റെ നേതൃത്വത്തിൽ അന്ന് തൊഴിലാളികളുടെ കോളനികളിൽ തെമ്മാടികളുടെ ഒരു വലിയ സംഘം എത്തിയത് എല്ലാം അവസാനിപ്പിക്കാൻ ഒരുങ്ങി തന്നെയാണ്. പക്ഷേ, ഡ്രാഗോയോടൊപ്പം അവനുണ്ടായിരുന്നു. വാസിലി, വാസിലി മാർക്, കുശാഗ്രബുദ്ധിക്കാരൻ. ഖനിത്തൊഴിലാളികളെ സംഘടിപ്പിക്കാൻ ജീവിതം ഉഴിഞ്ഞു വച്ച കമരാദ് വാസിലി മാർക്ക്. അവനീ നീക്കം നേരത്തെ മനസ്സിൽ കണ്ടു. അന്ന് വൈകിട്ട് തന്നെ തൊഴിലാളി കോളനികളിൽ അവരെത്തിയിരുന്നു. അലക്സി, ഡ്രാക്കോ, വാസിലി ഞാനും സ്റ്റെഫാനും ഒപ്പം ഉണ്ടായിരുന്നു.'

'സ്റ്റെഫാനോ, അതാരാണ്?' നികോലീന ചോദിച്ചു.

'എസ്തേഫാൻ ലയിംസ്. ഖനിയിൽ സൂപ്പർവൈസർ ആയിരുന്നു. ഞങ്ങളുടെയൊക്കെ വിശ്വസ്തനായ സുഹൃത്തായിരുന്നു സ്റ്റെഫാൻ. ഭാര്യ മലമ്പനി വന്നു മരിച്ചതിൽ പിന്നെ മാനസികമായി തകർന്നു പോയ സ്റ്റെഫാൻ വാസിലിയുടെ പ്രേരണയാൽ ജീവിതത്തിലേക്ക് തിരികെ വന്നു. തൊഴിലാളികളുടെ പ്രസ്ഥാനമൊക്കെ ഉണ്ടായപ്പോൾ അതിൽ സജീവമായി നിന്ന ആളായിരുന്നു അയാൾ.'

'ആ നല്ല പൊക്കമുള്ള സദാ വിഷാദഭാവത്തിൽ നടക്കുന്ന?' വിന്റീല സംശയം ചോദിച്ചു.

'അതെ മോളെ അയാൾ തന്നെ. ഞങ്ങളെത്തുമ്പോൾ വാസിലി തൊഴിലാളികളോട് സംസാരിക്കുകയായിരുന്നു. വാസിലിയുടെ വാക്കുകളിൽ മാന്ത്രികതയുണ്ടായിരുന്നു ... അവൻ തൊഴിലാളികളോട് ദീർഘമായി വിശദമായി സംസാരിച്ചു. അവർ ആദ്യം മടിച്ചു നിന്നെങ്കിലും പിന്നെ ഒരു കൂട്ടമായി ഒരുമിച്ചു നിന്നാലേ ഇനിമേൽ സമാധാനത്തോടെ ജീവിക്കാൻ ആവൂ എന്നവർക്ക് ബോധ്യമായി. അങ്ങനെ എന്തിനും തയാറായി നിന്ന തൊഴിലാളികളുടെ ഇടയിലേക്കാണ് തെമ്മാടിക്കൂട്ടത്തെയും തെളിച്ചു കൊണ്ട് ഗബ്രിയേൽ ഫിലിപ്പ് വന്നത്.'

10

ഫെറ്റീച്ചർ ചാഫുലുമീസ താൽക്കാലികമായി കെട്ടിയൊരുക്കിയ കൂരയിൽ അസ്വസ്ഥനായിരുന്നു.

ഖേപ്രിയാകട്ടെ തന്റെ റൈഫിൾ തുടച്ചു വൃത്തിയാക്കുന്ന തിരക്കിലും. ഫെറ്റീച്ചറുടെ സഹായികൾ ഉറങ്ങിക്കഴിഞ്ഞിരുന്നു.

ഖേപ്രി ഇടയ്ക്ക് ഫെറ്റീച്ചറെ നോക്കി.

അയാൾ അസ്വസ്ഥനാണെന്നു കണ്ടു ഖേപ്രി അയാളോട് ചോദിച്ചു.

'എന്തുപറ്റി ഫെറ്റീച്ചർ? നിങ്ങൾ ആകെ അസ്വസ്ഥനാണല്ലോ?'

'ഖേപ്രി പ്രീയപ്പെട്ട സുഹൃത്തേ നിങ്ങൾ കരുതുംപോലെ ഇതൊരു നിസ്സാര കാര്യമല്ല. ലൂവിന്റെ അളവറ്റ അനുഗ്രഹം ഉള്ളതുകൊണ്ടാണ് നമുക്കൊന്നും സംഭവിക്കാതെ ഇരിക്കുന്നത്. ഇന്ന് പകൽ ആചാരങ്ങൾ നിർവഹിക്കവേ എനിക്കൊരു ഉൾക്കാഴ്ചയുണ്ടായി ഖേപ്രി. നമ്മൾ എത്തിപ്പെട്ടിരിക്കുന്നതു വലിയൊരു അപകടത്തിലേക്കാണ്.'

'നിങ്ങൾ ഇങ്ങനെ എന്നെ കൂടി പറഞ്ഞു ഭയപ്പെടുത്താതെ തുറന്നു പറയു സുഹൃത്തേ.' ചാഫുലുമീസ ഗൗരവഭാവം പൂണ്ടു.

ഖേപ്രിയുടെ അടുത്തേക്ക് നീങ്ങിയിരുന്നുകൊണ്ടു അയാൾ പറഞ്ഞു.

'ഖേപ്രി, നമ്മൾക്ക് ഇവിടെ നിന്നും ജീവനോടെ പുറത്തേക്ക് പോകാൻ ആവില്ല. വോയിവോട് വ്ലാദ് നമ്മുടെ സാന്നിധ്യം അറിഞ്ഞിരിക്കുന്നു. ഇന്ന് ക്രാസ്സിമിർ പോയ ശേഷം ആകാശത്തു നിങ്ങൾ പരുന്തുകളെ കണ്ടിരുന്നോ? ചെന്നായ്ക്കളുടെ ഓരിയിടൽ ശ്രദ്ധിച്ചിരുന്നുവോ? ഇപ്പോൾ നോക്കുക. ഈ കാട് നിശബ്ദമാണ്. ഒരു രാപ്പാടി പോലും ഒച്ചവയ്ക്കുന്നില്ല. ഒരില പോലും അനങ്ങുന്നില്ല.'

'എന്നുവച്ചാൽ?'

'നിശബ്ദവും ചലനമറ്റതുമായ ഒന്ന് അടുത്തെത്തിയിരിക്കുന്നു എന്നർത്ഥം.'

'അതെന്താണ്?'

'നിശബ്ദവും ചലനമറ്റതുമായ മരണം. ഖേപ്രി ഞാനീ ആചാരങ്ങൾ പിൻപറ്റി ജീവിക്കാൻ ആരംഭിച്ചപ്പോൾ തന്നെ എനിക്കറിയും ഒരുനാൾ, ഒരുനാൾ ഇതുപോലെ ഒരു നിശബ്ദതയിൽ ഞാൻ അവസാനിക്കുമെന്ന്. ആ സമയം ആഗതമായിരിക്കുന്നു, വോയിവോട് നമ്മെ കണ്ടെത്തിയിരിക്കുന്നു. നിങ്ങൾക്കറിയാമോ അതിശക്തനാ

യ ബാരോൺ ക്രിമിനിയാൽ ദേവൻ പോലും വോയിവോടിനു മുന്നിൽ നിൽക്കില്ല. വോയിവോട് വ്ലാദ് ഡ്രാക്കുള താൻ പിറന്ന മണ്ണിനെ അങ്ങേയറ്റം സ്നേഹിച്ചു. അതിലെ പ്രജകളെ അങ്ങേയറ്റം സ്നേഹിച്ചു. വാലെഹ്ചിയാ പ്രവിശ്യ കണ്ട ഏറ്റവും സന്തുലിതവും അഴിമതിരഹിതവുമായ ഭരണമായിരുന്നു വോയ്വോട് വ്ലാദിന്റേത്. സുൽത്താൻ മഹമൂദിനെതിരെ ഓരോ യുദ്ധത്തിലും വോയിവോടിന്റെ ഒപ്പം ജനങ്ങൾ അണിനിരന്നത് ചരിത്രം എത്ര ക്രൂരനായ ഭരണാധികാരിയെന്നു വിളിച്ചാലും വ്ലാഡിന് അവന്റെ രാജ്യത്തോടും പ്രജകളോടും ഉള്ള സ്നേഹത്തിന്റെയും ആത്മാർത്ഥതയുടെയും പേരിലാണെന്ന് മറക്കരുത്.'

'അതൊക്കെ നാല് നൂറ്റാണ്ടുകൾക്ക് മുൻപുള്ള കഥയല്ലേ? ഇപ്പോൾ നാമത് ഓർത്തു പരിഭ്രമിക്കേണ്ട കാര്യമെന്താണ്?'

'കാര്യമുണ്ട് ഖേപ്രി. പ്രകൃതി നാം കരുതുന്നതിലേറെ ശക്തിയുള്ളതാണ്. ഒരു രാജ്യവും അതിന്റെ ഭൂവിഭാഗമോ അതിലെ പ്രജകളോ മാത്രമല്ല. അവിടെ ഉള്ള ഓരോ പുൽനാമ്പും, മരങ്ങളും, മൃഗങ്ങളും, പക്ഷികളും ഒക്കെ ചേർന്നതാണ് ആ രാജ്യം. വാലെഹ്ചിയാ എന്ന രാജ്യത്തിലെ പ്രജകൾക്ക് അവകാശപ്പെട്ട നിധിയിലേക്കാണ് നമ്മൾ കണ്ണ് വച്ചത്. അത് മനുഷ്യർ മനസിലാക്കിയില്ല എങ്കിലും ഈ രാജ്യത്തിൻറെ മറ്റു അവകാശികൾക്ക് അത് മനസ്സിലായിട്ടുണ്ട്. ഒപ്പം ഈ നാടിന്റെ കാവലായി നിൽക്കുന്ന വോയിവോടിന്റെ ആത്മാവും കൂടിയാവുമ്പോൾ നമ്മുടെ വഴികൾ അടഞ്ഞിരിക്കുന്നു. നിങ്ങൾ ഒരുങ്ങുക. ഈ രാവ് നാം അതിജീവിക്കുകയാണെങ്കിൽ അതൊരു അത്ഭുതമോ, വോയിവോട് വ്ലാഡിന്റെ ഔദാര്യമോ ആയിരിക്കും ഖേപ്രീ. എനിക്കതു ഉറപ്പാണ്.'

ഖേപ്രി ഭയത്തോടെ ചാഫുല്മീസയെ നോക്കി. മീസയുടെ കണ്ണുകൾ നിറഞ്ഞിരുന്നു. തന്റെ മരണം സ്വീകരിക്കാൻ അയാൾ മാനസികമായി തയാറെടുത്തുവെന്നു ഖേപ്രിക്ക് തോന്നി.

എന്നാൽ അങ്ങനെയങ്ങു തോറ്റു കൊടുക്കാൻ ഖേപ്രി തയാറായിരുന്നില്ലയ അയാൾ തന്റെ തോക്കിൽ തിര നിറച്ചു.

കുറെ ഏറെ തിരകൾ തന്റെ ബെൽറ്റിൽ തിരുകി.

എന്നിട്ട് ആ താൽക്കാലിക കൂരയുടെ വാതിലിനു മുന്നിലെ ചെറിയ തിണ്ണപോലെ മണ്ണിട്ടുണ്ടാക്കിയ ഇടത്തു വന്നു ഇരുട്ടിലേക്ക് നോക്കിയിരുന്നു.

സത്രത്തിൽ പിയറി ആ കഥ പറഞ്ഞുകൊണ്ടിരുന്നു

'നിങ്ങൾ അതൊന്നു ഓർത്തു നോക്കിക്കേ. ആജാനബാഹുവായ ഗബ്രിയേൽ ഫിലിപ്പ്. കൊടും ക്രൂരതയുടെ പര്യായം, എന്തിനും പോന്ന അയാളുടെ തെമ്മാടിക്കൂട്ടം. പോരാത്തതിന് ഖനിയുടമയായ കോസ്റ്റഡീൻ ക്രാസ്സിമിർ നൽകുന്ന നൂറു ശതമാനം പിന്തുണയും. അന്നത്തെ ടാർഗൂസ് അവരുടെ സാമ്രാജ്യമായിരുന്നു, കയ്യൂക്കും പണക്കൊഴുപ്പും കൊണ്ട് സൃഷ്ടിച്ച അവരുടെ സാമ്രാജ്യം. ആ ദിവസം അവർ സർവ്വശക്തിയോടെ തൊഴിലാളികളെ ആക്രമിക്കാൻ തയാറാവുമ്പോൾ ഒരു കാര്യം ഉറപ്പായിരുന്നു. ആ യുദ്ധത്തിൽ വിജയിക്കുന്നവർ ആരായാലും എതിർപക്ഷത്തിനു പിന്നെ ടാർഗൂസിൽ നിലനിൽപ്പുണ്ടാവുകയില്ല. അതുകൊണ്ടു തന്നെ തൊഴിലാളികൾക്ക് മുന്നിൽ രണ്ടു വഴികൾ മാത്രമേ ഉണ്ടായിരുന്നുള്ളൂ. ഈ തെമ്മാടിക്കൂട്ടത്തെ അനുകൂലിച്ചു അവരുടെ അടിമകളാവുക, അങ്ങനെ ചെയ്ത ചിലരുണ്ടായിരുന്നു കൂട്ടത്തിൽ അവന്റെ പെണ്ണുങ്ങളെ പോലും ഇവന്മാർക്ക് പങ്കുവച്ചു ചെറിയ ശമ്പള നേട്ടങ്ങളും മുന്തിയ മദ്യവും ഒക്കെ നേടിയ നട്ടെല്ലില്ലാത്ത ചില പന്നികൾ. ഭാഗ്യത്തിന് അവരുടെ എണ്ണം കുറവായിരുന്നു. തുലോം കുറവ്. അല്ലെങ്കിൽ വാസിലി മാർക്ക് പറയുംപോലെ ഒരുമിച്ചു നിന്ന് പൊരുതി ജയിക്കുക'

പിയറി വീണ്ടും സിഗാർ ആഞ്ഞു വലിച്ചു.

'ഈ തെമ്മാടിക്കൂട്ടത്തിനു വഴങ്ങി കൊടുത്ത ആ ന്യൂനപക്ഷത്തിൽ തെമ്മാടികളെ ഭയന്ന് ഒളിച്ചും പതുങ്ങിയും ജീവിച്ചു. അവരുടെ പെണ്ണുങ്ങളും കുട്ടികളും ഒന്നും സുരക്ഷിതരായിരുന്നില്ല. ഇരുന്നൂറോളം വരുന്ന ആ തൊഴിലാളികളുടെ ഈ ജീവിതത്തിലേക്കാണ് വാസിലി മാർക്ക് എന്ന ജർമനിയിൽ വിദ്യാഭ്യാസം ലഭിച്ച ചെറുപ്പക്കാരൻ ഒരുമയുടെ മന്ത്രങ്ങളുമായി വന്നത്. വാസിലി നമ്മുടെ ഡ്രാക്കോയേയോ പീർവുവിനെയോ അലെക്സിയെയോ പോലെ ശാരീരികശേഷി ഉള്ളവനായിരുന്നില്ല. ഒരു മെലിഞ്ഞ ഗൗരവക്കാരൻ പയ്യൻ. പക്ഷേ, അവന്റെ അറിവും സംസ്കാരവും മറ്റൊരു തലത്തിലായിരുന്നു. അവൻ തൊഴിലാളികളുടെ കുട്ടികളെ അക്ഷരം പഠിപ്പിച്ചു. അവരുടെ പ്രശ്നങ്ങളിൽ ശ്രദ്ധിച്ചു. അവരുടെ ചെറിയ പലക മേഞ്ഞ കുടിലുകൾ വൃത്തിയായി സൂക്ഷിക്കേണ്ടതിന്റെ ആവശ്യകത അവരെ പഠിപ്പിച്ചു. തൊഴിലാളികൾ അവനെ ഇഷ്ടപ്പെട്ടിരുന്നു, അവരുടെ കുട്ടികളും സ്ത്രീകളും അവനെ ബഹുമാനിച്ചു. അതുകൊണ്ടാണ് അന്ന് ആ സാഹചര്യത്തിൽ ഒരുമിച്ചു നിൽക്കാൻ അവൻ ആവശ്യപ്പെട്ടപ്പോൾ അവരനുസരിക്കാൻ

തയാറായത്. ടാർഗൂസിൽ തൊഴിലാളികൾ സംഘടിക്കുന്നതിന്റെ തുടക്കം'

പിയറി ആ ഓർമകളിൽ മുഴുകിയിരുന്നു.

ഗ്രിഗോറിയും നികോലീനയും ഒഴികെ മറ്റുള്ളവർ എന്തൊക്കെയോ ഭൂതകാലചിന്തയിൽ ആണ്ടുപോയതായി തോന്നിച്ചു. ഗ്രിഗോറി അപ്പോഴും ഇടയ്ക്ക് പുറത്തെ ശബ്ദങ്ങൾക്ക് കാതു കൊടുത്ത് ഇരുന്നു. വെളുത്ത ടർക്കിഷ് കാട്ടുനായ്കൾ വന്നേക്കാം.

വെളുത്ത ടർക്കിഷ് കാട്ടുനായ്കൾ.

'എലീജ ലോറൻസ്. വിന്റീലയുടെ അച്ഛൻ, അദ്ദേഹം മുതലാളിമാരുടെ പ്രലോഭനത്തിൽ പെട്ടുപോയ ഒരാളായിരുന്നില്ല. എങ്കിലും അന്നത്തെ അദ്ദേഹത്തിന്റെ യാഥാസ്ഥിതിക കാഴ്ചപ്പാടുകൾ വച്ച് തൊഴിലാളികൾ സംഘടിക്കുക എന്നത് എതിർക്കപ്പെടേണ്ട എന്തോ ആണെന്ന ധാരണ അദ്ദേഹത്തിനുണ്ടായിരുന്നു. ജർമനിയിൽ നിന്ന് പടരുന്ന കമ്യൂണിസ്റ്റ് ആശയങ്ങളെ തടയണമെന്ന് ബുക്കാറെസ്റ്റിലെ മേലുദ്യോഗസ്ഥരുടെ കർശന നിർദേശമുണ്ടായിരുന്നു താനും. തൊഴിലാളികൾ സംഘടിച്ചു മുതലാളിമാരുടെ നേരെ തിരിഞ്ഞേക്കാൻ ഇടയുണ്ടെന്നു അദ്ദേഹം നേരത്തെ റിപ്പോർട്ട് കൊടുത്തിരുന്നതിൻ പ്രകാരം ബുക്കാറെസ്റ്റ് പട്ടണത്തിൽ നിന്നും കൂടുതൽ സൈനികർ ടാർഗൂസിലേക്ക് പുറപ്പെട്ടിരുന്നു. അവരെത്തും മുൻപ് തൊഴിലാളികളെ ഒരു പാഠം പഠിപ്പിക്കണം എന്നുതന്നെ ഗബ്രിയേൽ ഫിലിപ്പ് കരുതി.

ബുക്കാറെസ്റ്റിലെ അധികാര കേന്ദ്രങ്ങളിൽ ഖനിയുടമകളുടെ സ്വാധീന ശക്തി വലുതായിരുന്നു. അതിനാൽ സൈന്യം തങ്ങൾക്കെതിരാവില്ല എന്ന് ഗബ്രിയേൽ കണക്കുകൂട്ടി. മരപ്പലകകളാൽ നിർമിക്കപ്പെട്ട തൊഴിലാളി ഭവനങ്ങൾക്കു തീകൊടുക്കുക, അവരുടെ സ്ത്രീകളെ ഉപദ്രവിക്കുക, സ്വത്തുക്കൾ അപഹരിക്കുക അങ്ങനെ സമ്പൂർണമായ ഒരു ആക്രമണത്തിലൂടെ തൊഴിലാളികളുടെ ഈ പുതിയ നീക്കം തടയണമെന്നും എന്നേയ്ക്കുമായി അവരെ ഭയപ്പെടുത്തി അടിമകളായി സൂക്ഷിക്കണം എന്നും അയാൾക്ക് നിർദേശം ലഭിച്ചിരുന്നു, അഞ്ചാറു നാടൻ തോക്കുകളും ആവശ്യത്തിന് മറ്റായുധങ്ങളും കൈവശം കരുതിയാണ് തെമ്മാടിക്കൂട്ടം അവിടേക്കു വന്നത്. അവരുടെ കുതിരകളുടെ കുളമ്പടി ശബ്ദം വീഥിയിൽ കേട്ടപ്പോൾ തന്നെ തൊഴിലാളി കോളനിയിലെ വീഥികൾ വിജനമായി. അതൊരു തന്ത്രമായിരുന്നു എന്ന് ഗബ്രിയേൽ തിരിച്ചറിഞ്ഞില്ല. വാസിലി മാർക് എന്ന കുശാഗ്രബുദ്ധിയുള്ള നേതാവിന്റെ

തന്ത്രം.'

പിയറിയുടെ ഭാവം മാറി.

അയാളുടെ പ്രായം തളർത്തിയ തോളുകൾ ഉയർന്നു.

വല്ലാത്തൊരു ആവേശത്തോടെ എല്ലാവരെയും നോക്കി പിയറി സിഗാർ ഒന്നുകൂടി ഊതി വിട്ടു.

'അതൊരു യുദ്ധമായിരുന്നു ഗ്രിഗോറി. ജീവനോടിരിക്കാൻ വേണ്ടിയുള്ള രണ്ടും കല്പിച്ചുള്ള യുദ്ധം. നാഫ്തലീൻ നിറച്ച കാനുകൾ തുറന്നു തുണികൾ നനച്ചു വീടുകളിലേക്ക് എറിഞ്ഞിട്ടു കത്തിക്കാൻ ഗബ്രിയേൽ അനുചരർക്ക് ആജ്ഞ നൽകിയ ആ നിമിഷമാണ് കത്തിച്ച പന്തങ്ങൾ തെമ്മാടികളുടെ മേലെ വന്നു പതിച്ചു തുടങ്ങിയത്. അപ്രതീക്ഷിതമായ ആ ആക്രമണത്തിൽ തെമ്മാടികൾ ഒന്ന് പകച്ചു. ഇതിനിടെ പന്തങ്ങൾ വന്നു വീണു തെമ്മാടിക്കൂട്ടത്തിന്റെ കൈവശമിരുന്ന ചില നാഫ്തലീൻ കാനുകൾ കത്തി. അവരുടെ കൂട്ടത്തിൽ ചിലർക്ക് പൊള്ളലേറ്റു. ഗബ്രിയേൽ ഫിലിപ്പ് കോപത്താൽ വിറച്ചു അയാൾ നിറതോക്കു ചൂണ്ടി ചുറ്റുപാടും കുതിരയോടിച്ചു നടന്നു. പക്ഷേ, ആരെയും കണ്ടെത്താൻ ആയില്ല. കുടിലുകൾക്കു പിന്നിലും, മരക്കൂട്ടത്തിൽ മറഞ്ഞും, പാറയുടെ മുകളിൽ കയറിയും സുരക്ഷിത ഇടങ്ങൾ കണ്ടെത്തി അവിടെയിരുന്നുകൊണ്ടു തൊഴിലാളികൾ നാഫ്ത നനച്ച പന്തങ്ങൾ എറിഞ്ഞു കൊണ്ടേയിരുന്നു. തെമ്മാടികളുടെ കുതിരകളിൽ ചിലതു ഓടിപ്പോയി. ഇതിനിടെ വെടിപൊട്ടി. തെമ്മാടികളിൽ രണ്ടു പേർക്ക് വെടിയേറ്റു. കാറ്റാടിയന്ത്രത്തിന്റെ പുരയുടെ സമീപം നിന്നാണ് വെടിയുതിർക്കുന്നതെന്നു കണ്ടറിഞ്ഞ ഗബ്രിയേൽ തന്റെ കുതിരയെ അങ്ങോട്ടേയ്ക്ക് നയിച്ചു. അതേസമയം അലെക്സിയുടെ നേതൃത്വത്തിൽ ഒരു സംഘം തൊഴിലാളികൾ കിഴക്കു ഭാഗത്തു നിന്നും കയ്യിൽ കിട്ടിയ ആയുധങ്ങളുമായി തെമ്മാടികളെ നേരിട്ടു. വീണ്ടും വെടിപൊട്ടി. രണ്ടു തൊഴിലാളികൾ ഗുരുതരമായി പരിക്ക് പറ്റി വീണു. ഞാനും സ്റ്റെഫാനും കാറ്റാടിയന്ത്രത്തിന്റെ അടുത്തു കൂട്ടമായി നിന്ന തൊഴിലാളികളോടൊപ്പം തെമ്മാടികളെ ആക്രമിച്ചത് ഏതാണ്ട് ഈ സമയത്താണ്. രണ്ടു ഭാഗത്തു നിന്നും ആക്രമണം ഉണ്ടായതിൽ പരിഭ്രമിച്ച തെമ്മാടികളിൽ ചിലർ അവിടെ നിന്നും പിന്മാറി.'

'ഗതികെട്ടുപോയാൽ പിന്നെ തൊഴിലാളികൾ വേറെ എന്ത് ചെയ്യാനാ. അല്ലെ ഗ്രിഗോറി?'

നികോലീന പെട്ടെന്ന് പറഞ്ഞു. പെട്ടെന്ന് ഗ്രിഗോറി ജനാലയു

ടെ അടുത്തേക്ക് പോയി സത്രത്തിനു പുറത്തെ കാര്യങ്ങൾ ശ്രദ്ധിച്ചു. ചോദ്യഭാവത്തിൽ പിയറി അയാളെ നോക്കി.

കുഴപ്പമൊന്നും ഇല്ല എന്ന അർത്ഥത്തിൽ ഗ്രിഗോറി തോളുകൾ പൊക്കി ഒരു ആംഗ്യം കാണിച്ചു. പിയറി ആശ്വാസത്തോടെ തിരിഞ്ഞു വീണ്ടും കഥ പറച്ചിൽ തുടർന്നു.

'ങാ... അങ്ങനെ പേടിച്ചു പോയ ഗബ്രിയേലിന്റെ കൂട്ടാളികളിൽ ചിലർ കോളനിക്കു പുറത്തേക്കു അതിവേഗത്തിൽ കുതിരപ്പുറത്തു കയറി രക്ഷപ്പെട്ടു. ബാക്കിയുള്ളവർ തൊഴിലാളികളുടെ രൂക്ഷമായ ആക്രമണത്തിന് വിധേയരായി. തോക്കുകൾ പിടിച്ചെടുക്കപ്പെട്ടു. അക്രമികളെ പിടിച്ചു കെട്ടി തൊഴിലാളികൾ വിജയഭേരി മുഴക്കി. കളി കൈവിട്ടു പോയെന്നു ഗബ്രിയേൽ ഫിലിപ്പിന് മനസിലായി. അയാളും അയാളുടെ രണ്ടു വിശ്വസ്ത അനുയായികളും കാറ്റാടിയന്ത്രത്തിന്റെ പിന്നിലുള്ള ചൂളമരക്കൂട്ടത്തിനുള്ളിലൂടെ കോളനിയിൽ നിന്നും പുറത്തേക്കു കടക്കാൻ ശ്രമിച്ചു. മുന്നിലൂടെ ഈ ജനക്കൂട്ടത്തിനു നടുവിലേക്ക് വരുന്നത് അപകടകരമാണെന്ന് അയാൾക്കറിയാമായിരുന്നു. പക്ഷേ...'

പെട്ടെന്ന് സത്രത്തിനു വെളിയിൽ എന്തോ ശബ്ദം കേട്ട് എല്ലാവരും നിശബ്ദരായി. ഗ്രിഗോറി പെട്ടെന്ന് തോക്കെടുത്തുകൊണ്ടു ജനാലയുടെ അരികത്തേക്ക് പോയി.

പുറത്തു നിന്നും വീണ്ടും ആ ശബ്ദം കേട്ട് ഗ്രിഗോറി ചിരിച്ചു.

'ഇപ്പൊ ഒരു മൂങ്ങയുടെ ഒച്ച പോലും സംശയിക്കത്തക്കതായിരിക്കുന്നു.'

പിയറി അയാളെ നോക്കി ചിരിച്ചു.

എല്ലാവരും ശാന്തരായി പിയറിയെ നോക്കി.

അയാൾ വീണ്ടും കഥ പറച്ചിൽ തുടർന്നു.

'രക്ഷപെടാൻ വേണ്ടി ചൂളമരക്കൂട്ടത്തിലേക്ക് കടന്ന ഗബ്രിയേലിന്റെ കണക്കു തെറ്റി. അവിടെ അയാളെ കാത്തു അവനുണ്ടായിരുന്നു. ഡ്രാഗോമീർ! അപ്പോൾ തന്നെ അലെക്സിയും, പിർവൂവും, വാസിലിയും, ഞാനും എല്ലാം അവിടേക്കു എത്തിച്ചേർന്നു. അലെക്സിയുടെ വെടിയേറ്റു ഗബ്രിയേലിന്റെ ഒരു കൂട്ടാളി വീണു. ഡ്രാഗോമീർ മരക്കൂട്ടത്തിനിടയിലൂടെ ഗബ്രിയേലിന്റെ അടുത്ത അനുയായിയെ കുതിരപ്പുറത്തു നിന്നും ചവുട്ടി വീഴ്ത്തി. അയാളെ തൊഴിലാളികൾ പിടിച്ചു കെട്ടി. ദിമിത്രി ഫിലിപ്പ് ഇതിനിടെ ഗബ്രിയേലിനെ സഹായിക്കാൻ ഡ്രാഗോമീറിനെ ആക്രമിക്കാൻ ശ്രമിച്ചു. അലെക്സി ദിമിത്രിയെ ചവുട്ടി താഴെയിട്ടു. ഞാനും സ്റ്റെഫാനും

കുറെ തൊഴിലാളികളും ചേർന്ന് അവനു കണക്കിന് കൊടുത്തു. ദിമിത്രി ഓടി രക്ഷപെട്ടുകളഞ്ഞു. ഗബ്രിയേൽ ഇതിനിടെ നിറതോക്കിൽ നിന്നും വെടിയുതിർത്തു കൊണ്ട് അവിടെ നിന്നും രക്ഷപെടാൻ ശ്രമിച്ചു. പക്ഷേ, ഡ്രാഗോമീർ അന്ന് രണ്ടും കൽപ്പിച്ചു തന്നെയായിരുന്നു. അവൻ ഗബ്രിയേലിനെ കുതിരപ്പുറത്തു നിന്നും വലിച്ചു താഴെയിട്ടു. ഞങ്ങൾ അവരെ അനുഗമിക്കാൻ തുടങ്ങുന്ന നിമിഷം കോളനിയിൽ സ്ത്രീകളുടെ കൂട്ട നിലവിളിയുയർന്നു. ഓടിപ്പോയ തെമ്മാടികളിൽ ചിലർ തൊഴിലാളികളുടെ വീടുകൾക്ക് തീവച്ചു. വാസിലി തീയണക്കാൻ വേണ്ടി ഉച്ചത്തിൽ വിളിച്ചു കൂവിക്കൊണ്ടു തിരികെ കോളനിയിലേക്ക് ഓടി, മിക്കവാറും തൊഴിലാളികൾ വാസിലിക്ക് പിന്നാലെ കോളനിയിലേക്കോടി.'

പിയറി വീണ്ടും ഒരു പുകയെടുത്തു. വാർദ്ധക്യത്തിന്റെ എല്ലാ അസ്കിതകളും മറന്നു അയാളൊരു യോദ്ധാവിന്റെ ശരീരഭാഷ ആർജിച്ചുവെന്നു ഗ്രിഗോറി നിരീക്ഷിച്ചു. പിയറി തുടർന്നു.

'അതൊരു ഗംഭീര യുദ്ധമായിരുന്നു, ഡ്രാഗോമീറും ഗബ്രിയേലും രണ്ടു വന്യമൃഗങ്ങൾ എന്ന പോലെ പരസ്പരം ആക്രമിച്ചു. പ്രായത്തിന്റെ ആനുകൂല്യം ഡ്രാഗോമീറിനുണ്ടായിരുന്നു എങ്കിലും ഗബ്രിയേൽ എന്ന കൊടും ക്രിമിനൽ മനസുള്ള കുറ്റവാളിക്ക് തന്റെ അപ്രമാദിത്വം നിലനിർത്താൻ ഡ്രാഗോമീറിനെ ഒടുക്കേണ്ടതുണ്ടായിരുന്നു. ഒടുവിൽ...'

'ഡ്രാഗോമീറിനെ കണ്ടാൽ ഇപ്പോഴും തികഞ്ഞൊരു യോദ്ധാവ് തന്നെ അപ്പോൾ അന്നത്തെ കാര്യം എങ്ങനെയാവുമെന്നു ഊഹിക്കാവുന്നതേയുള്ളൂ.'

ഗ്രിഗോറിക്ക് പറയാതിരിക്കാനായില്ല.

'അതെ, ഒരു തന്റെ നാടൻ റൈഫിൾ എടുത്തു ഗബ്രിയേൽ അതിൽ വെടിമരുന്നു നിറയ്ക്കാൻ ശ്രമിച്ചു. എങ്ങനെയും ഡ്രാക്കോയെ കൊന്നേ തീരൂ എന്നവൻ ഉറപ്പിച്ച പോലെ ആയിരുന്നു. എന്നാൽ ആ റൈഫിൾ പിടിച്ചെടുത്തു അതിന്റെ പാത്തി കൊണ്ട് ഡ്രാഗോമീർ ഗബ്രിയേലിനെ തിരിച്ചു തല്ലി. ഒഴിഞ്ഞു മാറിയ ഗബ്രിയേലിന്റെ പിൻഭാഗത്താണ് അടിവീണത്. അതോടെ നട്ടെല്ല് തകർന്നു ഗബ്രിയേൽ വീണു. അപ്പോഴേക്കും ബുക്കാറെസ്റ്റിൽ നിന്നും വന്ന സൈന്യം കോളനിയിൽ എത്തിയിരുന്നു. വന്നപാടെ അവർ തീയണക്കാൻ സഹായം ചെയ്തെങ്കിലും ഡ്രാഗോമീറിനെയും എന്നെയും അലെക്സിയെയും സ്റ്റെഫാനെയും അടക്കം ഇരുപത്തിയഞ്ചോളം പേരെ അറസ്റ്റു ചെയ്തു ക്യാമ്പിലേക്ക് കൊ

ണ്ടുപോയി വാസിലി മാർക്കും മറ്റു ചിലരും സൈന്യത്തിന് പിടി കൊടുക്കാതെ രക്ഷപെട്ടു കളഞ്ഞു. രണ്ടു തൊഴിലാളികൾക്കും ആറോളവും തെമ്മാടികൾക്കും ഗുരുതരമായി പരിക്ക് പറ്റുകയും ചെയ്തിരുന്നു. പരിക്ക് പറ്റിയവർക്ക് സൈന്യം പ്രഥമ ശുശ്രൂഷ നൽകി ആശുപത്രിയിലേക്ക് മാറ്റി. ജനക്കൂട്ടം പിടിച്ചു കെട്ടിയ തെമ്മാടികളെയും സൈന്യം കസ്റ്റഡിയിൽ എടുത്തിരുന്നു. നട്ടെല്ല് തകർന്ന ഗബ്രിയേലിനെ ആശുപത്രിയിൽ പ്രവേശിപ്പിച്ചു. പിന്നൊരിക്കലും അയാൾക്ക് എഴുന്നേറ്റു നിൽക്കാൻ കഴിഞ്ഞിട്ടില്ല. ഒട്ടനവധി മനുഷ്യരുടെ ജീവനും ജീവിതവും തകർത്ത, ഒരുപാട് പെൺകുട്ടികളെ നശിപ്പിച്ച ഗബ്രിയേൽ ഫിലിപ്പ് എന്ന കൊടും ക്രിമിനൽ അന്നത്തോടെ ഒരു ജീവശ്ചവമായി മാറി'

'നിങ്ങൾ എല്ലാവരും സൈന്യത്തിന്റെ കസ്റ്റഡിയിൽ നിന്നെങ്ങനെ രക്ഷപെട്ടു?' നികോലീനയുടേതായിരുന്നു ചോദ്യം.

'അന്ന് രാത്രി ഞങ്ങളെല്ലാം സൈനിക ആസ്ഥാനത്തെ ജയിലിൽ കഴിഞ്ഞു. കോസ്റ്റഡീൻ ക്രാസ്സിമിർ ഞങ്ങൾക്കെതിരെ പരമാവധി കുറ്റങ്ങൾ ഉൾപ്പെടുത്തി രേഖാമൂലം പരാതി കൊടുത്തിരുന്നു. പോരാത്തതിന് ബുക്കാറെസ്റ്റിലെ മേലധികാരികളെ സ്വാധീനിച്ചു ഞങ്ങളെ ശിക്ഷിക്കാൻ വേണ്ടി രാത്രി തന്നെ അയാൾ സന്ദേശവാഹകരെ അവിടേക്ക് അയച്ചിരുന്നു താനും. പക്ഷേ, അയാൾക്ക് ഒരു കാര്യത്തിൽ തെറ്റിപ്പോയി. വാസിലി മാർക്ക് എന്ന മെലിഞ്ഞ പയ്യനെ അയാൾ വലിയ കാര്യമായി എടുത്തിരുന്നില്ല. വാസിലി പണിപറ്റിക്കുക തന്നെ ചെയ്തു.'

'എങ്ങനെ?' ഗിഗോറി ചോദിച്ചു

'പിറ്റേന്ന് തൊഴിലാളികളിൽ ഒരാൾ പോലും ഖനിയിൽ ജോലിക്ക് കയറിയില്ല! തെമ്മാടിക്കൂട്ടത്തിന്റെ പിണിയാളുകളായി മാറിയിരുന്നവർ ഭൂരിപക്ഷം വരുന്ന തൊഴിലാളികളുടെ രോഷം ഭയന്ന് മാറി നിന്നു. രാവിലെ സൈനിക ആസ്ഥാനത്തിനു മുന്നിലെ കാഴ്ച കണ്ടു എലീജ ലോറൻസ് ഞെട്ടിപ്പോയി. തൊഴിലാളികൾ കുടുംബസമേതം ഓഫീസിനു മുന്നിൽ തമ്പടിച്ചു. അവർ ഞങ്ങളെ വിട്ടയക്കാൻ മുദ്രാവാക്യം വിളിച്ചു. ഞങ്ങളെ വിട്ടയക്കുകയും തൊഴിൽ പ്രശ്നങ്ങൾക്ക് പരിഹാരം ഉണ്ടാകുകയും ചെയ്യാതെ ഇനിയാരും ഖനിയിൽ പണിയെടുക്കില്ല എന്ന് അവർ എലീജ ലോറൻസിനെ രേഖാമൂലം അറിയിച്ചു. അന്നുവരെ തങ്ങൾ നേരിട്ടിരുന്ന ക്രൂരതകളും തൊഴിലാളിവിരുദ്ധ നടപടികളും അവർ എലീജ ലോറൻസിനു മുന്നിൽ പരാതിയായി നിരത്തി. അദ്ദേഹം തൊഴി

ലാളികളുടെ രോഷം ശമിപ്പിക്കാൻ ഡ്രാക്കോ, അലെക്സി, സ്റ്റെഫാൻ പിന്നെ ഞാനും മറ്റു രണ്ടു തൊഴിലാളികളും ഒഴികെ ഉള്ളവരെ മോചിപ്പിച്ചു. ഞങ്ങളെ ടാർഗോവീഷ്ഠയിൽ കൊണ്ട് പോയി വിചാരണ ചെയ്യേണ്ടതുണ്ടെന്നും ക്രാസ്സിമിർ തന്ന പരാതി ഗൗരവമുള്ളതാണെന്നും എലീജ തൊഴിലാളികളെ അറിയിച്ചു. ഒപ്പം തൊഴിലാളികളുടെ പരാതിയും ഗൗരവത്തിൽ എടുത്തിട്ടുണ്ടെന്നും ഈ തെമ്മാടികളെയും ടാർഗോവീഷ്ഠയിലേക്ക് കൊണ്ട് പോയി വിചാരണ നടത്തുമെന്ന കാര്യവും അവരോടു പറഞ്ഞു. അതോടെ അവരുടെ രോഷം കുറച്ചെങ്കിലും ശമിക്കുമെന്നാണ് അദ്ദേഹം കരുതിയതെന്നു തോന്നുന്നു. പക്ഷേ, അത് തൊഴിലാളികളുടെ രോഷം ശമിപ്പിക്കാൻ പോന്ന നീക്കമായിരുന്നില്ല. ഡ്രാഗോയും അലെക്സിയുമൊക്കെ കസ്റ്റഡിയിലായാൽ ക്രാസ്സിമിർ ഇനി നടത്താൻ ഇടയുള്ള നീക്കങ്ങൾ ചെറുക്കാൻ ആവില്ലെന്ന് വാസിലി അവരെ ഓർമിപ്പിച്ചു.'

'അന്നല്ലേ ടാർഗവീഷ്ഠയിൽ നിന്നു മേലധികാരികളൊക്കെ വന്നത്?' മാർത്ത ഓർമ്മിച്ചെടുത്തു.

'അതെ ഈ കുഴപ്പങ്ങൾ അറിഞ്ഞു ഉച്ചയോടെ ടാർഗോവീഷ്ഠയിൽ നിന്നു മേലധികാരികൾ ടാർഗൂസിലെത്തി. അവരുടെ സാന്നിധ്യത്തിൽ ഡ്രാഗോമീർ, സ്റ്റെഫാൻ, വാസിലി എന്നിവർ തൊഴിലാളികളെ പ്രതിനിധീകരിച്ചും കോസ്റ്റഡീൻ ക്രസ്സിമിറും അയാളുടെ ചില ആളുകളും ഖനിയുടമയുടെ ഭാഗത്തു നിന്നുമായി ചർച്ചകൾ നടത്തി. ഡ്രാഗോമീറിനെയും അലെക്സിയെയും ക്രസ്സിമിറിന്റെ തെമ്മാടിക്കൂട്ടത്തിലെ തൊഴിലാളികൾ പിടിച്ചു കൊടുത്തവരെയും വിടാൻ ആവില്ലെന്നു ബാക്കിയുള്ള കേസുകൾ പിൻവലിക്കാമെന്നും എലീജ ലോറൻസ് ഒത്തുതീർപ്പ് വഴി പറഞ്ഞു. എന്നാൽ വാസിലി മാർക്ക് ഉറച്ചു നിന്നു. ഒപ്പം തൊഴിലാളികളുടെ വേതനം വെട്ടിക്കുറയ്ക്കുക, അനാവശ്യമായി വേതനത്തിൽ നിന്നു ഓരോ പേര് പറഞ്ഞു പണം തട്ടുക തുടങ്ങിയ കാര്യങ്ങൾ അവസാനിപ്പിക്കേണ്ടതുണ്ടെന്നും, ഇപ്പോൾ സംഭവിച്ച വിഷയം തൊഴിലാളികളുടെ കോളനികൾ കത്തിക്കാൻ ശ്രമിച്ച ആളുകളെ ചെറുക്കാൻ ശ്രമിച്ചതല്ലാതെ മറ്റൊന്നുമല്ല എന്നും തീവയ്ക്കപ്പെട്ട വീടുകളിൽ തീയണക്കാൻ ശ്രമിച്ചവരെ പോലും ഗബ്രിയേലും സംഘവും ആക്രമിച്ചു എന്നുമൊക്കെ അവൻ വാദിച്ചു. ചർച്ച എങ്ങുമെത്തിയില്ല. ഡ്രാക്കോയെയും അലെക്സിയെയും തിരികെ ലോക്കപ്പിലേക്ക് കൊണ്ടുവന്നു. ക്രാസ്സിമിർ പുറത്തെത്തിയ നേരം വാസി

ലി അയാളെ തടഞ്ഞു നിർത്തി. തങ്ങൾ പറഞ്ഞ രീതിയിൽ അല്ലാതെ മറ്റൊന്നും സമ്മതിക്കാൻ ആവില്ലെന്നും അത് നടത്തി കിട്ടും വരെ ഒരൊറ്റ തൊഴിലാളിയും ഖനിയിൽ പ്രവേശിക്കില്ലെന്നും, അവിടെ നിന്നും ഒരു ലോഡ് പോലും പുറത്തു കൊണ്ടുപോകാൻ അനുവദിക്കില്ലെന്നും അവൻ തറപ്പിച്ചു പറഞ്ഞു. അയാളുടെ ഒപ്പം ഉണ്ടായിരുന്ന ഒരാൾ നാളെ ജോലിക്ക് ഹാജരാവാത്ത ആളുകളെ പിരിച്ചു വിടുമെന്ന് കൂടിയിരുന്ന തൊഴിലാളികളോട് ഉറക്കെ വിളിച്ചു പറഞ്ഞു. എന്നാൽ തൊഴിലാളികൾ അയാളെ പരിഹസിച്ചു കൂവുകയും, ക്രാസ്സിമിർ ഖനി പൂട്ടാൻ ഒരുങ്ങിക്കോളാൻ പറയുകയുമാണുണ്ടായത്. അവർ അപ്പോൾ തിരിച്ചു പോയെങ്കിലും, ടാർ ഗോവീഷ്ഠയിൽ നിന്നു വന്ന അധികാരികൾ തൊഴിലാളികളുടെ ശമ്പളത്തിൽ നിന്നു ഒരു രൂപ പോലും പിടിച്ചെടുക്കാൻ പാടില്ലെന്നും, അവരുടെ വേതനം കുറയ്ക്കാൻ പാടില്ലെന്നും ഉത്തരവിട്ടു. ഇനി കൂടുതൽ ബലം പിടിച്ചിട്ട് കാര്യമില്ലെന്ന് കണ്ടുകൊണ്ടാവണം ക്രാസ്സിമിർ വൈകീട്ടോടെ കേസുകൾ പിൻവലിക്കയും ഞങ്ങൾ എല്ലാവരും മോചിപ്പിക്കപ്പെടുകയും ചെയ്തു. അങ്ങനെ ടാർഗൂസിന്റെ ചരിത്രത്തിൽ ആദ്യമായി തൊഴിലാളികൾ ഒരുമിച്ചു നിന്നു അവരുടെ അവകാശങ്ങൾ നേടിയെടുക്കുകയും, തെമ്മാടിക്കൂട്ടത്തെ തോൽപ്പിക്കയും ചെയ്തു.'

പിയറി പറഞ്ഞു നിർത്തി.

ടുയ്ക്കാ കുപ്പിയിൽ നിന്നു ഒരു കവിൾ കുടിച്ചു.

അപ്പോഴേക്കും പുറത്തു അപരിചിതമായ ഒച്ചകൾ കേട്ട് ഗ്രിഗോറി അയാളുടെ ശ്രദ്ധ അങ്ങോട്ടേക്ക് ക്ഷണിച്ചു.

'വെളുത്ത ടർക്കിഷ് കാട്ടുനായ്കൾ'

പിയറി പെട്ടെന്ന് പറഞ്ഞു.

എന്നിട്ടു സ്ത്രീകളോട് വേഗം അകത്തേക്ക് പൊയ്ക്കൊള്ളാൻ ആംഗ്യം കാണിച്ചു.

കാട്ടുനായകളാവുമെന്നു കരുതിയാവണം സ്ത്രീകൾ കാര്യമായ പരിഭ്രമമൊന്നും കാട്ടിയില്ല.

ഗ്രിഗോറി പിയറിയ്ക്കൊപ്പം ക്യൂഗർ തോക്കുകളുമായി സത്രത്തിന്റെ വാതിലിനു പിന്നിലേക്ക് മാറി.

ഇതിനിടെ എല്ലാ വിളക്കുകളും അവർ അണച്ചുകളഞ്ഞു.

മെല്ലെ, ഒരു തണുത്ത കാറ്റ് അവിടമാകെ വീശി

പിയറി ശബ്ദമുണ്ടാക്കാതെ പതുക്കെ സത്രത്തിന്റെ മുൻവാതിൽ തുറന്നു.

11

ഖേപ്രി തന്റെ തോക്കുമായി ടാർഗൂസ് കാട്ടിലെ ആ താൽക്കാലികമായി ഉണ്ടാക്കിയ കൂരയുടെ തിണ്ണയിൽ ഇരുട്ടും നോക്കി ഇരിക്കവേ ഇത്തിരി ദൂരത്തായി എന്തോ ചില അനക്കങ്ങൾ അവൻ ശ്രദ്ധിച്ചു. എന്തൊക്കെയോ അസ്വാഭാവികമായി അവിടെ ഉണ്ടെന്നു അയാൾക്ക് തോന്നി.

തിര നിറച്ച ഇരട്ടക്കുഴൽ ഈജിപ്ഷ്യൻ തോക്ക് അയാൾ ഒന്ന് കൂടി പരിശോധിച്ചു. അരപ്പട്ടയിലെ അറേബിയൻ നിർമ്മിത കത്തിയും ആവശ്യത്തിന് തിരകളും കൈവശമുണ്ടെന്ന് അയാൾ ഉറപ്പ് വരുത്തി. പെട്ടെന്ന് അയാൾക്ക് കാണാവുന്ന ദൂരത്തു തന്നെ കുറ്റിച്ചെടികൾ വല്ലാതെ കുലുങ്ങി.

ഏതോ വന്യമൃഗമായിരിക്കണം.

ഖേപ്രി ശ്രദ്ധാപൂർവം അത് നോക്കിയിരിക്കവേ ചുറ്റുപാടും നിന്ന് കാട്ടുനായകളുടെ ഓരിയിടൽ ഉയർന്നു. പെട്ടെന്നുണ്ടായ ആ ഒച്ച അയാളെ തെല്ലു ഭയപ്പെടുത്തിയെങ്കിലും ധൈര്യം വീണ്ടെടുത്ത് ഖേപ്രി പ്രത്യാക്രമണത്തിനു തയാറെടുത്തു.

സത്രത്തിനു വെളിയിൽ അസാധാരണമായ ഒച്ച വീണ്ടും മുഴങ്ങി. പിയറി ശബ്ദമുണ്ടാക്കാതെ മുൻവാതിൽ തുറന്നു. മൂടൽ മഞ്ഞുണ്ട്. സത്രത്തിനു പുറത്തെ റാന്തൽ വിളക്ക് പ്രകാശിച്ചിരുന്നു. ഭാഗികമായ ആ വെട്ടത്തിൽ ഒരു കുതിരയുടെ രൂപം മെല്ലെ തെളിഞ്ഞു. പിയറി വേഗത്തിലുള്ള ഒരു നീക്കത്തിൽ വാതിൽ കടന്നു തൂണിനു പിന്നാലെ ഒളിച്ചു നിന്നുകൊണ്ട് തോക്കെടുത്തു കുതിരയുടെ നേരെ ചൂണ്ടി. ഗ്രിഗോറി വളരെ സൂക്ഷ്മതയോടെ ഇഴഞ്ഞു സത്രത്തിനു മുന്നിലെ പലകകൾ കൊണ്ടുണ്ടാക്കിയ അര ഭിത്തിയുടെ പിന്നിൽ ഒളിച്ചിരുന്ന് തോക്കെടുത്തു പുറത്തേക്കു ചൂണ്ടി അവിടെ പരിശോധിച്ചു.

മൂടൽ മഞ്ഞും അരണ്ടവെട്ടവും കാഴ്ചയെ നന്നായി ബാധിച്ചിരുന്നു. എങ്കിലും സത്രത്തിലേക്ക് നടന്നു വരുന്ന കുതിരയെ ഗ്രിഗോറി കണ്ടെത്തി. സൂക്ഷിച്ചു നോക്കവേ കുതിരയിൽ ആളില്ല എന്നത് അയാളുടെ ശ്രദ്ധയിൽ പെട്ടു.

പെട്ടെന്നയാൾക്ക് ഓർമവന്നു ഈ കുതിര പരിചിതമാണ്.

അലെക്സിയുടെ വണ്ടിയിൽ കെട്ടിയിരുന്ന അതെ കുതിര.

'പിയറി, ഈ കുതിര അലെക്സിയുടെ കുതിരയാണ് എന്ന് തോന്നുന്നു'

ടാർഗൂസിലെ കുതിരക്കാരൻ

'ഉറപ്പാണോ' പിയറി തൂണിന്റെ മറവിൽ നിന്നും മെല്ലെ എന്റെ അടുത്തേക്ക് വന്നു.

'ഗ്രിഗോറി നിങ്ങൾക്കുറപ്പാണോ?'

'അതെ കണ്ടിട്ട് ഇത് അലെക്സിയുടെ കുതിര പോലുണ്ട്'

'അവനാണെങ്കിൽ പിന്നെ വന്നിട്ട് മിണ്ടാതെ മറഞ്ഞു നിൽക്കുന്നതെന്തിന്?'

'കുതിര അതാണെങ്കിലും വന്നതാരെന്നു നമുക്കറിയില്ലല്ലോ'

അവർ ഒച്ച കുറച്ചു സംസാരിക്കുന്നതിനിടെ കുതിര മെല്ലെ സത്രത്തിന്റെ പിന്നിലേക്ക് നടന്നു. സത്രത്തിനു വശത്തെ വിളക്കിന്റെ ചുവട്ടിൽ കുതിരയെത്തിയപ്പോൾ കാഴ്ച കൂടുതൽ വ്യക്തമായി.

'സംശയിക്കണ്ടാ ഇത് അലെക്സിയുടെ കുതിരയാണ്. ആ സഞ്ചി ഞാൻ കണ്ടതാണ് അലെക്സിയുടെ പക്കൽ'

ജീനിയുടെ ഒരുവശത്ത് തൂങ്ങി കിടന്ന സഞ്ചി നോക്കി ഗ്രിഗോറി ഉറപ്പിച്ചു പറഞ്ഞു, എന്നിട്ടു എഴുന്നേൽക്കാൻ ശ്രമിച്ചു. പിയറി പെട്ടെന്ന് അയാളെ തടഞ്ഞു.

'ധൃതി വേണ്ടാ ഗ്രിഗോറി ഇതൊരു ചതിയാവാം. അലക്സി എന്തായാലും ഇതുവരെ വന്നിട്ട് ഒളിച്ചിരിക്കില്ല. നിങ്ങൾ ആ തൂണിന്റെ പിന്നിലേക്ക് വരിക, എന്നിട്ടു ചുറ്റുപാടും നന്നായി വീക്ഷിക്കണം. ശത്രു സാന്നിധ്യം തോന്നിയാൽ വെടിവയ്ക്കാൻ മടിക്കേണ്ട. ഞാൻ പുറത്തിറങ്ങി നോക്കട്ടെ'

മറുപടിക്കു പോലും കാത്തു നിൽക്കാതെ അരച്ചുവരിന് മുകളിലൂടെ ഒരു അഭ്യാസിയെപോലെ പിയറി പുറത്തേക്കു ഡൈവ്ചെയ്തു കുറ്റിച്ചെടികളുടെ മറപറ്റി പൊടുന്നനെ റോഡ് ക്രോസ്സ് ചെയ്തു. ഗ്രിഗോറി ആവുന്ന വേഗത്തിൽ തൂണിനു പിന്നിലേക്ക് മാറുകയും അവിടെ നിന്ന് പരിസരം ശ്രദ്ധാപൂർവം വീക്ഷിക്കുകയും ചെയ്തു. ഇരുവർക്കും വിശേഷിച്ചൊന്നും കാണാൻ ആയില്ല. കുറച്ചു നേരം അവിടെയാകെ വീക്ഷിച്ചിട്ടും സംശയിക്കത്തക്കയാതൊന്നും കാണാത്തതു കൊണ്ട് അവർ സത്രത്തിന്റെ പിൻഭാഗത്തേക്കു നീങ്ങി.

കുതിരലായമായി ഉപയോഗിച്ചിരുന്ന ഇടത്തിന്റെ വാതിൽ അടച്ചിരുന്നതു കൊണ്ടാവണം അലെക്സിയുടെ കുതിര അവിടെ നിന്നിരുന്നു. അത് ഇടയ്ക്ക് തല അകത്തേക്കിട്ടു നോക്കാൻ വൃഥാ ശ്രമം നടത്തിയിരുന്നു.

'ഒന്നുമില്ല എല്ലാം ശാന്തം ആരുടേയും ലക്ഷണമില്ല. കുതിര

എങ്ങനെ ഇവിടെ വന്നു?' പിയറി കുതിരയുടെ അടുത്തേക്ക് പോയി അതിനെ തൊട്ടു തടവി.

'ഗ്രിഗോറി നിങ്ങൾ അകത്തു നിന്നൊരു വിളക്ക് കൊണ്ടുവരാമോ?'

'ഉറപ്പായും' അയാൾ അകത്തേക്ക് നടന്നു. കാൽപ്പെരുമാറ്റം കേട്ടതും വിന്റീല പുറത്തേക്കു വന്നു. പിന്നാലെ മറ്റു രണ്ടുപേരും.

'കാട്ടുനായ്കൾ?' വിന്റീല ചോദിച്ചു

'ഇല്ല ഒന്നുമില്ല ഒരു വിളക്ക് കത്തിച്ചു തരൂ, എന്നിട്ടു ഇവിടത്തെ വിളക്കുകൾ തെളിക്കുക'

മാർത്ത പെട്ടെന്ന് തന്നെ ഒരു വിളക്ക് കത്തിച്ചു നൽകി. ഗ്രിഗോറി അതുമായി സത്രത്തിനു പിന്നിലേക്ക് പോയി. പിയറി വിളക്ക് വാങ്ങി കുതിരയെ പരിശോധിച്ചു.

'അലെക്സിക്ക് എന്തോ അപകടം സംഭവിച്ചിരിക്കുന്നു, ഇത് നോക്കൂ. കുതിരജിനിയുടെ ഇടതു വശത്തു രക്തമുണ്ട്'

ഇത്രയും പറഞ്ഞു പിയറി അലെക്സിയുടെ സഞ്ചി അഴിച്ചെടുത്തു

'എങ്ങനെയോ അലെക്സിയും ഈ കുതിരയും തമ്മിൽ വേർപെട്ടു. കുതിര തനിയെ തിരിച്ചു ഇവിടേയ്ക്ക് വന്നു ഒരുപക്ഷേ, അതിന്റെ കൂട്ട് കുതിരയുടെ ഗന്ധം ആവണം അവനെ ഇവിടെ നിൽക്കാൻ പ്രേരിപ്പിച്ചത്'

ഈ സമയം ലായത്തിന്റെ വാതിൽ അകത്തു നിന്നും തുറന്നു വിൻറ്റീല പുറത്തേക്കു വന്നു.

'ഇത് അലക്സിയുടെ കുതിരയാണല്ലോ. അവൻ വന്നോ?'

അവൾ ആശ്ചര്യം കൂറി. പിയറി അവളെ രക്തപ്പാടു കാട്ടിക്കൊടുത്തു. സംശയങ്ങളും പറഞ്ഞു. എന്തായാലും കുതിരയെ അകത്തേക്ക് കയറ്റി വാതിൽ അടച്ചിട്ടു മുകളിലേക്ക് വരാൻ പറഞ്ഞു അവർ സത്രത്തിനു മുന്നിലേക്ക് നടന്നു. ഒരുവട്ടം കൂടി ചുറ്റുപാട് മുഴുവൻ വീക്ഷിച്ചു എല്ലാം സുരക്ഷിതമെന്ന് ഉറപ്പിച്ചു സത്രത്തിനകത്തു കടന്നു വാതിലടച്ചു.

വിവരം അറിഞ്ഞ മാർത്തയും നികോലീനയും പരിഭ്രമിച്ചു.

'എന്തായാലും ഇനി നേരം പുലർന്നാലേ വല്ലതും നടക്കൂ നിങ്ങൾ പോയി ഉറങ്ങുക. ഞാനും ഗ്രിഗോറിയും ഇവിടെ ഹാളിൽ ഉറങ്ങാം.'

പിയറി പറഞ്ഞത് ആരും നിഷേധിച്ചില്ല. മാർത്ത കിടന്ന മുറിയിൽ നികോലീനയും വിന്റീലയും കൂടി ഇടം തേടി. ഗ്രിഗോറിയും,

പിയറിയും ഹാളിൽ രണ്ടു കസേരകളിൽ ഇരുന്നു ഉറക്കം തിരഞ്ഞു. തോക്കുകൾ കൈ എത്തുന്ന ഇടത്തു തന്നെ ഉണ്ടായിരുന്നു. എല്ലാവരും കിടന്നുവെങ്കിലും അന്ന് വിന്റീലയുടെ സത്രത്തിൽ ആരും ഉറങ്ങിയില്ല.

രാത്രി അതിന്റെ മൂന്നാം ഖണ്ഡത്തിലേക്കു കടന്നിരുന്നു.

ആശുപത്രി കിടക്കയിൽ ആദെലീന് ബോധം തിരിച്ചു കിട്ടിയത് രാത്രി വളരെ വൈകിയാണ്. അവൾ ചുറ്റും നോക്കി അപരിചിതമായ അന്തരീക്ഷം.

ചുറ്റുപാടുമുള്ള കാഴ്ചകൾ അവൾ ഒരു ആശുപത്രിയിൽ ആണെന്നത് ബോധ്യപ്പെടുത്തി. അവളുടെ നെറ്റി വല്ലതെ വേദനിക്കുന്നുണ്ടായിരുന്നു അപ്പോഴും. അവൾ ഒരു കൈ കൊണ്ട് നെറ്റി തടവി നോക്കി. തുണി കൊണ്ട് മുറിവ് പൊതിഞ്ഞിരുന്നു. അവൾ ചുറ്റും നോക്കി അവളുടെ കട്ടിലിനു സമീപം ഇട്ടിരുന്ന കസേരയിൽ സൈനിക വേഷത്തിലിരുന്ന ആളെ അവൾ ശ്രദ്ധിച്ചു.

ഇല്ല പരിചിതനായ ആരുമല്ല.

അവൾ കഴിഞ്ഞു പോയ രംഗങ്ങൾ ഓർത്തെടുക്കാൻ ശ്രമിച്ചു.

മാർത്തയെ രക്ഷപെടാൻ സഹായിച്ച ശേഷം അവൾ തറയിൽ നിന്ന് ചാട്ടയുമെടുത്ത് കാത്തിരുന്നു. ദിമിത്രി വീണ്ടും തന്നെ ഉപദ്രവിക്കാൻ ശ്രമിക്കും എന്നവൾക്ക് തോന്നി. അയാളാകട്ടെ താഴെ എന്തൊക്കെയോ പിച്ചും പേയും പറഞ്ഞു കൊണ്ടിരുന്നു. കുറച്ചു നേരം കഴിഞ്ഞപ്പോൾ ദിമിത്രി മദ്യത്തിന്റെ അബോധാവസ്ഥയിലാണെന്നു അവൾക്കു ബോധ്യപ്പെട്ടു.

ഇതൊരു തക്കമാണ്. മുറി തുറന്നു കിടന്നു.

ഈ അവസരം ഉപയോഗിച്ചാൽ ഈ നരകത്തിൽ നിന്നും ഒരു പക്ഷേ, തനിക്ക് രക്ഷപെടാൻ ആയേക്കും എന്നൊരു തോന്നൽ അവളിൽ ഉണ്ടായി. ധൃതി പിടിച്ചു മാർത്തയെ പറഞ്ഞു വിടേണ്ടി ഇരുന്നില്ല എന്നും തോന്നി. രണ്ടുപേർക്കും ഒരുമിച്ചു രക്ഷപെടാമായിരുന്നു. അവൾ മെല്ലെ എഴുന്നേറ്റു പുറത്തേക്കു നടന്നു. പെട്ടെന്ന് തലചുറ്റും പോലെ തോന്നി ബോധം മറഞ്ഞു. അവൾ മുറിയിലെ തറയിലേക്ക് വീണു പോയി. പിന്നെന്തു നടന്നു എന്ന് ആദെലീന് ഓർക്കാനായില്ല. അവളുടെ ഓർമ്മകൾ ഇടയ്ക്കു മുറിയുന്നു.

അവൾ ചുറ്റും നോക്കി കണ്ണുകൾ അടഞ്ഞു പോകുന്നു.

അവൾ ആ ആശുപത്രിക്കിടക്കയിൽ മെല്ലെ മയക്കത്തിലേക്ക് വീണ്ടും ആഴ്ന്നു.

12

നേരം പുലർന്നിരുന്നില്ല.

ടാർഗോവീഷ്ഠ കാടുകൾക്കുള്ളിൽ നിന്ന് കീറിപ്പറിഞ്ഞ വസ്ത്രങ്ങൾ ധരിച്ചൊരാൾ കുതിരപ്പുറത്തു ക്രാസ്സിമിറും കൂട്ടരും തമ്പടിച്ചിരുന്ന ആ ഒറ്റപ്പെട്ട ഭവനത്തിലേക്ക് കടന്നു ചെന്നു. വലിയൊരു സംഘട്ടനം കഴിഞ്ഞു വരുന്നു എന്ന് സൂചിപ്പിക്കും വിധം അയാളുടെ ശരീരം അവിടവിടെയായി മുറിഞ്ഞു ചോര വരുന്നുണ്ടായിരുന്നു. അയാൾ ആ വീടിന്റെ വാതിലിൽ മുട്ടി വിളിച്ചു.

നിരന്തരമായ മുട്ടലുകൾ കേട്ട് ക്രാസ്സിമിറിന്റെ അനുചരന്മാരിൽ ഒരാൾ വന്നു വാതിൽ തുറന്നു.

ടാർഗോവീഷ്ഠ കാട്ടിനുള്ളിലെ താൽക്കാലിക കൂരയിൽ ചാഫുലുമീസ നേരം വെളുക്കും മുന്നേ ഉണർന്നു. ബാരോൺ ക്രിമിനിയൽ ദേവനും അസാക്ക തിണിർ ദേവനും ബലിയർപ്പിക്കേണ്ടതുണ്ട്. അയാൾ തന്റെ അനുചരന്മാരെ വിളിച്ചുണർത്തി.

ഖേപ്രിയെ അവിടെയെങ്ങും കണ്ടതുമില്ല.

ഒരുപക്ഷേ, അയാൾ താൻ കൂടുതലായി ആവശ്യപ്പെട്ട വസ്തുക്കൾ തേടാൻ പോയിട്ടുണ്ടാവാം എന്ന് മീസ കരുതി.

സൂര്യോദയത്തിനു മുൻപ് ബലിപീഠം തയാറാക്കാനും ബലി നൽകാൻ സൂക്ഷിച്ചിരുന്ന 'കാരിയാൻ ബലിക്കാക്കകളെ' കൊണ്ടുവരാനും ആജ്ഞാപിച്ചു. എന്നിട്ടയാൾ വിചിത്രമായ ചുവടുകളോടെ എന്തൊക്കെയോ മന്ത്രങ്ങൾ ഉരുവിടാൻ ആരംഭിച്ചു.

അതേസമയം ടാർഗൂസിലെ സൈനിക ആസ്ഥാനത്തു വിയോറിലും ഉണർന്നിരുന്നു. അയാൾ അതുവരെയുള്ള നടപടികളുടെ റിപ്പോർട്ട് പൂർത്തീകരിക്കാൻ തുടങ്ങി, തലേ ദിവസം ഫിലിപ്പ് ഭവനത്തിലേക്ക് കടന്നു ചെന്ന രംഗം അയാൾ ഓർത്തു.

ബുക്കാറെസ്റ്റിൽ നിന്നും അനുവാദം ലഭിക്കാതെ ഫിലിപ്പ് ഭവനം റെയ്ഡ് ചെയ്യാൻ തനിക്കു കഴിയുമായിരുന്നില്ല. 'അനാവശ്യ നടപടിക്രമങ്ങൾ', അയാൾ സ്വയം ശപിച്ചു. സന്ധ്യയാകാറായപ്പോൾ ആണ് അഞ്ചു സൈനികരുമൊപ്പം ഫിലിപ്പ് ഭവനത്തിന്റെ വാതിൽ ഭേദിച്ച് വിയോറിൽ ആ വളപ്പിൽ കടന്നു ചെന്നത്. എല്ലായിടത്തും പരിശോധിക്കാൻ സൈനികരോട് ഉത്തരവിടുമ്പോൾ തന്നെ ദിമിത്രിയുടെ പക്കൽ തോക്കുണ്ടെന്നും സൂക്ഷിക്കണം എന്നും സൈനികരെ ഓർമ്മപ്പെടുത്തിയിരുന്നു. ആ വീട്ടുവളപ്പ് പരിശോധിച്ച സൈനികർ ഇയോണിന്റെ ശവം അടക്കം ചെയ്ത കുഴി പെട്ടെന്ന് തന്നെ കണ്ടെത്തി. രണ്ടു സൈനികരെ വീടിന്റെ ഒരു വശത്തും

മറ്റു രണ്ടു പേരെ മറ്റൊരു വശത്തും കാവൽ നിർത്തി. താനും ഒരു സൈനികനും കൂടി വീടിന്റെ വാതിലിനു സമീപത്തേക്കു ഒച്ചയുണ്ടാക്കാതെ നീങ്ങി.

അപ്പോൾ ദിമിത്രി ഫിലിപ്പ് ആ വീട്ടിൽ തന്നെ ഉണ്ടായിരുന്നു.

കോസ്റ്റഡീൻ ക്റാസൈമിറിന്റെ ഭവനത്തിൽ ദിമിത്രി ഉണർന്നു. പ്രധാന ഹാളിൽ ആരൊക്കെയോ ഉറക്കെ സംസാരിക്കുന്നതു അയാൾക്ക് കേൾക്കാമായിരുന്നു. അയാൾ വീട് വിട്ടു ഇറങ്ങേണ്ടി വന്ന രംഗങ്ങൾ ഓർത്തിരിക്കുകയായിരുന്നു.

ക്യാപ്റ്റൻ വിയോറിലും അയാളുടെ സൈനികരും ഫിലിപ്പ് ഭവനത്തിന്റെ മുൻവാതിലിൽ എത്തുമ്പോൾ തന്നെ കാര്യങ്ങൾ കുഴപ്പത്തിലായി എന്ന് താൻ തിരിച്ചറിഞ്ഞിരുന്നു. ആ പണിക്ക് പിറന്ന കിഴവി മാർത്ത പണി പറ്റിച്ചു എന്ന് ദിമിത്രി മനസിലാക്കി. ഇനി ഇവിടെ നിന്നാൽ ഇയോണിന്റെ മരണം അടക്കം പലതിനും താൻ സമാധാനം പറയേണ്ടി വരും. അതാകട്ടെ അത്ര എളുപ്പമാവില്ല താനും. എത്രയും വേഗം രക്ഷപ്പെടുക എന്നതാണ് ബുദ്ധി.

ബാക്കിയൊക്കെ ഭാവിയിൽ നോക്കാം.

തോക്കെടുത്തു ചുമലിൽ തൂക്കി തന്റെ അലമാരിയിൽ അവശേഷിച്ച കാശും തിരകളും തുകൽ സഞ്ചിയിൽ നിറച്ചു ദിമിത്രി ഫിലിപ്പ് ഒച്ചയുണ്ടാക്കാതെ വീടിന്റെ മുകളിലത്തെ നിലയിലേക്ക് പോയി. ആദെലീനെ കൊല്ലാതെ വീട് വിട്ടു പോയാൽ പിന്നെ ഒരിക്കലും തനിക്കു അതിനായേക്കില്ല എന്നയാൾ കണക്കു കൂട്ടി. മുകളിലത്തെ മുറിയിലേക്ക് കടക്കവേ അയാൾ തറയിൽ വീണു കിടക്കുന്ന ആദെലീനെ ആണ് കണ്ടത്. നെറ്റിയിൽ നിന്നു ചോര വാർന്നു ചലനമറ്റ് അവളവിടെ നിലത്തു കിടക്കുന്നുണ്ടായിരുന്നു.

ആ കാഴ്ച അവനെ സന്തോഷിപ്പിച്ചു.

അവൾ മരിച്ചു എന്ന് അയാൾക്ക് തോന്നി.

എങ്കിലും മരണം ഉറപ്പിക്കാൻ അവളുടെ തലച്ചോറ് വെടിയുണ്ട കൊണ്ടു ചിതറിക്കണം. അയാൾ ചുമലിൽ തൂക്കിയിട്ട തോക്കെടുത്തു. പക്ഷേ, പെട്ടെന്ന് അയാൾ ശ്രദ്ധാലുവായി. താഴെ സൈനികരെത്തിയിട്ടുണ്ട്. ഇപ്പോൾ ഒരു വെടിയൊച്ച കേട്ടാൽ ഒരു പക്ഷേ, അത് തനിക്ക് രക്ഷപെടാനുള്ള വഴി അടച്ചു കളഞ്ഞേക്കും എന്നയാൾ ചിന്തിച്ചു.

എത്രയും വേഗം ഇവിടെ നിന്ന് കടക്കണം.

പുറത്തു സൈനികരുള്ളത് കൊണ്ട് മുൻ വാതിലിലൂടെ തനിക്കു രക്ഷപെടാൻ ആവില്ല. വീടിനു പിന്നിലാണ് കുതിരലായം.

അവിടെ എത്തിയാൽ കുതിരപ്പുറത്തു രക്ഷപെടാനായേക്കും, അങ്ങനെ ചെയ്യാൻ കഴിഞ്ഞാൽ തന്റെ വീടിന്റെ പിന്നിലെ മരക്കൂട്ടങ്ങൾക്കിടയിലൂടെ കാട്ടിലേക്കു കടക്കാം. അതുവഴി തന്നെ തേടി വരാൻ ഇവർക്ക് അല്പം സമയം എടുത്തേക്കും. ആ സമയം ഉപയോഗപ്പെടുത്തണം, അയാൾ മുകളിലത്തെ നിലയിലെ ജനാലയിലൂടെ വീടിനു പിന്നിലേക്ക് വലിഞ്ഞിറങ്ങി, സൈനികർ വീടിനു പിൻവശത്തേക്കു എത്തും മുന്നേ ഞൊടിയിടയിൽ ദിമിത്രി കുതിരലായത്തിൽ നിന്നും അയാളുടെ കുതിരയെ അഴിച്ചെടുത്തു. പിന്നെ ജീവൻ പണയപ്പെടുത്തിയുള്ള പാച്ചിലായിരുന്നു. കോസ്റ്റഡീൻ ക്രാസ്സിമിർ ടാർഗവീഷ്ഠയിൽ ഉണ്ടെന്നു അയാൾക്കറിയാം.

ഈ അവസ്ഥയിൽ തന്നെ രക്ഷിക്കാൻ അയാൾക്കേ കഴിയൂ എന്നത് ദിമിത്രിക്ക് ബോധ്യമുണ്ടായിരുന്നു. അയാൾ മരക്കൂട്ടത്തിനിടയിലൂടെ അതിവേഗത്തിൽ അങ്ങോട്ടേക്ക് പോയി. സന്ധ്യസമയം ആയതിനാൽ വഴിയിൽ ഇരുട്ട് വീണിരുന്നു. ഇടതൂർന്ന മരങ്ങൾക്കിടയിലൂടെ ആരുടേയും കണ്ണിൽ പെടാതെ ടാർഗവീഷ്ഠയിലെ ക്രാസ്സിമിർ ഭവനത്തിൽ അയാളെത്തുന്നത് അങ്ങനെയാണ്.

പെട്ടെന്ന് അയാൾ തങ്ങിയിരുന്ന ക്രാസ്സിമിറിന്റെ ഭവനത്തിന്റെ പ്രധാന ഹാളിൽ നിന്നും എന്തൊക്കെയോ ഒച്ചകൾ കേട്ട് അയാൾ അങ്ങോട്ട് നടന്നു.

ടാർഗൂസ് സൈനിക ആസ്ഥാനത്ത് വിയോറിലിന് മുന്നിലേക്ക് ഒരു സൈനികൻ കടന്നു വന്നു

'ക്യാപ്റ്റൻ, ഇന്നലെ താങ്കളോടൊപ്പം ഉണ്ടായിരുന്ന ആളുകൾ വന്നു നിൽക്കുന്നു'

തുടർന്ന് ഡ്രാഗോമീറും പിർവൂവും വിയോർലിന്റെ മുറിയിലേക്ക് ആനയിക്കപ്പെട്ടു. അവർ കടന്നു വന്നപ്പോൾ ഓരോ ആഴ്ചയും ബുക്കാറെസ്റ്റിലെ ഉന്നത ഉദ്യോഗസ്ഥർക്ക് എത്തിച്ചു കൊടുക്കേണ്ട റിപ്പോർട് തയാറാക്കുന്ന തിരക്കിലായിരുന്നു വിയോറിൽ. ദിമിത്രി ഫിലിപ്പ് തന്റെ കൈകളിൽ നിന്ന് വഴുതിപ്പോയത് അയാളെ തെല്ലു നിരാശനാക്കിയിരുന്നു. എങ്കിലും അതിന്റെ മേൽ അയാളും ചില നീക്കങ്ങൾ നടത്തിയിരുന്നു. ഡ്രാഗോമീറിനെയും പിർവൂവിനേയും വിയോറിൽ അകത്തേക്ക് ക്ഷണിച്ചു. ഒരു സൈനികൻ വിളമ്പിയ 'ഫ്രാപ്പെ' (ഒരിനം റൊമാനിയൻ കോഫീ) കുടിച്ചു കൊണ്ട് അവർ സംസാരിച്ചു.

'വിയോ, പിർവൂ രാവിലെ തന്നെ തിരികെ പോകുകയാണ്, ഇന്നലെ നാം തീരുമാനിച്ചത് പോലെ മാർത്തയെയും ഗ്രിഗോറി

കുടുംബത്തെയും കൊണ്ട് പിയറി വരും. പക്ഷേ, അതിൽ ഞാൻ ആലോചിച്ചിട്ട് ഒരു പ്രശ്നമുണ്ട് .. എല്ലാവരും ഇങ്ങു വന്നാൽ പിർവൂവും വിന്റീലയും മാത്രമാകും സത്രത്തിൽ. കാര്യങ്ങളുടെ ഇപ്പോഴത്തെഗതി വച്ച് അതത്ര സുരക്ഷിതം ആവുമോ എന്ന് ഞാൻ ഭയക്കുന്നു.'

'ഞങ്ങൾ എത്രയോ വർഷമായി അവിടെ താമസിക്കുന്നു ഡ്രാക്കോ, നീഭയപ്പെടേണ്ട ഒന്നും സംഭവിക്കില്ല' പിർവൂ ഇടപെട്ടു.

'നിങ്ങളൊരു നല്ല സ്നേഹിതൻ മാത്രമല്ല നല്ലൊരു നേതാവ് കൂടിയാണ് ഡ്രാഗോ, എന്റെ അളിയൻ ഭാഗ്യവാനാണ് നിങ്ങളെ പോലെ ഒരു ഉറ്റ സ്നേഹിതൻ ഉള്ളതിൽ. നിങ്ങൾ എല്ലാവരെയും പറ്റി ചിന്തിക്കുന്നു. നിങ്ങൾ പറഞ്ഞത് ശരിയാണ്, ഇവരെ അവിടെ തനിച്ചു വിടുന്നത് ഇപ്പോഴത്തെ സാഹചര്യത്തിൽ നല്ലതല്ല. സാരമില്ല ഞാൻ രണ്ടു സൈനികരെ തൽക്കാലം അവിടെ ഏർപ്പാടാക്കാം. എന്തായാലും രണ്ടു മൂന്നു ദിവസത്തെ കാര്യമേ ഉള്ളൂ. അപ്പോഴേക്കും ഇവിടത്തെ വീട് വൃത്തിയാക്കും. പിന്നെ ഇവരിങ്ങോട്ടു തന്നെ അല്ലെ വരുന്നത്, അതെ അതാണ് നല്ലത്. രണ്ടു സൈനികർ ഇന്ന് വൈകുന്നേരത്തിനു മുൻപ് അവിടെ എത്തും പിർവൂ'

'ഹേ അതൊന്നും വേണ്ടാ വിയോറിൽ.'

പിർവൂ തടയാൻ ശ്രമിച്ചു.

'വേണം, വിയോറിൽ വളരെ നന്ദി വലിയൊരു വിഷയമാണ് നിങ്ങൾ ഇപ്പോൾ പരിഹരിച്ചത്. ഞാൻ പോട്ടെ വിയോ? നിങ്ങളുടെ അന്വേഷണ സംഘം എപ്പോഴാണ് അലെക്സിയെ അന്വേഷിച്ചു പോകുന്നത്?'

'അവർ ഇപ്പോൾ തന്നെ തയാറായിട്ടുണ്ട് ഡ്രാഗോ, ഒരു നിമിഷം.'

'എനിക്കൊരു അഭിപ്രായ സ്വാതന്ത്ര്യവും ഇല്ലേ? എല്ലാം നിങ്ങൾ എല്ലാരും കൂടി തീരുമാനിക്കുന്നു'

പിർവൂ ചിരിച്ചുകൊണ്ട് പ്രതിഷേധം രേഖപ്പെടുത്തി.

'നിനക്ക് അഭിപ്രായസ്വാതന്ത്ര്യം ആവോളമുണ്ട് പ്രിയ സ്നേഹിതാ. പക്ഷേ, തൽക്കാലം അത് ഒറ്റയ്ക്കിരിക്കുമ്പോ മതി'

ഡ്രാഗോ പിർവൂ വിനെ കളിയാക്കി.

'പോടാ', പിർവൂ ഡ്രാഗോയ്ക്ക് ഒരു ഇടിവച്ചു കൊടുത്തു.

വിയോറിൽ ഇതിനിടെ പുറത്തു പോയി ഒരു സൈനികനുമായി വന്നു.

'ഡ്രാഗോ .. ഈ സൈനികനൊപ്പം പോവുക. ബാക്കിയുള്ളവർ പുറത്തു തയാറായി നിൽക്കുന്നുണ്ട് നിങ്ങൾക്ക് അലെക്സിയെ കണ്ടെത്താൻ ആവട്ടെ എന്ന് ആശംസിക്കുന്നു'

'എന്നാൽ ഞാൻ പോയി വരാം'

ഡ്രാഗോ സൈനികനൊപ്പം പുറത്തേക്കു പോയി.

'ഞാനുമിറങ്ങുന്നു'

പിർവൂ വിയോറിലിന്റെ കൈപിടിച്ചു യാത്ര പറഞ്ഞിട്ട് പുറത്തേക്കു നടന്നു.

'എല്ലാം ശുഭമാകട്ടെ'

വിയോറിൽ ആശംസിച്ചു.

തുടർന്നയാൾ റിപ്പോർട്ട് തയാറാക്കുന്ന പണി തുടർന്നു...

13

ക്രാസ്സിമിറിന്റെ ഒളിത്താവളമായ ആ വലിയ വീടിന്റെ പ്രധാന ഹാളിലേക്ക് കടന്നു വന്ന ദിമിത്രി അത്ഭുതപ്പെട്ടു. ദേഹമാസകലം ഉരഞ്ഞു മുറിഞ്ഞു, കീറിപ്പറിഞ്ഞ വസ്ത്രങ്ങളുമായി ഇരിക്കുന്ന ആളെ ദിമിത്രിക്ക് പരിചയമുണ്ടായിരുന്നില്ല. ക്രാസ്സിമിറിന്റെ അനുചരന്മാർ അയാളുടെ വസ്ത്രങ്ങൾ മാറാനും മുറിവുകൾ വൃത്തിയാക്കാനും സഹായിച്ചു കൊണ്ടിരുന്നു. ആ മനുഷ്യനാകട്ടെ എന്തോ വലിയ ഭയപ്പാടോടെ അക്ഷമയോടെ ചുറ്റും നോക്കികൊണ്ടിരുന്നു. ദിമിത്രി അയാളെ കൗതുകത്തോടെ നോക്കി നിൽക്കെ ക്രാസ്സിമിർ ഉറക്കച്ചടവോടെ അവിടേക്ക് കടന്നു വന്നു.

'ഖേപ്രി! നിങ്ങൾക്കെന്താണ് പറ്റിയത്?'

ക്രാസ്സിമിർ ഉറക്കെ ചോദിച്ചു.

ഖേപ്രി തന്നെ സഹായിച്ചിരുന്നവരെ തട്ടിമാറ്റി ക്രാസ്സിമിറിനടുത്തേക്ക് ഓടിവന്നു.

'ക്രാസ്സിമിർ പ്രീയപ്പെട്ട ക്രാസ്സിമിർ, നമ്മൾ അപകടത്തിലാണ്. അതയാളാണ് വോയിവോട് വ്ലാദ് ഡ്രാക്കുള. ഇന്നലെ അർദ്ധരാത്രി കഴിഞ്ഞു ഫെറ്റീച്ചർ താമസിക്കുന്നതിനടുത്ത് വന്നിരുന്നു. ഒരായിരം കാട്ടുനായ്കൾ. അവയെന്നെ കടിച്ചു കീറി. എങ്ങനെയാണ് രക്ഷപ്പെട്ടതെന്ന് എനിക്കറിയില്ല.'

'അപ്പൊ ഫെറ്റിച്ചറും കൂട്ടരും? അവരവിടെ?'

'എനിക്കറിയില്ല, അവർ ജീവനോടെയുണ്ടോ എന്ന് എനിക്കറിയില്ല. ക്രാസ്സിമിർ എന്റെ ജീവിതം തുലഞ്ഞു പോയി. എല്ലാം ഇവി

ടം കൊണ്ട് നിർത്തിയില്ലെങ്കിൽ അവൻ ഇങ്ങോട്ടും വരും. ആരും രക്ഷപ്പെടില്ല, ആരും രക്ഷപ്പെടില്ല. എല്ലാവരെയും അയാൾ നശിപ്പിക്കും. വേണ്ടാ ക്രാസ്സിമിർ നമ്മുടെ ആയുധങ്ങൾ ഒന്നും അവന്റെ മേൽ ഫലവത്താവില്ല. ഫെറ്റീച്ചർ അവനും കൊലപ്പെട്ടിരിക്കാം. ഒപ്പമുണ്ടായിരുന്ന സഹായികളും കൊല്ലപ്പെട്ടിരിക്കാം. അവരുടെ ശരീരം ഇപ്പോൾ കാട്ടുനായ്കൾ കടിച്ചു കീറുന്നുണ്ടാവണം. എനിക്ക് വയ്യ ക്രാസിമിർ. ഞാൻ പോകുന്നു തിരികെ ഈജിപ്തിലേക്ക്. എന്നെ സഹായിക്കണം. എനിക്ക് പോകാൻ ഉള്ള സഹായം ചെയ്തു തരണം ക്രാസ്സിമിർ. എനിക്കിവിടെ മറ്റാരെയുമറിയില്ല.'

ഖേപ്രി എന്തൊക്കെയോ പുലമ്പിക്കൊണ്ടിരുന്നു.

ക്രാസ്സിമിർ ആകെ ക്ഷുഭിതനായി.

'ആദ്യം ആ അഹമ്മദ്, ഇപ്പൊ നീയും എല്ലാം കണക്കാണ്. നാല് നൂറ്റാണ്ടു മുൻപ് മരിച്ചു പോയ വോയിവോടിനെ പേടിച്ചു നാടുവിടുന്നു ഭീരുക്കൾ.'

പെട്ടെന്ന് പുറത്തൊരു കുതിര വന്നു നിൽക്കുന്ന ശബ്ദം കേട്ടതോടെ ഖേപ്രി എല്ലാവരുടെയും കൈ വിടുവിച്ചു ഓടിപ്പോയി ഹാളിലെ മേശയുടെ പിന്നിലേക്ക് ഒളിച്ചു.

വാതിലിൽ ആരോ മെല്ലെ മുട്ടി.

ടാർഗൂസിൽ നിന്നും രാവിലെ തന്നെ തിരിച്ച പിർവൂ തിരികെ അയാളുടെ സത്രത്തിൽ എത്തിച്ചേർന്നു. ചെന്നപാടെ എല്ലാവരും അയാളുടെ ചുറ്റും കൂടി ടാർഗൂസിൽ എന്ത് നടന്നു എന്നയാൻ തിടുക്കപ്പെട്ടു ചോദ്യങ്ങൾ ചോദിച്ചു തുടങ്ങി.

പിർവൂ എല്ലാം പറഞ്ഞു.

അലെക്സിക്ക് അപകടം പറ്റിയത്, അവനു വേണ്ടി തിരച്ചിലുകൾ നടത്തിയിട്ടും കണ്ടുകിട്ടാത്തത്, വിയോറിൽ സൈനികരുമായി ഫിലിപ്പ് ഭവനത്തിലേക്ക് പോയത്, അവന്റെ കണ്ണുവെട്ടിച്ചു ദിമിത്രി രക്ഷപെട്ടത്, ബോധരഹിതയായ ആദെലീനെ കണ്ടെത്തി വിയോറിൽ ആശുപത്രിയിലാക്കിയത്. അങ്ങനെ എല്ലാം.

'എന്റെ അലെക്സിക്ക് എന്ത് പറ്റിയിരിക്കും?'

മാർത്ത ദുഖിതയായി.

'അവനറിയുന്നതു പോലെ ആ കാടുകൾ ആർക്കും അറിയില്ലല്ലോ. ഒന്നും സംഭവിച്ചിട്ടില്ലെന്ന് ആശിക്കാം' പിർവൂ പറഞ്ഞു.

'ആ ദുഷ്ടൻ രക്ഷപെട്ടത് കഷ്ടമായി. അവനെ സൈന്യത്തിന്റെ കയ്യിൽ കിട്ടണമായിരുന്നു. ആ പെൺകൊച്ചു ജീവനോടെ ഉണ്ടെ

ന്നറിഞ്ഞതിൽ സന്തോഷമുണ്ട്. അവൾക്കൊന്നും വരില്ല. ഒരു കണക്കിന് അവൾ പാവം തന്നെ.'

മാർത്ത തുടർന്ന് പറഞ്ഞു. വിന്റീലയും അത് ശരിവച്ചു.

പിയറിക്ക് അറിയേണ്ടത് മറ്റൊന്നായിരുന്നു.

'ഈ വെളുത്ത ടർക്കിഷ് കാട്ടുനായകളുടെ ഏർപ്പാട് എന്താണ്. അവർക്കെന്താണ് നമ്മുടെ പിന്നാലെ വരേണ്ട കാര്യം?'

'ഇവിടെ വല്ല പ്രശ്നവും ഉണ്ടായോ?'

പിർവൂ പെട്ടെന്ന് ആകാംക്ഷാഭരിതനായി.

'ഹേ ഇല്ല ആകെ ഉണ്ടായ വിഷയം അലെക്സിയുടെ കുതിര തിരികെ വന്നതാണ്. അത് ലായത്തിലുണ്ട്. ഇന്നലെ വിയോറിലിന്റെ സന്ദേശമുണ്ടായിരുന്നു, ടർക്കിഷ് നായകളെക്കുറിച്ച്. അതാ ചോദിച്ചത്.'

'ഓ, ആ കുതിര ഇങ്ങെത്തിയോ? വെളുത്ത കാട്ടുനായ്കളുടെ കാര്യമാണെങ്കിൽ അത് മറ്റൊന്നുമല്ല. ആരൊക്കെയോ പഴയ നിധിയുടെ പിന്നാലെ കൂടിയിട്ടുണ്ടത്രെ, മഹമൂദിന്റെ കാടിനുള്ളിലെ കോട്ടയിൽ ഒളിപ്പിച്ചെന്നു പറയപ്പെടുന്ന നിധി. ആ സ്ഥലം ആർക്കും അറിയില്ലല്ലോ. പക്ഷേ, അലെക്സിക്കറിയാം ആ വഴി. അവന്റെ ജീവൻ അപകടത്തിലാക്കിയത് അതാണോ എന്ന് സംശയമുണ്ട് പിയറി അമ്മാവാ'

'ഓഹോ, വീണ്ടും ആ നിധിയുടെ കെട്ടുകഥ വിശ്വസിച്ചു ആളുകൾ ഇറങ്ങിയിട്ടുണ്ട് അല്ലെ. മനുഷ്യരുടെ അത്യാഗ്രഹം എന്നാണാവോ തീരുക. പിർവൂ നീ കുളിച്ചു വല്ലതും കഴിച്ചൊന്നു വിശ്രമിക്ക്. നിനക്ക് ക്ഷീണം ഉണ്ട്. കാണുമ്പോൾ തന്നെ അറിയാം'

മാർത്ത ഇടപെട്ടു.

'ഇല്ല വിശ്രമിക്കാൻ സമയമില്ല മറ്റു ചില കാര്യങ്ങൾ ഉണ്ട്. അമ്മായി ഉടനെ ടാർഗൂസിൽ എത്തിയാൽ നന്നായിരിക്കുമെന്ന് ഡ്രാക്കോക്ക് അഭിപ്രായമുണ്ട്. ആശുപത്രിയിൽ ആദെലീനെ നോക്കാൻ ആരുമില്ല. സ്ത്രീകൾ ആരെങ്കിലും വേണമെന്നാണ് അപ്പോത്തിക്കിരി പറയുന്നത്. അമ്മായിക്ക് സമ്മതമാണെങ്കിൽ പിയറി അമ്മാവനെയും കൂട്ടി ഇന്ന് തന്നെ അങ്ങോട്ട് അയക്കണം എന്നാണു ഡ്രാഗോ പറഞ്ഞത്'

'എനിക്കെന്താ സമ്മതക്കുറവ്. ഒരു കണക്കിന് ഇപ്പൊ എന്റെ ജീവൻ രക്ഷിച്ചത് ആ പെണ്ണാണ്. അവളെ സഹായിക്കാൻ എനിക്ക് സന്തോഷമേ ഉള്ളൂ. പിന്നെ പഴയ പോലെ അല്ലല്ലോ ഇപ്പൊ എനിക്ക് പേടിയില്ല. ഡ്രാഗോയും വിയോറിലും ഒക്കെ അവിടെ

ഉണ്ടല്ലോ’

‘ഓ അതുശരി, നിനക്ക് വേണ്ടി പ്രാണൻ പോലും കളയാൻ മടിയില്ലാത്ത എന്നെ അങ്ങ് മറന്നു അല്ലെ.’

പിയറി കൃത്രിമ പരിഭവത്തോടെ പറഞ്ഞു.

‘ഈ കിഴവൻ കാമുകനെ കൊണ്ട് തോറ്റു’

മാർത്ത അത് തമാശ പോലാണ് പറഞ്ഞതെങ്കിലും അവരുടെ മുഖം തുടുത്തത് വിന്റീല ശ്രദ്ധിച്ചു.

‘മാർത്ത അമ്മായി ചുമ്മാ കളവു പറയണ്ടാ. ഇതൊക്കെ കേൾക്കുമ്പോ അമ്മായീടെ മുഖം തുടുക്കുന്നത് ഞാൻ ശ്രദ്ധിക്കുന്നുണ്ട്’ അവൾ കളിയാക്കി. മാർത്ത അമ്മായി ചിരിച്ചു കൊണ്ട് അകത്തേക്ക് പോയി. പിയറിയും എഴുന്നേറ്റു. പിർവൂ തുടർന്നു പറഞ്ഞു

‘മിസ്റ്റർ ഗ്രിഗോറിയെയും നിക്കോലീനയെയും കൂടി കൊണ്ട് പോകണം എന്ന് ഡ്രാക്കോ പറഞ്ഞു വിട്ടിരുന്നു അമ്മാവാ, നിങ്ങളോടു അലെക്സിയുടെ കുതിരവണ്ടി എടുക്കാനാ പറഞ്ഞത്. അവരെ സുരക്ഷിതരായി ടാർഗോവീഷ്ഠ എത്തിക്കണം. നമ്മുടെ ഈ പ്രശ്നങ്ങൾക്കിടയിൽ വന്നു പെട്ട് അവർ വെറുതെ അവരുടെ സമയം കളയുന്നത് ശരിയല്ല.’ എല്ലാവരും ഗ്രിഗോറിയെ നോക്കി.

‘തികഞ്ഞ അപരിചിതരായിട്ടാണ് വന്നതെങ്കിലും. ഇന്ന് നിങ്ങളൊക്കെ എനിക്കും നിക്കോയ്ക്കും പ്രിയപ്പെട്ടവർ തന്നെ പിർവൂ, എങ്കിലും എനിക്കും അധികം സമയം താമസിക്കാൻ ആവില്ല. ഒരു അടിയന്തിര ദൗത്യം ഉണ്ട് ടാർഗോവീഷ്ഠയിൽ, ഇനിയും താമസിച്ചാൽ അത് ശരിയാവില്ല. അത് കൊണ്ട് കൊണ്ടുപോകാൻ പിയറി അമ്മാവൻ തയാറാണെങ്കിൽ ഞങ്ങൾ വരാൻ തയാറാണ്.’

ഗ്രിഗോറി പ്രതിവചിച്ചു.

‘എങ്കിൽ വേഗം തയാറാവുക. നമുക്ക് കഴിവതുംവേഗം തിരിച്ചാൽ നിങ്ങളെ വൈകീട്ടോടെ ടാർഗവീഷ്ഠ എത്തിക്കാൻ എനിക്കാവും.’

പിയറി പ്രതിവചിച്ചു.

പെട്ടെന്ന് പിയറി പിർവൂവിന് നേരെ തിരിഞ്ഞു.

‘മോനെ എല്ലാവരും പോയാൽ നീയും വിന്റീയും മാത്രമാവില്ലേ. ഇപ്പോഴത്തെ സാഹചര്യത്തിൽ അത് ശരിയാവില്ലല്ലോ’

‘അത് ഡ്രാഗോയും പറഞ്ഞു അമ്മാവാ, അതിനുള്ള ഏർപ്പാട് ചെയ്തിട്ടുണ്ട്. വിയോയുടെ രണ്ടു ആളുകൾ ഇന്ന് വൈകിട്ടിനു മുന്നേ ഇവിടെ എത്തും’

‘അതാണ് ഡ്രാക്കോ, ഹും അവനെല്ലാം ചിന്തിക്കുന്നു’

പിയറി മന്ദഹസിച്ചു..

അലെക്സിയുടെ കുതിരവണ്ടി ടാർഗൂസിലേക്കുള്ള പാതയിലൂടെ ചലിച്ചു കൊണ്ടിരുന്നു. വണ്ടിയുടെ മുൻഭാഗത്തു പിയറി ഒരു പാട്ടു പാടി വണ്ടി തെളിച്ചു.

അയാളുടെ തൊട്ട് പിന്നിൽ അയാളുടെ ചുമലും ചാരി മാർത്ത അമ്മായി ഇരുന്നു. ഗ്രിഗോറിയും നികോലീനയും വണ്ടിക്കുള്ളിൽ ആയിരുന്നു. നികോലീന നല്ല ഉറക്കത്തിലും.

മാർത്ത ഓരോന്ന് ഓർത്തുകൊണ്ടിരുന്നു.

'എന്റെ കുതിരക്കുളമ്പടിപ്പാടു വീണ വഴികളിൽ
ഒരിക്കൽ കൂടി ഞാൻ തേര് തെളിക്കുന്നു.
എന്റെ പ്രാണനായവളെ ചേർത്ത് പിടിച്ച
ജീവിതത്തിന്റെ പാതകളിൽ ഞാൻ കുതിരയോട്ടുന്നു.'

പിയറി പാടിക്കൊണ്ടിരുന്നു.

ക്രാസ്സിമിറിന്റെ താവളത്തിൽ ഒരു കുതിര വന്നു നിൽക്കുന്ന ഒച്ച കേട്ട് എല്ലാവരും അങ്ങോട്ട് ശ്രദ്ധിച്ചു. ഖേപ്രി മേശയ്ക്ക് പിന്നിൽ നിശബ്ദനായി ഒളിച്ചിരുന്നു. ദിമിത്രി പെട്ടെന്ന് അകത്തു നിന്നും തന്റെ തോക്കെടുത്തു തയാറായി നിന്നു. ക്രാസ്സിമിറിന്റെ ഒരു അനുചരൻ മെല്ലെ മുൻവാതിൽ തുറന്നു. അത് മാർവിനായിരുന്നു ടാർഗൂസ് ഖനിയിലെ ഒരു തൊഴിലാളി. കോസ്റ്റഡിന് വേണ്ടി ടാർഗൂസിൽ ചാരപ്പണി നടത്തി അതിന്റെ പേരിൽ ചില്ലറ കാശൊക്കെ വാങ്ങുന്ന ഒരുവൻ. ആളെ തിരിച്ചറിഞ്ഞതോടെ ക്രാസ്സിമിർ തോക്കു താഴ്ത്താൻ ദിമിത്രിയോട് ആംഗ്യം കാണിച്ചു.

'ആ മാർവിൻ നീയായിരുന്നോ? കയറി വാ'

കോസ്റ്റഡീൻ തുടക്കമിട്ടു. അയാൾ ചുറ്റും നോക്കി.

ദിമിത്രിയെ അയാൾക്കറിയുമായിരുന്നു. മറ്റുള്ളവരെ മനസ്സിലായിരുന്നില്ല. ക്രാസ്സിമിർ അയാളെയും കൂട്ടിക്കൊണ്ടു ക്രാസ്സിമിറിന്റെ മുറിയിലേക്ക് പോയി വാതിലടച്ചു. ദിമിത്രി ആ വീടിനു പുറത്തേക്കിറങ്ങി ഒരു മരച്ചുവട്ടിൽ പോയിരുന്നു ഒരു സിഗാർ എടുത്തു കത്തിച്ചു. മറ്റുള്ളവരാകട്ടെ ഖേപ്രിയെ ബലമായി പിടിച്ചു കൊണ്ട് ആ വീടിനു പുറത്തുള്ള മറ്റൊരു കൂരയിലേക്ക് പോയി.

'എന്തൊക്കെ ഉണ്ട് ടാർഗൂസിൽ പുതിയ വിശേഷം?'

'അവിടെ എല്ലാം കുഴപ്പമാണ് പേട്രൺ (മുതലാളി) കോസ്റ്റഡീൻ'

'കുറച്ചൊക്കെ ഞാനും കേട്ടു.'

'ആ ദിമിത്രിയുടെ ഭാര്യ ജീവനോടുണ്ട്. ജർമനിയിൽ നിന്നും

വന്ന അപ്പോത്തിക്കിരിയുടെ ആശുപത്രിയിൽ അവർ സുഖം പ്രാപിക്കുന്നു എന്നതാണ് ഒന്നാമത്തെ വിശേഷം.'

'ശ്ശ്ശ് പതുക്കെ പറ, ആ പന്നി കേട്ടാൽ ഇപ്പോ കൊല്ലണം തിന്നണം എന്നൊക്കെ പറഞ്ഞു ബഹളം വച്ച് തുടങ്ങും. ഹഹഹ'

കോസ്റ്റാദീൻ ചിരിച്ചു.

'പിന്നൊന്നുള്ളത് പഴയ എലീജ ലോറൻസിന്റെ മോനാണ് ഇപ്പോഴത്തെ സൈനിക ക്യാപ്റ്റൻ എന്നതാണ്. കൂടുതൽ സൈനികരും എത്തിയിട്ടുണ്ട് ടാർഗൂസിൽ. എല്ലാവരും അവരുടെ വീക്ഷണത്തിലാണ്. അപരിചിതർ പട്ടണത്തിൽ എത്തിയാൽ അവർ ചോദ്യം ചെയ്യാറുണ്ട്.'

'ഓ, അവർക്കു സംശയങ്ങൾ ഉണ്ടല്ലേ. അതത്ര നല്ല വാർത്തയല്ല'

'അതെ പേട്രൺ. പക്ഷേ, ആർക്കും അങ്ങയുടെ സാന്നിധ്യം ഇതുവരെ അറിയില്ല, എങ്കിലും അങ്ങ് സൂക്ഷിക്കണം. അവർ എന്തൊക്കെയോ രഹസ്യമായി നീക്കങ്ങൾ നടത്തുന്നുണ്ട്. പുതിയ അഡ്മിനിസ്ട്രേറ്റീവ് ആപ്പീസർ വരുന്നുണ്ട് എന്നും കേട്ടിരുന്നു. അവിടെ അധികാരി ഓഫീസിലെ ഒരു ജീവനക്കാരനിൽ നിന്നുമാണറിഞ്ഞത്. രണ്ടു ദിവസം മുന്നേ എത്തേണ്ടതായിരുന്നു പോലും. കോൺസ്റ്റന്റൈൻ ഡ്യൂസിന്റെ(പ്രഭു) മകൻ എന്നാ പറഞ്ഞു കേട്ടത്. ആള് വളരെ കണിശക്കാരൻ ആണെന്ന് കേട്ടു.'

കോസ്റ്റാദീൻ നെറ്റി ചുളിച്ചു. പുതിയ അഡ്മിനിസ്ട്രേറ്റിവ് ഓഫീസർ. അതൊരു നല്ല ലക്ഷണമല്ല. കഴിഞ്ഞ പത്തിരുപതു വർഷമായി ടാർഗൂസിനു അഡ്മിനിസ്ട്രേറ്റീവ് ഓഫീസർ ഇല്ല, ടാർഗോവീഷ്ഠയിലെ ഓഫീസർ തന്നെ ആണ് അവിടെയും ചാർജ്. അത് തങ്ങൾക്കു വേണ്ടപ്പെട്ട ആളുകൾ ആയിരുന്നത് കൊണ്ടും സൈനികരെ ആണ് അവർ ടാർഗൂസിലെ വിവരങ്ങൾക്ക് ആശ്രയിച്ചിരുന്നതെന്നത് കൊണ്ടും ഇതുവരെ വലിയ വിഷയം കൂടാതെ പോയി. ഈ വരുന്നവൻ ഏതു തരക്കാരനാണ് എന്ന് ആർക്കറിയാം. അവൻ എതിരായാൽ തന്റെ എക്കാലത്തെയും വലിയ സ്വപ്നമായ ആ ഖനിയുടെ ഉടമസ്ഥാവകാശം തിരിച്ചെടുക്കുക എന്നത് നടക്കാതെ പോകും.

'പേട്രൺ വേറെയും വിഷയമുണ്ട്, ആ മഹമൂദിന്റെ വഴിയേ കുതിരയോട്ടിയവനെ പട്ടാളത്തിനും കണ്ടെത്താൻ ആയിട്ടില്ല. അവന്റെ ശവം പോലും കിട്ടിയില്ല. ഡ്രാഗോമീറും പിർവൂവും ഇപ്പോഴും അവിടെ തങ്ങുന്നുമുണ്ട്. എസ്തേഫാൻ ലൈയിംസ് ഡ്രാ

ഗോമീറിനെ സഹായിക്കുന്നുണ്ട്. ഡ്രാഗോമീറിന്റെ താമസം അവന്റെ വീട്ടിലാണ്. തൊഴിലാളികളിൽ ഭൂരിപക്ഷവും അവനോടൊപ്പം ചേരണമെന്നും വീണ്ടും ഒരു സമരം നടത്തണമെന്നും ഉള്ള അഭിപ്രായക്കാരാണ്. അങ്ങനെ സംഭവിച്ചാൽ അത് അങ്ങേയ്ക്ക് കുഴപ്പം ചെയ്യും പേട്രൺ. ചിലപ്പോ സാരാമാഗോയിലെ ഒക്കെ പോലെ ഖനി സർക്കാർ ഏറ്റെടുക്കും'

'നമുക്ക് അനുകൂലം അല്ലല്ലോ കാര്യങ്ങൾ, എലീജയുടെ മകൻ, ഡ്രാഗോമീർ, പിർവു, തൊഴിലാളികൾ, പുതിയ ഓഫീസർ, കാട്ടിലെ ഒളിപ്പോരാളികൾ. നമ്മുടെ തന്ത്രങ്ങൾ മാറേണ്ടിയിരിക്കുന്നു. സാവകാശം നീങ്ങുന്നതാണുചിതം'

'അതേ, ഒളിപ്പോരാളികളുടെ എണ്ണം കൂടിയിട്ടുണ്ട്. വാസിലി മാർക്ക് ആണ് തലവനെന്നൊക്കെ ഒരു കിംവദന്തി തൊഴിലാളികൾക്കിടയിലുണ്ട്. ഡ്രാഗോമീറും വാസിലിയും ഒക്കെ വീണ്ടും ഒത്തുചേർന്നാൽ.'

'അത് വലിയ കുഴപ്പമാകും, ഉറപ്പായും അത് നമുക്ക് ദോഷം ചെയ്യും.' കോസ്റ്റഡീൻ ഒരു പരിചാരകനെ വിളിച്ചു.

'ദേ ഇയാൾക്ക് നല്ല ക്ഷീണം കാണും വെളുപ്പിനെ വന്നതല്ലേ. ഭക്ഷണത്തിനും വിശ്രമത്തിനും ഉള്ള ഏർപ്പാട് ചെയ്തു കൊടുക്ക്'

എന്നിട്ടു കോസ്റ്റഡീൻ മാർവിന് കുറച്ചു കാശ് കൊടുത്തു.

'മാർവിൻ കുറച്ചു നേരം വിശ്രമിക്കു. പോകുമ്പോൾ എന്നെ കണ്ടിട്ട് പോകണം. ഒന്ന് രണ്ടു കാര്യങ്ങൾ ഉണ്ട്'

'നന്ദി പേട്രൺ തീർച്ചയായും അങ്ങയെ കണ്ടിട്ടേ പോകൂ.'

മാർവിൻ പരിചാരകനോടൊപ്പം പോയി, കോസ്റ്റഡിന്റെ മുഖത്ത് നിരാശ നിഴലിച്ചു.

പിശാചുക്കൾ, എല്ലാ പദ്ധതിയും ആദ്യം മുതൽ വീണ്ടും തീരുമാനിക്കേണ്ടിയിരിക്കുന്നു.

അയാൾ അകത്തേക്ക് നടന്നു.

14

ഡ്രാഗോമീർ ഏതാനും സൈനികർക്കൊപ്പം ആറാമത്തെ വളവിൽ നിന്ന് അലെക്സിയുടെ കുതിര കടന്നു പോയെന്നു വിശ്വസിക്കുന്ന വഴിയിലൂടെ മുന്നോട്ടു നീങ്ങി. മരക്കൂട്ടങ്ങൾക്കിടയിലൂടെ വളരെ ഏറെ ദൂരം അവർ മുന്നോട്ടു പോയിട്ടും അവർക്കൊന്നും കണ്ടെത്താൻ ആയില്ല. എന്നാൽ ഡ്രാഗോമീറിന് ചില സംശയങ്ങൾ ഉണ്ടായിരുന്നു. ഖനിയുടെ തുറസായ ഭാഗത്തിനെതിർവശ

ത്തായി ചില പാറക്കൂട്ടങ്ങൾ ഉള്ളത് അയാൾക്ക് അറിയാമായിരുന്നു. മുറിവേറ്റു അവശനായ അലെക്സിയെ ശത്രുക്കൾ പിന്തുടർന്നു എന്നാണു അവനെ കാണാതായ ദിവസം മുതൽ ഇന്നേവരെ ശേഖരിക്കാൻ ആയ തെളിവുകൾ പറയുന്നത്. അങ്ങനെയാണെങ്കിൽ അവൻ പോകാൻ ഇടയുള്ള സ്ഥലം ആ പാറക്കെട്ടുകൾ തന്നെയാവണം. പിർവൂവിന്റെ പുതിയ തോക്കും തിരകളും അവന്റെ പക്കൽ ഉണ്ടായിരുന്നു. അപ്പോൾ സ്വാഭാവികമായിട്ടും അവൻ തിരഞ്ഞെടുക്കുക ശത്രുക്കളുടെ നീക്കം നേരിട്ട് കണ്ട് ഫലപ്രദമായി പ്രത്യാക്രമണം നടത്താൻ ആവുന്ന ഒരു ഇടമായിരിക്കും. പാറക്കൂട്ടത്തിൽ തന്നെയാവും അവൻ ഉണ്ടാവുക എന്ന് അയാളുടെ മനസ് പറഞ്ഞു.

അവർ മുന്നോട്ടു പോയി. ആ മലഞ്ചെരുവിൽ ചെറിയ പാറക്കൂട്ടങ്ങൾക്ക് ഇടയിലൂടെ മുന്നോട്ടുള്ള യാത്ര ഇത്തിരി പ്രയാസപ്പെട്ടതായിരുന്നു. ഒരു വശത്തു കിഴുക്കാംതൂക്കായ മലയുടെ ചരിവ്. മറുവശത്താകട്ടെ പാറക്കൂട്ടവും. അതിനിടയ്ക്കുള്ള വീതികുറഞ്ഞ വഴിയിലൂടെ ശ്രദ്ധാപൂർവം മുന്നോട്ടു പോകുമ്പോൾ അവർക്ക് ലാലോമീത നദിയുടെ ഒരു കൈവഴി നേർത്ത നീർചാലുപോലെ കാണാൻ ആവുമായിരുന്നു.

അവിടം പിന്നിട്ടതും കാടിനെ ഒട്ടാകെ ഇളക്കിക്കൊണ്ടു ഒരു കാറ്റുവീശി. കരിയിലകൾ വല്ലാതെ ആ കാറ്റത്തു ഇളകിപ്പറന്നത് കുറച്ചു നേരം അവരുടെ നീക്കം തടഞ്ഞു. കുതിരകൾ അസ്വസ്ഥരായി. സൈനികർക്ക് മുന്നോട്ടു പോകാൻ താല്പര്യം ഉണ്ടായിരുന്നില്ല. ഇത്തിരി വിശ്രമിച്ചിട്ടാകാം യാത്ര എന്ന് അവർ ഡ്രാഗോമീറിനോട് പറഞ്ഞു. അയാൾക്ക് അവരുടെ മനോഭാവം മനസിലായെങ്കിലും അറിഞ്ഞ ഭാവം നടിക്കാതെ അയാൾ അവരോടു യോജിച്ചു. കുതിരകളെ മരത്തിൽ കെട്ടിയിട്ട് പാറക്കൂട്ടത്തിനു മുകളിൽ ഇരുന്നു സൈനികർ ലഘുഭക്ഷണം കഴിച്ചു വിശ്രമിക്കുമോൾ ഡ്രാഗോമീർ ആ പാറക്കെട്ടിനു മുകളിലേക്ക് കയറി.

സൈനികരുടെ കൈവശം നിന്ന് ബൈനോക്കുലർ വാങ്ങി ഡ്രാഗോമീർ ചുറ്റും പരിശോധിച്ചു. കുറെയേറെ ദൂരത്തുള്ള ഒരിടം അവന്റെ ശ്രദ്ധ പിടിച്ചുപറ്റി. ബൈനോക്കുലറിലൂടെ ആ സ്ഥലം പരിശോധിച്ചപ്പോൾ അവനൊരുകാര്യം ഉറപ്പിക്കാനായി. ലാലോമീതയുടെ കൈവഴിയായ അരുവിയുടെ തീരത്ത് ഉൾക്കാട്ടിൽ മനുഷ്യസാന്നിദ്ധ്യമുണ്ട്.

അത് ശത്രുക്കളാണോ മിത്രങ്ങളാണോ എന്ന് ഉറപ്പിക്കാൻ

ആവില്ല.

എങ്കിലും അവിടെ മനുഷ്യസാന്നിദ്ധ്യത്തിന്റെ ലക്ഷണങ്ങൾ തീർച്ചയായും ഉണ്ട്.

രാവിലെ ഏതാണ്ട് ഒൻപതു മണിയോടെ കോസ്റ്റഡീൻ ക്രാസിമിർ എവിടെയോ പോകാനുള്ള തയാറെടുപ്പിൽ വീടിനു പുറത്തേക്ക് വന്നു.

അയാളുടെ ഒപ്പമുള്ള അനുചരന്മാരിൽ മൂന്നുപേർ നേരത്തെ തന്നെ കോസ്റ്റഡീന്റെ നിർദേശപ്രകാരം ഉൾക്കാട്ടിൽ ചാഫുല്മീസ തമ്പടിച്ചിരുന്ന ഇടത്തേക്ക് പോയിരുന്നു. ഖേപ്രി പറഞ്ഞതിൻ പ്രകാരം അവർ ആക്രമിക്കപ്പെട്ടുവോ ഇല്ലയോ എന്നത് ഉറപ്പിക്കുക. അവർക്കൊന്നും സംഭവിച്ചിട്ടില്ലെങ്കിൽ അവർ ആവശ്യപ്പെട്ട സാധനങ്ങൾ സംഘടിപ്പിച്ചു അവരെ ഏൽപ്പിക്കുക ഇതായിരുന്നു ആ മൂന്നുപേരിൽ നിക്ഷിപ്തമായിരുന്ന ദൗത്യം. പിന്നെ അയാൾക്കൊപ്പം വീട്ടിൽ അവശേഷിച്ചത് ദിമിത്രിയും, കിടപ്പിലായ കിഴവൻ ഗബ്രിയേലും രണ്ടു അനുചരന്മാരും ആ വീട്ടിലെ പരിചാരകരും മാത്രം ആയിരുന്നു.

അനുചരന്മാരിൽ ഒരാൾ കോസ്റ്റഡീന്റെ കുതിരവണ്ടി തെളിച്ചു കൊണ്ട് വീടിനു മുന്നിൽ നിർത്തി. കോസ്റ്റഡീൻ ക്രാസ്സിമിർ അപ്പോഴും മരച്ചുവട്ടിൽ ഇരുന്ന ദിമിത്രിയെ നോക്കി പോയി വരാം എന്നൊരു ആംഗ്യം കാണിച്ച ശേഷം കുതിരവണ്ടിയിൽ കയറി. വണ്ടിയുടെ വാതിൽ അടച്ച ശേഷം രണ്ടാമത്തെ അനുചരനും വണ്ടിയിലേക്ക് കയറി അവർ അവിടം വിട്ടു പോയി.

ദിമിത്രി കുറച്ചു നേരം അവർ പോയ വഴിയേ നോക്കി ഇരുന്നു. പെട്ടെന്നാണ് അയാൾക്ക് രാവിലെ മുറിവുകളോടെ വന്നു കയറിയ ആളെ ഓർമവന്നത്.

അയാൾ ആരാണ്? എന്തുകൊണ്ടാണ് അയാളെ കോസ്റ്റഡീന്റെ ആളുകൾ ബലമായി പിടിച്ചു കൊണ്ടുപോയത്? അയാൾക്കെന്തു സംഭവിച്ചിട്ടുണ്ടാകും?

ദിമിത്രി തെല്ലു കൗതുകത്തോടെ അതേപ്പറ്റി ചിന്തിച്ചുകൊണ്ടിരുന്നു. പെട്ടെന്ന് വീടിനു പുറത്തുള്ള പലകയടിച്ചു മറച്ച ഷെഡിൽ നിന്നെന്തോ ഒച്ച കേട്ടത് പോലെ തോന്നി.

ദിമിത്രി മെല്ലെ അങ്ങോട്ടേക്ക് നടന്നു.

ആശുപത്രിക്കിടക്കയിൽ ആദെലീന് ബോധം തെളിഞ്ഞു.

അവൾ അമ്പരപ്പോടെ ചുറ്റും നോക്കി. തന്റെ അടുത്തിരിക്കുന്ന സ്ത്രീയെ സൂക്ഷിച്ചു നോക്കിയ ആദെലീൻ അത്ഭുതപ്പെട്ടു. അവൾക്ക് ജിജ്ഞാസ അടക്കാൻ ആയില്ല.

'മാർത്ത! ഞാനെങ്ങനെ ഇവിടെ എത്തി? നിങ്ങളെങ്ങനെ ഇവിടെ?'

അവൾക്ക് ബോധം തെളിഞ്ഞുവെന്നു കണ്ടപ്പോൾ മാർത്തയ്ക്കു സന്തുഷ്ടയായി. ചുരുങ്ങിയ വാക്കുകളിൽ അവൾ അതുവരെ ആദെലീന് സംഭവിച്ചതൊക്കെ പറഞ്ഞു. ദിമിത്രിയുടെ തടവിൽ നിന്ന് താൻ മോചിപ്പിക്കപ്പെട്ടിരിക്കുന്നു എന്നത് അവളുടെ മനസ്സിൽ സന്തോഷം പകർന്നു. മാർത്ത അപ്പോഴേക്കും വിവരം ഡോക്ടറെ അറിയിക്കാനായി പോയി. ഡോക്ടർ വന്നു ആദെലീനെ പരിശോധിച്ച ശേഷം ഭക്ഷണം കൊടുക്കാൻ മാർത്തയോട് പറഞ്ഞിട്ട് പോയി. മാർത്ത ആദെലീനായി കരുതിയ ഭക്ഷണം എടുത്തു അവൾക്ക് വിളമ്പി.

ആ താഴ്വാരത്തുള്ളത് ആരായിരിക്കാം? കാട്ടിനുള്ളിൽ തമ്പടിച്ചിരുന്ന വിമോചനപ്പോരാളികളെക്കുറിച്ച് ഡ്രാഗോമീർ കേട്ടറിഞ്ഞിരുന്നു. ഒരുപക്ഷേ, ഇത് അവരാണെങ്കിൽ സൈന്യത്തിന് ആ സ്ഥലം കാട്ടിക്കൊടുക്കുന്നതു ആ പോരാളികൾക്ക് ദോഷകരമായിരിക്കും. തൊഴിലാളികളുടെ പക്ഷത്താണ് ആ പോരാളികൾ എക്കാലത്തും നിലകൊണ്ടതെന്ന ഒരൊറ്റ കാരണം കൊണ്ട് അവരെ വിട്ടു കൊടുക്കാൻ ഡ്രാഗോമീർ തയാറായിരുന്നില്ല.

എന്നാൽ അലെക്സിയെ കണ്ടെത്തുകയും വേണം.

അതിനുള്ള പോംവഴി സൈനികരെ തിരിച്ചയക്കുക എന്നതാണ്. എന്നിട്ട് താൻ ഒറ്റയ്ക്ക് മുന്നോട്ടു പോവുക എന്നതാവും നല്ലത്. അയാൾ സൈനികരുടെ അടുത്തേക്ക് തിരികെ വന്നു.

'ഒരു വലിയ വിഷയമുണ്ട് കൂട്ടരേ, നേരം ഇത്രയും വൈകിയ സ്ഥിതിക്ക് ഇനിയും നാം മുന്നോട്ടു പോയാൽ ഒരുപക്ഷേ, ഇന്ന് രാത്രി നമുക്ക് തിരികെ പോകാൻ ആവുകയില്ല. ഈ കാട്ടിനുള്ളിൽ നമ്മൾ അകപ്പെട്ടു പോകാൻ ഇടയുണ്ട്. അതിനാൽ തിരികെ പോകുന്നതിനെക്കുറിച്ചാലോചിക്കുന്നതാവും ഉചിതം.'

'ഞങ്ങളും അതേക്കുറിച്ചാലോചിക്കുകയായിരുന്നു. ഇന്ന് തിരികെ പോയി നാളെ വീണ്ടും തിരച്ചിൽ നടത്തുന്നതാവും പ്രായോഗികം.'

'അതിലും ഒരു പ്രശ്നമുണ്ട് സുഹൃത്തേ, നാളെ നമ്മൾ വെളു

പ്പിന് തിരിച്ചാലും ഈ സമയമാകും ഇവിടെ എത്തിച്ചേരാൻ, അപ്പോൾ നാളെയും മുന്നോട്ടുള്ള തിരച്ചിൽ ബുദ്ധിമുട്ടാകും. മറ്റൊരു പോംവഴിയുണ്ട്.'

'എന്താണ്?' സൈനികൻ ഡ്രാഗോയോട് ചോദിച്ചു.

'നിങ്ങൾ തിരികെ പോവുക. ഞാനീ സ്ഥലത്തു ജനിച്ചുവളർന്ന ആളാണ്. മുൻപും ഈ കാടുകളിൽ ദിവസങ്ങൾ കഴിച്ചുകൂട്ടിയിട്ടുണ്ട്. അതുകൊണ്ടു എനിക്കതു ബുദ്ധിമുട്ടാവുകയില്ല. ക്യാപ്റ്റൻ വിയോറിലിനോട് പറയൂ ഞാൻ മുന്നോട്ടുള്ള യാത്രയ്ക്ക് ഒറ്റയ്ക്ക് പൊയ്ക്കൊള്ളാം എന്ന്. നിങ്ങളെ നിർബന്ധിച്ചുവെന്ന്. ഒപ്പം നല്ല വാർത്തയ്ക്കായി അല്പം കാത്തിരിക്കാനും പറയൂ.'

'താങ്കൾ പറയുന്നതിൽ പ്രായോഗികതയുണ്ടെങ്കിലും, ഇങ്ങനെ ഒരിടത്തു താങ്കളെ ഒറ്റയ്ക്ക് വിട്ടു എങ്ങനെ പോകും?'

'സമയം കഴിയുന്തോറും അലെക്സിയുടെ ജീവൻ അപകടത്തിലാവാനുള്ള സാധ്യതയും കൂടുകയാണ്. അതിനാൽ ഈ തിരച്ചിൽ ഇപ്പോൾ അവസാനിപ്പിക്കുന്നത് ദോഷകരമായേക്കും. അതിനുള്ള ഏക പോംവഴി നിങ്ങൾ തിരികെ പോവുകയും ഞാനിതു തുടരുകയും ചെയ്യുക എന്നത് തന്നെയല്ലേ?'

കുറച്ചു നേരത്തെ വാദപ്രതിവാദത്തിനു ശേഷം സൈനികർ തിരികെ പോകാൻ സമ്മതിച്ചു. അവർ ഡ്രാഗോമീറിനോട് പറഞ്ഞു.

'എന്നാൽ ഒരു കാര്യം ചെയ്യാം, ഞങ്ങൾ കരുതിയിട്ടുള്ള ഭക്ഷണവും ഒരു തോക്കും തിരകളും ആ ബൈനോക്കുലറും താങ്കൾ എടുക്കുക. ഞങ്ങൾ തിരികെ പോകാം.'

ഡ്രാഗോമീറിന് ഭക്ഷണവും ആയുധങ്ങളും മറ്റും നൽകി സൈനികർ തിരികെ പോയി.

ഡ്രാഗോ ആകട്ടെ അവർ പോയ ഉടനെ തന്നെ നേരത്തെ മനുഷ്യസാന്നിധ്യമുണ്ടെന്നു സംശയം തോന്നിയ ഇടത്തേക്ക് അതീവ ശ്രദ്ധയോടെ യാത്ര ആരംഭിച്ചു.

15

വീട്ടിലെ പരിചാരകർ ആരും തന്നെ ശ്രദ്ധിക്കുന്നില്ല എന്നുറപ്പ് വരുത്തിയ ശേഷം, ദിമിത്രി മെല്ലെ ആ പലകയടിച്ചു മറച്ച ഷെഡിനടുത്തേക്ക് ചെന്ന് പലകയുടെ വിടവിലൂടെ അകത്തേക്ക് നോക്കി. കൈകാലുകൾ കെട്ടപ്പെട്ടു വായയിൽ തുണി തിരുകിയ നിലയിൽ തറയിൽ കിടക്കുന്ന ഖേപ്രിയെ അയാൾ കണ്ടു.

അയാൾക്ക് കൗതുകം തോന്നി. ക്രാസ്സിമിറിനു എന്തോ നില

യിൽ അടുപ്പമുള്ള ആളാണിതെന്നു ദിമിത്രിക്ക് രാവിലത്തെ സംഭാഷണത്തിൽ നിന്ന് മനസ്സിലായിരുന്നു. പിന്നെ എന്തിനാണ് ഇയാളെ കെട്ടിയിട്ടിരിക്കുന്നത്? അതറിയണം. ദിമിത്രി മെല്ലെ ആ ഷെഡിന്റെ വാതിൽ തുറന്നു അകത്തേക്ക് കയറി. തറയിൽ നിസ്സഹായനായി കിടന്ന ഖേപ്രിയുടെ അടുത്തെത്തി ദിമിത്രി ഒച്ച കുറച്ചു അയാളോട് സംസാരിച്ചു.

'ഒച്ചയുണ്ടാക്കരുത്, ഉപദ്രവിക്കാനല്ല രക്ഷിക്കാനാണ് ശ്രമിക്കുന്നത്'

ഖേപ്രി സമ്മതഭാവത്തിൽ തലയാട്ടി. ദിമിത്രി മെല്ലെ അയാളുടെ വായിൽ തിരുകിയിരുന്ന തുണി ഇളക്കിയെടുത്തു. അയാളെ മെല്ലെ പൊക്കി ചാരിയിരിക്കാൻ പാകത്തിന് ഷെഡിന്റെ അരികിലേക്ക് നീക്കി.

'നിന്നെ ഇവിടെ നിന്ന് രക്ഷപെടാൻ ഞാൻ സഹായിക്കാം, പക്ഷേ അതിനു മുൻപ് എനിക്ക് ചില കാര്യങ്ങളറിയേണ്ടതുണ്ട്.'

'ദയവായി എന്നെ രക്ഷപ്പെടുത്തുക, എല്ലാവരും കൊല്ലപ്പെടും ഉറപ്പാണ്. വോയിവോട് ആരെയും വെറുതെ വിടില്ല.'

ഖേപ്രി കരഞ്ഞുകൊണ്ട് പറഞ്ഞു. ദിമിത്രി ക്ഷുഭിതനായി.

'ഇങ്ങനെ കിടന്നു മോങ്ങിയാൽ വീട്ടിനുള്ളിലെ പരിചാരകർ വരും, പിന്നെ എനിക്ക് നിന്നെ സഹായിക്കാൻ കഴിഞ്ഞെന്നുവരില്ല. അത് കൊണ്ട് ഒച്ചയുണ്ടാക്കാതെ എനിക്കറിയേണ്ട കാര്യങ്ങൾ പറഞ്ഞു തരിക.'

'ഞാൻ പറയാം എനിക്കറിയാവുന്ന എന്തും പറയാം എന്നെ ഇവിടെ നിന്ന് രക്ഷപ്പെടാൻ സഹായിക്കണം.'

ഖേപ്രി ദിമിത്രിയുടെ വാക്കുകൾക്ക് വഴങ്ങി കൊടുത്തു.

ടാർഗൊവീഷ്ഠ അതിർത്തിയിലെ ആളൊഴിഞ്ഞൊരിടത്തു നാലുപേർ കാത്തിരുന്നു. അവർക്ക് അധികനേരം കാത്തിരിക്കേണ്ടി വന്നില്ല കോസ്റ്റഡീൻ ക്രാസ്സിമിറിന്റെ കുതിരവണ്ടി അവർ ഇരുന്നിടത്തേക്ക് മെല്ലെ കടന്നുവന്നു.

'കാത്തിരുന്നു മുഷിഞ്ഞുവെങ്കിൽ ക്ഷമിക്കുക സുഹൃത്തുക്കളേ, സമയം കളയണ്ട, വണ്ടിയിലേക്ക് കയറു നമുക്ക് എത്രയും പെട്ടെന്ന് ഇവിടെ നിന്നും സുരക്ഷിതമായ ഇടത്തേക്ക് മാറേണ്ടതുണ്ട്.'

അവരെയും കയറ്റിക്കൊണ്ട് ആ കുതിരവണ്ടി ടാർഗോവീഷ്ഠ പട്ടണത്തിലേക്ക് അതിവേഗം കടന്നു പോയി. ടാർഗൊവീഷ്ഠയിൽ നേരത്തെ ക്രാസ്സിമിർ ഒരുക്കിയിരുന്ന ഒരു ഒളിസങ്കേതത്തിലേക്ക്

അവരെ എത്തിച്ച ശേഷം കുറെനേരം ക്രാസ്സിമിറുമായി അവർ ചർച്ച നടത്തി. തിരികെ തന്റെ താവളത്തിലേക്ക് വരുമ്പോ ക്രാസ്സിമിർ സന്തുഷ്ടനായിരുന്നു. വീട്ടിലേക്ക് കയറും മുൻപ് വണ്ടിയിൽ ഒപ്പമുണ്ടായിരുന്ന അനുചരന്മാരോട് അയാൾ ഉറക്കെ പറഞ്ഞു.

'ആ ഫേപ്രി ചത്തോ എന്ന് നോക്ക്. അവനെ ഇനി കുറച്ചു നാളത്തേക്ക് പുറം ലോകം കാണിക്കണ്ടാ. അവൻ പുറത്തുപോയാൽ നമ്മുടെ പദ്ധതികൾ പുറംലോകത്തെ അറിയിക്കാനിടയുണ്ട്. അതുകൊണ്ട് രാത്രി തന്നെ അവനെ നമ്മുടെ കൽക്കരി ഗോഡൗണിലേക്ക് മാറ്റണം.'

എന്നിട്ടയാൾ അകത്തേക്ക് പോയി.

അനുചരന്മാരിൽ ഒരുവൻ കുതിരവണ്ടി ഒതുക്കിയിടാൻ ആ വളപ്പിന്റെ മൂലയിലേക്ക് പോയി.

മറ്റെയാൾ തടിപ്പലകയടിച്ചുണ്ടാക്കിയ ഷെഡിലേക്ക് നടന്നു

അതേസമയം രാവിലെ ക്രാസ്സിമിറിന്റെ വീട്ടിൽ നിന്നും അയാൾ ദൗത്യം ഏൽപ്പിച്ചു വിട്ട മൂന്നു അനുചരന്മാരും അവരെ ഏൽപ്പിച്ചിരുന്ന പട്ടിക പ്രകാരമുള്ള സാധനങ്ങൾ വാങ്ങി ടാർഗവീഷ്ഠ കാട്ടിലേക്ക് കടന്നിരുന്നു. ഫേപ്രിയുടെ വാക്കുകൾ ക്രാസ്സിമിർ വിശ്വസിച്ചിരുന്നില്ലെങ്കിലും, വന്യമൃഗങ്ങളുടെ അക്രമണമോ മറ്റോ ഉണ്ടായേക്കാം എന്ന തോന്നലുണ്ടായതുകൊണ്ടാണ് അയാൾ വിശ്വസ്തരായ മൂന്നു പേരെ ഒരുമിച്ചു അയക്കാം എന്ന് തീരുമാനിച്ചത്.

അവർ ടാർഗവീഷ്ഠ കാട്ടിലൂടെ ഫെറ്റീച്ചറും കൂട്ടരും തങ്ങുന്ന ആ താൽക്കാലിക കൂരയിരിക്കുന്നിടത്തേക്ക് കുതിരയോടിച്ചു.

സൈനികർ തിരികെ പോയ ശേഷം മലഞ്ചെരുവിലൂടെ താഴ്വാരത്തേക്കിറങ്ങുന്ന പാതയിലേക്ക് ശ്രദ്ധാപൂർവം ഡ്രാഗോമീർ നീങ്ങി. മനുഷ്യസാന്നിധ്യം സംശയിക്കപ്പെട്ട ഇടത്ത് ആരെങ്കിലുമുണ്ടെന്ന് വരികിൽ, അവർ തന്നെ കാണരുതെന്നു അയാൾക്ക് നിർബന്ധമുണ്ടായിരുന്നു.

അപകടകരമായ ചരിവുകളാണ്, ആരും കടന്നു പോകാത്ത വഴികളായതുകൊണ്ടുതന്നെ ചെടികൾ എമ്പാടും വളർന്നു കിടക്കുന്നുമുണ്ട്, വകഞ്ഞു മാറ്റിയും ചിലപ്പോൾ വെട്ടി മാറ്റിയും ഒക്കെ വളരെ സാവധാനത്തിൽ അയാൾ മുന്നോട്ടു പൊയ്ക്കൊണ്ടിരിക്കവേ പെട്ടെന്നൊരു തണുത്ത കാറ്റടിച്ചു.

മുന്നോട്ടുള്ള പാത കാണാനാവാത്ത വിധം മഞ്ഞു വന്നു മൂടി. ഡ്രാഗോമീർ കുതിരപ്പുറത്തു നിന്നിറങ്ങി, ചുമലിൽ കിടന്ന ക്യൂ

ഗിർ റൈഫിൾ എപ്പോൾ വേണമെങ്കിലും ഉപയോഗിക്കാവുന്ന വിധത്തിൽ വലത്തേ വശത്തേക്ക് മാറ്റുകയും, ചെറിയ പിസ്റ്റൾ ഉൾക്കൊള്ളുന്ന അരപ്പട്ട ഒന്നുകൂടി സൗകര്യപ്രദമായ രീതിയിലേക്ക് ഉറപ്പിക്കയും ചെയ്തു.

എന്നിട്ട് കുതിരയെ നടത്തിച്ചുകൊണ്ടു തന്നെ അയാൾ ആ പാതയിലൂടെ തപ്പിത്തടഞ്ഞു മുന്നോട്ടു പോയി.

ഒരുപാട് സമയത്തിന് ശേഷമാണ് അയാൾക്ക് ഉദ്ദേശിച്ച ഇടത്തേക്ക് എത്താനായത്. അയാളുടെ സംശയം ശരിയായിരുന്നു. ഒന്നിലധികം കുതിരകളും ചെറു കൂടാരവും അവിടെ കാണാൻ അയാൾക്ക് കഴിഞ്ഞു. കാടിനുള്ളിൽ തമ്പടിച്ചിരുന്ന കമ്യൂണിസ്റ്റ്യഷ്യേ ഒളിപ്പോരാളികളുടെ ക്യാമ്പ് ആവും ഇതെന്ന് ഡ്രാഗോമീറിന് സംശയം നേരത്തെ തോന്നിയിരുന്നു. സരമാഗോയിലെ തൊഴിലാളി സംഘടനാ പ്രവർത്തനങ്ങളിൽ ഒപ്പമുണ്ടായിരുന്ന പ്രവർത്തകരിൽ ആരെങ്കിലും ആ കൂട്ടത്തിലുണ്ടാവുമോ എങ്കിൽ അവരുടെ സഹായത്തോടെ അലെക്സിയെ കണ്ടെത്താനായേക്കും എന്നും ഡ്രാഗോമീർ പ്രതീക്ഷിച്ചു.

കുതിരയെ ക്യാമ്പിൽ ഉള്ളവർക്ക് കാണാൻ ആവാത്തവിധം സുരക്ഷിതമായ ഒരിടത്തു ബന്ധിച്ച ശേഷം ഡ്രാഗോമീർ ഒരു ആക്രമണം ഉണ്ടായാൽ പ്രതിരോധിക്കാൻ വേണ്ട ജാഗ്രതയോടെ മെല്ലെ ക്യാമ്പിനടുത്തേക്ക് കാടിന്റെ മറപറ്റി നടന്നു.

16

'പേട്രൺ -പേട്രൺ ആ ഈജിപ്ഷ്യൻ രക്ഷപ്പെട്ടിരിക്കുന്നു. ലായത്തിൽ നിന്ന് അയാളുടെ കുതിരയെയും കാണാനില്ല'

ഖേപ്രിയേ തിരഞ്ഞു മരപ്പലകയടിച്ച ഷെഡിലേക്ക് പോയ അനുചരൻ തിരികെ ഓടിവന്നു ക്രാസ്സിമിറിനോട് കിതപ്പോടെ പറഞ്ഞു.

'ങേ രക്ഷപെട്ടെന്നോ? നിങ്ങൾ അയാളെ നന്നായി ബന്ധിച്ചിരുന്നില്ലേ?'

'ഉവ്വ് പേട്രൺ, മറ്റാരുടെയെങ്കിലും സഹായം കിട്ടാതെ അയാൾക്ക് രക്ഷപെടാൻ ആവില്ല ആരോ അയാളെ സഹായിച്ചിട്ടുണ്ട്.'

ക്രാസ്സിമിർ ക്ഷുഭിതനായി തന്റെ വീട്ടിലെ പരിചാരകരെ എല്ലാം വിളിച്ചു. പക്ഷേ, അവർക്ക് അങ്ങനെയൊരാൾ ആ ഷെ

ഡിൽ ബന്ധിതനായിരുന്നു എന്നത് പോലും അറിയുമായിരുന്നില്ല. ആരായിരിക്കും അയാളെ സഹായിച്ചിട്ടുണ്ടാവുക. പെട്ടെന്ന് അയാൾ ദിമിത്രിയെ ഓർത്തു.

'കോർണൽ ആ ദിമിത്രി എവിടെ? അയാളെ വിളിക്ക്.'

കോർണൽ എന്ന ക്രാസ്സിമിറിന്റെ അനുചരൻ പുറത്തേക്കും വീടിനുള്ളിൽ പണിയെടുക്കുന്ന പരിചാരകർ ദിമിത്രിയ്ക്ക് നൽകിയിരുന്ന മുറിയിലേക്കും ഓടിപ്പോയി.

പോയതിലും വേഗത്തിൽ അവർ തിരിച്ചു വന്നു.

'പേട്രൺ, ദിമിത്രിയെയും കാണാനില്ല. അയാളുടെ കുതിരയും അപ്രത്യക്ഷമായിരിക്കുന്നു.'

'കോർണൽ പുറത്തേക്കുള്ള പാതയിൽ മറ്റു കുതിരകളുടെയോ വണ്ടികളുടെയോ പാടുണ്ടോ എന്ന് നോക്ക്, മറ്റാരെങ്കിലും വന്നു അവരെ കടത്തിക്കൊണ്ടു പോയതാണോ? അതോ അവർ..'

കോർണലും അയാളുടെ കൂട്ടാളിയും പരിചാരകരുമെല്ലാം അവിടെയാകെ പരിശോധിച്ചു. നിരാശയോടെ തിരികെ വന്നു. ക്രാസ്സിമിറിനു കാര്യങ്ങളുടെ ഏകദേശരൂപം പിടികിട്ടിയിരുന്നു.

താനും കോർണലുമൊക്കെ പുറത്തു പോയ സമയത്തു ദിമിത്രി ഖേപ്രിയെ കണ്ടിരിക്കണം. അവൻ ഖേപ്രിയെ മോചിപ്പിച്ചു രണ്ടും കൂടി ഇവിടെ നിന്ന് കടന്നതാണ്. പക്ഷേ, എന്തിനു ദിമിത്രി അങ്ങനെ ഒരു കാര്യം ചെയ്യണം? അയാളുടെ ഇപ്പോഴത്തെ അവസ്ഥയിൽ അയാളെ സഹായിക്കാൻ ആവുന്ന ഒരേയൊരാൾ താനാണ്, തന്നെ ചതിച്ചു ഖേപ്രിയെ കൊണ്ടുപോയത് എന്തിനാവാം? ക്രാസ്സിമിർ ചിന്തിച്ചു നോക്കി.

പെട്ടെന്നയാൾക്ക് ഓർമവന്നു, താൻ എന്തിനാണ് ഖേപ്രിയെ തടവിലാക്കിയത്? ആ നിധിയുള്ള ഇടം കണ്ടെത്താൻ തങ്ങൾ നടത്തുന്ന ശ്രമങ്ങൾ പുറത്തു പോകാൻ ഇടയുള്ളതുകൊണ്ടല്ലേ? ഖേപ്രി ഫെറ്റീച്ചറുടെ കാര്യം ദിമിത്രിയോട് പങ്കുവച്ചിട്ടുണ്ടാവാം. അവനതു സ്വന്തമായി എടുക്കാൻ ശ്രമിക്കുമോ?

ക്രാസ്സിമിർ ചോദ്യഭാവത്തിൽ കോർണലിനെ നോക്കി.

'കോർണൽ, നീ ഒന്ന് പുറത്തൊക്കെ അന്വേഷിക്ക്, രണ്ടിനെയും ഒരുമിച്ചു കണ്ടാൽ ആരുടേയും ശ്രദ്ധയില്ലാത്ത അവസരം ആണെങ്കിൽ കൊന്നേക്ക് രണ്ടിനെയും. തോക്കെടുത്തോളു.'

'ഞാനും തിരഞ്ഞു പോകണമെന്ന് ആലോചിക്കുകയായിരുന്നു പേട്രൺ, ഇനി താമസിക്കുന്നില്ല.'

കോർണലും അവിടെ അവശേഷിച്ചിരുന്ന അയാളുടെ കൂട്ടാളി

യും കൂടി ദിമിത്രിയെയും ഖേപ്രിയേയും തിരഞ്ഞു പോയി.

ഡ്രാഗോമീർ ക്യാമ്പിനടുത്തു നിന്ന് ശ്രദ്ധിക്കവേ അയാളെ അത്ഭുതപ്പെടുത്തിക്കൊണ്ട് അവിടെയാകെ മൂടൽമഞ്ഞു നിറഞ്ഞു. താഴ്‌വാരത്ത് അത് പതിവില്ലാത്തതാണല്ലോ എന്നയാൾ ആശ്ചര്യപ്പെട്ടു. പെട്ടെന്ന് അയാളുടെ അടുത്തൊരു അനക്കം കണ്ടു തിരിഞ്ഞു നോക്കുമ്പോൾ തന്നെ തുറിച്ചു നോക്കി നിൽക്കുന്ന ഒരു കാട്ടുനായയെ ആണ് ഡ്രാഗോമീർ കണ്ടത്. അതേസമയത്ത് ഡ്രാഗോമീറിന്റെ പിൻകഴുത്തിൽ ഒരു ലോഹത്തിന്റെ തണുപ്പ് അയാൾ അറിഞ്ഞു.

'എതിർക്കാൻ നിൽക്കണ്ട, മിണ്ടാതെ രണ്ടു കയ്യും ഉയർത്തിപ്പിടിച്ചു നടക്കുക' ആരോ ഡ്രാഗോമീറിനോട് ആജ്ഞാപിച്ചു. എതിർക്കുന്നത് ബുദ്ധിപരമാവില്ല എന്ന് ഡ്രാഗോമീറിന് ഉറപ്പുണ്ടായിരുന്നു. എതിർക്കാൻ ശ്രമിച്ചാൽ തന്റെ പിൻകഴുത്തിൽ തൊട്ടു നിൽക്കുന്ന തോക്കിൽ നിന്ന് വെടി പൊട്ടുമെന്നു അയാൾക്ക് മനസ്സിലായിരുന്നു.

ഒന്നും മിണ്ടാതെ ഡ്രാഗോമീർ എഴുന്നേറ്റു പിന്നിൽ തോക്കു ചൂണ്ടി നിന്ന ആളുടെ നിർദേശങ്ങൾ അനുസരിച്ചു നടന്നു.

കാടിനുള്ളിൽ നിന്ന് അസാമാന്യവേഗത്തിൽ വന്ന രണ്ടു കുതിരകൾ ലാലോമീത നദിയുടെ ആഴം കുറഞ്ഞ ഭാഗം മുറിച്ചു കടന്നു ടാർഗോവീഷ്ഠ കാടുകൾക്കുള്ളിലേക്ക് പോയി. പരസ്പരം മത്സരിച്ചിട്ടെന്നപോലെ ഓടിയ കുതിരകൾ മലയടിവാരത്തു നിന്ന് മുകളിലേക്കുള്ള കാട്ടുപാതയെത്തിയപ്പോൾ നിന്നു.

'നന്ദി പ്രീയപ്പെട്ട ദിമിത്രി. ഇവിടെ നിന്നു ഞാൻ നേരെ പോവുകയാണ്. ഞാൻ പറഞ്ഞുതന്ന വഴിയെക്കുറിച്ചു താങ്കൾക്ക് സംശയമൊന്നും ഇല്ലല്ലോ?'

'ഖേപ്രി നിങ്ങളെ ഞാൻ വിശ്വസിക്കുന്നു. നമ്മുടെ പദ്ധതി പ്രകാരം കാര്യങ്ങൾ നടന്നാൽ ഞാൻ തീർച്ചയായും നിങ്ങൾക്ക് തന്ന വാക്ക് പാലിച്ചിരിക്കും. നിങ്ങൾ എന്റെ കൂടെ ഉണ്ടായിരുന്നു എങ്കിൽ കാര്യങ്ങൾ കുറച്ചു കൂടി സുഗമം ആയേനെ, എന്നിരിക്കിലും നിങ്ങളുടെ മാനസികാവസ്ഥ ഞാൻ അറിയുന്നു. നിങ്ങൾ സ്വതന്ത്രനാണ് ഖേപ്രി ഉടനെ വീണ്ടും കാണാം. അതിനു മുൻപ് ഒന്ന് മറക്കരുത് ടാർഗൂസ് പട്ടണത്തിലെ വ്യാപാരശാലയ്ക്ക് സമീപം പോകണം. അവിടെ എന്റെ സുഹൃത്ത് സെലൻസ്കിയെ കാ

ണണം. അയാളോട് എന്റെ സന്ദേശം കൈമാറണം. അത് ചെയ്യാൻ ആയില്ലെങ്കിൽ നമ്മൾ ഇപ്പോൾ തീരുമാനിച്ച കാര്യങ്ങൾ ബുദ്ധിമുട്ടിലാവുമെന്നു താങ്കൾക്കും അറിയാം എന്ന് കരുതുന്നു.എനിക്ക് നേരിട്ടങ്ങോട്ടു പോകാൻ ആവില്ല അല്ലെങ്കിൽ ഞാൻ താങ്കളെ ഇതിൽ ഇടപെടുവിക്കില്ലായിരുന്നു.'

'തീർച്ചയായും ദിമിത്രി താങ്കൾ എന്റെ ജീവൻ രക്ഷിച്ചയാളാണ്. ഇക്കാര്യം നിങ്ങൾക്ക് ഞാൻ ചെയ്യും എന്ന് താങ്കൾക്ക് ഉറപ്പ് തരുന്നു.'

ഖേപ്രി ദിമിത്രിയോട് വിടപറഞ്ഞു ലാലോമീതാ തീരത്തെ കുറ്റിക്കാടുകൾക്കിടയിലൂടെ ടാർഗൂസിലേക്കുള്ള വഴിയേ പോയി. ഇരുട്ട് വീണു തുടങ്ങിയിരുന്നു. ഇനിയും കാടുകളിലൂടെയുള്ള യാത്ര അപകടകരമാകാനിടയുണ്ട്. പാറക്കെട്ടുകളിലെവിടെയെങ്കിലും തങ്ങി രാവിലെ ടാർഗൂസിൽ നിന്നു സെലൻസ്കിയെ കാത്തിരിക്കാമെന്നു പറഞ്ഞ ഇടത്തു എത്തിച്ചേരണം. ഖേപ്രി പറഞ്ഞതനുസരിച്ചാണെങ്കിൽ ഒറ്റയ്ക്ക് ആ നിധി കണ്ടെത്തുക അസാദ്ധ്യമാണ്. അതിനായി ആളും പേരും ഒക്കെ സംഘടിപ്പിക്കേണ്ടതുണ്ട്. സെലൻസ്കിയെ നേരിട്ട് ബന്ധപ്പെടാനായയാൾ അത് എളുപ്പം സാധിക്കാവുന്നതേയുള്ളൂ.

തനിക്കാ നിധി കണ്ടെത്താനായാൽ ഈ പ്രവിശ്യയിലെ തന്നെ ഏറ്റവും ധനാഢ്യൻ താനായിരിക്കും. പെട്ടെന്നയാൾക്ക് ആദെലീനെ ഓർമവന്നു. അയാളുടെ ഉള്ളിൽ ദേഷ്യം നുരഞ്ഞു. ഇപ്പോഴല്ല, ഇപ്പോഴല്ല, ആരോ തന്റെ ഉള്ളിൽ ഇരുന്നുപദേശിക്കുന്നതുപോലെ അയാൾക്ക് തോന്നലുണ്ടായി. അതെ ഇപ്പോഴല്ല. അവളോടുള്ള കണക്കു തീർക്കാൻ സമയമുണ്ട്.

ഇപ്പോൾ താൻ വെറുമൊരു ഊരുതെണ്ടിക്ക് സമമായ അവസ്ഥയിലാണ്. ആദെലീനെ കൊലപ്പെടുത്താൻ ശ്രമിച്ചു എന്നതിന് തെളിവുണ്ടായതോടെ അപ്പന്റെ ഒസ്യത്ത് പ്രകാരം സ്വത്തുക്കൾക്കു മേൽ തന്റെ അവകാശം എന്നേയ്ക്കുമായി നഷ്ടമായിരിക്കുന്നു.

ആകെ ആശ്രയിക്കാൻ ഉണ്ടായിരുന്നത് കോസ്റ്റഡീൻ ക്രാസ്സിമിർ ആണ്. അയാളാകട്ടെ ഒരു അടിമപ്പണിക്കാരൻ എന്നതിനപ്പുറം ഒരു സ്ഥാനം ഒരിക്കലും തനിക്ക് തരാനും പോകുന്നില്ല.

എന്നും അയാളുടെ അടിമയായി കഴിയാൻ ആവില്ലല്ലോ.

പാറക്കെട്ടുകളിൽ സുരക്ഷിതമായി രാത്രി കഴിച്ചു കൂറ്റൻ ഒരിടം കണ്ടെത്തിയതോടെ ദിമിത്രി കുതിരയെ വിശ്രമിക്കാൻ വിട്ടു അവിടെ പതുങ്ങി. നേരം വെളുക്കും മുൻപ് സെലൻസ്കി വന്നെത്തും.

കൂട്ടുകാരെ കൂട്ടി ടാർഗോവീഷ്ഠ കാടുകൾക്കുള്ളിൽ നിന്ന് ഫെറ്റിച്ചർ ചാഫുല്മീസയെ കണ്ടെത്തണം.

മീസയും കൂട്ടുകാരും ജീവനോടുണ്ടെങ്കിൽ അവരിൽ നിന്ന് നിധിയുടെ സ്ഥാനം അറിയണം. സ്വാഭാവികമായി ചോദിച്ചാൽ അവർ പറഞ്ഞു തരില്ല. നാളെ അമാവാസിയാണ്, നാളെയാണ് പ്രധാന ആചാരങ്ങൾ അരങ്ങേറുക. അതോടെ ചാഫുല് മീസയ്ക്ക് നിധിയിരിക്കുന്ന ഇടം അറിയാനാവും. അയാളിൽ നിന്ന് ബലപ്രയോഗത്തിലൂടെയെങ്കിലും അത് അറിയണം.

ഇനി അഥവാ അയാളും കൂട്ടരും കൊല്ലപ്പെട്ടിട്ടുണ്ടെങ്കിൽ മഹമൂദിന്റെ വഴിയേ പോയി ഉപേക്ഷിക്കപ്പെട്ട കോട്ട കണ്ടെത്തണം. എന്തായാലും ഒന്ന് ശ്രമിച്ചു നോക്കുക തന്നെ.

ദിമിത്രി ഓരോന്ന് ആലോചിച്ചുകൊണ്ടിരുന്നു.

17

ചെറുത്തു നിൽക്കാനുള്ള ഏതൊരു ശ്രമവും അങ്ങേയറ്റം കൃത്യതയോടെ അല്ലെങ്കിൽ തന്റെ തലച്ചോറ് വെടിയുണ്ടയേറ്റു ചിതറുമെന്നു കൃത്യമായ ബോധ്യം ഡ്രാഗോമീറിനുണ്ടായിരുന്നു.

'ഡ്രാഗോമീർ സാൽവറ്റോർ, രക്ഷപ്പെടാനോ പ്രത്യാക്രമണത്തിനോ ശ്രമിക്കേണ്ട. ഞങ്ങൾ നിങ്ങളുടെ ശത്രുവല്ല. ഞങ്ങളുടെ യുദ്ധപ്രഭു വ്ലാദിമിർ ലീഡറുൽ താങ്കളെ കാത്തിരിക്കുന്നു.'

'വ്ലാദിമിർ ലീഡറുൽ? അയാളാരാണ് അയാൾക്കെന്താണ് ടാർഗൂസിൽ കാര്യം?'

'വലേഹ്ചിയാ വിമോചനത്തിന് വേണ്ടി പൊരുതുന്ന ആളാണ് ലീഡറുൽ, നിങ്ങൾ വരുമെന്ന് അദ്ദേഹത്തിന് ഉറപ്പായിരുന്നു.'

ഡ്രാഗോമീർ ചിന്താക്കുഴപ്പത്തിലായി, ഇന്നലെ രാത്രിയിൽ സൈനീക ആസ്ഥാനത്തു വച്ചാണ് താൻ കൂടി അന്വേഷണ സംഘത്തിൽ ഉൾപ്പെടണം എന്നത് തീരുമാനിക്കപ്പെട്ടത്. ഈ ഉൾക്കാട്ടിൽ കഴിയുന്ന ഇവർ തന്റെ വരവ് എങ്ങനെ അറിഞ്ഞു? ആരാണീ വ്ലാദിമിർ ലീഡറുൽ? അങ്ങനെ ഒരാളെക്കുറിച്ച് താൻ ഇതേവരെ കേട്ടിട്ടേയില്ലല്ലോ. മെല്ലെ മൂടൽമഞ്ഞു മാറി കാഴ്ചകൾ തെളിഞ്ഞുവന്നു. അതോടെ വ്ലാദിമിർ കൂടുതൽ ചിന്താക്കുഴപ്പത്തിലായി. നൂറോളം കാട്ടുനായകൾ അനുസരണയോടെ തങ്ങളെ അനുഗമിക്കുന്നു. തന്നെ പിടികൂടിയ കൂട്ടത്തിൽ നാലോളം ആളുകൾ ഉണ്ടെ

ന്നത് അവനെ അത്ഭുതപ്പെടുത്തി.

'നിങ്ങൾ ശത്രുക്കളല്ല എങ്കിൽ ആരാണ് എന്ന് വെളിപ്പടുത്തു. ആരെയും അനുസരിക്കാത്ത ഈ കാട്ടുനായകൾ എന്തുകൊണ്ട് ഇത്രയും ശാന്തരായി നമ്മെ അനുഗമിക്കുന്നു?'

'എന്റെ പേര് ബർസെക്ക്, ഞാൻ വ്ളാദിമിറിന്റെ സൈന്യത്തിലെ ഒരു ഉദ്യോഗസ്ഥനാണ്. ഈ ഒപ്പമുള്ളവരും സൈനികർ തന്നെ. വാലെഹ്ചിയായുടെ ശാശ്വതവിമോചനത്തിന് വേണ്ടി തലമുറകളായി പൊരുതുന്നവരാണ് ഞങ്ങൾ.'

അവർ ക്യാമ്പിന്റെ ഉള്ളിലേക്ക് പ്രവേശിച്ചു.

'ഡ്രാഗോമീർ സാൽവറ്റോർ ക്യാമ്പിലേക്ക് സ്വാഗതം.'

പഞ്ഞിക്കെട്ടുപോലെ നരച്ച നീളൻ താടിയും മുടിയുമുള്ള വെളുത്ത നീളൻ കുപ്പായമിട്ട ഒരാൾ ക്യാംപിനു നടുവിൽ കത്തിയിരുന്ന അഗ്നികുണ്ഡത്തിനു മുന്നിൽ ഒരു ഇരിപ്പിടത്തിൽ ഇരുന്നുകൊണ്ട് ഡ്രാഗോയെ സ്വാഗതം ചെയ്തു. അയാളുടെ രൂപം മറ്റൊരു അഗ്നികുണ്ഡം ജ്വലിക്കുന്നതു പോലെ തോന്നിച്ചു.

ടാർഗോവീഷ്ഠ പട്ടണത്തിൽ രാവിലെ വന്ന അതിഥികളെ താമസിപ്പിച്ചിരുന്ന ഇടത്ത് കോസ്റ്റഡീൻ ക്രാസ്സിമിർ അവരോടു സംസാരിച്ചുകൊണ്ടിരുന്നു.

'ഇനി കാത്തിരിക്കുന്നതിൽ കഴമ്പില്ല എന്നാണു തോന്നുന്നത്. ഖേപ്രി നാടുവിട്ടിരിക്കുന്നു. അവനെ തിരഞ്ഞു പോയവർക്ക് കണ്ടെത്താനായില്ല. രാവിലെ ഫെറ്റീച്ചറെ തിരഞ്ഞു പോയവരും തിരിച്ചെത്തിയിട്ടില്ല. ഖേപ്രി പറഞ്ഞതിലെന്തോ കാര്യമുണ്ട്. ഒരു പക്ഷേ, കാട്ടുനായ്ക്കൂട്ടം ചാഫുല് മീസയെയും കൂട്ടരെയും ആക്രമിച്ചിരിക്കാം. അത് കണ്ടു പേടിച്ച ഖേപ്രി അതിൽ എന്തൊക്കെയോ അമാനുഷികശക്തിയുണ്ടെന്ന് സംശയിച്ചിരിക്കാം. അതെന്തായാലും പോകും വഴി അവൻ നമുക്ക് വലിയൊരു ശല്യമാണ് ഉണ്ടാക്കിയിരിക്കുന്നത്.

ഖേപ്രി നിധിയുടെ കാര്യം ദിമിത്രിയെ അറിയിച്ചിട്ടുണ്ടാവാം.

ഇപ്പോഴും ദിമിത്രിയുടെ അനുചരന്മാർ ടാർഗൂസിൽ ഉണ്ട് അവരെ ഒപ്പം കൂട്ടി നിധി കണ്ടെത്താൻ ദിമിത്രി ശ്രമിച്ചു കൂടായ്കയില്ല. അവനെ നിസ്സാരമായി ഞാൻ കാണുന്നില്ല.'

'നോക്കണം പേട്രൺ നമ്മുടെ മുന്നിലുള്ള പ്രശ്നങ്ങൾ പലതാണ്. ചാഫുല് മീസയെ വിട്ടേക്ക്. ഈ വക ഇടപാടൊന്നും വിശ്വസിക്കത്തക്കതല്ല എന്ന് ഞങ്ങൾ നേരത്തെ പറഞ്ഞതല്ലേ. നമുക്കറി

യാവുന്നത് സുൽത്താൻ മഹമൂദിന്റെ മടക്കയാത്രയിൽ അദ്ദേഹം കനത്തൊരു നിധി എവിടെയോ മറച്ചു വെച്ചു എന്നും അതിനു സാധ്യതയുള്ള ഇടമെന്നത് മഹമൂദിന്റെ വഴി എന്നറിയപ്പെടുന്ന ആ കാട്ടുപാതയിലെങ്ങോ ഉള്ള ഇപ്പോൾ നശിച്ചു പോയിട്ടുണ്ടാവാൻ ഇടയുള്ള കോട്ടയാകാം എന്നതുമാണ്. നാല് നൂറ്റാണ്ട് കഴിഞ്ഞിരിക്കുന്നു അത് സംഭവിച്ചിട്ട്. ഇതിനിടയിൽ പലരും ആ നിധി കൈക്കലാക്കാൻ തുനിഞ്ഞിട്ടും പരാജയപ്പെട്ടു എന്നും നമുക്കറിയാം.'

'അതെ, അതാണ് ഇപ്പോഴുള്ള വസ്തുതകൾ.'

'സുൽത്താൻ മഹമൂദിന്റെ പക്ഷത്തു എക്കാലവും ഉറച്ചു നിന്നിട്ടുള്ള ആളാണ് റാദു എന്ന വോയ്വോട് വ്ലാദ് ഡ്രാക്കുളയുടെ സഹോദരൻ, അദ്ദേഹത്തിന്റെ വംശപരമ്പരയിൽപ്പെട്ട ആളുകൾക്ക് ഈ അടുത്തകാലത്തു കിട്ടിയ ചില രേഖകളിൽ നിന്ന് അങ്ങനെ ഒരു നിധി ഉണ്ടെന്ന കാര്യത്തിൽ ഉറപ്പു കിട്ടിയിട്ടുണ്ടെന്നല്ലാതെ എവിടെയാണെന്നതിനെക്കുറിച്ച് ഇതേവരെ അറിയാൻ സാധിച്ചിട്ടുമില്ല.'

'അതെ ഇതാണ് ഇതുവരെയുള്ള കാര്യങ്ങളുടെ കിടപ്പ്.'

'ഇപ്പോൾ നമ്മൾ ഈ നിധിയുടെ അന്വേഷണം നടത്തുന്നത് പോലെ ടർക്കിയിൽ നിന്ന് മറ്റൊരു കൂട്ടരും ഇതിന്റെ പിന്നാലെയുണ്ട് എന്ന് മറക്കരുത്. പോരാത്തതിന് ഇപ്പോൾ ദിമിത്രിയും.'

'അതാരാ ടർക്കിയിൽ നിന്നുള്ള മറ്റു കൂട്ടർ?' ക്രാസ്സിമിറിനു ആ അറിവ് പുതുതായിരുന്നു.

'അഹമ്മദ് അൽബാഖ്‌യിയെ ഓർമയില്ലേ അയാളുടെ ഒരു അമ്മാവനും കൂട്ടരും. അവർ ടർക്കിയിലെ അധികാരസ്ഥാനങ്ങളിൽ വളരെ പിടിപാടുള്ളവരും ധനാഢ്യരായ കച്ചവടക്കാരുമാണ്. ഞങ്ങൾക്ക് കിട്ടിയ അറിവ് ശരിയാണെങ്കിൽ അവർ ഒന്നുരണ്ടു ആഴ്ചയ്ക്കകം ബുക്കാറെസ്റ്റിൽ എത്തിച്ചേരും. തൽക്കാലം അവർ വന്നെത്തും വരെ കുഴപ്പമില്ല. എന്നിരിക്കിലും അവർ എത്തുന്നതിനു മുൻപ് നമുക്കതു കണ്ടെത്താൻ ആവണം. നേരിട്ട് അവരോടു മുട്ടി നില്ക്കാൻ നമുക്കാവുകയില്ല.'

'ഇതൊരു കീറാമുട്ടിയായല്ലോ, നമ്മളെന്താണ് ഇപ്പോൾ ചെയ്യുക?' ക്രാസ്സിമിറിന്റെ സ്വരത്തിൽ നിരാശയുണ്ടായിരുന്നു.

'ആ വഴിയറിയാവുന്ന രണ്ടുപേർ നിങ്ങളുടെ അറിവിൽ ടാർഗൂസിൽ ഉണ്ടെന്നല്ലേ പറഞ്ഞിരുന്നത്?'

'അതേ, ഒന്നാമത്തവൻ അലക്സാൻഡ്രു. അവനെ പിടികൂടാനുള്ള ശ്രമത്തിനിടയിൽ എനിക്ക് നിങ്ങൾ അയച്ചു തന്ന ആ മൂന്നു

പേരെയും നഷ്ടപ്പെട്ടു. അവനെ കണ്ടെത്താൻ ടാർഗൂസിൽ നിന്നയച്ച അന്വേഷണ സംഘങ്ങൾക്ക് അവനെ കിട്ടിയിട്ടുമില്ല. അവനും കൊല്ലപ്പെട്ടിരിക്കാനാണ് സാദ്ധ്യത.'

'രണ്ടാമത്തേത് ആരാണ്? അയാൾ ടാർഗൂസിൽ തന്നെയില്ലേ?'

'രണ്ടാമത്തെ ആൾ ഡ്രാഗോമീർ ആണ്. അവനിപ്പോൾ ടാർഗൂസിൽ ഉണ്ട്. പക്ഷേ, അവനൊരു ആന്ത്രസൈറ്റ് (കടുപ്പം കൂടിയ പൊട്ടിക്കാനും കത്തിക്കാനും വളരെ പ്രയാസമുള്ള കൽക്കരി) ആണ്. പോരാത്തതിന് അവനിപ്പോൾ ടാർഗൂസിലെ സൈനികരുമായി നല്ല അടുപ്പത്തിലുമാണ്.'

'നിങ്ങൾ ഉദ്ദേശിച്ചത് ഡ്രാഗോമീർ ആന്ദ്രേയെ ആണോ? സരമാഗോയിലെ തൊഴിലാളി നേതാവായിരുന്ന?'

'അവൻ തന്നെ. എന്താ നിങ്ങൾക്ക് അവനെ അറിയുമോ?'

'അറിയാം. അവൻ തീർച്ചയായും ഒരു ആന്ത്രസൈറ്റ് തന്നെയാണ് പേട്രൺ. അവനെ എങ്ങനെയെങ്കിലും പിടികൂടിയാലും അവനൊന്നും പറയാൻ പോകുന്നില്ല. ഇതറിയാവുന്ന മറ്റാരും ഇല്ലേ?'

'എന്റെ അറിവിൽ ഇല്ല. ഇനി ടർക്കിയിൽ ആരെങ്കിലും ഉണ്ടെങ്കിലേയുള്ളൂ.'

'ഉണ്ടായേക്കാം എങ്കിലും അവരെ ഒക്കെ കണ്ടെത്തി വരുമ്പോഴേക്കും സമയം കഴിഞ്ഞിരിക്കും.'

'പിന്നെന്താണ് പോംവഴി?'

'പോംവഴിയുണ്ട് പേട്രൺ. ഇതേക്കുറിച്ചു പഠിച്ച ഒരാൾ ബ്രാസോവിലുണ്ട്. ഫിറാസ് ഗാദി. അയാളൊരു ചരിത്ര ഗവേഷകനാണ്. ഞങ്ങളുടെ രണ്ടാളുകൾ ഇന്നലെ തന്നെ ബ്രാസോവിൽ എത്തിയിട്ടുണ്ട്. അവർ അയാളെ കണ്ടെത്തി കൊണ്ടുവരും. കേട്ടിടത്തോളം അയാൾ ഒരു അത്യാഗ്രഹിയാണ്. അങ്ങനെയാണെങ്കിൽ ചില്ലറ കൊടുക്കാമെന്ന കരാറിൽ ബലപ്രയോഗം കൂടാതെ തന്നെ അയാൾ സഹകരിക്കും പേട്രൺ.'

കോസ്റ്റന്റഡീൻ ക്രാസ്സിമിറുടെ കണ്ണുകൾ തെളിഞ്ഞു.

പക്ഷേ, പെട്ടെന്ന് അയാളുടെ ഉള്ളിൽ ഒരു സന്ദേഹവുമുണ്ടായി. എല്ലാം ഇവരുടെ ആളുകളായാൽ തനിക്ക് ഇതിൽ നിന്ന് ഉദ്ദേശിച്ച ലാഭം കിട്ടാതെ വരുമോ എന്നൊരു ആശങ്ക അയാളിൽ നിറഞ്ഞു.

'അങ്ങനെയെങ്കിൽ ഞാനെന്തൊക്കെ തയ്യാർ ചെയ്യേണ്ടി വരും സുഹൃത്തേ?'

'ഒന്ന് രണ്ടു കുതിരവണ്ടികൾ, നല്ല ശേഷിയുള്ള നാലഞ്ച് പണി

ക്കാർ, ഒരു അഞ്ചുദിവസത്തേക്കുള്ള ഭക്ഷണം. പിന്നെ ഈ പുതിയ സാഹചര്യത്തിൽ ആവശ്യത്തിന് ആയുധവും കരുതണം.'

ക്രാസ്സിമിർ അവിടെ നിന്ന് യാത്ര പറഞ്ഞിറങ്ങി. നഗരത്തിൽ അന്ന് പതിവിലും കനത്ത മഞ്ഞുണ്ടെന്നു കോർണൽ അയാളോട് പറഞ്ഞു. മടക്കയാത്രയിൽ എന്തൊക്കെയോ ചില അസ്വസ്ഥതകൾ ക്രാസ്സിമിർ അനുഭവിച്ചു. തെരുവുകൾ വല്ലാതെ നിശബ്ദമായിരുന്നു. അമാവാസിയുടെ തലേദിവസമായിരുന്ന കാരണം വെട്ടവും തീരെയില്ല. വണ്ടിയിൽ തെളിച്ചിരുന്ന റാന്തലിന്റെ വെട്ടത്തിൽ കോർണൽ ശ്രദ്ധയോടെയാണ് വണ്ടി തെളിച്ചത്.

ടാർഗൂസിൽ തന്റെ സൈനിക ആസ്ഥാനം വിട്ടു വിയോറിൽ പുറത്തിറങ്ങി. അയാൾ ആശുപത്രിയിലേക്കുള്ള വഴിയേ നടന്നു. റാന്തൽ കത്തിച്ചു വഴി കാട്ടാൻ ഒരു സൈനികൻ അയാൾക്കൊപ്പം കൂടി. പക്ഷേ, അയാൾ അവനെ നിരുത്സാഹപ്പെടുത്തി.

'റാന്തൽ ഇങ്ങു തന്നിട്ട് തിരികെ പൊയ്ക്കോളൂ, ഞാൻ ഒറ്റയ്ക്ക് നടക്കട്ടെ.'

'പക്ഷേ, ക്യാപ്റ്റൻ...'

'സാരമില്ല, താങ്കൾ പോയി വിശ്രമിച്ചോളൂ.'

സൈനികൻ റാന്തൽ വിയോർലിന് കൈമാറി തിരികെ പോയി. വിയോറിൽ മെല്ലെ നടന്നു. ആശുപത്രി വരാന്തയ്ക്ക് കുറെ മാറി നിന്ന് പുകവലിക്കുന്ന സ്റ്റെഫാനെയും പിയറിയെയും അയാൾ കണ്ടു. അയാൾ അവർക്കടുത്തേക്ക് നടന്നു.

'വിയോ, എന്താ രാത്രിയിൽ?'

'ഒന്നുമില്ല പിയറി അമ്മാവാ, ഒറ്റയ്ക്കിരുന്നിട്ട് ആകെ ഒരു ടെൻഷൻ. ഡ്രാഗോ ഒറ്റയ്ക്ക് ഈ കാട്ടിൽ... ഇപ്പോഴിതാ ബുക്കാറെസ്റ്റിൽ നിന്ന് സന്ദേശം വന്നിരിക്കുന്നു നാളെ ഉച്ചയോടെ പുതിയ അഡ്മിനിസ്ട്രേറ്റീവ് ഓഫീസർ വരും, ജുഡീഷ്യൽ അധികാരവും അദ്ദേഹത്തിന് നൽകപ്പെട്ടിരിക്കുന്നു. അദ്ദേഹത്തിന്റെ ഓഫീസും താമസ സൗകര്യവും ഒക്കെ ശരിയാക്കണം. പിന്നെ ഒരു ഔപചാരിക സ്വീകരണവും നൽകണം. ഏതുതരം ആളാവും വരിക എന്നറിയുകയില്ല. വല്ല യാഥാസ്ഥിതിക കാഴ്ചപ്പാടുള്ള ആളാണെങ്കിൽ നമ്മുടെ ഒക്കെ നീക്കങ്ങളിൽ ചങ്ങല വീഴാനിടയുണ്ട്. എല്ലാം ഏർപ്പാടാക്കിയതോടെ ഞാൻ അങ്ങ് തളർന്നു.'

'സാരമില്ല വിയോറിൽ താങ്കൾ വളരെ അധികം ചുമതലകൾ കൈകാര്യം ചെയ്യുന്ന ഓഫീസറല്ലേ, പുതിയ ഓഫീസർ വന്നാൽ

ചുമതലകൾ കുറെ ഒഴിയുമല്ലോ.' സ്റ്റീഫൻ സമാധാനം പറഞ്ഞു.

'അത് നാളെയല്ലേ? ഇന്നത്തെ ക്ഷീണത്തിനെന്തു ചെയ്യും?'

വിയോറിൽ ചിരിച്ചു.

'വിയോ ഒരു നിമിഷം നിൽക്കു, ഞാൻ ഒന്ന് അകത്തെ കാര്യം നോക്കിയിട്ട് വരാം.'

പിയറി അകത്തേക്ക് കയറി ആദലീൻ കിടന്ന കിടക്കയുടെ സമീപത്തു എത്തുമ്പോൾ അവളും മാർത്തയും എന്തൊക്കെയോ പറഞ്ഞിരിപ്പായിരുന്നു.

പിയറിയെ കണ്ട ആദെലീൻ അത്ഭുതപ്പെട്ടു.

'പിയറി അമ്മാവൻ!'

'അതേ മോളെ, എങ്ങനെയുണ്ട് നിന്റെ ആരോഗ്യം?'

'നല്ല സുഖം തോന്നുന്നു, മാർത്ത അമ്മായി പറഞ്ഞിരുന്നു അമ്മാവനിവിടെ ഉണ്ടെന്ന്. എത്ര വർഷമായി നിങ്ങളെയൊക്കെ കണ്ടിട്ട്? ഡ്രാഗോമീർ പുറത്തുണ്ടോ?'

'ഇല്ല അവൻ അത്യാവശ്യമായി ഒരിടം വരെ പോയി. മാർത്ത ഒന്ന് വരൂ ഒരു കാര്യം പറയാനുണ്ട്.'

'ഉം ഉം ചെല്ലൂ, ചെല്ലൂ' ആദെലീൻ മർത്തയെ ചെറുതായി ഉന്തി വിട്ടു, അവളുടെ മുഖത്തൊരു കുസൃതി ചിരി തെളിഞ്ഞു.

അല്പം മാറി നിന്ന് പിയറി പറഞ്ഞു.

'മാർത്താ, ഞാൻ സ്റ്റെഫാന്റെ വീട് വരെ പോകുന്നു.'

'എന്തേ? വിയോറിൽ പുറത്തുണ്ട്, അവനാകെ മാനസികമായി തളർന്നിരിക്കുന്നു. ഇത്തിരി നേരം അവനൊപ്പം ഇരിക്കട്ടെ. ഇവിടെ ആവശ്യമൊന്നും ഇല്ലല്ലോ.'

'ഉവ്വ ടുയ്ക്ക കുടിക്കാനുള്ള ഓരോ കാരണങ്ങൾ നടക്കട്ടെ നടക്കട്ടെ.'

അവൾ പിയറിക്ക് ഒരു ഇടി വച്ചുകൊടുത്തിട്ട് തിരികെ ആദെലീന്റെ അരികിലേക്ക് പോയി. പിയറി തിരികെ സ്റ്റെഫാനും വിയോയും നിന്ന ഇടത്തേക്ക് വന്നിട്ട് വിയോയോട് പറഞ്ഞു.

'വിയോ വരിക നമുക്ക് സ്റ്റെഫാന്റെ വീട്ടിൽ ഇരിക്കാം ഇത്തിരി നേരം. എന്തേ സ്റ്റെഫാൻ?'

'ഞാനതു അങ്ങോട്ട് പറയാൻ ഇരിക്കുകയായിരുന്നു. പക്ഷേ, ക്യാപ്റ്റനോട് എങ്ങനെ എന്ന് കരുതിയിട്ടാണ്...'

'ക്യാപ്റ്റന്റെ യൂണിഫോമിനുള്ളിൽ ഒരു സാധാരണക്കാരനായ വ്യക്തിയുണ്ടെന്നു ഓർക്കണം സ്റ്റെഫാൻ.' സ്റ്റെഫാൻ ചിരിച്ചു.

മൂന്നുപേരും കൂടി സ്റ്റെഫാന്റെ വീട്ടിലേക്ക് നടന്നു.

18

ആ രാത്രിയിൽ ദിമിത്രിഫിലിപ്പ് പാറക്കൂട്ടത്തിനിടയിൽ നേരം വെളുക്കാൻ കാത്തിരിക്കുമ്പോൾ അയാളുടെ തൊട്ടടുത്ത് എന്തോ അനങ്ങുന്ന ഒച്ച കേട്ടു. അയാൾ നേരിയ ഭയത്തോടെ ശ്രദ്ധിച്ചു.

ഒരു അണലി അവന്റെ പാദത്തിനടുത്തുകൂടി ഇഴഞ്ഞു.

അവൻ ഭീതിയോടെ കാലുവലിച്ചുകളഞ്ഞു.

അല്പം അകലെയായി ചെന്നായ്ക്കൾ ഓരിയിടുന്ന ശബ്ദം.

ദിമിത്രി തന്റെ അരപ്പട്ടയിൽ നിന്ന് കൈത്തോക്ക് വലിച്ചെടുത്തു. അവന്റെ തൊണ്ട വരണ്ടു. ഭീതിയോടെ കൈത്തോക്കുമേന്തി അവൻ ചുറ്റും നോക്കി ഇരുന്നു.

എസ്തേഫാൻ ലൈയിംസിന്റെ വീട്ടിൽ രണ്ടാം നിലയിലെ മുറിയിൽ ടുയ്ക്ക ചഷകമേന്തി വിയോറിൽ പിന്നിലെ ജനാലയിലൂടെ ടാർഗൂസ് കാടുകളിലെ ഇരുട്ട് നോക്കി നിന്നു. ഇടയ്ക്കൊന്നു തിരിഞ്ഞു അവൻ പിയറിയോടു പറഞ്ഞു.

'പിയറി അമ്മാവാ എനിക്കെന്തോ ഭീതി തോന്നുന്നു. ഈ കാട്ടിൽ എവിടെയോ ഡ്രാഗോമീർ ഒറ്റയ്ക്കാണ്. അവനെന്തിനാണ് സൈനികരെ നിർബന്ധിച്ചു തിരിച്ചയച്ചത്?'

പിയറി ചെറുതായി ചിരിച്ചു.

'വിയോ, നീ വെറുതെ ഭയപ്പെടുകയാണ് നിനക്ക് ഡ്രാഗോമീറിനെ ശരിക്കും അറിയില്ല. അവൻ നന്നായി ആലോചിക്കാതെ ഒന്നും ചെയ്യില്ല. എന്നു തന്നെയുമല്ല നിരായുധനായ ഡ്രാഗോയെ കീഴ്പ്പെടുത്തണമെങ്കിൽ പോലും ഒരാൾക്ക് ഒറ്റയ്ക്ക് സാധിക്കില്ല. ഈ കാടുകളിൽ വച്ച് അവനെ കീഴ്പ്പെടുത്താൻ അത്രയെളുപ്പമായിരിക്കില്ല ആർക്കും.'

'ഒന്നും സംഭവിക്കാതിരിക്കട്ടെ.'

വിയോറിൽ സ്വയം സമാധാനിക്കാൻ എന്നോണം പറഞ്ഞു.

കാടിനുള്ളിലെ ക്യാമ്പിൽ വ്ലാദിമിറിനു മുന്നിലായി ഡ്രാഗോമീർ ഇരുന്നു.

'ഡ്രാഗോമീർ സാൽവറ്റോർ നിങ്ങളെന്താണ് ആലോചിക്കുന്നത്?'

'ബഹുമാനത്തോടെ പറയട്ടെ വ്ലാദിമിർ ലീഡറുൽ സാൽവറ്റോർ അഥവാ രക്ഷകൻ എന്ന വിളിപ്പേര് തന്നെ അസ്ഥാനത്താണ്. ദയവായി എന്നെ അങ്ങനെ വിളിക്കരുത്.'

'തെറ്റ്, ഒരു മനുഷ്യനെയും അവന്റെ ജന്മനാട് ഓരോ ദൗത്യമേൽപ്പിച്ചിരിക്കുന്നു. നിങ്ങൾ സാൽവറ്റോർ ആകണം എന്ന് നിശ്ച

യിച്ചത് ഈ നാടാണ്. എന്നെ ഈ കാടുകളിൽ അലയാൻ വിട്ട അതെ നാട്.'

'ഞാൻ അത് ചോദിക്കണമെന്ന് കരുതിയതാണ് ഒരുപക്ഷേ, താങ്കൾക്ക് ഇഷ്ടമായില്ലെങ്കിലോ എന്ന് കരുതി.'

'ഡ്രാഗോമീറിന് എന്തും ചോദിക്കാം. തടസമില്ല.'

'നേരത്തെ എന്നെ ഇങ്ങോട്ടു കൂട്ടിക്കൊണ്ടു വരുമ്പോൾ ബർസെക്ക് പറഞ്ഞിരുന്നു ഞാൻ വരുമെന്ന് താങ്കൾ പറഞ്ഞിരുന്നുവെന്ന്. ഇന്നലെ വൈകി മാത്രം തീരുമാനിക്കപ്പെട്ട എന്റെ യാത്ര താങ്കൾ എങ്ങനെ അറിഞ്ഞു?'

'താങ്കൾ വരും എന്ന് പറഞ്ഞത് താങ്കൾക്ക് വരാതിരിക്കാൻ ആവില്ല എന്ന തിരിച്ചറിവിലാണ് ഡ്രാഗോമീർ. അലെക്സാൻഡ്രുവിനെ കണ്ടെത്തുക എന്ന ദൗത്യം മറ്റാരെ നിങ്ങൾ ഏൽപ്പിക്കാനാണ്?'

'അലക്സിയുടെ കാര്യം താങ്കൾക്ക് അറിയുമോ? അവനെവിടെയുണ്ട്? അവനു ഗുരുതരമായിട്ടൊന്നും സംഭവിച്ചിട്ടില്ല എന്ന് വിശ്വസിക്കട്ടെ?'

'ധൃതി വേണ്ടാ ഡ്രാഗോമീർ. നാളെ അമാവാസിയാണ്, ഒരു സവിശേഷ ദിവസം. നാളെ രാത്രി താങ്കൾ ടാർഗൂസിൽ ഉണ്ടായിരിക്കേണ്ടത് അത്യാവശ്യവുമാണ്. അലെക്സാൻഡ്രു ജീവനോടെയുണ്ട്. താങ്കൾക്ക് നാളെ രാവിലെ അയാളെ കൂട്ടിക്കൊണ്ടു പോകാൻ ബുദ്ധിമുട്ടുണ്ടാവില്ല. അതിനു മുൻപ് നിങ്ങൾ ചിലതൊക്കെ അറിയേണ്ടതുണ്ട്.'

'എന്റെ മനസിലെ വലിയൊരു ഭാരമാണ് താങ്കൾ ഒഴിവാക്കിയത് വ്ലാദിമിർ. താങ്കളൊരു അത്ഭുത മനുഷ്യനാണ്. അവനെ രക്ഷിച്ചതിനു എങ്ങനെ നന്ദി പറയണം എന്നറിയില്ല.'

'അവനെ മാത്രമല്ല, നിങ്ങൾ ഓരോരുത്തരെയും ഈ നാടിനു ആവശ്യമുണ്ട്. ഈ നാടിനു വേണ്ടവർക്കൊന്നും സംഭവിക്കരുതെന്നു എനിക്ക് നിർബന്ധവുമുണ്ട്. എന്നാൽ എല്ലാവർക്കും പരിമിതികളുമുണ്ടല്ലോ ഡ്രാഗോമീർ. അതുകൊണ്ട് ചില സംഭവങ്ങൾ ഉണ്ടാകും മുൻപ് ഇടപെടാൻ ആവാതെ പോകുന്നുവെന്ന് മാത്രം.'

'ശരിയാണ്, അതിരിക്കട്ടെ ഞാൻ അറിയണം എന്ന് താങ്കൾ പറഞ്ഞ കാര്യങ്ങൾ എന്താണെന്നു പറഞ്ഞില്ല.'

വ്ലാദിമിർ എഴുന്നേറ്റു, അയാൾ തീക്കുണ്ഡത്തിലേക്ക് രണ്ടു തടിക്കഷണം കൂടി എടുത്തിട്ടിട്ട് അയാൾ ഡ്രാഗോമീറിനെ നോക്കി. ഡ്രാഗോമീറും എഴുന്നേറ്റു. പ്രായമേറെ ആയെങ്കിലും അസാ

മാന്യമായ പൊക്കവും, ശാരീരികശേഷിയുള്ള ആളാണ് വ്ലാദിമിർ എന്നത് വ്യക്തമായിരുന്നു.

'ഡ്രാഗോമീർ, നിങ്ങൾ കോസ്റ്റഡീൻ ക്രാസ്സിമിറിനെ ഓർക്കുന്നുണ്ടോ?'

'തീർച്ചയായും, പഴയ ഖനി മുതലാളിയല്ലേ?'

'അതെ. അയാൾ വീണ്ടും ടാർഗൂസിന്റെ ഖനിയിൽ കണ്ണുവച്ചിട്ടുണ്ട്. അതിനായി ചില ഗൂഢനീക്കങ്ങൾ നടത്തുമുണ്ട്. സുൽത്താൻ മഹമൂദിന്റെ പിന്തുടർച്ചക്കാരിൽ ചിലരും അവനെ സഹായിക്കുന്നുണ്ട്. ഓട്ടോമാൻ സാമ്രാജ്യം എക്കാലത്തും വാലെഹ്ചിയായുടെ മേൽ അധികാരം കൊതിച്ചിരുന്നവരാണ്. അവരുടെ പിൻതലമുറയും വ്യത്യസ്തരല്ല. ഡ്രാഗൺ ഗോത്രത്തിൽപ്പെട്ടവർ എക്കാലത്തും ഓട്ടോമാന്റെ ശത്രുക്കളായിരുന്നു.'

'മനസിലായില്ല വ്ലാദിമിർ.'

'ഇതിൽ ദുരൂഹമായിട്ടൊന്നുമില്ല. നിങ്ങൾ ഡ്രാഗൺ ഗോത്രത്തിൽ പെട്ട ആളാണ് എന്നത് തന്നെ. അതിനാൽ തന്നെ ജന്മനാ ഈ ദൗത്യം നിങ്ങളുടേത് കൂടിയാണ്. വാലെഹ്ചിയായുടെ മോചനം. നമ്മുടെ ജനതയുടെ രക്ഷ.'

ഡ്രാഗോമീർ ഏതോ കെട്ടുകഥ കേൾക്കുന്നതു പോലെ കേട്ടിരുന്നു.

'ഞാൻ എന്റെ കുട്ടിക്കാലം മുതൽ അലഞ്ഞു തിരിയാൻ വിധിക്കപ്പെട്ട ഒരുവനാണ്, ആദ്യം തുർക്കിയിലും പിന്നെ ഹങ്കറിയിലും മാൾഡോവയിലും ഇപ്പോഴിതാ ഈ കാടുകളിലും.'

വ്ലാദിമിർ ഉറക്കെ ചിരിച്ചു. ദൂരെ എവിടെയോ കാട്ടുനായ്ക്കൾ ഓരിയിടുന്ന ശബ്ദം ഉയർന്നു. അത് കേട്ടയുടനെ വ്ലാദിമിർ വിചിത്രമായ ഒരു ഒച്ച പുറപ്പെടുവിച്ചു. പൊടുന്നനെ കാട്ടുനായ്കൾ നിശബ്ദരായി. ഡ്രാഗോമീർ വല്ലാത്ത ആശയക്കുഴപ്പത്തോടെ അയാളെ നോക്കി നിന്നു.

'പിന്തിരിയാതിരിക്കുക, മുന്നിൽ വന്നുപെടുന്ന വിഷയങ്ങളിൽ യുക്തിയനുസരിച്ചു ഇടപെടുക. ഒപ്പം വലിയൊരു പോരാട്ടത്തിനായി മാനസികമായും ശാരീരികമായും എപ്പോഴും നിങ്ങളും കൂട്ടുകാരും ഒരുങ്ങിയിരിക്കുക. നാളെ ടാർഗൂസിന്റെ വിധി മാറ്റി മറിക്കുന്ന ചിലതൊക്കെ സംഭവിക്കും. അതോടെ ഈ നഗരത്തിലെങ്കിലും എന്റെ ജനത സുരക്ഷിതരാവാൻ വേണ്ടുന്ന പോരാട്ടത്തിന് ദിശ ലഭിക്കും.'

'ക്ഷമിക്കണം വ്ലാദിമിർ എനിക്കൊന്നുമങ്ങോട്ടു കൃത്യമായി

മനസിലാകുന്നില്ല എങ്കിലും ജനങ്ങൾക്ക് വേണ്ടി ഒരു പോരാട്ടം വേണ്ടി വരികയാണെങ്കിൽ എന്നും ഞാൻ ഒരുങ്ങിത്തന്നെയിരിക്കുമെന്നു വാക്ക് തരുന്നു'

'അതാണ് ഞാൻ പ്രതീക്ഷിക്കുന്നതും. ഡ്രാഗോമീർ രാവിലെ അലെക്സാൻഡ്രൂവിനെ ഇവിടെ ട്രിഷ്യൻ ഗോത്രത്തിലെ പോരാളികൾ എത്തിക്കും. അവൻ അവരുടെ ഉൾക്കാട്ടിലെ താവളത്തിൽ ചികിത്സയിലാണ്. നിങ്ങളുടെ കുതിരയെ ബർസെക്ക് ഇങ്ങെത്തിച്ചിട്ടുണ്ട്. രാവിലെ നാം തമ്മിൽ കണ്ടെന്നു വരികില്ല. ഇവിടെ ആരെയും കണ്ടില്ലെങ്കിലും താങ്കൾ കാത്തിരിക്കണം അലെക്സാൻഡ്രൂ എത്തും വരെ. ഞങ്ങൾക്ക് പ്രധാനപ്പെട്ട ചില ദൗത്യങ്ങൾക്ക് വേണ്ടി പോകേണ്ടതുണ്ട്. അപ്പോൾ ഇനിയും കാണാം ഡ്രാഗോമീർ താങ്കൾ ഉറങ്ങിക്കോളൂ, ബർസെക്ക് ഇദ്ദേഹത്തിന്റെ ഉറക്കത്തിനു ഏർപ്പാടാക്കിയിട്ടില്ലേ?'

'എല്ലാം തയാറാണ് ലീഡറുൽ' ബർസെക്ക് മറുപടി പറഞ്ഞു.

ഡ്രാഗോമീർ ബർസെക്കിനൊപ്പം അയാൾക്ക് ഉറങ്ങാൻ ഏർപ്പാട് ചെയ്ത ഇടത്തേക്ക് നടന്നു.

വ്ലാദിമിർ തന്റെ കൂടാരത്തിലേക്കും.

19

കാർപാത്യൻ മലയിലേക്ക് സൂര്യരശ്മികൾ ഒളിഞ്ഞു നോക്കിയ നേരത്ത് തന്നെ ദിമിത്രി പാറക്കെട്ടിൽ നിന്നും ടാർഗൂസിനു സമീപം സെലൻസ്കിയോടു വരാൻ പറഞ്ഞ ഇടത്തേക്ക് യാത്ര ആരംഭിച്ചു. അയാൾ ക്ഷീണിതനായിരുന്നു. വഴിയിൽ കണ്ട ഒരു ചെറു അരുവിയിൽ നിന്നു മുഖം കഴുകി ഇത്തിരി വെള്ളം കുടിച്ച ശേഷം കാടിനിടയിലൂടെ അയാൾ അതിവേഗം കുതിരയോടിച്ചു പോയി.

അധികം കാത്തിരിക്കേണ്ടി വന്നില്ല ദിമിത്രിക്ക്, സെലൻസ്കി എന്ന ടാർഗൂസിലെ അറിയപ്പെടുന്ന തെമ്മാടി ഖേപ്രി വഴി ദിമിത്രി അയച്ച സന്ദേശമനുസരിച്ചു എത്തിച്ചേർന്നു. ദിമിത്രിക്ക് വേണ്ടി പ്രഭാത ഭക്ഷണവും സെലൻസ്കി കരുതിയിരുന്നു.

ഭക്ഷണം കഴിച്ച ശേഷം ദിമിത്രി തന്റെ പദ്ധതികൾ സെലൻസ്കിയുമായി പങ്കുവച്ചു. നിധിയെന്നു കേട്ടതോടെ സെലൻസ്കി ഉത്സാഹഭരിതനായി വേണ്ടത്ര ആളുകളുമായി ഉച്ചയോടെ എത്തിക്കൊള്ളാമെന്നു ഉറപ്പ് നൽകി അയാൾ തിരികെ ടാർഗൂസിലേക്ക് പോയി.

ടാർഗൂസിലെ കുതിരക്കാരൻ

ടാർഗൂസ് പട്ടണത്തിൽ സൈനികർ തിരക്കിട്ടു ഓരോ പ്രവർത്തികളിൽ ഏർപ്പെട്ടിരുന്നു. പുതിയ അഡ്മിനിസ്ട്രേറ്റിവ് ഓഫീസർ അന്നാണ് ടാർഗൂസിൽ എത്തുന്നത്.

വിയോറിലും തിരക്കിലായിരുന്നു.

വിയോറിൽ ഏർപ്പാടാക്കിയതനുസരിച്ചു അയാളുടെ കുടുംബ വീടിന്റെ നവീകരണപ്രവർത്തനങ്ങളുടെ മേൽനോട്ടം സ്റ്റെഫാൻ ഏറ്റെടുത്തു. രണ്ടു മൂന്നു ദിവസത്തിനുള്ളിൽ അത് പൂർത്തിയാക്കാൻ ആവുമെന്ന് സ്റ്റെഫാൻ വിയോറിലിന് ഉറപ്പ് കൊടുത്തു.

ആശുപത്രിയിൽ ആദെലീൻ തുടരേണ്ടതില്ലെന്നും അവളെ ഡിസ്ചാർജ് ചെയ്യാൻ ആവുമെന്നും ഡോക്ടർ പറഞ്ഞത് വീണ്ടും കാര്യങ്ങളെ കുഴപ്പത്തിലാക്കി.

ഫിലിപ്പ് ഭവനത്തിലെ വധു എന്ന നിലയിൽ അവൾക്ക് അവിടെ താമസിക്കാൻ നിയമപരമായി ഒരു തടസവുമുണ്ടായിരുന്നില്ലെങ്കിലും, ഒരു കുറ്റകൃത്യം നടന്ന ഇടമായതു കൊണ്ടും, ദിമിത്രി ഫിലിപ്പിനെ ഇതേവരെ പിടികൂടാൻ ആയിട്ടില്ലെന്നത് കൊണ്ടും ആ വീടിന്റെ ഭൂമിശാസ്ത്രം കാടിനോട് ചേർന്ന് കിടക്കുന്നതിനാൽ ദിമിത്രിയെങ്ങാനും ഒരു പ്രതികാരത്തിന് ശ്രമിച്ചാൽ ബുദ്ധിമുട്ടാവുമെന്നു ഏല്ലാവർക്കും അറിയാമായിരുന്നു.

മാർത്തയുടെ പഴയ ഭവനം താമസയോഗ്യമെങ്കിലും അത് ദിമിത്രി കയ്യടക്കി വച്ചിരുന്നത് കാരണം അവിടെ ഇപ്പോൾ താമസിക്കുന്നതു ദിമിത്രിയുടെ ചില തെമ്മാടി സുഹൃത്തുക്കളാണ്. അവരെ ഒഴിപ്പിക്കുക അത്ര എളുപ്പവുമല്ല.

വിയോറിൽ വിചാരിച്ചാൽ അതിനൊരു പരിഹാരം എളുപ്പമാകും എന്ന കണക്കുകൂട്ടലിൽ പിയറി വിയോറിലിന്റെ ഓഫീസിലേക്ക് പോയി.

തന്റെ ജോലിത്തിരക്കിനിടയിലും വിയോറിൽ അതിനൊരു പരിഹാരം കണ്ടെത്തി.

മാർത്ത ദിമിത്രിയുടെ കയ്യിൽ നിന്നു വാങ്ങിയ കടത്തിന്റെ പേരിൽ ദിമിത്രി കയ്യടക്കി വച്ചിരിക്കുന്ന സ്വത്തെന്ന നിലയിൽ ദിമിത്രിയുടെ നിയമപരമായ ഭാര്യാപദവി ഇപ്പോഴുമുള്ള ആദലിന് വേണ്ടി അതൊഴിപ്പിക്കാൻ നിയമം അനുവദിക്കുന്നുണ്ട്.

അത് ഉടനെ ഒഴിഞ്ഞു പോകണമെന്ന് വിയോറിൽ ആ വീട്ടിലെ താമസക്കാരായ ദിമിത്രിയുടെ അനുചരന്മാർക്ക് രണ്ടു സൈനികരെ അയച്ചു നിർദേശം നൽകി. അവരുടെ നേതാവായ ദിമിത്രി

ഒളിവിൽ പോയതോടെ നാഥനില്ലാത്ത കൂട്ടമായ അവർക്ക് ഒഴിഞ്ഞു പോവുകയല്ലാതെ മറ്റു പോംവഴിയുണ്ടായിരുന്നില്ല.

പിയറിയാകട്ടെ ഒട്ടും സമയം പാഴാക്കാതെ സ്റ്റെഫാൻ ഏർപ്പാടാക്കി കൊടുത്ത രണ്ടു തൊഴിലാളികൾക്കൊപ്പം ആ വീട് ഏറ്റെടുത്തു വൃത്തിയാക്കാൻ പോകുകയും ചെയ്തു.

ഡ്രാഗോമീർ രാവിലെ തന്നെ ഉണർന്നു.

ചുറ്റുപാടും നോക്കിയ അയാൾ അമ്പരന്നു.

വ്ലാദിമിറിനെയും കൂട്ടരെയും കാണാത്തതല്ല അയാളെ അത്ഭുതപ്പെടുത്തിയത്. തങ്ങൾ രാവിലെ ഉണ്ടാവില്ല എന്ന് നേരത്തെ വ്ലാദിമിർ പറഞ്ഞിരുന്നത് കൊണ്ട് അതിൽ അത്ഭുതകരമായി ഒന്നും അവനു തോന്നിയില്ല. പക്ഷേ, അവിടെ ഒരു ക്യാമ്പ് ഉണ്ടായിരുന്നതിന്റെ യാതൊരു ലക്ഷണവും അവശേഷിച്ചിരുന്നില്ല.

മരക്കൂട്ടങ്ങൾക്കിടയിൽ ഈ അടുത്തകാലത്തെങ്ങും അവിടെ മനുഷ്യസാന്നിധ്യം ഉണ്ടായിരുന്നുവെന്ന് ഊഹിക്കാൻ പോലും ആവാത്ത വിധം അവിടമാകെ കാടുപിടിച്ചിരുന്നു. ക്യാമ്പും വ്ലാദിമിറും ഒക്കെ താൻ കണ്ട സ്വപ്നമായിരുന്നുവോ എന്ന് ഡ്രാഗോമീർ ആശങ്കപ്പെട്ടു. പക്ഷേ, താൻ ഉറങ്ങിക്കിടന്നത് ഒരു കട്ടിത്തുണിയിലാണെന്നതും ആ തുണി താൻ കൊണ്ടുവന്ന സാധനങ്ങളുടെ കൂട്ടത്തിലെങ്ങും ഉണ്ടായിരുന്നില്ലെന്നതും അയാളെ വീണ്ടും ചിന്താക്കുഴപ്പത്തിലാക്കി. ഇങ്ങോട്ടേക്ക് വരുന്നതിനു മുൻപ് കാട്ടിൽ ആരും കാണാത്ത വിധം കെട്ടിയിരുന്ന തന്റെ കുതിര തൊട്ടടുത്തു ഉണ്ടെന്നതും തന്റെ ആയുധങ്ങളും തനിക്ക് കഴിക്കാനുള്ള പ്രഭാത ഭക്ഷണവും ഉറങ്ങിക്കിടന്നതിന്റെ തൊട്ടടുത്ത് തന്നെ വച്ചിരുന്നു എന്നതും ദുരൂഹമായി ഡ്രാഗോമീറിന് അനുഭവപ്പെട്ടു.

അയാൾ എഴുന്നേറ്റു ചുറ്റുപാടും പരിശോധിച്ചു.

ഇല്ല അങ്ങനെ ആരെങ്കിലും അവിടെ ഉണ്ടായിരുന്നു എന്നതിന് യാതൊരു ലക്ഷണവും ഇല്ല!

അയാൾ കുറെ നേരം ഇതൊക്കെ എന്തായിരുന്നു എന്നാലോചിച്ചിരുന്നു. എങ്കിലും പെട്ടെന്ന് താൻ എന്തിനാണ് കാട്ടിലേക്ക് വന്നതെന്നു ഡ്രാഗോമീർ ഓർത്തു.

അയാൾക്ക് നന്നായി വിശക്കുന്നുണ്ടായിരുന്നു.

ലാലോമീതയുടെ കൈവഴിയായ അരുവി തൊട്ടടുത്തുകൂടി ഒഴുകിയിരുന്നു. അയാൾ അരുവിയിൽ പോയി മുഖം കഴുകി തിരികെ വന്നു. പെട്ടെന്ന് കുതിരക്കുളമ്പടികളുടെ ശബ്ദം കേട്ട ഡ്രാഗോ

മീർ ജാഗരൂകനായി.

ആയുധങ്ങളുമായി ഒരു മരത്തിന്റെ മറവിലേക്ക് മാറി നിന്ന് അയാൾ രംഗം വീക്ഷിച്ചു. മൂന്നു പേർ കുതിരപ്പുറത്തേറി അയാൾ ഇരുന്ന ഇടത്തേക്ക് വരുന്നത് ചെടികൾക്കിടയിലൂടെ അയാൾ അവ്യക്തമായി കണ്ടു.

ഫിറാസ് ഗാദി എന്ന ചരിത്രഗവേഷകനൊപ്പം ടർക്കിയിൽ നിന്ന് വന്ന രണ്ടുപേർ നേരത്തെ എത്തിച്ചേർന്ന നാലുപേർ തങ്ങിയിരുന്ന ഇടത്തെത്തുമ്പോൾ ഉച്ചയോടടുത്തിരുന്നു. ഏതാണ്ട് ആ സമയത്തു തന്നെ ആയുധങ്ങളും മറ്റു അനുബന്ധ സാമഗ്രികളുമായി ക്രാസ്സിമിർ ഏർപ്പാടാക്കിയ രണ്ടു കുതിരവണ്ടികളും, ആറു സഹായികളും അവിടെ എത്തിച്ചേർന്നു. കോസ്റ്റഡീൻ ക്രാസ്സിമിറും വിശ്വസ്ത അനുയായിയായ കോർണലും രണ്ടു കുതിരകളിലായി പിന്നാലെ എത്തിച്ചേർന്നു.

യാത്ര തുടങ്ങും മുൻപ് അവർ തങ്ങിയിരുന്ന വീടിന്റെ ഹാളിൽ വച്ച് പദ്ധതി കൂട്ടാളികൾക്കായി വിശദീകരിച്ചു.

ഫിറാസ് ഗാദിയാണ് സംസാരിച്ചു തുടങ്ങിയത്.

'ഉച്ച കഴിഞ്ഞ ഉടനെ തിരിച്ചാൽ മറ്റു തടസങ്ങൾ ഒന്നും ഉണ്ടായില്ല എങ്കിൽ വൈകീട്ട് നേരം മങ്ങുന്നതിനു തൊട്ടു മുൻപ് നമുക്ക് ബാൽക്കൻ മലയുടെ അടിവാരത്ത് എത്തിച്ചേരാനാവും. ഇന്ന് അമാവാസിയായതു കൊണ്ട് കൂടുതൽ ദൂരം സഞ്ചരിക്കാൻ ആവുകയില്ല. അവിടെ ഇന്ന് രാത്രി ക്യാമ്പ് ചെയ്തുകൊണ്ട് നാളെ വെളുപ്പിന് യാത്ര വീണ്ടും തുടങ്ങണം. എന്റെ കൈവശമുള്ള മാപ്പ് അനുസരിച്ചു നാളെ മുഴുവൻ നേരം യാത്ര ചെയ്താലും നമുക്ക് മഹമൂദിന്റെ കോട്ടയിൽ എത്തിച്ചേരാൻ ആവുകയില്ല.

എന്നു തന്നെയുമല്ല നാളെ പകൽ മുഴുവൻ നേരം യാത്ര ചെയ്താൽ നാം എത്തിച്ചേരുന്ന ഇടത്തു ക്യാമ്പ് ഉണ്ടാക്കാൻ സാധ്യവുമല്ല. അതുകൊണ്ട് നാളെ ഉച്ചതിരിഞ്ഞൊരു മൂന്നു മണിയോടെ യാത്ര അവസാനിപ്പിച്ചു ക്യാമ്പ് ചെയ്യേണ്ടി വരും.

ആ ഇടം വന്യമൃഗങ്ങളുടെ ഭീഷണി കൂടുതലുള്ള ഇടമാണെങ്കിലും മറ്റു പോംവഴികൾ ഇല്ല. അതിനടുത്ത ദിവസം രാവിലെ യാത്ര ആരംഭിക്കാനായാൽ നമുക്ക് ഉച്ചയോടെ മഹമൂദിന്റെ ഉപേക്ഷിക്കപ്പെട്ട കോട്ടയിലെത്താമെന്നു കരുതുന്നു.'

'അത് വലിയ കുഴപ്പമില്ലാത്ത പദ്ധതിയാണെന്നു തോന്നുന്നു.' ക്രാസ്സിമിർ പറഞ്ഞു.

'പക്ഷേ, ഒരു വലിയ പ്രശ്നമുണ്ട്. എന്റെ പക്കലുള്ള മാപ്പ് ഉണ്ടാക്കിയിരിക്കുന്നത് വിവിധ ചരിത്രരേഖകളിൽ നിന്നും കിട്ടിയ അറിവുകൾ ഉപയോഗിച്ചാണ്. അതിലെത്ര ശതമാനം കൃത്യതയു ണ്ടെന്നു അറിയില്ല. അതിനാൽ ഒരു അമ്പതു ശതമാനം കൃത്യത മാത്രമേ ഞാൻ ഈ മാപ്പിന്റെ കാര്യത്തിൽ ഉറപ്പിച്ചു പറയുന്നുള്ളൂ. നേരത്തെ ഇത് പറയാൻ കാരണം പിന്നീട് അഭിപ്രായവ്യത്യാസ ങ്ങൾ ഉണ്ടാകരുതെന്ന് കരുതിയാണ്.'

ഫിറാസ് ഗാദി തന്റെ ഭാഗം കൃത്യമായി പറഞ്ഞു.

'നമുക്ക് നോക്കാം ഫിറാസ്, ഇപ്പൊ നമ്മുടെ മുന്നിൽ അമ്പതു ശതമാനമെങ്കിലും സാധ്യതയുള്ള ഏക വഴി ഇത് മാത്രമാണ്. എന്നാൽ സമയം വൈകണ്ട, നമുക്ക് തിരിക്കാം കോസ്റ്റഡീൻ?' ടർ ക്കിയിൽ നിന്ന് വന്ന വെളുത്ത കാട്ടുനായ്കളിൽ ഒരാൾ പറഞ്ഞു.

'ഉറപ്പായും നമുക്ക് തിരിക്കാം.' ക്രാസ്സിമിർ സമ്മതിച്ചു.

'ഈ എട്ടു കുതിരകളും രണ്ടു കുതിരവണ്ടിയും പതിനഞ്ചോളം ആളുകളും കൂട്ടമായി പോയാൽ അത് പലരുടെയും ശ്രദ്ധ പിടിച്ചു പറ്റും. അതിനാൽ വേർതിരിഞ്ഞു രണ്ടോ മൂന്നോ പേർ ഉൾപ്പെടു ന്ന കൂട്ടമായി ബുക്കാറെസ്റ്റ് - ടാർഗോവീഷ്ഠം- ബ്രാസോവ് പാത യിൽ പ്രവേശിക്കാം. ടാർഗൂസിലേക്ക് തിരിയുന്നതിനു മുൻപുള്ള ത്രസൂറകളെ കാത്തിരിക്കുന്ന ഇടത്തിനു സമീപമുള്ള വഴിയേ വേണം കുതിരവണ്ടികൾ കാട്ടിലേക്ക് പ്രവേശിക്കാൻ. കുതിരക ളിൽ വരുന്നവർ പ്രധാനപാതയിലെ മരപ്പാലത്തിനു മുൻപ് ഇട ത്തോട്ട് തിരിഞ്ഞു അരുവി മുറിച്ചു കടന്നു കാട്ടിലേക്ക് പ്രവേശിച്ചു വണ്ടികളെ കാത്തു നിൽക്കണം.' വെളുത്ത ടർക്കിഷ് കാട്ടുനായക ളുടെ നേതാവെന്ന് തോന്നിച്ച ആൾ ഫിറാസിന്റെ കൈവശമുണ്ടാ യിരുന്ന ഭൂപടത്തിൽ ചൂണ്ടി വഴികൾ പറഞ്ഞു കൊടുത്തു.

അപ്പനേരം കഴിഞ്ഞപ്പോൾ എട്ടു കുതിരകളും രണ്ടു കുതിരവ ണ്ടികളും പതിനഞ്ചു പേരടങ്ങുന്ന ആ സംഘവുമായി ടാർഗവീ ഷ്ഠയുടെ അതിരുകൾ വിട്ടു. മുൻകൂർ തീരുമാനപ്രകാരം സൈനി കരുടെയും നാട്ടുകാരുടെയും ശ്രദ്ധയിൽ പെടാതെ സാവധാനത്തിൽ അവർ കാട്ടിലേക്ക് പ്രവേശിച്ചു.

ക്രാസ്സിമിറിന്റെയും കൂട്ടരുടെയും വനപ്രവേശം കഴിഞ്ഞ കുറച്ചു നേരം വൈകിയാണ് ദിമിത്രി ഫിലിപ്പും നാല് കൂട്ടാളികളും അഞ്ചു കുതിരകളും ഖനിയിൽ ഉപയോഗിക്കുന്ന കുറെ തമരുപടക്കങ്ങളും തോക്കുകളും ആഹാര സാമഗ്രികളുമായി ടാർഗോവീഷ്ഠം കാടുക ളിലേക്ക് കടന്നത്.

ഫെറ്റീച്ചർ ചാഫുല് മീസയെ കണ്ടെത്തുക, നിധിയിരിക്കുന്ന ഇടം മനസിലാക്കുക എന്നതായിരുന്നു അവരുടെ ആദ്യ ലക്ഷ്യം.

കുതിരപ്പുറത്തു ക്യാമ്പിരുന്ന ഇടത്തേക്ക് വന്ന മൂന്നുപേരെയും മറവിൽ ഇരുന്നുകൊണ്ട് ഡ്രാഗോമീർ വീക്ഷിച്ചു. അതിലൊരാൾ അലെക്സാൻഡ്രൂ ആണെന്ന് കണ്ടതോടെ ഡ്രാഗോമീർ മറവിൽ നിന്ന് പുറത്തേക്ക് വന്നു.

ഇടതു തോളിൽ തുണി കൊണ്ട് ഒരു ബാൻഡേജ് ഉണ്ടെന്ന തൊഴിച്ചാൽ അവനു മറ്റു കുഴപ്പങ്ങൾ ഇല്ലെന്ന് ഒറ്റനോട്ടത്തിൽ ഊഹിച്ച ഡ്രാഗോമീർ അവനെ പേര് ചൊല്ലി വിളിച്ചു. മൂന്നു കുതിരകളും അവനിരുന്നതിനടുത്തേക്ക് വന്നു.

അലക്സി കുതിരപ്പുറത്തു നിന്നിറങ്ങി ഡ്രാഗോമീറിനെ ആലിംഗനം ചെയ്തു. ഡ്രാഗോമീർ ട്രിഷ്യൻ ഗോത്രത്തിൽ പെട്ട അവന്റെ സഹയാത്രികരോട് തന്റെ ആത്മാർത്ഥമായ നന്ദി അറിയിച്ചു. അവരാകട്ടെ അധികം കാത്തു നില്ക്കാൻ ആവില്ലെന്നും അമാവാസി ദിവസം തങ്ങളുടെ ഗോത്രാചാരപ്രകാരം ചില ചടങ്ങുകൾ നിർവഹിക്കാനുള്ളത് കൊണ്ട് മടങ്ങുകയാണെന്നും അറിയിച്ചു പിൻവാങ്ങി തിരികെ പോയി.

ഡ്രാഗോമീർ കരുതിയിരുന്ന പ്രഭാത ഭക്ഷണം കഴിച്ചു.

ഇരുവരും ടാർഗൂസിലേക്ക് മടക്കയാത്ര ആരംഭിച്ചു.

ടാർഗൂസിന്റെ പുതിയ അഡ്മിനിസ്ട്രേറ്റിവ് ഓഫീസറുമായി ഔദ്യോഗിക അടയാളങ്ങൾ പതിച്ച കുതിരവണ്ടി സൈനിക അകമ്പടിയോടെ ടാർഗോവീഷ്ഠയിൽ നിന്നും എത്തിയത് ഉച്ചയോടെയാണ്. സൈനിക പരേഡ് ഉൾപ്പെടെ ഔദ്യോഗിക ചടങ്ങുകൾ ഒരുക്കി വിയോറിൽ അദ്ദേഹത്തെ സ്വീകരിക്കാൻ തയാറായിരുന്നു.

സൈനിക ആസ്ഥാനത്തിന്റെ മുകളിലത്തെ നിലയിലാണ് അഡ്മിനിസ്ട്രേറ്റീവ് ഓഫീസറുടെ ഓഫീസ് പ്രവർത്തിച്ചിരുന്നത്. പുതിയ ഓഫീസറെ കാണാൻ പൊതുജനങ്ങളും എത്തിച്ചേർന്നിരുന്നു. ആ ആൾക്കൂട്ടത്തിനിടയിലൂടെ കുതിരവണ്ടി സൈനിക ആസ്ഥാനത്തിനു മുന്നിൽ വന്നു നിന്നു. വിയോറിൽ ഔദ്യോഗിക വേഷത്തിൽ പുതിയ ഓഫീസറെ സ്വീകരിക്കാൻ വണ്ടിയുടെ അടുത്തെത്തുമ്പോൾ ഒരു സൈനികൻ കുതിരവണ്ടിയുടെ വാതിൽ തുറന്നു.

പുറത്തിറങ്ങിയ ആളെ കണ്ടു വിയോറിൽ ഞെട്ടി.

അയാൾ വിശ്വസിക്കാൻ ആകാത്തതു പോലെ പുതിയ ഓഫീസറെ നോക്കി നിന്നു.

ഡ്രാഗോമീറും, അലെക്സിയും രണ്ടു കുതിരകളിലായി താഴ്വാരത്തു നിന്നും മലഞ്ചെരുവുകളിലേക്കുള്ള കയറ്റം കയറുമ്പോഴും ഡ്രാഗോമീർ ആശയക്കുഴപ്പത്തിലായിരുന്നു. അലക്സി വരും എന്ന് വ്ലാദിമിർ പറഞ്ഞു, അവൻ വന്നു. തങ്ങൾ വെളുപ്പിനെ പോകുമെന്ന് പറഞ്ഞിരുന്നതിനാൽ അവരെ ക്യാമ്പിൽ കാണാത്തതിലും അത്ഭുതമില്ല.

എന്നാൽ ക്യാമ്പ് അവിടെ ഉണ്ടായിരുന്നു എന്ന് യാതൊരു തെളിവുമില്ലാതെ, അതും പുൽത്തകിടിയിൽ പോലും ഒരു പാടവശേഷിപ്പിക്കാതെ അവരെങ്ങനെ അവിടം വിട്ടു പോയെന്നു അയാൾക്ക് ഒരു പ്രഹേളികയായിരുന്നു. കയറ്റം കയറവേ ഡ്രാഗോമീർ ഒരു വട്ടം കൂടി അവിടേക്ക് തിരിഞ്ഞു നോക്കി.

ഒരു ഞെട്ടലോടെ അയാൾ കുതിരയെ നിർത്തി.

ഡ്രാഗോമീറിന്റെ ഭാവവ്യത്യാസം കണ്ടു അലെക്സിയും തിരിഞ്ഞു നോക്കി. അവിശ്വസനീയമായ ആ കാഴ്ച കണ്ടു ഇരുവരും സ്തബ്ധരായി നിന്നു.

ക്രാസ്സിമിറും കൂട്ടരും മുൻ നിശ്ചയിച്ച പദ്ധതിപ്രകാരം മുന്നോട്ടു പോയി. അരുവി മുറിച്ചു കടന്ന ആളുകൾ കുതിരവണ്ടിക്കാരുടെ ഒപ്പം എത്തിച്ചേർന്നിരുന്നു. ചുറ്റുപാടും സസൂക്ഷമം വീക്ഷിച്ചു ഫിറാസ് ഗാദിയുടെ നിർദേശപ്രകാരം അവർ തടസങ്ങൾ ഒന്നുമേയില്ലാതെ മുന്നോട്ടു പൊയ്ക്കൊണ്ടിരുന്നു.

ഡ്രാഗോമീറും അലക്സിയും അവിശ്വസനീയമായ ആ കാഴ്ച കണ്ടു തരിച്ചു നിന്നു. കുത്തനെ നാട്ടിയ മൂന്നു വലിയ മരക്കുന്തങ്ങളിൽ ചോരവാർന്ന് മരിച്ചു മരവിച്ചു കിടക്കുന്ന ശരീരങ്ങൾ.

'എന്നെ, എന്നെ ആക്രമിച്ചവർ... ബോധം മറയുന്നതിനു മുൻപ് ഞാനിവരെ കണ്ടിരുന്നു ഡ്രാക്കോ' അലക്സി വല്ലാത്തൊരു ശബ്ദത്തിൽ പറഞ്ഞു. ഡ്രാഗോമീർ അലെക്സിയെ നോക്കി ഉറച്ച ശബ്ദത്തിൽ പറഞ്ഞു.

'വ്ലാദിമിർ ലീഡറുൽ, വ്ലാദിമിർ എന്ന നേതാവ്... കമാൻഡർ ബർസെക്ക്, വലേഹ്ചിയായുടെ പോരാളികൾ. ഓഹ്... ഞാനെന്തുകൊണ്ടിതു നേരത്തെ ഊഹിച്ചില്ല. അതവർ തന്നെയാണ്.

പക്ഷേ,... യുക്തിബോധത്തിന്റെ സീമകളിൽ നിന്നു പുറത്തു പോകാത്ത കൊണ്ടാവണം എനിക്കതു തോന്നാതെ പോയത്.'

'എന്താണ് ഡ്രാക്കോ? എനിക്കൊന്നും മനസിലാകുന്നില്ല.'

'അലക്സി വ്ളാദിമിറും കൂട്ടരും നിന്നെ കണ്ടെത്തുമ്പോൾ രാത്രിയായിരുന്നുവോ?'

'ആയിരിക്കണം ഡ്രാക്കോ എനിക്ക് ബോധമുണ്ടായിരുന്നില്ല. രക്തം ഒരുപാട് നഷ്ടമായതുകൊണ്ട് ഞാൻ മയങ്ങിപ്പോയിരുന്നു.'

'രാത്രി തന്നെ ആയിരുന്നിരിക്കണം. പകൽ അവരെ ആരും കണ്ടെത്താനിടയില്ല അലക്സി.'

'നീയെന്തൊക്കെയാണ് പറഞ്ഞുവരുന്നത് ഡ്രാക്കോ?'

'എനിക്കിതു വിശ്വസിക്കാൻ ആവുന്നില്ല അലക്സീ. ആണെങ്കിലും അല്ലെങ്കിലും അത് അവർ തന്നെയാണ് വോയിവോട് വ്ലാദ് മൂന്നാമൻ ഡ്രാക്കുള ഒപ്പമുള്ളത് അദ്ദേഹത്തിന്റെ വിശ്വസ്ത കമാണ്ടർ ബർസെക്ക് മിഹായി. ഈ മരക്കുന്തങ്ങളിൽ കൊരുത്തിരിക്കുന്ന മൃതദേഹങ്ങൾ നോക്ക്. പണ്ട് ഇരുപതിനായിരത്തോളം പേരെ മരക്കുന്തത്തിൽ കൊരുത്തു നിർത്തി സുൽത്താൻ മഹ്മൂദിനെ ഭയപ്പെടുത്തി പിന്തിരിപ്പിച്ച സാക്ഷാൽ ഡ്രാക്കുള രാജകുമാരന്റെ തന്ത്രം. ശിക്ഷാവിധി.'

'ഡ്രാക്കോ നീയെന്തൊക്കെയാണ് പറയുന്നത് നാല് നൂറ്റാണ്ടിനിപ്പുറം...'

'നോക്ക് അലക്സീ ഇന്നലെ ഞാൻ ആ താഴ്വാരത്തു കട്ടിത്തുണികളാൽ നിർമിതമായ ഒരു ക്യാമ്പിലാണ് ഉറങ്ങിയത്. അവിടെ അങ്ങനെ ഒരു ക്യാമ്പ് ഉണ്ടായിരുന്നു എന്ന് നിനക്ക് തോന്നുന്നുണ്ടോ? ഇനി നിന്റെ കാര്യം നോക്ക്. വെറും മൂന്നാലു ദിവസം കൊണ്ട് നിന്നെ സുഖപ്പെടുത്തി എഴുന്നേൽപ്പിക്കാൻ ട്രിഷ്യൻ ഗോത്രത്തിലെ വൈദ്യന്മാർ. ഈ നാടിന്റെ ചരിത്രം ഒന്നാലോചിച്ചു നോക്ക് അലക്സീ. എത്രയോ നൂറ്റാണ്ടുകൾക്ക് മുൻപാണ് ട്രിഷ്യൻ ഗോത്രം അസ്തമിച്ചു പോയതെന്ന് നാം കേട്ടറിഞ്ഞിട്ടുള്ളത്? ഇപ്പോൾ നിനക്കായി അവർ എവിടെ നിന്നു വന്നു? നാം ചിന്തിക്കുന്നതിലും ഗൗരവതരമാണ് കാര്യങ്ങൾ. ഇപ്പോൾ ഞാനോർക്കുന്നതു വ്ലാദിമിർ നമ്മെ ഏല്പിച്ച ദൗത്യമാണ്. വരിക നമുക്ക് പോകാം. ഇതേക്കുറിച്ചൊന്നും ആരോടും പറയാൻ നിൽക്കണ്ട. ഒന്നാമത് ആരും ഇതൊന്നും വിശ്വസിക്കില്ല. രണ്ടാമത് ഒരു പക്ഷേ, നമ്മുടെ മാനസിക നിലയെത്തന്നെ അവർ സംശയിച്ചേക്കും. ഇത് നമ്മുടെ പക്കൽ ഒരു രഹസ്യമായിരിക്കട്ടെ. വെളിപ്പെടുത്താൻ സമയം വരി

കയാണെങ്കിൽ അപ്പോൾ പറയാം.'

അലക്സി സമ്മതഭാവത്തിൽ തലയാട്ടി.

ഇരുവരും നിശബ്ദരായി അവിടെ നിന്നും കയറ്റത്തിലൂടെ മലയോരപാതയിലെത്തി. ഡ്രാഗോമീർ ഒന്നുകൂടി തിരിഞ്ഞു നോക്കി.

കാടിന് നടുവിൽ മൂന്നു മരക്കുന്തങ്ങളിൽ ആ മൂന്നു ടർക്കിഷ് കൂലിപ്പടയാളികളുടെ മൃതദേഹത്തിന് മുകളിലൂടെ താടിക്കാരൻ കഴുകുകൾ എന്നറിയപ്പെടുന്ന റൊമാനിയൻ കഴുകുകൾ വട്ടം ചുറ്റിപ്പറന്നു.

20

പുതിയ അഡ്മിനിസ്ട്രേറ്റവ് ഓഫീസർക്ക് സല്യൂട്ട് നൽകി വിയോറിൽ ഔദ്യോഗികമായി അദ്ദേഹത്തെ സ്വാഗതം ചെയ്തു. തുടർന്ന് പുതിയ ഓഫീസർ അദ്ദേഹത്തെ പ്രത്യഭിവാദ്യം ചെയ്തുകൊണ്ട് പറഞ്ഞു.

'റൊമാനിയൻ ഭരണകൂടത്തിന്റെ പേരിൽ ടാർഗൂസിന്റെ പുതിയ അഡ്മിനിസ്ട്രേറ്റിവ് ഓഫീസർ ആയി ചുമതലയേൽക്കുന്ന ഗ്രിഗോറി കോൺസ്റ്റന്റൈൻ ക്യാപ്റ്റൻ വിയോറിൽ എലീജ ലോറൻസിനെ അഭിവാദ്യം ചെയ്യുന്നു.'

'ടാർഗൂസിന്റെ ഔദ്യോഗിക സംവിധാനത്തിന്റെ പേരിൽ സൈനിക ഉദ്യോഗസ്ഥനായ വിയോറിൽ എലീജ ലോറൻസ് അഡ്മിനിസ്ട്രേറ്റിവ് ഓഫീസറായ ഡോംന്യൂൾ ഗ്രിഗോറി കോൺസ്റ്റന്റൈനെയും, അദ്ദേഹത്തിന്റെ പത്നി ഡോംന്യൂൾ നിക്കോളീന ഗ്രിഗോറി കോൺസ്റ്റന്റൈനെയും ടാർഗൂസിന്റെ മണ്ണിലേക്ക് ഹാർദ്ദവമായി സ്വാഗതം ചെയ്യുന്നു.'

തുടർന്ന് സൈന്യത്തിന്റെ ബാൻഡ് സംഘം അവരുടെ ഔദ്യോഗിക ഗാനം ആലപിച്ചു. ബഹുമാനസൂചകമായി ഏഴു റൗണ്ട് ആകാശത്തേക്ക് വെടിവെച്ചു. ഗ്രിഗോറിയും വിയോറിലും പരസ്പരം കൈ കൊടുത്ത് ഓഫീസിലേക്ക് നടന്നു.

മാർത്തയുടെ ഭവനം പിയറിയും സ്റ്റെഫാൻ ഏർപ്പാടാക്കി കൊടുത്ത തൊഴിലാളികളും ചേർന്ന് അതിവേഗം വൃത്തിയാക്കിയെടുത്തു. രാവിലെ തന്നെ ആദലിനെ അങ്ങോട്ടേക്ക് മാറ്റാൻ ആവുമെന്ന് പിയറി ഉറപ്പിച്ചു. വൈകുന്നേരമായപ്പോൾ എലീജ ലോറൻസിന്റെ ഭവനത്തിലെ അന്നത്തെ പണികൾ തീർത്തിട്ട് സ്റ്റെഫാൻ പുതിയ കുറെ കിടക്കവിരികളും, അത്യാവശ്യമുള്ള പാത്രങ്ങളുമൊ

ക്കെ വാങ്ങി പിയറിയെ തിരഞ്ഞു വന്നു.

'പിയറി അത്യാവശ്യം ഒരു കുടുംബജീവിതം ആരംഭിക്കാൻ ഇതൊക്കെ മതിയാവുമെന്നു തോന്നുന്നു. ഭക്ഷണം തയാറാക്കാനുള്ള സാമഗ്രികൾ രാവിലെ എത്തിക്കാൻ ഏർപ്പാടാക്കിയിട്ടുണ്ട്.'

പിയറി സ്റ്റെഫാനെ നോക്കി വികാരഭരിതനായി. സത്യം പറഞ്ഞാൽ ഇതൊക്കെ എങ്ങനെ സംഘടിപ്പിക്കുമെന്നോർത്തു വിഷമിച്ചിരിക്കയായിരുന്നു അയാൾ. പിയറിയുടെ കൈവശം കുറച്ചു കാശുണ്ടായിരുന്നു എങ്കിലും അത് ഒന്നിനും തികയില്ല എന്ന് അയാൾക്ക് അറിയാമായിരുന്നു. സ്റ്റെഫാൻ എന്ന ഉത്തമ സുഹൃത്ത് ഇതൊക്കെ കണ്ടറിഞ്ഞു ചെയ്യുമെന്ന് ഒരിക്കലും പിയറി പ്രതീക്ഷിച്ചില്ല. അയാളുടെ കണ്ണുകൾ നിറഞ്ഞു.

'സ്റ്റെഫാൻ... നിങ്ങൾ എന്നെ കരയിച്ചു.'

'പിയറി ഇതൊക്കെ ഒരു സുഹൃത്തെന്ന നിലയിൽ എന്റെ കടമയാണ്. എനിക്കെന്തിനാ പിയറീ ഒരുപാട് കാശ്? ഞാനൊരു ഒറ്റത്തടിയല്ലേ? സത്യം പറയട്ടെ നിങ്ങളൊക്കെ തിരിച്ചു വന്നപ്പോൾ എനിക്കും ആരൊക്കെയോ ഉണ്ടെന്ന തോന്നലുണ്ട്. എന്നുവച്ചാൽ ഞാനിത് എന്റെ സഹോദരന് വേണ്ടി ചെയ്യുന്നു എന്നർത്ഥം.'

പിയറി കുറെ നേരം സ്റ്റെഫാന്റെ കൈ പിടിച്ചു കൊണ്ട് നിന്നു. സാധനങ്ങൾ ഒക്കെ അകത്തുവച്ചിട്ട് വീട് പൂട്ടി ഇരുവരും കവലയിലേക്കിറങ്ങി.

'പിയറി നമുക്ക് വിയോരേലിനെ ഒന്ന് കാണണം. ഇന്നത്തെ പണികളുടെ വിവരം അയാളെ അറിയിക്കണം. എന്നിട്ട് ആശുപത്രിയിൽ പോകാം. അവിടെ രാത്രി ഭക്ഷണം എത്തിച്ചു കൊടുക്കാൻ ഞാൻ ഒരാളെ ഏർപ്പാടാക്കിയിരുന്നു. ഡ്രാഗോമീറിന്റെ വിവരം വല്ലതും ഉണ്ടോ എന്നറിയുകയും വേണം അവൻ പോയിട്ട് ഇപ്പോൾ രണ്ടു പകലും ഒരു രാവും കഴിഞ്ഞിരിക്കുന്നു'

ഇരുവരും സൈനിക ആസ്ഥാനത്തേക്ക് നടന്നു.

കവലയിലേക്ക് തിരിയുന്നിടത്തു വച്ച് ഒരു ചൂളം വിളി കേട്ട് പിയറി ഞെട്ടിത്തിരിഞ്ഞു.

'സ്റ്റെഫാൻ... ഡ്രാക്കോ എത്തി!'

ഇരുവരും ഒരുമിച്ചു തിരിഞ്ഞു നോക്കി. സന്ധ്യയുടെ വെട്ടത്തിൽ നിഴൽചിത്രമെന്ന പോലെ രണ്ടു കുതിരകളും അതിലെ യാത്രക്കാരും തെളിഞ്ഞു. പിയറി ഉറക്കെ കൂവി.

'അലക്സി! ഡ്രാക്കോ അവനെ കണ്ടെത്തി കൊണ്ടുവന്നിരിക്കുന്നു!'

അവർ കുതിരകളുടെ അടുത്തേക്ക് ഓടി.

അലക്സിയും ഡ്രാഗോമേറും കുതിരപ്പുറത്തു നിന്നിറങ്ങി കുതിരകളെ നടത്തിക്കൊണ്ടു സൈനിക ആസ്ഥാനത്തേക്ക് നടന്നു. പിയറിയും സ്റ്റെഫാനും അടക്കാനാവാത്ത ആഹ്ലാദത്തോടെ അലക്സിക്കെന്തു പറ്റിയെന്നും ഡ്രാഗോമീർ അവനെ എങ്ങനെ കണ്ടെത്തിയെന്നുമൊക്കെ ചോദിച്ചുകൊണ്ട് അവർക്കൊപ്പം നടന്നു.

ദിമിത്രി ഫിലിപ്പ് സെലെൻസ്കിക്കും മറ്റു മൂന്നുപേർക്കും ഒപ്പം ഖേപ്രി പറഞ്ഞ വഴിയിലൂടെ മുന്നോട്ടു പോയി. നേരം വൈകിയിരുന്നു ചാഫുല് മീസയുടെ ഇടം കണ്ടെത്തിയാൽ രാത്രി അവിടെ തങ്ങാം എന്നവൻ കണക്കു കൂട്ടി. പക്ഷേ, കോസ്റ്റഡീൻ ക്രസ്സിമിറിന്റെ മൂന്നു അനുയായികൾ രാവിലെ ചാഫുല് മീസയ്ക്ക് വേണ്ട സാമഗ്രികൾ എത്തിക്കാൻ പോയ കാര്യം ഖേപ്രി സൂചിപ്പിച്ചതും, അവൻ കണ്ടതുമായ കാര്യങ്ങൾ കോർത്തു ചിന്തിച്ചപ്പോൾ അവനു മനസ്സിലായിരുന്നു.

അവർ തന്നെ ശത്രുവായി കരുതുമോ മിത്രമായി കരുതുമോ എന്നവന് നിശ്ചയമില്ലായിരുന്നു.

ഒരുപക്ഷേ, താൻ ഖേപ്രിയെ രക്ഷപ്പെടുത്തിയ കാര്യം ക്രാസ്സിമിർ അവരെ അറിയിച്ചിട്ടുണ്ടാവുമോ?

അതോ ക്രാസ്സിമിർ തന്നെ നേരിട്ട് ഫെറ്റീച്ചറെ കാണാൻ എത്തിയിട്ടുണ്ടാവുമോ?

ഒരു അപകടം പ്രതീക്ഷിക്കേണ്ടതുണ്ട്.

ദിമിത്രി പെട്ടെന്ന് കുതിരയെ നിർത്തി.

ദിമിത്രി പെട്ടെന്ന് നിന്നതു കണ്ടു സെലെൻസ്കിയും കൂട്ടരും അവന്റെ അടുത്തേക്ക് വന്നു. തന്റെ ആശങ്കകൾ ദിമിത്രി അവരുമായി പങ്കുവച്ചു. അതിൽ കാര്യമുണ്ടെന്നു സെലെൻസ്കിക്കും തോന്നി. ദിമിത്രിയും ഒരു സഹായിയും കൂടി ഒരു വശത്തെ കാട്ടിലൂടെ അങ്ങോട്ട് കയറാനും സെലൻസ്കിയും മറ്റു രണ്ടുപേരും മറുവശത്തുകൂടി അവിടെ എത്തിച്ചേരാനും തീരുമാനിച്ചു.

അവർ പിരിഞ്ഞു.

രണ്ടു കൂട്ടരും തങ്ങളുടെ തോക്കുകൾ കയ്യിലേന്തി ജാഗ്രതയോടെ ചാഫുല് മീസയുടെ താൽക്കാലിക കൂരയിരിക്കുന്നിടത്തേക്ക് കാട്ടുപാതയിലൂടെ കയറി.

ടാർഗൂസിലെ കുതിരക്കാരൻ

കോസ്റ്റഡീൻ ക്രാസിമിർ ഒരു പാറപ്പുറത്തു ആകാശം നോക്കി കിടന്നു. അയാൾ കൊണ്ടുവന്ന ജോലിക്കാർ രാത്രി തങ്ങാനുള്ള കൂടാരങ്ങളുടെ മിനുക്കുപണിയിലും രണ്ടുപേർ ആഹാരം പാചകം ചെയ്യുന്ന തിരക്കിലുമായിരുന്നു. ഫിറാസ് ഗാദി വെളുത്ത ടർക്കിഷ് കാട്ടുനായകളുടെ തലവനൊപ്പം എന്തോ ഗൗരവമേറിയ ചർച്ചയിലായിരുന്നു.

മറ്റുള്ളവർ അലസമായി മരച്ചുവടുകളിൽ ഇരുന്നു.

വിയോറിലിന്റെ ഔദ്യോഗിക മുറിയിൽ ഡ്രാഗോമേറും അലെക്സിയും പിയറിയും സ്റ്റെഫാനും വിയോറിലിനൊപ്പം ഇരുന്നു. ഒരു സൈനികൻ അലെക്സിയുടെ തിരോധാനത്തിന്റെ കാരണങ്ങൾ അവൻ പറഞ്ഞത് എഴുതിയെടുത്തുകൊണ്ടിരുന്നു. വെടിയേറ്റതും ശത്രുക്കളുടെ കണ്ണുവെട്ടിച്ചു കാട്ടുപാതയിലൂടെ താഴ്വാരത്തിറങ്ങി ചെറിയ ഒരു പാറക്കെട്ടിൽ ഒളിച്ചതും അലക്സി പറഞ്ഞു. നേരം വെളുത്തപ്പോഴേക്കും ശത്രുക്കൾ എങ്ങോ പോയിരുന്നു. കുട്ടിക്കാലത്തു പഠിച്ച ചില പച്ചമരുന്നുകൾ വച്ചുകെട്ടി മുറിവിൽ നിന്നുള്ള രക്തസ്രാവം നിയന്ത്രിക്കാൻ ആയെങ്കിലും തീരെ അവശനായത് കൊണ്ടും വെടിവച്ചവർ പോയോ ഇല്ലയോ എന്നറിയാൻ ആവാത്തത് കൊണ്ടും അവിടെ തന്നെ ഇരിക്കുകയായിരുന്നു. ഒരു വട്ടം കൂടി അവരുടെ മുന്നിൽ പെട്ടാൽ അപകടം ഉണ്ടായെങ്കിലോ എന്ന് പേടിച്ചു അവിടെ തന്നെ കഴിച്ചു കൂട്ടിയപ്പോഴാണ് ഡ്രാഗോമീറിന്റെ വരവ്. പണ്ട് തങ്ങൾ കൗമാരകാലത്ത് സഞ്ചരിച്ചിരുന്ന ഇടങ്ങളായതു കൊണ്ട് ഡ്രാഗോ അവൻ അവിടെയുണ്ടാവുമെന്നു ഊഹിച്ചതാവണം എന്ന് അലക്സി പറഞ്ഞു.

അവന്റെ വിവരണം വിയോറിലിന് തൃപ്തികരമായി തോന്നി.

വിയോറിൽ എല്ലാവർക്കും കുടിക്കാൻ ഫ്രേപ്പ എന്ന റൊമാനിയൻ കോഫി കൊണ്ടുവരാൻ പറഞ്ഞ ശേഷം പുതിയ അഡ്മിനിസ്ട്രേറ്റിവ് ഓഫീസർ ചാർജ് എടുത്ത വിവരം അവരെ അറിയിച്ചു. ഡ്രാഗോ പെട്ടെന്ന് വ്ലാദിമിർ പറഞ്ഞ വാക്കുകൾ ഓർത്തു. പുതിയ ഓഫീസറും 'തിരഞ്ഞെടുക്കപ്പെട്ടവൻ' ആണെന്ന ആ വെളിപ്പെടുത്തൽ ഓർത്തു ഡ്രാഗോമീർ ജിജ്ഞാസുവായി. ഫ്രേപ്പ എടുക്കാൻ പോയ സൈനികൻ ഇതിനിടയിൽ തിരിച്ചെത്തി ഇപ്പോൾ വന്ന നാലുപേരെയും കൂട്ടി മുകളിൽ അഡ്മിനിസ്ട്രേറ്റിവ് ഓഫീസറുടെ താമസത്തിനു ഏർപ്പാടാക്കിയിരുന്നിടത്തേക്ക് ചെല്ലാൻ വിയോറിലിനോട് അദ്ദേഹം ആവശ്യപ്പെട്ടു എന്നത് അറിയിച്ചു. വിയോ ഒരു ചെറു പുഞ്ചിരിയോടെ അവരെയും കൂട്ടി മുകളിലത്തെ നിലയിലേ

ക്കുള്ള പടികൾ കയറി.

ചാഫുല് മീസയുടെ കൂരയിലേക്ക് നീങ്ങിയ സെലൻസ്കിയും മറ്റു രണ്ടുപേരും അങ്ങോട്ടെത്തുന്നതിനു തൊട്ടു മുൻപ് മുന്നിൽ കണ്ട കാഴ്ച്ചയിൽ ഞെട്ടിത്തരിച്ചു പോയി. തറയിൽ കുത്തനെ നിർത്തിയ ആറു മരക്കുന്തങ്ങൾ. അതിൽ അപ്പോഴും പിടയുന്ന ആറു മനുഷ്യരുടെ ഉടലുകൾ. ദിമിത്രിയും കൂട്ടാളിയും മറുവശത്തുകൂടി അവിടേക്കെത്തിയത് അപ്പോഴാണ്. അവനാ കാഴ്ച സൂക്ഷിച്ചു നോക്കി. അതിൽ മൂന്നുപേർ ക്രാസ്സിമിറിന്റെ വീട്ടിൽ തലേ ദിവസം രാവിലെ താൻ കണ്ട ആളുകളാണെന്നു ഞെട്ടലോടെ അയാൾ തിരിച്ചറിഞ്ഞു. മറ്റുള്ളവർ ചാഫുല് മീസയും അയാളുടെ സേവകരും ആയിരിക്കാം എന്ന് അയാൾ ഊഹിച്ചു.

അയാളുടെ നട്ടെല്ലിലൂടെ ഭയം അരിച്ചു കയറി.

പക്ഷേ പെട്ടെന്ന് അയാൾ സമചിത്തത വീണ്ടെടുത്തു.

താൻ ഭയന്നാൽ കൂടെയുള്ളവർ വിട്ടു പോയേക്കുമെന്നും അങ്ങനെയാണെങ്കിൽ ഒരിക്കലും തനിക്ക് നിധി കണ്ടെത്താൻ ആവില്ലെന്നും ദിമിത്രി ഓർത്തു. അയാൾ സെലൻസ്കിയോടു തന്നെ പിന്തുടരാനും ബാക്കിയുള്ളവർ അവിടെ തന്നെ നിൽക്കാനും പറഞ്ഞിട്ട് ആ മരക്കുന്തങ്ങൾക്കിടയിലൂടെ മുകളിലേക്ക് കുതിരയെ നയിച്ചു. സെലൻസ്കി തങ്ങൾ മുകളിൽ പോയി അവിടെ എന്താണ് അവസ്ഥയെന്ന് പരിശോധിച്ച് വരാമെന്നും അതുവരെ അവിടെ തന്നെ നിന്നാൽ മതിയെന്നും കൂട്ടാളികളോട് പറഞ്ഞിട്ട് ദിമിത്രിയെ പിന്തുടർന്നു.

ബാക്കി നാലുപേരും അവിടെ തന്നെ അറച്ചു നിന്നു.

ഇടുങ്ങിയ വഴിയിലൂടെ ദിമിത്രിയും സെലൻസ്കിയും ബാക്കി നാലുപേരുടെയും കാഴ്ചയിൽ നിന്നു മറഞ്ഞു. പെട്ടെന്ന് അവർ നിന്നതിനു പിന്നിലായി അസാധാരണമായ ഒരു പ്രകാശം തെളിഞ്ഞു. നാലുപേരും ഭീതിയോടെ തിരിഞ്ഞു നോക്കുമ്പോൾ അസാധാരണമായ രീതിയിൽ ഒരു കാറ്റുവീശി. വെളുത്ത കുതിരപ്പുറത്തു പഞ്ഞിക്കെട്ടു പോലെ വെളുത്ത നീളൻ മുടിയും തടിയുമുള്ള വെളുത്ത നീളൻ കുപ്പായമിട്ട ഒരാളെ അവർ കണ്ടു.

വീശിയടിച്ച കാറ്റിൽ അയാളുടെ തലമുടിയും താടിയും പറക്കുന്നുണ്ടായിരുന്നു. പെട്ടെന്ന് അവരുടെ ചുറ്റുമായി കാട്ടുനായ്ക്കൂട്ടം വന്നു നിറഞ്ഞു. അഴുകിയ ശവത്തിന്റെ ഗന്ധം അവിടെയാകെ വ്യാപിച്ചു.

ഒപ്പം അവർക്ക് പരസ്പരം പോലും കാണാൻ ആവാത്ത വിധം

അവിടയെയാകെ മൂടൽമഞ്ഞു വന്നു നിറഞ്ഞു.

വിശാലമായ ഒരു മുറിയായിരുന്നു അഡ്മിനിസ്ട്രേറ്റിവ് ഓഫീസറുടെ താമസസ്ഥലത്തെ സ്വീകരണമുറി. വിയോറിൽ ഡ്രാഗോയെയും അലക്സിയെയും പിയറിയെയും സ്റ്റെഫാനെയും അവിടേക്ക് നയിച്ചു. അതിഥികൾക്കായി ഇട്ട ഇരിപ്പിടങ്ങളിൽ ഇരിക്കാൻ അവിടെ നിന്ന സൈനികർ അതിഥികളോട് അഭ്യർത്ഥിച്ചതിൻ പ്രകാരം അവർ അവിടെ ഇരുന്നു.

ഒരു ട്രേയിൽ കോഫി നിറച്ച കപ്പുകളുമായി ഗ്രിഗറിയും നികോലീനയും കടന്നു വന്നത് കണ്ടു സ്റ്റെഫാൻ ഒഴികെ എല്ലാവരും ഞെട്ടി.

'ഡോംന്യൂൾ ഗ്രിഗോറി താങ്കൾ?' ഡ്രാഗോമീർ അത്ഭുതത്തോടെ ചോദിച്ചു. അലക്സിയാകട്ടെ പെട്ടെന്ന് ചാടി എഴുന്നേറ്റു.

'ഗ്രിഗോറി കോൺസ്റ്റന്റൈൻ നമ്മുടെ പുതിയ അഡ്മിനിസ്ട്രേറ്റിവ് ഓഫീസർ' വിയോറിൽ ഡ്രാഗോമീറിന് മറുപടി നൽകി.

'നിങ്ങൾ ഇദ്ദേഹത്തെ നേരത്തെ അറിയുമോ?' സ്റ്റെഫാൻ ഡ്രാഗോമീറിനോട് ഒച്ച താഴ്ത്തിയാണ് ചോദിച്ചതെങ്കിലും ഗ്രിഗോറി അത് കേട്ടിരുന്നു.

'അതെ സുഹൃത്തേ ഞങ്ങൾ നേരത്തെ അറിയും, എന്നെയും എന്റെ പത്നിയെയും ഇങ്ങോട്ടെത്തിച്ചത് പകുതി അലക്സിയും ബാക്കി പിയറിയുമായിരുന്നു!'

ഗ്രിഗോറി സ്റ്റെഫാന് മറുപടി നൽകി. എന്നിട്ട് ഉറക്കെ ചിരിച്ചു. ജുഡീഷ്യൽ അധികാരമുള്ള ടാർഗൂസിലെ ഏറ്റവും വലിയ ഉദ്യോഗസ്ഥന് മുന്നിൽ ചിരിക്കണോ വേണ്ടയോ എന്ന സന്ദേഹത്തിൽ എല്ലാവരും നിൽക്കെ അത് മനസിലാക്കിയെന്നോണം ഗ്രിഗോറി പറഞ്ഞു.

'രണ്ടുമൂന്നു നാൾ മുൻപ് ടുയ്ക്ക കഴിച്ചു ഒരുമിച്ചിരുന്ന് തമാശ പറഞ്ഞ ആളുകൾ ഇത്രപെട്ടെന്ന് ഗൗരവക്കാരായതെന്തേയ്? ഉദ്യോഗവും പദവിയും ഒക്കെ ഓഫീസിൽ. ഇവിടെ ഇപ്പോൾ നമ്മൾ വിന്റീലയുടെ സത്രത്തിൽ വച്ച് കൂട്ടുകൂടിയ കൂട്ടുകാര് ആയാൽ പോരെ പിയറി അമ്മാവാ?'

എല്ലാവരും മനസുതുറന്നു ചിരിച്ചു.

ഗ്രിഗോറി സ്റ്റെഫാനെ നോക്കി ചോദിച്ചു.

'ഒരു നിമിഷം, ഇത് സ്റ്റെഫാൻ ആണോ? എസ്തേഫാൻ ലൈയിംസ് പിയറി അമ്മാവൻ പറഞ്ഞ കഥയിലെ?'

'അതെ ഗ്രിഗോറി ഇത് സ്റ്റെഫാൻ തന്നെയാണ്.'

രംഗം അയഞ്ഞതോടെ ഗ്രിഗോറി അലെക്സിയുടെ തിരോധാനവും കണ്ടെത്തലും ഒക്കെ ചോദിച്ചറിയാൻ തുടങ്ങി. വിയോറിലിനോട് പറഞ്ഞ കഥ തന്നെ ആവർത്തിക്കപ്പെട്ടു. ഇടയ്ക്കെപ്പോഴോ ചർച്ച ടാർഗൂസിന്റെ അവസ്ഥയെക്കുറിച്ചായി. തൊഴിലാളികൾ അനുഭവിക്കുന്ന ദുരിതങ്ങൾ സ്റ്റെഫാൻ ഗ്രിഗോറിക്കു മുന്നിൽ തുറന്നു പറഞ്ഞു.

ആശുപത്രിയിൽ പോകണമെന്നുള്ളത് കൊണ്ട് പിയറി യാത്ര പറഞ്ഞു. അതോടെ മറ്റുള്ളവരും ഗ്രിഗോറിക്ക് ആശംസകൾ നേർന്നു പുറത്തേക്കിറങ്ങി.

21

ചാഫുല് മീസയുടെ താവളത്തിലെത്തിയ ദിമിത്രിയും സെലൻസ്കിയും പ്രതീക്ഷിച്ച പോലെ അവിടമാകെ നശിപ്പിക്കപ്പെട്ടിരുന്നു. ഇരുവരും പരസ്പരം നോക്കി. ദിമിത്രിയാകട്ടെ വല്ലത്തൊരു പ്രതിസന്ധിയിലാണ് തങ്ങൾ എന്ന് പെട്ടെന്ന് ഓർത്തു.

'സെലൻസ്കി, കാര്യങ്ങൾ കുഴപ്പത്തിലാവുകയാണല്ലോ?'

'എന്തേ?'

'ഈ രാത്രി നമ്മൾ എവിടെ തങ്ങും? ആറുപേരെ കൊന്നു മരക്കുന്തങ്ങളിൽ കൊരുത്തു നിർത്താൻ ശേഷിയുള്ള ശത്രുക്കൾ സമീപത്തെങ്ങാനുമുണ്ടെങ്കിൽ അത് വലിയ അപകടമാണ്. അതിനാൽ മറ്റൊരിടം കണ്ടെത്തുകയും വേണം.'

സെലൻസ്കി അപ്പോഴാണ് അതേക്കുറിച്ചാലോചിച്ചതെന്നു തോന്നി. അയാൾ കുതിരപ്പുറത്തു നിന്നിറങ്ങി. തറയിൽ എന്തോ തിരയുന്നതു പോലെ അവിടെയൊക്കെ നടന്നു. അയാളുടെ മുഖം വിളറി. അയാൾ പെട്ടെന്ന് ദിമിത്രിയോട് പറഞ്ഞു.

'എന്തായാലും ഇവിടെ നിന്നിറങ്ങാം, നമ്മൾ താമസിച്ചു പോയാൽ അവന്മാർ പേടിക്കാനിടയുണ്ട്. ഈ സ്ഥലം ഇവിടെ എന്തൊക്കെയോ അസ്വാഭാവികതകളുണ്ട്'

'എന്ത് അസ്വാഭാവികത?'

'നോക്ക് ദിമിത്രീ, ഇവിടെങ്ങും ഒരു കാലടിപ്പാടോ കുതിരയുടെ കുളമ്പിന്റെ പാടോ ഇല്ല. ചെന്നായയോ കാട്ടുനായയോ അങ്ങനെ ഏതോ കുറെ ജീവികളുടെ കാൽപ്പാടുകൾ മാത്രമാണുള്ളത്.'

'എന്ന് വച്ചാൽ?'

'പിന്നാരാണ് ആ വൂഡൂ മന്ത്രവാദിയെയും മറ്റുള്ളവരെയും

ശൂലത്തിലേറ്റി കൊന്നത്?

അവരാരായിരുന്നു? എവിടുന്നു എങ്ങനെ വന്നു?'

ദിമിത്രിക്കും അതിൽ എന്തോ ശരിയുള്ളതു പോലെ തോന്നി. വേട്ടസമയത്തു കാൽപാടുകൾ നോക്കി മൃഗങ്ങളെ കണ്ടെത്താൻ വിദഗ്ധനായിരുന്നു സെലൻസ്കി എന്ന് അയാളോർത്തു. ഇനി ഇവിടെ തങ്ങുന്നത് അപകടം തന്നെയാണ്. ഇരുവരും വന്ന വഴിയേ തിരികെ കുതിരകളെ തെളിച്ചു. ശൂലത്തിലേറ്റപ്പെട്ട ആ ആറു പേരെയും കടന്നു അവർ സുഹൃത്തുക്കൾ നിന്ന ഇടത്തേക്ക് എത്തുമ്പോൾ അവിടം ശൂന്യമായിരുന്നു. ഇരുവരും പരസ്പരം നോക്കി. സെലൻസ്കി പെട്ടെന്ന് ഉറക്കെ സുഹൃത്തുക്കളെ വിളിച്ചു.

എന്നാൽ ദിമിത്രി അവനെ വിലക്കി.

'സെലൻസ്കി ശബ്ദം ഉണ്ടാക്കാൻ നിൽക്കരുത്. ഒരുപക്ഷേ, ശത്രുക്കളുടെ ശ്രദ്ധ ക്ഷണിക്കാൻ അത് ഇടയുണ്ടാക്കും. അവന്മാർ പേടിച്ചു തിരികെ പോയതാവാം.'

സെലൻസ്കി പെട്ടെന്ന് കുതിരപ്പുറത്തു നിന്നും ഇറങ്ങി. തന്റെ കൈത്തോക്ക് അരപ്പട്ടയിലെ തോലുറയിൽ നിന്നും എടുത്ത് ശ്രദ്ധാപൂർവം അവൻ താഴെ പതിഞ്ഞ കുളമ്പടിപ്പാടുകൾ പരിശോധിച്ചു. എന്നിട്ട് ചുറ്റും നോക്കി. പാതയുടെ ഇരുവശത്തും കാട്ടിലേക്കു കടക്കാൻ ഇടയുള്ള ഇടങ്ങളെല്ലാം അവൻ നടന്നു നോക്കി.

'ദിമിത്രി, ഇത് ദുരൂഹമായിരിക്കുന്നു. കുതിരകൾ എങ്ങും പോയിട്ടില്ല ഇത് നോക്ക് തിരികെ പോയതായിട്ടോ കാട്ടിലേക്ക് കടന്നതായിട്ടോ പാടുകൾ ഒന്നുമില്ല. നിന്ന നിൽപ്പിൽ അപ്രത്യക്ഷമായത് പോലുണ്ട്.'

'എന്ത് ഭ്രാന്താണ് സെലൻസ്കീ നീയീ പറയുന്നത്? ആ പന്നിക്ക് പിറന്നവന്മാർ പേടിച്ചു തിരിച്ചു പോയത് തന്നെയാണ്. അല്ലാതെ നിന്ന നിൽപ്പിൽ കാണാതാവുക എന്നൊക്കെ പറഞ്ഞാൽ അതിലെന്തു യുക്തിയാണുള്ളത്?'

'ഈ കാണുന്നതിനും കണ്ടതിനുമൊക്കെ എന്ത് യുക്തിയാണുള്ളത്? ഇത്രയും വലിയ മരക്കുന്തങ്ങൾ കുത്തനെ കുഴിച്ചിടാനും അതിൽ മനുഷ്യശരീരം കൊരുത്തിടാനും എത്രപേർ വേണ്ടി വന്നേക്കും? അത്രയും ആളുകൾ ഇവിടെ വന്നു പോയെങ്കിൽ അവരെങ്ങനെ വന്നു? ദിമിത്രീ, എനിക്ക് സത്യം പറഞ്ഞാൽ പേടി തോന്നിത്തുടങ്ങിയിരിക്കുന്നു. ഇപ്പോൾ ശത്രുപക്ഷത്തുള്ളത് സാമാന്യരല്ല എന്നൊരു തോന്നൽ. എന്തോ അഭൗമ ശക്തികളാണോ എന്ന് പോലും സംശയം തോന്നുന്നു ദിമിത്രീ.'

'ഈ വക വിഡ്ഢിത്തങ്ങളിൽ നീയും വിശ്വസിക്കുന്നുണ്ടോ?'

'മറ്റെന്താണ് ഞാൻ വിശ്വസിക്കുക? മൂന്നാൾ പൊക്കത്തിൽ കുത്തനെ നിർത്തിയിരിക്കുന്ന കുന്തങ്ങൾ. അതിൽ കൊരുക്കപ്പെട്ട മനുഷ്യർ. ഒപ്പം വന്നവരെ പൊടുന്നനെ കാണാതാവുന്നു. ദിമിത്രീ എനിക്ക് സത്യത്തിൽ ഭയം തോന്നുന്നുണ്ട്. നമുക്കെത്രയും വേഗം ഇവിടെ നിന്നും കടക്കണം.'

പാതയിൽ ഇരുട്ട് വീണിരുന്നു.

ദിമിത്രിയും സെലൻസ്കിയും ശ്രദ്ധാപൂർവം കുതിരയോടിച്ചു.

ഇരുവരും വളരെ ആശങ്കാകുലരായിരുന്നു.

പാതയോരത്തെ കാട്ടിലെ നേരിയ ചലനം പോലും അവരെ ഞെട്ടിച്ചു. ഇരുവരും കൈത്തോക്കുകളും ഏന്തി സാവധാനം ആ മലഞ്ചെരുവിലൂടെ താഴേക്ക് ഇറങ്ങിക്കൊണ്ടിരുന്നു.

പെട്ടെന്ന് മുന്നിൽ നിന്നും മൂടൽ മഞ്ഞുവന്നു അവിടെയാകെ നിറഞ്ഞു.

ഒരിഞ്ചു പോലും മുന്നോട്ടു പോകാനോ പരസ്പരം കാണാനോ ആവാതെ ഇരുവരും സ്തബ്ധരായി നിന്നു.

പെട്ടെന്നൊരു കാറ്റടിച്ചു.

മൂടൽമഞ്ഞു തെല്ലൊതുങ്ങി.

അകലെ ഒരു ചെറുവെട്ടം കാണുന്നതിലേക്ക് ദിമിത്രിയുടെ ശ്രദ്ധ സെലൻസ്കി ക്ഷണിച്ചു.

എന്താണെന്ന് ഇരുവർക്കും പിടികിട്ടിയില്ല.

എങ്കിലും അവർ ആ വെളിച്ചം ലക്ഷ്യമാക്കി നീങ്ങി.

ഡ്രാഗോമീറും, അലെക്സിയും, സ്റ്റെഫാനും പിയറിയോടൊപ്പം ഗ്രിഗോറിയുടെ ഭവനത്തിൽ നിന്നിറങ്ങി നേരെ ആശുപത്രിയിലേക്കാണ് നടന്നത്. രാവിലെ തന്നെ ആദെലീനെ മാർത്തയുടെ ഭവനത്തിലേക്ക് മാറ്റാൻ പാകത്തിന് വീടൊരുക്കിയതായി പിയറി ഡ്രാഗോമീറിനോട് പറഞ്ഞു. അവൾ ആശുപത്രിയിൽ ഉണ്ടെന്നു അലക്സി അറിയുന്നത് അപ്പോഴാണ്.

'ആദെലീനോ? അവൾക്കെന്താണ് സംഭവിച്ചത്?'

അവൻ ഡ്രാഗോമീറിനോട് ചോദിച്ചു.

'വിയോറിൽ സമയത്തു എത്തിയത് കൊണ്ട് അവളുടെ ജീവൻ രക്ഷപ്പെട്ടു. പട്ടിണിക്കിട്ടും മുറിവേൽപ്പിച്ചും ദിമിത്രി അവളെ കൊല്ലാക്കൊല ചെയ്തു അലക്സീ. അവളുടെ ആരോഗ്യനില മെച്ചപ്പെട്ടിട്ടുണ്ട് നാളെ ആശുപത്രിയിൽ നിന്നും മാർത്തയുടെ വീട്ടിലേ

ക്ക് മാറ്റാനാവും'

മറുപടി പറഞ്ഞത് സ്റ്റെഫാനായിരുന്നു. ഡ്രാഗോമീർ മൗനം പാലിച്ചു. അവളുടെ അവസ്ഥ അലെക്സിയെ നോവിച്ചേക്കുമെന്നു അയാൾ സംശയിച്ചിരുന്നു.

'എന്നിട്ടാ ദിമിത്രിയെ വിയോറിൽ എന്ത് ചെയ്തു?' അലക്സി ക്രുദ്ധനായി ചോദിച്ചു.

'അവനെ കിട്ടിയില്ല. അവൻ ഒളിവിലാണ് ഇപ്പോഴും.'

'നാശം പിടിക്കാൻ, ആ തുർക്കിയിലെ വെളുത്ത കാട്ടുനായകൾ എന്നെ ആക്രമിച്ചില്ലായിരുന്നുവെങ്കിൽ ഇന്നവൻ മണ്ണുമൂടി ഉറങ്ങിയേനെ. അവൻ എങ്ങോട്ടു പോയെന്നാണ് കരുതുന്നത്? വല്ല അറിവുമുണ്ടോ?'

'ഒരറിവുമില്ല. ടാർഗോവീഷ്ഠയിലും അന്വേഷണം നടക്കുന്നുണ്ട് ഇതേവരെ അറിവൊന്നുമില്ല.' ഡ്രാഗോമീർ പറഞ്ഞു. എന്നിട്ടവൻ ഒന്നും മിണ്ടരുതെന്നു സ്റ്റെഫാനെ ആംഗ്യം കൊണ്ട് വിലക്കി. പിയറിയും അർത്ഥഗർഭമായ മൗനം പാലിച്ചു മുന്നോട്ടു നടന്നു.

'അവനെ എനിക്ക് വേണം ഡ്രാക്കോ. അവൻ എനിക്കുള്ള ഇരയാണ്.' അലക്സിയുടെ ക്രോധം അടങ്ങിയിരുന്നില്ല.

'നിന്നോടൊന്നും പറയാൻ ആവാത്ത അവസ്ഥയായല്ലോ അലക്സീ, ചാടിക്കേറി ഒന്നും ചെയ്യാൻ നിൽക്കണ്ട. ഇതിപ്പോൾ സൈന്യത്തിന്റെ വിഷയമാണ്. ഇടയ്ക്ക് കേറി ഇടപെട്ടാൽ പിന്നെ ജയിലിലേക്ക് പോകേണ്ടി വരും. അറിയാമല്ലോ? ക്യാപ്റ്റനും, അഡ്മിനിസ്ട്രേറ്റിവ് ഓഫീസറും പരിചയക്കാരാണ് എന്ന് കരുതി നിയമം അനുസരിക്കാതിരിക്കാൻ അവർക്കും ആവില്ലെന്നോർത്തോളൂ.'

അലക്സി അവൻ പറഞ്ഞത് ഇഷ്ടപ്പെടാത്ത പോലെ നടപ്പിന്റെ വേഗത കൂട്ടി. അവനെ സമാധാനിപ്പിക്കാൻ സ്റ്റെഫാൻ അവനൊപ്പം കൂടി. അവർ അല്പം മുന്നിൽ ആയെന്നു ബോധ്യപ്പെട്ട സമയത്ത് ഡ്രാഗോമീർ പിയറിയോടു ചോദിച്ചു.

'പിയറി അമ്മാവാ മാർത്തമ്മായിയുടെ വീട് ദിമിത്രിയുടെ കസ്റ്റഡിയിലായിരുന്നില്ലേ? അതെങ്ങനെ കിട്ടി?'

'നിയമം വഴി തന്നെ കിട്ടി. ദിമിത്രിയുടെ നിയമപ്രകാരമുള്ള ഭാര്യയുടെ ആവശ്യത്തിന് വേണ്ടി അത് സൈനികർ ഒഴിപ്പിച്ചു തന്നു.'

ഡ്രാഗോമീറിന് മാത്രം കേൾക്കാൻ പാകത്തിന് ഒച്ച കുറച്ചാണ് പിയറി സംസാരിച്ചത്. അവർ എല്ലാവരും നടന്നു ആശുപത്രിയുടെ മുന്നിലെത്തി. ഡ്രാഗോമീറും, പിയറിയും അകത്തേക്ക് കയറി.

സ്റ്റെഫാനാകട്ടെ അല്പം മാറി നിന്നു ഒരു ചുരുട്ടിന് തീ കൊടുത്തു. അലക്സി അറച്ചു നല്കുന്നത് കണ്ടിട്ട് ഡ്രാക്കോ അവനെ വിളിച്ചു.

'ഡാ... നിനക്ക് ആദെലീനെ കാണണ്ടേ? കേറിവാ.'

'അലക്സി ഡ്രാഗോയുടെ കണ്ണുകളിലേക്ക് തന്നെ തറപ്പിച്ചു നോക്കി അൽപനേരം നിന്നു. എന്നിട്ട് താൻ വരുന്നില്ല എന്ന അർത്ഥത്തിൽ തോൾ ചലിപ്പിച്ചു ഒരു ആംഗ്യം കാണിച്ചു. എന്നിട്ട് തിരിഞ്ഞു സ്റ്റെഫാനടുത്തേക്ക് പോയി. സ്റ്റെഫാന്റെ കൈവശം നിന്നു ഒരു ചുരുട്ട് വാങ്ങി കത്തിച്ചു ആകാശത്തേക്ക് നോക്കി അവൻ പുകയൂതി. അൽപനേരം അവനെ നോക്കി നിന്നിട്ട് ഡ്രാഗോമീർ അകത്തേക്ക് നടന്നു. അവൾക്ക് വേണ്ടി തന്റെ ജീവൻ പോലും അപകടത്തിലാക്കിയിട്ട് അവനെന്തു കൊണ്ട് അവളെ കാണുന്നില്ല എന്ന് ഡ്രാഗോമീറിന് പിടികിട്ടിയില്ല. ആദെലീന്റെ അടുത്തേക്ക് നടക്കുമ്പോൾ ഡ്രാഗോമീർ പിയറിയോട് ഒച്ച കുറച്ചു ചോദിച്ചു.

'പിയറി അമ്മാവാ അവനെന്താ ഇങ്ങനെ? ഇവൾക്ക് വേണ്ടിയല്ലേ അവൻ... എന്നിട്ട് കയ്യെത്തും ദൂരത്തു എത്തിയിട്ടും അവളെ ഒന്ന് കാണാൻ പോലും കൂട്ടാക്കാതെ'

'ഡ്രാഗോ നീ പ്രണയിച്ചിട്ടുണ്ടോ? ഉണ്ടെങ്കിൽ നിനക്കതു മനസിലാകും.' പിയറി അത്രയും പറഞ്ഞിട്ട് നടന്നു.

ഡ്രാഗോമീർ ആ മറുപടി കേട്ട് ഞെട്ടിയത് പോലെ തോന്നി.

അവൻ ഒന്നും മിണ്ടാതെ പിയറിയെ അനുഗമിച്ചു.

വിന്റീലയുടെ സത്രത്തിൽ അവർ അവശ്യസാധനങ്ങൾ ഒക്കെ അടുക്കിക്കൊണ്ടിരുന്നു. വിയോറിൽ അയച്ച സന്ദേശപ്രകാരം രണ്ടു മൂന്നു ദിവസത്തിനുള്ളിൽ പിയറിയോ സ്റ്റെഫാനോ അലെക്സിയുടെ കുതിരവണ്ടിയുമായി തങ്ങളെ ടാർഗൂസിലേക്ക് കൂട്ടിക്കൊണ്ടു പോകാൻ എത്തും.

പിർവൂ ആകട്ടെ ചിന്താക്കുഴപ്പത്തിലായിരുന്നു.

അലെക്സിയെ കണ്ടുകിട്ടിയതോ ഗ്രിഗോറിയാണ് പുതിയ അഡ്മിനിസ്ട്രേറ്റിവ് ഓഫീസർ എന്നതോ, ആദെലീൻ സുഖം പ്രാപിക്കുന്നതോ ഒന്നും അവൻ അറിഞ്ഞിരുന്നില്ല.

ക്രാസ്സിമിറും കൂട്ടരും തമ്പടിച്ചിരുന്ന ഇടത്ത് രണ്ടുപേരെ കാവലിരുത്തി ബാക്കിയുള്ളവർ ഉറക്കത്തിലായിരുന്നു. അടുത്ത ദിവസം മുഴുവനും കുണ്ടും കുഴിയും കാട് സമ്മാനിക്കുന്ന അപകടങ്ങളും തരണം ചെയ്തു യാത്ര ചെയ്യേണ്ടതിനാൽ നല്ല വിശ്രമം

വേണ്ടതുണ്ടെന്നു അവർക്കറിയാമായിരുന്നു. എന്നിരുന്നാലും അവർ തമ്പടിച്ചിരുന്ന ഇടത്ത് പോലും വന്യമൃഗങ്ങളുടെ ആക്രമണമോ സമാനമായ മറ്റു അപകടങ്ങളോ ഉണ്ടാകാനുള്ള സാദ്ധ്യത തള്ളിക്കളയാനാവില്ല. അതുകൊണ്ടു കാവൽക്കാർ ശ്രദ്ധാപൂർവം ചുറ്റുപാടും നോക്കി അവിടെ തന്നെയിരുന്നു.

ആശുപത്രിക്കിടക്കയിൽ ആദെലീൻ മാർത്തയോട് എന്തൊക്കെയോ പറഞ്ഞു കൊണ്ടിരിക്കുമ്പോഴാണ് പിയറിയും, ഡ്രാഗോമീറും അങ്ങോട്ടേക്ക് വന്നത്. ഡ്രാഗോമീറിനെ കണ്ടപ്പോൾ ആദെലീൻ ബഹുമാനത്തോടെ ഒന്നൊതുങ്ങിയിരുന്നു.

ഡ്രാഗോമീർ അവളെ നോക്കി പുഞ്ചിരിച്ചു.

'എങ്ങനെയുണ്ട് ആദെലീൻ?'

'വളരെ മെച്ചപ്പെട്ടിട്ടുണ്ട്...ഫ്രാറ്റേൽ'

'നന്നായി, നാളെ വീട്ടിലേക്ക് മാറാം.'

അത് കേട്ടപ്പോൾ അവൾ സംശയത്തോടെ മാർത്തയെ നോക്കി. ഫിലിപ് ഭവനത്തിലേക്ക് മാറുക എന്നത് അവൾക്ക് ചിന്തിക്കാൻ പോലും ആവുമായിരുന്നില്ല. മാർത്തയാകട്ടെ സംശയത്തിലുമായിരുന്നു. അവളുടെ വീട് വിയോറിൽ തിരിച്ചെടുത്തു കൊടുത്ത കാര്യം പിയറി മാർത്തയോട് വെളിപ്പെടുത്തിയിരുന്നില്ല.

ആദെലീൻ അറച്ചറച്ചു ചോദിച്ചു.

'ഏതു വീട്ടിലേക്ക്?'

'മാർത്തമ്മായിയുടെ വീട്ടിലേക്ക്. തൽക്കാലം അതാവും നല്ലത്.' ഡ്രാഗോമീർ മറുപടി നൽകി.

'പക്ഷേ, മോനെ ആ വീട്...'

'വീട് ഒഴിപ്പിച്ചു തന്നു വിയോറിൽ, ഇന്ന് പകല് കൊണ്ട് അവിടെ താമസിക്കാൻ പാകത്തിന് വൃത്തിയാക്കി എടുത്തിട്ടുമുണ്ട് പിയറി അമ്മാവൻ.'

മാർത്ത അത്ഭുതത്തോടെ പിയറിയെ നോക്കി.

പിയറി ഒരു കുസൃതിച്ചിരി ചിരിച്ചു.

മാർത്തയുടെ മുഖത്തു വല്ലാത്ത സന്തോഷം തെളിഞ്ഞു.

'പക്ഷേ, ഇനിയെല്ലാം വാങ്ങേണ്ടിയിരിക്കുന്നു. പാത്രങ്ങൾ അടക്കം അല്ലേ പിയറി?'

'എല്ലാം തയാറാണ് മാർത്ത. ഒന്നിനും കുറവ് വരില്ല. സ്റ്റെഫാൻ അവൻ എന്നെ അത്ഭുതപ്പെടുത്തിക്കളഞ്ഞു. ഇനിയും അഥവാ അങ്ങനെ എന്തെങ്കിലും കുറവുണ്ടെങ്കിൽ അത് പരിഹരിക്കാനാ

വും.' ഡ്രാഗോമീർ യാത്ര പറഞ്ഞു പുറത്തേക്ക് നടക്കാൻ തുടങ്ങിയപ്പോൾ ആദെലീൻ പെട്ടെന്ന് ആവേശത്തോടെ ചോദിച്ചു.

'ഫ്രാറ്റേൽ (സഹോദരാ) ഡ്രാഗോമീർ മാർത്ത അമ്മായി പറഞ്ഞു അലെക്സിക്കെന്തോ അപകടം പറ്റിയെന്നും അവനെ കാണാൻ ഇല്ലെന്നും...'

'ശരിയാണ്, അവനൊരു അപകടം ഉണ്ടായി പക്ഷേ, ഇപ്പോൾ കുഴപ്പമില്ല.' പിയറിയാണ് മറുപടി പറഞ്ഞത്. 'അവനെ കണ്ടെത്തിയോ? അവനെവിടെ?' മാർത്ത പെട്ടെന്ന് ചോദിച്ചു.

'ഒടുവിൽ ഡ്രാഗോമീർ തന്നെ പോകേണ്ടി വന്നു. അവനിപ്പോൾ ടാർഗൂസിലുണ്ട് സുഖം പ്രാപിച്ചു വരുന്നു.'

പിയറി അവൻ പുറത്തുണ്ടെന്ന കാര്യം മറച്ചുവച്ചു. പുറത്തുവരെ വന്നിട്ടും അവൻ അവളെ കാണാൻ വന്നില്ലെന്നറിഞ്ഞാൽ ആദെലീന് വിഷമം ആയെങ്കിലോ എന്ന് പിയറി സംശയിച്ചിരുന്നു. ഡ്രാഗോമീർ വിടപറഞ്ഞു അവിടെ നിന്നും ഇറങ്ങി പുറത്തേക്ക് നടന്നു. പിയറി ആകട്ടെ മാർത്തയോട് എന്തൊക്കെയോ പറഞ്ഞുകൊണ്ടിരുന്നു. അലെക്സിയെ കണ്ടെത്തിയ വാർത്ത ആദെലീനെ സന്തോഷിപ്പിച്ചു.

അവൾ അവനെക്കുറിച്ചോർത്തുകൊണ്ടിരുന്നു.

ദിമിത്രിയും, സെലെൻസ്കിയും പ്രകാശം കണ്ട ഇടത്തേക്ക് ഒച്ചയുണ്ടാക്കാതെ സഞ്ചരിച്ചു. മരക്കൂട്ടങ്ങൾക്കിടയിൽ ആരൊക്കെയോ ഉണ്ടെന്നും അവർ തണുപ്പ് മാറ്റാൻ തീ കൂട്ടിയിരിക്കുന്നു എന്നും അവർക്ക് മനസിലായി. തങ്ങളുടെ കുതിരകളെ ഒരു മരക്കൊമ്പിൽ കെട്ടിയിട്ട് അവർ കൈത്തോക്കുകളുമായി മരക്കൂട്ടങ്ങളുടെ മറപറ്റി അങ്ങോട്ടേക്ക് നീങ്ങി. അവിടെ ഉള്ളവർ ശത്രുക്കളാണോ അല്ലയോ എന്ന് അവർക്ക് നിശ്ചയമുണ്ടായിരുന്നില്ല.

കുറച്ചു അടുത്തെത്തിയപ്പോൾ അവിടെ തീകാഞ്ഞിരുന്നവരുടെ ദൃശ്യം കുറച്ചുകൂടി വ്യക്തമായി ദിമിത്രിക്ക് കാണാനായി. മൂന്നു സ്ത്രീകളും രണ്ടു പുരുഷന്മാരുമാണ് കൂട്ടത്തിൽ ഉണ്ടായിരുന്നത്. സ്ത്രീകൾ എല്ലാവരും നാല്പതു വയസിനുമേൽ പ്രായമുള്ളവരാണെന്നു അയാൾക്ക് മനസിലായി. പുരുഷന്മാരിൽ ഒരാൾ ഒരു വൃദ്ധനായിരുന്നു. ഒപ്പമുണ്ടായിരുന്ന മറ്റെയാൾ ആരോഗ്യദൃഢഗാത്രനായ ഒരു നാൽപതു വയസുമാത്രം തോന്നിക്കുന്ന ആളായിരുന്നു. അല്പം മാറി രണ്ടു കുതിരകളും സാമാന്യം വലിപ്പമുള്ള ഒരു അടച്ചുമൂടിയ കുതിരവണ്ടിയും ഉണ്ടായിരുന്നു.

ടാർഗൂസിലെ കുതിരക്കാരൻ

ദിമിത്രി സെലൻസ്കിയെ നോക്കി. അവൻ മെല്ലെ മരങ്ങളുടെ മറവു പറ്റി ദിമിത്രിയുടെ അടുത്തേക്കെത്തി.

'ദിമിത്രി, ഇതൊക്കെ ആരാണ്? ഈ കൊടുംകാട്ടിൽ അവരെന്താ ചെയ്യുന്നേ അതും ഈ സമയത്ത്1'

'കണ്ടിട്ട് എവിടെ നിന്നോ വന്നുപെട്ടവരെ പോലുണ്ട്. അവരുടെ വസ്ത്രങ്ങൾ നോക്കു നല്ല കാശുകാരാണ്. കൂടെയുള്ളവരിൽ ആ ഒരാളെ കണ്ടിട്ട് ഇത്തിരി കുഴപ്പക്കാരൻ ആയി തോന്നുന്നു.'

'ദിമിത്രി ഞാൻ ചിന്തിക്കുന്നത് തന്നെയാണോ നീയും ചിന്തിക്കുന്നത്?'

ദിമിത്രി അയാളെ നോക്കി ചിരിച്ചു.

കൂടെവന്ന നാലുപേരെ കാണാതായതോ, ആറുപേർ മരക്കുന്തങ്ങളിൽ പിടയുന്ന രംഗം കണ്ടിട്ട് അധികം സമയമായിട്ടില്ലെന്നതോ അവരുടെ ക്രിമിനൽ മനസുകളെ ബാധിച്ചിരുന്നില്ല. ഈ പുറം ദേശക്കാരുടെ കൈവശമുണ്ടായേക്കാവുന്ന ധനം മാത്രമല്ല സുന്ദരികളായ ആ സ്ത്രീകളും ആ രണ്ടു കൊടും ക്രിമിനലുകളെ കൊതിപ്പിച്ചു. എന്തോ രഹസ്യമായി പരസ്പരം സംസാരിച്ചിട്ട് സെലൻസ്കി മരങ്ങളുടെ മറവുപറ്റി കുതിരവണ്ടിയുടെ പുറകിലേയ്ക്ക് എത്തിപ്പെടാൻ ചുറ്റിവളഞ്ഞു പോയി. അവൻ അവിടെ എത്തി വണ്ടിയുടെ മറവിലേക്ക് പതുങ്ങി. കൈത്തോക്കെടുത്തു തയാറായി അവൻ തന്റെ പദ്ധതി നടപ്പാക്കാൻ തയാറായി.

ദിമിത്രി തന്റെ കൈത്തോക്കിൽ വെടിയുണ്ടകൾ നിറച്ചിട്ടുണ്ട് എന്ന് ഒന്നുകൂടി ഉറപ്പ് വരുത്തിയ ശേഷം അരപ്പട്ടയിലെ തുകൽ പോക്കറ്റിൽ അത് തിരികെ വച്ച് തീ കാഞ്ഞുകൊണ്ടിരുന്നവരുടെ അടുത്തേക്ക് നടന്നു.

സ്റ്റെഫാന്റെ വീടിന്റെ രണ്ടാം നിലയിലെ മുറിയിൽ അലക്സി ഉറക്കത്തിലായി. അലച്ചിലും മുറിവു മൂലമുണ്ടായ തളർച്ചയും ഉണ്ടായിരുന്നതുകൊണ്ടാവാം അവൻ പെട്ടെന്ന് ഉറക്കത്തിലേക്ക് വഴുതിപ്പോയത്. ഡ്രാഗോമീർ ആകട്ടെ മുറിക്ക് പുറത്തു വന്നു തുറസ്സായ ബാൽക്കണി പോലെ തോന്നിക്കുന്ന ഇടത്തു നിന്ന് ടാർഗൂസ് കവല നോക്കി നിന്നു. പെട്ടെന്നവന്റെ മനസിലേക്ക് പിയറി ആശുപത്രിയിൽ വച്ച് ചോദിച്ച ചോദ്യം തികട്ടി.

'ഡ്രാഗോ നീ പ്രണയിച്ചിട്ടുണ്ടോ? ഉണ്ടെങ്കിൽ നിനക്കതു മനസിലാകും.'

ഡ്രാഗോമീറിന്റ കണ്ണുകൾ പെട്ടെന്ന് ഈറനണിഞ്ഞു. അവൻ

ഇട്ടിരുന്ന കുപ്പായത്തിന്റെ പോക്കറ്റിൽ നിന്നൊരു ചുരുട്ടെടുത്തു സമീപത്തു കത്തിക്കൊണ്ടിരുന്ന ഒരു റാന്തലിൽ നിന്നതു കൊളുത്തി. പുകയൂതി വിട്ടുകൊണ്ട് ടാർഗൂസ് കവലയിലേക്ക് നോക്കി നിൽക്കവേ പെട്ടെന്ന് പിന്നിൽ ഒരു ശബ്ദം കേട്ടവൻ തിരിഞ്ഞു നോക്കി.

'നീയെന്താ ആലോചിക്കുന്നത് ഡ്രാഗോ?'

സ്റ്റെഫാൻ പടികൾ കയറി അവന്റെ അടുത്തേക്ക് വന്നു.

'ഒന്നുമില്ല സ്റ്റെഫാൻ വെറുതെ ഓരോന്ന് നോക്കി നിൽക്കുകയായിരുന്നു.' അടുത്തു വന്നപ്പോൾ സ്റ്റെഫാൻ അവന്റെ ഈറനണിഞ്ഞ കണ്ണുകൾ കണ്ടു.

'നീ അവളെ ഓർത്ത് നിൽക്കയാണോ ഡ്രാഗോ, രണ്ടു പതിറ്റാണ്ടോളമായിട്ടും...'

'സ്റ്റെഫാൻ നീയാണോ എന്നോടിത് പറയുന്നത്. നിനക്കെപ്പോഴെങ്കിലും ബിയാങ്കയെ മറക്കാനായിട്ടുണ്ടോ?'

'ശരിയാണ് ഡ്രാഗോ, എങ്കിലും ഞാൻ മുന്നോട്ടു തന്നെ നടക്കുന്നു.'

'അതെ സ്റ്റെഫാൻ മുന്നോട്ടു തന്നെ നടക്കണം. എങ്കിലും ഏറ്റവും സ്വകാര്യമെന്നു തോന്നുന്ന നിമിഷങ്ങളിൽ ഒറ്റയ്ക്കായിപ്പോകുമ്പോൾ... സ്റ്റെഫാൻ, എങ്കിലും മുന്നോട്ടു തന്നെ നടക്കണം.'

ഇരുവരും നിശബ്ദരായി ഇരുട്ടിലേക്ക് നോക്കി നിന്നു.

ഡ്രാഗോമീറിന്റെ ചുണ്ടിൽ സിഗാർ എരിഞ്ഞുകൊണ്ടിരുന്നു.

22

ദിമിത്രി കൃത്രിമമായ ഒരു പുഞ്ചിരിയോടെ തീ കാഞ്ഞുകൊണ്ടിരുന്നവരുടെ അടുത്തേക്ക് നടന്നു.

പെട്ടെന്ന് അവിടെ ഉണ്ടായിരുന്ന ആ നാൽപതു വയസു തോന്നിക്കുന്ന ആൾ ചാടിയെഴുന്നേറ്റു.

ദിമിത്രി രണ്ടു കൈകളും പൊക്കി പിടിച്ചു താൻ ശത്രുവല്ല വഴിതെറ്റി യാത്രചെയ്യുമ്പോൾ തീയുടെ വെട്ടം കണ്ടു ഇങ്ങോട്ടു വന്നതാണെന്ന് അറിയിച്ചു.

വൃദ്ധനായ ആൾ ഒരു പുഞ്ചിരിയോടെ അവനെ തീയുടെ അടുത്തേക്ക് ക്ഷണിച്ചു.

'താങ്കൾ ആരാണ്? എവിടെ നിന്നു വരുന്നു?'

'ഞാൻ ടാർഗോവീഷ്ഠയിൽ നിന്നാണ്. ഇടയ്ക്ക് കാടിന്റെ ഭംഗി

ആസ്വദിക്കാൻ ഇത്തരം ചില യാത്രകൾ നടത്താറുണ്ട്. ദൗർഭാഗ്യ വശാൽ ഇന്ന് വഴിതെറ്റി. നേരവും വൈകി. അമാവാസിയാണെ ന്നു തോന്നുന്നു, എങ്ങും തീരെ വെട്ടവുമില്ല. പോരാത്തതിന് മൂടൽമഞ്ഞും.

ആകെ പെട്ട് നിൽക്കുമ്പോഴാണ് നിങ്ങളെ കാണുന്നത്.'

വൃദ്ധനായ ആൾ ഒരു കോപ്പയിൽ ഫ്രേപ്പ നിറച്ചു ദിമിത്രിക്ക് വച്ച് നീട്ടി.

'തണുപ്പല്ലേ ഒരു കോഫി കുടിക്കുക.'

'നന്ദി ഡോംന്യൂൾ,' ദിമിത്രി കോപ്പ വാങ്ങി ഫ്രേപ്പ കുടിക്കു മ്പോൾ അവൻ അയാളോട് ചോദിച്ചു.

'അതിരിക്കട്ടെ നിങ്ങളൊക്കെ ആരാണ്? ഇങ്ങനെ ഒരിടത്തു ആരെയും ഞാൻ പ്രതീക്ഷിച്ചതേയില്ല. പ്രത്യേകിച്ച് ഈ സമയ ത്തു ഈ വനിതകൾക്കൊപ്പം.'

'ഞങ്ങൾ ഇന്നാട്ടുകാരൻ തന്നെയാണ്. താങ്കളെ പോലെ ഞങ്ങളും ചില കാഴ്ചകൾ കാണാൻ ഇറങ്ങിയതാണ്. എന്റെ പേര് വ്ലാദിമിർ. അദ്ദേഹം എന്റെ സുഹൃത്ത് ബർസെക്ക് മിസായി. ഈ വനിതകൾ മൂന്നുപേരും എന്റെ പത്നിമാരാണ് അനസ്താസിയ മേരി, ഇലിയോൺ, ജൂലിയൻ.'

അയാൾ അത് പറഞ്ഞു തീർന്നതും ഒരു കാറ്റടിച്ചു.

തീ ആളിക്കത്തി വൃദ്ധനായ ആളിന്റെ പഞ്ഞിക്കെട്ടു പോലെ നരച്ച തലമുടിയും നീളൻ താടിയും കാറ്റിൽ ഉലഞ്ഞു പറന്നു. ഉൾ ക്കാട്ടിൽ ചെന്നായക്കൂട്ടത്തിന്റെ ഓരിയിടൽ തുടങ്ങി.

ദിമിത്രി പെട്ടെന്ന് അസ്വസ്ഥനായി.

അയാൾ ഫ്രേപ്പ പെട്ടെന്ന് കുടിച്ചു തീർത്തിട്ട് ചാടിയെഴുന്നേറ്റു. തന്റെ അരപ്പട്ടയിൽ നിന്നു കൈത്തോക്കെടുത്ത് വൃദ്ധന് നേരെ ചൂണ്ടി. അതെ സമയത്തു തന്നെ കുതിരവണ്ടിയുടെ പിന്നിൽ നിന്നു സെലൻസ്കിയും തോക്കു ചൂണ്ടിക്കൊണ്ട് അവിടെ പ്രത്യ ക്ഷപ്പെട്ടു.

'ആരും മിടുക്കരാവാൻ ശ്രമിക്കരുത്. ശ്രമിച്ചാൽ...'

സെലൻസ്കി ഉറക്കെ വിളിച്ചു കൂവി.

രണ്ടു ആണുങ്ങളെയും കൊന്നുകളയണം ദിമിത്രി അത് ഉറപ്പി ച്ചിരുന്നു. ആ വൃദ്ധന് നേരെ ചൂണ്ടിയതോക്കിൽ ദിമിത്രിയുടെ ചൂ ണ്ടുവിരൽ ട്രിഗറിൽ അമരുന്നതിനു തൊട്ടു മുന്നിലെ നിമിഷത്തിൽ ബർസെക്ക് മിന്നൽ വേഗത്തിൽ അയാളുടെ അരപ്പട്ടയിൽ നിന്ന് വലിയൊരു വാൾ വലിച്ചൂരുന്നതും ഒരു ചടുല നീക്കത്തിലൂടെ സെ

ലൻസ്കിക്ക് എന്തെങ്കിലും ചെയ്യാൻ ആവുന്നതിനു മുൻപ് തന്നെ അവന്റെ കഴുത്തിലൂടെ ആ വാൾ കടന്നു പോകുന്നതും കണ്ട ദിമിത്രിയുടെ ശ്രദ്ധ ഒരു നിമിഷത്തേക്ക് പാളിപ്പോയി. ഒരു നിലവിളിക്ക് പോലും സമയം കിട്ടാതെ സെലൻസ്കി കഴുത്തിൽ ആഴത്തിൽ മുറിവേറ്റു തറയിലേക്ക് വീണു പിടഞ്ഞു. അതേസമയത്ത് വൃദ്ധന്റെ കൈകൾ മിന്നൽ വേഗത്തിൽ ദിമിത്രിയുടെ തോക്ക് തട്ടിയെറിഞ്ഞു. ദിമിത്രി എന്തെങ്കിലും തിരികെ ചെയ്യാൻ ഒരുങ്ങും മുൻപ് വൃദ്ധന്റെ കാൽ അവന്റെ നെഞ്ചിൽ പതിഞ്ഞു.

അവൻ മലർന്നടിച്ചു തറയിലേക്ക് വീണു.

വീണു കിടന്ന ദിമിത്രിയുടെ മുന്നിൽ വ്ലാദിമിർ അവന്റെ നെഞ്ചിൽ കാൽ വച്ച് നിവർന്നു നിന്നു. പെട്ടെന്ന് ദിമിത്രിയുടെ മനസ്സിൽ ഖേപ്രിയുടെ വാക്കുകൾ തെളിഞ്ഞു. വലേഹ്ചിയായുടെ വോയിവോട് വ്ലാദ് മൂന്നാമൻ ഡ്രാക്കുള! അവൻ കുട്ടിക്കാലത്തു കേട്ട കഥകളിലെ വലേഹ്ചിയായുടെ രക്ഷകൻ. അദ്ദേഹത്തിന്റെ വിശ്വസ്തനായ കമാണ്ടർ ബർസെക്ക് മിസായി, വ്ലാദ് മൂന്നാമന്റെ പത്നിമാർ. താൻ മരണക്കെണിയിലാണ് വീണതെന്ന് ദിമിത്രി തിരിച്ചറിഞ്ഞു.

അവൻ വ്ളാദിമിറിന്റെ ദയ അപേക്ഷിച്ചു കൊണ്ട് ഉറക്കെ കരഞ്ഞു. അനസ്തീസിയ മേരി അവന്റെ അടുത്തേക്ക് വന്നിട്ട് പറഞ്ഞു.

'ക്ഷമിക്കാവുന്ന കുറ്റങ്ങൾ അല്ലല്ലോ ദിമിത്രി നിങ്ങൾ ചെയ്തിരിക്കുന്നത്. നിന്റെ സഹോദരൻ അപകടത്തിൽ മരിച്ചതെങ്ങനെയാണ്? ടാർഗൂസിലെ എത്രയോ തൊഴിലാളികളുടെ ജീവനും നീ കണക്ക് പറയേണ്ടി വരും.'

'ആദെലീനോട് കാട്ടിയതു ആര് ക്ഷമിക്കും ദിമിത്രീ? അവൾ നിന്റെ ഭാര്യയായിരുന്നു.'

ഇലിയോൺ അവന്റെ അടുത്തേക്ക് വന്നു.

'മാർത്തയുടെ കണക്കും തീർക്കാനുണ്ട്'

ജൂലിയനും അവർക്കൊപ്പമെത്തി.

'പിന്തിരിയാൻ നിനക്ക് ഞാൻ ഒരുപാട് അവസരങ്ങൾ തന്നിരുന്നു ദിമിത്രീ. ഇപ്പോൾ പോലും നിന്റെ ഭാവി നിന്നെ അറിയിക്കാൻ നിനക്കുവേണ്ടിയാണ് ആ ആറുപേരുടെ കാഴ്ച ഞാനവിടെ കൊരുത്തു വച്ചിരുന്നത്. പക്ഷേ, നീ അതുകൊണ്ടൊന്നും പഠിച്ചില്ല. ഇവന്റെ ശിക്ഷ നിങ്ങൾ തന്നെ തീരുമാനിക്കൂ'

വ്ലാദിമിർ ദിമിത്രിയുടെ വിധി തന്റെ ഭാര്യമാർക്ക് വിട്ടുകൊടു

ത്തു. എന്നിട്ട് വീണ്ടും തീ കായാൻ ഇരുന്നു.

'കമാണ്ടർ ബർസെക്ക് ഇവനെ വാലാ മോർചിയോയിലേക്ക് (മരിച്ചുപോയവരുടെ താഴ്വാരം) തള്ളൂ- ഇവനുള്ള ശിക്ഷ പിന്നീട് തീരുമാനിക്കാം.'

ജൂലിയൻ പറഞ്ഞു.

അനസ്തീസിയയും, ഇലിയോണും അതിനോട് യോജിച്ചതോടെ ബർസെക്ക് മിസായി അവനടുത്തേക്ക് വന്നു ബർസെക്കിന്റെ കനത്ത ബൂട്ട് ദിമിത്രിയുടെ ശിരസിൽ ഒരു കനത്ത താഡനമേൽപ്പിച്ചതോടെ ദിമിത്രി ബോധരഹിതനായി.

നേരം പുലർന്നതോടെ കോസ്റ്റഡീൻ ക്രാസ്സിമിറും സംഘവും തമ്പടിച്ചിരുന്ന ഇടത്തു നിന്നും യാത്രയ്ക്ക് തയാറായി. ഫിറാസ് ഗാദിയുടെ പദ്ധതി പ്രകാരം ഇന്ന് മൂന്നുമണിയോടെ അടുത്ത താവളമുണ്ടാക്കാൻ ഉദ്ദേശിക്കുന്നിടത്ത് എത്തിയാൽ മതി, എന്നിരുന്നാലും വഴിയിൽ എന്തെങ്കിലും തടസങ്ങളുണ്ടായാൽ അത് വഴി സമയം നഷ്ടപ്പെടാനിടയുണ്ട്. എട്ടു കുതിരകളും രണ്ടു കുതിരവണ്ടികളും തയാറായി. പ്രഭാത ഭക്ഷണം കഴിച്ചു അവർ യാത്രയ്ക്ക് തയാറായി.

അലെക്സാൻഡ്രൂ രാവിലെ തന്നെ എഴുന്നേറ്റു.

അവൻ മുറിക്കപ്പുറത്തു തുറസായ ഇടത്തു വന്നു നിന്ന് ടാർഗൂസ് കവലയിലേക്ക് വെറുതെ നോക്കി നിന്നു. മാർത്തയുടെ ഭവനം തൊട്ടടുത്തായിരുന്നു. പിയറി ആ വീടിന്റെ മുറ്റത്തെ പുല്ലുവെട്ടി വെടിപ്പാക്കുന്നതു അവനു കാണാൻ കഴിഞ്ഞു. തെല്ലു കൗതുകത്തോടെ അവനതു നോക്കി നിന്നു. അപ്പോഴാണ് സ്റ്റെഫാൻ പ്രഭാതഭക്ഷണത്തിനായി അവനെ വിളിച്ചത്.

അലക്സി പടികൾ ഇറങ്ങി താഴേക്ക് പോയി.

'ബൂണ ദിമിനാത്താ (സുപ്രഭാതം) അലെക്സി'

സ്റ്റെഫാൻ അവനെ സ്വാഗതം ചെയ്തു.

ഡ്രാഗോമീർ ഒന്ന് ചിരിച്ചിട്ട് ഫ്രാപ്പെ കുടിച്ചുകൊണ്ടിരുന്നു.

'ബൂണ ദിമിനാത്ത പ്രിയേതെൻ (സുപ്രഭാതം) സുഹൃത്തുക്കളെ, സ്റ്റെഫാൻ എന്താണ് രാവിലെ എന്തോ തിരക്കിട്ട പരിപാടിയുണ്ടെന്നു തോന്നുന്നല്ലോ?'

അലെക്സി ചോദിച്ചു.

'ഞാനിന്നലെ പറഞ്ഞില്ലേ? എലിജാ ലോറൻസിന്റെ ഭവനത്തി

ലെ പണികൾ, അത് ഇന്ന് ഉച്ചയോടെ തീർക്കണം. ഇന്നോ നാളെയോ പോയി പിർവൂവിനെയും വിന്റീലയെയും ഇങ്ങു കൊണ്ടുവരേണ്ടതുമുണ്ട്. നിന്റെ കുതിരവണ്ടി ഉപയോഗിക്കാം എന്ന് കരുതുന്നു.'

'അതിനെന്താ സ്റ്റെഫാൻ പക്ഷേ, ഇതു രണ്ടിനും കൂടി നീയെങ്ങനെ സമയം കണ്ടെത്തും? ഡ്രാഗോ സത്രത്തിൽ നിന്നു അവരെ കൊണ്ടുവരാൻ ഞാൻ പോയാലോ?'

'ഈ വയ്യാത്ത കയ്യും വച്ചോ?' സ്റ്റെഫാൻ സംശയിച്ചു.

'കയ്യിപ്പോൾ കുഴപ്പമില്ല, ദേണ്ടെ നോക്ക്'

അവൻ ഇടതു കൈ ചലിപ്പിച്ചു കാണിച്ചു.

'എന്നാലും അത് വേണ്ട അലെക്സി, ശത്രുക്കൾ എവിടെയൊക്കെ പതിയിരിക്കുന്നുവെന്നർക്കറിയാം. നിനക്ക് ഇവിടെ ഒറ്റയ്ക്കിരിക്കുന്നതാണ് പ്രശ്നമെങ്കിൽ സ്റ്റെഫാനോപ്പം എലീജയുടെ വീടുപണി നടക്കുന്നിടത്തേക്ക് പോകൂ. സ്റ്റെഫാൻ പിർവൂവിനെ ഞാൻ പോയി കൊണ്ടുവരാം.'

'അതെയതെ, നിനക്കാവുമ്പോൾ ശത്രുക്കൾ തീരെയില്ലല്ലോ?'

അലെക്സി അവനെ കളിയാക്കി പറഞ്ഞു.

സ്റ്റെഫാൻ ഉറക്കെ ചിരിച്ചു.

'അതൊന്നും വേണ്ടാ. ഇതൊക്കെ ഞാൻ തന്നെ ചെയ്തുകൊള്ളാം, അലെക്സി വെറുതെ ഇരുന്നു മടുപ്പ് തോന്നുന്നതാണ് വിഷയമെങ്കിൽ എന്റെ കൂടെ വാ. അവിടെ ജോലിക്കാർ എത്താറായിട്ടുണ്ട്. ഡ്രാക്കോ നിന്റെ പരിപാടി എന്താണ്?'

'അങ്ങനെയൊന്നുമില്ല, രാവിലെ ആദെലീനെ ആശുപത്രിയിൽ നിന്നു വിടുതൽ ചെയ്തു മാർത്ത അമ്മായിയുടെ വീട്ടിലാക്കണം. അവിടെ എന്തെങ്കിലുമൊക്കെ ആവശ്യമുണ്ടെങ്കിൽ അത് ചെയ്തു കൊടുക്കണം. അത്രതന്നെ.'

എന്നിട്ട് ഡ്രാഗോമീർ ഒളികണ്ണിട്ട് അലെക്സാൻഡ്രൂവിനെ നോക്കി. തൊട്ടടുത്ത വീട്ടിലേക്കാണ് ആദെലീൻ പാർക്കാൻ വരുന്നതെന്ന് കേൾക്കുമ്പോൾ അവനെന്തു ഭാവവ്യത്യാസമാണ് ഉണ്ടാവുക എന്നറിയാൻ അയാൾക്ക് ഒരു ജിജ്ഞാസ ഉണ്ടായിരുന്നു. പക്ഷേ, യാതൊരു ഭാവവ്യത്യാസവും ഇല്ലാതെ അവൻ ഭക്ഷണം കഴിച്ചുകൊണ്ടിരിക്കുന്നത് കണ്ടു ഡ്രാഗോമീർ ഉള്ളിൽ അത്ഭുതപ്പെട്ടു.

ഭക്ഷണശേഷം അലെക്സിയും സ്റ്റെഫാനും കൂടി എലിജാ ഭവനത്തിലേക്ക് പോയി. ഡ്രാഗോമീർ ആശുപത്രിയിലേക്ക് നടന്നു.

രാവിലെ തന്നെ ഗ്രിഗോറി കോൺസ്റ്റന്റെന് ഒരു അതിഥി ഉണ്ടായിരുന്നു. ഖനിയുടമകളായ അന്റോണിയോണി സഹോദരന്മാരിൽ ഇളയവനായ ലിയോവിൻ അന്റോണിയോണി ആയിരുന്നു ആ അതിഥി. ഖനി വിൽക്കുവാൻ തങ്ങൾക്ക് ഉദ്ദേശമുണ്ടെന്നും പുതുതായി വന്ന നിയമപ്രകാരം പ്രാദേശിക ഭരണകൂടത്തിന് താല്പര്യമുണ്ടെങ്കിൽ അത് വിലയ്ക്കെടുക്കാൻ മൂന്നു മാസത്തെ സമയം രേഖാമൂലം അനുവദിക്കണമെന്നുമുള്ള നടപടിക്രമം പൂർത്തിയാക്കാൻ വന്നതായിരുന്നു അയാൾ. ആവശ്യമുള്ള കടലാസുകൾ നൽകി നടപടിക്രമം പൂർത്തിയാക്കി അയാൾ മടങ്ങി.

ബോധം തെളിഞ്ഞപ്പോൾ ദിമിത്രി താൻ എവിടെയോ വീണു കിടക്കുകയാണെന്ന് തിരിച്ചറിഞ്ഞു. മുകളിൽ ആകാശം കാർമേഘങ്ങളാൽ ഇരുണ്ടു കിടന്നു. ദിമിത്രി ആയാസപ്പെട്ട് എഴുന്നേറ്റുചുറ്റും നോക്കി. അയാൾ ഉറക്കെ നിലവിളിച്ചു പോയി. അയാൾക്ക് ചുറ്റും കാണാനാവുന്നിടത്തോളം മൃതദേഹങ്ങൾ, അഴുകിയും പൊളിഞ്ഞും പുഴുവരിച്ചും ശവശരീരങ്ങൾ. താടിക്കാരൻ കഴുകുകൾ മൃതദേഹങ്ങളിൽ കൊത്തിവലിക്കുന്നു. ചെന്നായ്ക്കൾ ശരീരഭാഗങ്ങൾ കടിച്ചുവലിക്കുന്നുണ്ട്. സഹിക്കാനാവാത്ത ദുർഗന്ധം.

ഇടയ്ക്കിടെ ഭൂമി വിണ്ടുകീറി പുകയുയരുന്നു.

'വാലാ മോർച്ചിയോ' എന്ന കഥകളിൽ മാത്രം കേട്ടറിവുള്ള മരിച്ചവരുടെ താഴ്വരയിലാണ് താനെന്നു അയാൾ ഞെട്ടലോടെ തിരിച്ചറിഞ്ഞു. വാലാ മോർച്ചിയയിൽ പെട്ടുപോയാൽ ആർക്കും ഒരിക്കലും അവിടെ നിന്ന് പുറത്തു കടക്കാൻ ആവുകയില്ല എന്ന് ദിമിത്രിക്കും കുട്ടിക്കാലത്തു കേട്ട കഥകളിൽ നിന്ന് അറിവുണ്ടായിരുന്നുവെങ്കിലും അങ്ങനെ തോൽക്കാൻ അയാൾ തയാറായിരുന്നില്ല. രക്ഷപെടാനൊരു മാർഗം തിരഞ്ഞു ദിമിത്രി നിൽക്കവേ ആരൊക്കെയോ തന്നെ പേര് ചൊല്ലി വിളിക്കുന്നത് കേട്ട് ഞെട്ടി തിരിഞ്ഞു നോക്കി.

ഉച്ചതിരിഞ്ഞതോടെ ഗ്രിഗോറി വിയോറിലിനൊപ്പം തൊഴിലാളികളുടെ കോളനി സന്ദർശിക്കാൻ വേണ്ടി പോയി. തൊഴിലാളി ഭവനങ്ങളുടെ ദുരവസ്ഥ അയാളെ വല്ലാതെ വേദനിപ്പിച്ചു. അവർക്ക് വേണ്ടി ചിലതൊക്കെ അടിയന്തിരമായി ചെയ്യേണ്ടതുണ്ട് എന്നുറപ്പിച്ചിട്ടാണ് അവർ മടങ്ങിയത്.

മാർത്തയുടെ വീടിന്റെ മുകളിലത്തെ നിലയിലെ മുറിയിൽ ആദെലീൻ ശാന്തമായി ഉറങ്ങി. പിയറിയും മാർത്തയും ഭക്ഷണം പാകം ചെയ്യുന്ന തിരക്കിലായിരുന്നു.

'പിയറി, തല്ക്കാലം ഇങ്ങനെ മുന്നോട്ടു പോകാം പക്ഷേ, ഒരു വരുമാനമാർഗം കണ്ടെത്താതെ നാമെങ്ങനെ മുന്നോട്ടു പോകും?'

'ഞാനുമതു ആലോചിച്ചിരുന്നു. ഡ്രാഗോമീർ പറയുന്നത് പിർവൂ വരുന്നത് വരെ കാത്തിരിക്കാനാണ്. ഡ്രാഗോ എന്തോ പോംവഴി കണ്ടിട്ടുണ്ടത്രെ!'

'ഡ്രാഗോ അവൻ എല്ലാവരെയും പറ്റി ചിന്തിക്കുന്നു. പിയറീ അവനൊരു ധൈര്യമാണ്. അവൻ ചുറ്റുവട്ടത്തുള്ളപ്പോൾ ആർക്കും നമ്മെ ഒന്നും ചെയ്യാനാവില്ല എന്നൊരു ഉറപ്പാണ്. പക്ഷേ, ഞാൻ അവനെക്കുറിച്ചു ചിന്തിക്കാറുണ്ട് പിയറീ. എല്ലാവർക്കും വേണ്ടപ്പെട്ട ആരുമില്ലാത്തൊരാൾ...'

'നിനക്കറിയാമോ ആ സരമാഗോയിലെ സമരകാലത്ത് അവനായിരുന്നു മുന്നിൽ നിന്നു പടനയിച്ചത്. എന്തൊക്കെ പുകിലായിരുന്നു. ഖനിയുടമകൾ കൂലിപ്പടയെ വച്ച് തൊഴിലാളികളെ തല്ലിയൊതുക്കിയും വേണ്ടി വന്നാൽ കൊന്നും സമരം അവസാനിപ്പിക്കാൻ ശമിച്ചു കൊണ്ടിരുന്നു. പക്ഷേ, പ്രാദേശിക ഭരണകൂടം ആ ഖനി ഏറ്റെടുക്കും വരെ ഒരു മതിൽ പോലെ അവൻ തൊഴിലാളികളെ കാത്തുവച്ചു. അവനൊരു വല്ലാത്ത മനുഷ്യനാണ് മാർത്ത. ഡ്രാഗോമീർ സാൽവറ്റോർ. രക്ഷകൻ.'

'ഡ്രാഗോമീർ സാൽവറ്റോർ. അതെ അതുതന്നെയാണവൻ.' മാർത്തയ്ക്ക് ആ പേര് വല്ലാതെ ഇഷ്ടമായി.

അവളതു ആവർത്തിച്ചു പറഞ്ഞുകൊണ്ടേയിരുന്നു.

എലിജാ ലോറൻസിന്റെ ഭവനത്തിൽ സ്റ്റെഫാനും കൂട്ടരും പണികൾ പൂർത്തിയാക്കുമ്പോൾ ഉച്ചകഴിഞ്ഞു മൂന്നു മണിയോളമായിരുന്നു. പണികൾ പൂർത്തിയാക്കി വിയോറിലിന് താക്കോൽ തിരിച്ചേൽപ്പിക്കാൻ വേണ്ടി സ്റ്റെഫാനും അലെക്സിയും കൂടി വിയോരേലിന്റെ ഓഫീസിലേക്ക് പോയി. വിയോറിൽ പണികൾക്കായി നേരത്തെ ഏൽപ്പിച്ചിരുന്ന തുകയുടെ കണക്കുകൾ കൃത്യമായി ഏൽപ്പിച്ചു താക്കോൽ നൽകുമ്പോൾ മോശമല്ലാത്തൊരു തുക വിയോറിൽ സ്റ്റെഫാന് നൽകി.

എന്നാൽ സ്റ്റെഫാൻ കാശ് സ്വീകരിച്ചില്ല.

സ്നേഹത്തോടെ അത് നിരസിച്ചു.

വിയോറിൽ നൽകിയ ഫ്രേപ്പെ മാത്രം കുടിച്ച സ്റ്റെഫാൻ പിറ്റേ ദിവസം രാവിലെ പിർവുവിനെയും വിന്റീലയെയും കൂട്ടിവരാൻ താൻ പോകുമെന്ന കാര്യവും വിയോയെ അറിയിച്ചു.

അതിനുശേഷം ഇരുവരും തിരികെ സ്റ്റെഫാന്റെ വീട്ടിലേക്ക് വന്നു. അവർ എത്തുമ്പോൾ ഡ്രാഗോമീർ വീട്ടിലുണ്ടായിരുന്നില്ല.

സ്റ്റെഫാൻ പുറത്തിറങ്ങി മാർത്തയുടെയും സ്റ്റെഫാന്റെയും വീടുകളെ വേർതിരിക്കുന്ന ചെറിയ വേലിയുടെ അടുത്തു ചെന്ന് ഡ്രാഗോ അവിടെയുണ്ടോ എന്ന് അവൻ പിയറിയെ ഉറക്കെ വിളിച്ചു ചോദിച്ചു. ഇല്ല, രാവിലെ തന്നെ പോയതാണല്ലോ എന്ന് പിയറിയും മറുപടി നൽകിയതോടെ സ്റ്റെഫാൻ ആശങ്കപ്പെട്ടു. അലെക്സിയാകട്ടെ സ്റ്റെഫാന്റെ വീടിനു പിന്നിൽ കുതിരകളെ കെട്ടുന്ന ഇടത്തു പോയി നോക്കി.

ഡ്രാഗോമീറിന്റെ കുതിര അവിടെ ഉണ്ടായിരുന്നില്ല!

23

വാലാ മോർച്ചിയോയിൽ ഉപേക്ഷിക്കപ്പെട്ട ദിമിത്രി തന്നെ ആരോ പേരെടുത്തു വിളിക്കുന്നത് കേട്ടാണ് തിരിഞ്ഞു നോക്കിയത്. അവൻ നിന്നതിനു കുറച്ചു ദൂരെ നിന്നാണ് ആ ഒച്ച കേട്ടിരുന്നത്. ചുറ്റുപാടും അഴുകിയ മൃതദേഹങ്ങൾ കണ്ടു ഭയന്ന് തളർന്ന ദിമിത്രി പ്രതീക്ഷയോടെ ആ ഒച്ച കേട്ട ഇടത്തേക്ക് ഓടി. അവിടെ കണ്ട കാഴ്ച അവന്റെ ധൈര്യത്തിന്റെ അവസാന കണികയും അണച്ചുകളഞ്ഞു.

തറയിൽ ആഴത്തിലൊരു കുഴി. അവന്റെ ഒപ്പം ചാഫുൽ മീസയുടെ ഇടത്തേക്ക് അവനൊപ്പം വന്ന നാല് സുഹൃത്തുക്കളും ആ കുഴിയിൽ കിടപ്പുണ്ട്. ഏതാണ്ട് ഒരടിയിലധികം നീളമുള്ള ഭീമൻ പഴുതാരകളാണ് കുഴി നിറയെ. കുഴിയുടെ മുകളിൽ ഒരു കനത്ത അഴിവാതിൽ കൊണ്ട് അടയ്ക്കപ്പെട്ടിട്ടുണ്ട്.

'ദിമിത്രി, ഞങ്ങളെ രക്ഷിക്കൂ...' അവർ ആ കുഴിയിൽ കിടന്നു കരഞ്ഞപേക്ഷിച്ചു. ദിമിത്രി ആവേശത്തോടെ അഴിവാതിൽ വലിച്ചു മാറ്റാൻ ശ്രമിച്ചു. പക്ഷേ, അവനതിനു കഴിഞ്ഞില്ല. അവനെ പോലെ പത്തുപേർ ഒരുമിച്ചു പിടിച്ചാലും നീങ്ങാത്ത അത്രമേൽ ഭാരം അതിനുണ്ടെന്നു അവനു തോന്നി. അവൻ ആ അഴിവാതിൽ മാറ്റാൻ ഒരു മാർഗം തിരഞ്ഞുകൊണ്ടിരിക്കെ ഒരു ഹുങ്കാര ശബ്ദത്തോടെ കുഴിയുടെ ഉള്ളിലെ ഭൂമി വെടിച്ചു കീറി.

കരിയും പുകയും തീയും ഉയർന്നു.

ആ നാലുപേരും തീയിൽ ഉരുകുന്നത് കണ്ടു അവൻ നിലവിളിച്ചുകൊണ്ട് ദൂരേയ്ക്ക് ഓടിപ്പോയി.

കോസ്റ്റഡീൻ ക്രാസ്സിമിറും സംഘവും പാതയിലെ ചെറു തടസങ്ങൾ പിന്നിട്ട് രണ്ടാമത്തെ ദിവസം താവളമടിക്കാൻ ഉദ്ദേശിച്ചിരുന്ന ഇടത്തെത്തി. താൽക്കാലിക കൂടാരങ്ങളും മറ്റും കെട്ടിയുറപ്പിച്ചു അവർ അന്നത്തെ രാത്രി ചിലവഴിക്കാൻ വേണ്ട ഒരുക്കങ്ങൾ ചെയ്തു. ഫിറാസ് ഗാദിയുടെ ഭൂപടം ഇതേവരെയുള്ള പാതകളെ കൃത്യമായി തന്നെ കണ്ടെത്തിയിരുന്നു. ഇനി അവശേഷിക്കുന്നത് അര ദിവസത്തെ യാത്രയാണ്. അതോടെ തങ്ങൾ സുൽത്താൻ മഹമൂദിന്റെ ഉപേക്ഷിക്കപ്പെട്ട കോട്ടയിൽ എത്തിച്ചേരും എന്ന് എല്ലാവരും വിശ്വസിച്ചു. അടുത്ത ദിവസത്തിനായി അവർ ആകാംക്ഷയോടെ കാത്തിരുന്നു.

ഡ്രാഗോമീർ മടങ്ങിയെത്തിയപ്പോഴേക്കും സന്ധ്യ കഴിഞ്ഞിരുന്നു. വെറുതെ ടാർഗൂസ് ഒന്ന് ചുറ്റിയടിക്കാൻ പോയെന്ന അവന്റെ വിവരണം സ്റ്റെഫാൻ വിശ്വസിച്ചെങ്കിലും അലെക്സിക്ക് അതത്ര വിശ്വസനീയമായി തോന്നിയില്ല. ഡ്രാഗോമീർ എന്തൊക്കെയോ രഹസ്യമായ പദ്ധതികൾ അനുസരിച്ചു പ്രവർത്തിക്കുന്നുണ്ടോ എന്ന് അവനു സംശയം തോന്നി. എങ്കിലും അവൻ അതൊന്നും പുറത്തു കാട്ടാതെ അത്താഴം പാകം ചെയ്യാൻ സ്റ്റെഫാനെ സഹായിച്ചുകൊണ്ടിരുന്നു.

വിയോറിൽ അന്നത്തെ ഡ്യൂട്ടി കഴിഞ്ഞു തന്റെ കുടുംബവീട് വൃത്തിയാക്കിയത് ഒന്ന് കാണാം എന്ന് കരുതി ഇറങ്ങാൻ തുടങ്ങുമ്പോഴാണ് ഗ്രിഗോറി അപ്രതീക്ഷിതമായി ഓഫീസ് മുറിയിലേക്ക് കടന്നു വന്നത്.

'വിയോ താങ്കൾ തിരക്കിലാണോ?'

'ഇല്ല ഡോംന്യൂൾ ഗ്രിഗോറി. കുടുംബവീട് വൃത്തിയാക്കി താക്കോൽ തന്നു പോയിരുന്നു സ്റ്റെഫാൻ. അവിടെ ഒന്ന് പോകാം എന്ന് കരുതി ഇറങ്ങുകയായിരുന്നു.'

അപ്പോഴേക്കും നിക്കോലീന അകത്തേക്ക് വന്നു.

വിയോ അവരെ ആദരസൂചകമായി അഭിവാദനം ചെയ്തു.

അവർ തിരിച്ചും.

ടാർഗൂസിലെ കുതിരക്കാരൻ

'ഞങ്ങൾ കൂടി വരുന്നത് ബുദ്ധിമുട്ടാവുമോ?'

ഗ്രിഗോറി ചോദിച്ചു.

'എന്ത് ബുദ്ധിമുട്ട് സന്തോഷമേയുള്ളൂ.'

അവർ മൂവരും കൂടി ഇറങ്ങുമ്പോൾ ഗ്രിഗോറിയുടെ ഔദ്യോഗിക വാഹനമായ കുതിരവണ്ടി പോർച്ചിലേക്ക് കുതിരക്കാരൻ കൊണ്ട് നിർത്തി. എന്നാൽ വണ്ടി വേണ്ടതില്ല തങ്ങൾ നടന്നു പോകാനാണ് ഉദ്ദേശിക്കുന്നതെന്ന് പറഞ്ഞു ഗ്രിഗോറി ഇറങ്ങി. മൂവരും കൂടി ഏതാണ്ട് ഒരു കിലോമീറ്റർ അപ്പുറത്തുള്ള എലിജാ ഭവനത്തിലേക്ക് നടക്കുമ്പോൾ രണ്ടു തോക്കുധാരികളായ സുരക്ഷാഭടന്മാർ അവരുടെ പിന്നാലെ അനുഗമിച്ചു.

'ശരിക്കും കൂട്ടിലടച്ച കിളികളെ പോലെ അവിടെ തന്നെയിരുന്നപ്പോൾ മടുപ്പ് തോന്നി. ഇതിപ്പോൾ നന്നായി, താങ്കളുടെ കുടുംബവീടൊക്കെ ഒന്ന് കാണുകയും ചെയ്യാം.'

ഗ്രിഗോറി നടക്കുന്നതിനിടെ സംഭാഷണത്തിന് തുടക്കമിട്ടു.

റാന്തലുകൾ കൊളുത്തി വച്ച ടാർഗൂസ് വീഥിയിലൂടെ പരസ്പരം എന്തൊക്കെയോ സംസാരിച്ചുകൊണ്ടു അവർ എലിജാ ലോറൻസിന്റെ ഭവനത്തിലേക്ക് നടന്നു.

രാത്രി...

വിന്റീലയുടെ സത്രത്തിൽ, അടുത്ത ദിവസം തന്നെ ടാർഗൂസിലേക്ക് താമസം മാറ്റാൻ പോന്ന ഒരുക്കങ്ങളൊക്കെ പൂർത്തിയാക്കി പിർവുവും വിന്റീലയും ഉറങ്ങാൻ ഒരുങ്ങുമ്പോഴാണ് വാതിലിൽ മുട്ടുകേട്ടത്. അവരുടെ സുരക്ഷയ്ക്ക് വിയോറിൽ ഏർപ്പാടാക്കിയ രണ്ടു സൈനികരും പ്രധാന ഹാളിൽ തന്നെ ഉണ്ടായിരുന്നു.

അവരിൽ ഒരാൾ എഴുന്നേറ്റു വാതിൽ തുറന്നു.

പഞ്ഞിക്കെട്ടു പോലെ വെളുത്ത തലമുടിയും നീണ്ട താടിയുമുള്ള ഒരു വൃദ്ധനും നാല്പതു കഴിഞ്ഞ ആരോഗ്യദൃഢഗാത്രനായ ഒരാളും രണ്ടു സ്ത്രീകളും അകത്തേക്ക് കടന്നു.

പിർവൂ അപ്പോഴേക്കും ഹാളിലേക്ക് വന്നു.

'ക്ഷമിക്കണം മാന്യരായ അതിഥികളേ, ഈ സത്രം താൽക്കാലികമായി പ്രവർത്തനം നിർത്തിയതാണ്. എങ്കിലും താങ്കൾ പറയൂ ഞാനെന്താണ് ചെയ്തു തരേണ്ടത്?'

'അത് കഷ്ടമായല്ലോ, ഞങ്ങൾക്ക് ഒരു രാത്രി താങ്ങാൻ ഇടം കിട്ടാതെ വരുമോ? വെളുപ്പിന് തന്നെ ഞങ്ങൾക്ക് പോകേണ്ടതുമുണ്ട്'

മനോഹരമായ ഒരു ചിരിയോടെ വൃദ്ധൻ ചോദിച്ചു. പിർവൂ ആശയക്കുഴപ്പത്തിലായി. ഇവരെ ഈ കാട്ടുപാതയിലൂടെ പോകാൻ വിടുന്നത് ശരിയല്ല എന്നയാൾക്ക് അറിയാമായിരുന്നു.

'തീർച്ചയായും തങ്ങാനിടം തരുന്നതിൽ സന്തോഷമേയുള്ളൂ പക്ഷേ, ഡോംന്യൾ ഭക്ഷണത്തിനായി ഒന്നും കരുതിയിട്ടില്ല.'

'ഭക്ഷണം ഞങ്ങൾ കഴിച്ചതാണ്. തങ്ങാനിടം കിട്ടിയാൽ അതൊരു വലിയ സഹായമായിരിക്കും.'

'തീർച്ചയായും, വരണം ഞാൻ മുറി കാണിച്ചു തരാം. നിങ്ങൾ കുതിരവണ്ടിയിലാണ് വന്നതെന്ന് ഊഹിക്കുന്നു. കാട്ടുനായകളുടെ ശല്യമുള്ള ഇടമാണ്. കുതിരകളെ പിന്നിൽ ലായത്തിൽ കെട്ടാം.'

'അത് കുഴപ്പമില്ല. കാട്ടുനായ്കളെ നേരിട്ട് ശീലമുള്ള കുതിരകൾ തന്നെയാണ്. അവ പുറത്തു നിന്നുകൊള്ളും.'

'അങ്ങനെയാകട്ടെ ഡോംന്യൂൾ, അതിരിക്കട്ടെ താങ്കൾ ആരാണ് എവിടെ നിന്നു വരുന്നു?' നടക്കുന്നതിനിടെ പിർവൂ ചോദിച്ചു.

'എന്റെ പേര് വ്ലാദിമിർ, ഈ രണ്ടു വനിതകളും എന്റെ പത്നിമാരാണ്, ഇലിയോണും ജൂലിയനും. ഒപ്പമുള്ളത് എന്റെ പ്രീയപ്പെട്ട സുഹൃത്ത് ബെർസെക്ക് മിസായി.'

അതിഥികളെ മുറിയിലാക്കി പിർവു ഉറങ്ങാൻ പോയി.

ബെർസെക്ക് വ്ലാദിനെ നോക്കി ചിരിച്ചു.

വ്ലാദിമിർ ഒച്ച കുറച്ചു പറഞ്ഞു.

'ഇവിടെ ആരും ഒന്നും അറിയരുത്.'

'തീർച്ചയായും വോയ്‌വോട്'

ഹാളിൽ ഇരുന്ന രണ്ടു സൈനികർക്കും കലശലായ ഉറക്കം വന്നു. അവർ ഹാളിൽ ഇരിക്കാൻ ഉപയോഗിക്കുന്ന നീളൻ ബെഞ്ചിലേക്ക് കിടന്നു.

ബുക്കാറെസ്റ്റിൽ നിന്നും ടാർഗൂസിലേക്കുള്ള പാതയിൽ രണ്ടു കുതിരവണ്ടികൾ അധികം ഒച്ചയുണ്ടാക്കാതെ നീങ്ങി. തുർക്കിയിൽ നിന്നും വന്ന അഹമ്മദ് അൽ ബാകിയുടെ അമ്മാവൻ ഇസ്കന്തർ അൽ ബാകിയും കൂട്ടരുമായിരുന്നു അത്.

മാർവിൻ എന്ന ഒറ്റുകാരൻ അവർക്കൊപ്പം ഉണ്ടായിരുന്നു.

'മാർവിൻ, അലെക്സാൻഡ്രൂ എന്ന ആ കുതിരക്കാരന് ആ ഇടം അറിയാമെന്നു തന്നെയല്ലേ?'

'അതേ ഡോംന്യൾ ഇസ്കന്തർ അൽ ബാകി. മഹമൂദ് തിരി

കെ പോയ വഴിയേ അവൻ പണ്ട് തുർക്കി അതിർത്തി വരെ പോയി വന്നിട്ടുണ്ട്. പക്ഷേ, അവൻ അത്ര എളുപ്പം നമുക്ക് വഴങ്ങാനിടയില്ല. അതുകൊണ്ടാണ് അവനെ നമ്മുടെ വരുതിയിലാക്കാൻ അവന്റെ കൂട്ടുകാരെ തടവിലാക്കണം എന്നിട്ട് അവരെ വച്ച് വില പേശണം എന്ന് പറഞ്ഞത്.'

'അത് പ്രായോഗികമായ പദ്ധതി തന്നെയാണ്.'

'ഡോംന്യൂൾ എന്നെ താങ്കൾക്ക് പരിചയപ്പെടുത്തിയ ബെയ്റാം ഇവാൻ തന്നെയാണ് ഈ പദ്ധതി പറഞ്ഞത്. ടാർഗൂസ് ഖനിയുടെ പഴയ പേട്രൺ കോസ്റ്റഡീൻ ക്രാസ്സിമിറിന്റെ മാനേജർ ആയിരുന്നു ബെയ്റാം എന്നറിയാമല്ലോ. ഖനി കൈമാറ്റം ചെയ്തപ്പോൾ പുതിയ മാനേജുമെന്റ് അദ്ദേഹത്തെ പിരിച്ചുവിട്ടുകളഞ്ഞു. കോസ്റ്റഡീൻ അദ്ദേഹത്തെ സഹായിച്ചുമില്ല. രണ്ടു ദിവസം മുൻപ് ഞാൻ പേട്രൺ ക്രാസ്സിമിറിനെ കണ്ടിരുന്നു. അദ്ദേഹം ഖനി തിരികെ പിടിക്കാൻ എന്തൊക്കെയോ പദ്ധതികൾ തയാറാക്കുന്നുണ്ട്. എന്റെ ബലമായ സംശയം ക്രാസ്സിമിറും ഈ നിധിയെക്കുറിച്ചു ബോധവാൻ ആണെന്നാണ്. അദ്ദേഹത്തിന് നിങ്ങളുടെ നാട്ടിൽ നിന്നും സഹായം കിട്ടുന്നുമുണ്ട്.'

'അറിയാം വെളുത്ത കാട്ടുനായ്കൾ എന്നറിയപ്പെടുന്ന കൂട്ടർക്ക് ക്രാസ്സിമിറുമായി ബന്ധമുണ്ട്. അവർ ഈ നിധിയിൽ പണ്ടുമുതലേ കണ്ണുവച്ചിട്ടുമുണ്ട്. അതോർത്തു വിഷമിക്കണ്ട മാർവിൻ. നമ്മുടെ കൂടെയുള്ളവർ മഹാനായ റാദൂവിന്റെ വംശത്തിൽ പെട്ട പോരാളികളാണ്. അവർക്കറിയാം എന്താണ് വേണ്ടതെന്ന്.'

അങ്ങനെ ഓരോന്ന് സംസാരിച്ചുകൊണ്ടു അവർ യാത്ര തുടർന്നു. ഇടയ്ക്ക് മാർവിൻ ഇസ്കന്തർ അൽ ബാകി എന്ന ആ സംഘത്തിന്റെ തലവനോട് പറഞ്ഞു.

'ഡോംന്യൂൾ ഇസ്കന്തർ, അടുത്ത രണ്ടു വളവിനപ്പുറം ആണ് ആ സത്രം. എന്റെ അറിവ് ശരിയാണെങ്കിൽ അവിടെ ആ നടത്തിപ്പുകാരായ ദമ്പതികളും അവരുടെ സുരക്ഷയ്ക്ക് ഏർപ്പാടാക്കിയ രണ്ടു സൈനികരുമാണ് ഇപ്പോഴുള്ളത്. മറ്റു അതിഥികൾ ആരെങ്കിലും ഉണ്ടാവുമോ എന്നറിയില്ല.'

ഇസ്കന്തർ കുതിരവണ്ടിക്കാരനോട് കഴിവതും ശബ്ദമുണ്ടാക്കാതെ വണ്ടിയോടിക്കാൻ നിർദേശിച്ചു. പിന്നാലെ വരുന്നവരോടും ആ സന്ദേശം നൽകാൻ അയാൾ മറന്നില്ല. രണ്ടാമത്തെ വളവു തിരിഞ്ഞപ്പോൾ അവർക്ക് സത്രത്തിനു മുന്നിൽ മുനിഞ്ഞു കത്തുന്ന ആ റാന്തൽ ദൃശ്യമായി. വണ്ടികൾ അവിടെ ഒതുക്കിയിട്ടിട്ട്

കാൽനടയായി സശ്രദ്ധം ആ കൂട്ടത്തിലെ ഒൻപതുപേരും തോക്കുകളുമായി സത്രത്തിനു മുന്നിലെത്തി. ഇസ്കന്തർ തന്റെ കൂട്ടാളികളോട് ഒരിക്കൽക്കൂടി പദ്ധതി ഓർമിപ്പിച്ചു.

'പറഞ്ഞത് എല്ലാവർക്കും ഓർമയുണ്ടല്ലോ? ആയുധമൊന്നും പുറത്തുകാട്ടാതെ രണ്ടുപേർ പോയി സത്രത്തിന്റെ വാതിൽ മുട്ടുക. അവർ തുറന്നാൽ ഉടനെ ബാക്കിയുള്ളവർ അകത്തേക്ക് കടക്കുക ബലപ്രയോഗം വേണ്ടിവന്നാൽ മടിക്കേണ്ട. കാവൽക്കാരായി അവിടെ രണ്ടു സൈനികരുണ്ട്. അവരെ ആദ്യം അവസാനിപ്പിക്കണം. സത്രമുടമയെയും അയാളുടെ ഭാര്യയേയും പിടികൂടി എത്രയും വേഗം ബുക്കാറെസ്റ്റ് അതിർത്തിയിലെ നമ്മുടെ ഇടത്തു എത്തിച്ചേരണം. കഴിവതും നേരം വെളുക്കും മുൻപ് തന്നെ. പകലായാൽ ചിലപ്പോൾ നമ്മൾ അനാവശ്യമായി ആളുകളുടെ ശ്രദ്ധ പിടിച്ചുപറ്റാൻ ഇടയുണ്ട്. അത് ബുദ്ധിമുട്ടുണ്ടാക്കിയേക്കും.'

സത്രം ഉറങ്ങിക്കിടന്നു. സത്രത്തിനു മുന്നിൽ വ്‌ളാദിമിറിന്റെ കുതിരവണ്ടി കണ്ട ഇസ്കന്തർ അത്ഭുതപ്പെട്ടു. പഴയ വലേഹ്ചിയായുടെ രാജമുദ്രയുള്ള കുതിരവണ്ടി! ഇതൊക്കെ ഇപ്പോഴും ഉപയോഗിക്കുന്നുണ്ടോ? അയാൾ സ്വയം ചോദിച്ചു. പെട്ടെന്ന് അയാൾ ഒപ്പമുണ്ടായിരുന്നവരോട് പതിഞ്ഞ ഒച്ചയിൽ പറഞ്ഞു.

'ആ വണ്ടി കണ്ടോ? ഒരുപക്ഷേ, സത്രത്തിൽ അതിഥികൾ ഉണ്ടായേക്കാം, വലിയ വണ്ടിയാണ്. പഴയ വാലെഹ്ച്ചിയാ രാജമുദ്രയുള്ള വണ്ടി. നാലോ അഞ്ചോ പേരുണ്ടാവുമെന്നു പ്രതീക്ഷിക്കണം. ആയുധധാരികളാവാനുമിടയുണ്ട്. അതുകൊണ്ടു ഓരോ നീക്കവും ജാഗ്രതയോടെ വേണം.'

'യെസ് മൈ ലോർഡ്'

ആദ്യം ചെന്ന് മുട്ടിവിളിക്കാൻ നിയോഗിക്കപ്പെട്ട രണ്ടുപേർ അവരുടെ കൈത്തോക്കുകൾ ഉടുപ്പിന് പിന്നിൽ ഒളിച്ചു പിടിച്ചു കൊണ്ട് സത്രത്തിലേക്ക് പോയി. മറ്റുള്ളവർ സത്രത്തിനു മുന്നിലെ കുറ്റിക്കാട്ടിൽ ജാഗ്രതയോടെ എന്തിനും തയാറായി പതുങ്ങിയിരുന്നു

ഇടയ്ക്ക് തണുത്ത കാറ്റ് വീശിയടിക്കുന്ന എന്നതൊഴിച്ചാൽ ടാർഗൂസ് ശാന്തമായിരുന്നു. ഉറങ്ങിക്കിടന്ന ഡ്രാഗോമീർ തന്നെ ആരോ പേരുചൊല്ലി വിളിക്കുന്നത് കേട്ടാണ് ഉണർന്നത്. ആരായിരിക്കും എന്ന് അത്ഭുതപ്പെട്ടു. അവൻ മുറിയിലെ റാന്തൽ കത്തിച്ചു. അതുമെടുത്തു വാതിൽ തുറക്കുമ്പോൾ ഒച്ചകേട്ടു. അലെക്സാൻ

ഡ്രൂ ഉണർന്നു.

'എന്താ ഡ്രാക്കോ?'

'ആരോ വിളിക്കുന്നത് പോലെ തോന്നി.'

അലെക്സിയും എഴുന്നേറ്റു.

ഇരുവരും മുറിയുടെ പുറത്തേക്ക് വന്നു.

ബാൽക്കണി പോലെ തുറസായ ആ ഇടത്ത് ആരോ നിൽക്കുന്നുണ്ട്. ഡ്രാഗോമീർ റാന്തൽ ഉയർത്തി പിടിച്ചു.

ഒരു തണുത്ത കാറ്റ് വീശിയടിച്ചു.

ചിരിച്ചു കൊണ്ട് അവരെ നോക്കി നിൽക്കുന്ന ആളെ കണ്ടു ഡ്രാഗോമീർ അത്ഭുതയോടെ അലെക്സിയെ നോക്കി.

അലെക്സിയും അത്ഭുതത്തോടെ അങ്ങോട്ടേക്ക് നടന്നു.

'ക്ഷമിക്കണം മാഡം നിങ്ങൾ ആരാണ്? അടച്ചിട്ടിരിക്കുന്ന ഈ വീടിനുള്ളിൽ എങ്ങനെ?'

ഏതാണ്ട് നാൽപതു വയസിനു മേൽ പ്രായം തോന്നിക്കുന്ന സുന്ദരിയായ സ്ത്രീ അവരെ നോക്കി ചിരിച്ചു.

'ഡ്രാഗോമീർ സാൽവറ്റോർ, അലെക്സാൻഡ്രൂ ഞാൻ മരിയ, അനസ്തേഷ്യ മരിയ. വ്ലാദിനെ നിങ്ങൾ പരിചയപ്പെട്ടില്ലേ? ഞാൻ അദ്ദേഹത്തിന്റെ പത്നിയാണ്. അദ്ദേഹം പറഞ്ഞയച്ച ചില കാര്യങ്ങൾ നിങ്ങളെ അറിയിക്കാൻ വന്നതാണ്.'

പുറത്തു തണുത്ത കാറ്റടിച്ചു കൊണ്ടേയിരുന്നു. അനസ്തേഷ്യ മരിയ ഡ്രാഗോമീറിനോടും അലെക്സിയോടും ഗൗരവത്തിൽ എന്തൊക്കെയോ പറഞ്ഞുകൊണ്ടിരുന്നു. കുറെ കഴിഞ്ഞപ്പോൾ ഡ്രാഗോമീറിന്റെ കയ്യിൽ ഇരുന്ന റാന്തൽ അണഞ്ഞു.

അലക്സി തിരികെ മുറിയിലെത്തി റാന്തൽ വീണ്ടും കത്തിച്ചു തിരികെ വരുമ്പോൾ ബാൽക്കണിയിൽ ഡ്രാഗോമീർ മാത്രമേ ഉണ്ടായിരുന്നുള്ളൂ. അനസ്തേഷ്യ മരിയ തന്റെ ദൗത്യം പൂർത്തിയാക്കി മടങ്ങിക്കഴിഞ്ഞിരുന്നു.

കാർപാത്യൻ മലയിലെ ഇരുട്ടിന്റെ കമ്പളം നീക്കി സൂര്യപ്രകാശം തെളിഞ്ഞു തുടങ്ങിയപ്പോൾ തന്നെ സ്റ്റെഫാൻ യാത്രയ്ക്ക് തയാറായി. അപ്പോഴേക്കും അലെക്സിയും ഡ്രാഗോമീറും താഴേക്കിറങ്ങി വന്നു.

'ബൂണ ദിമിനാത്ത സ്റ്റെഫാൻ'

ഡ്രാഗോമീർ സ്റ്റെഫാന് സുപ്രഭാതം പറഞ്ഞു.

'അതിരാവിലെ തന്നെ എങ്ങോട്ടാണ് യാത്ര?'

അലക്സി ജിജ്ഞാസയോടെ ചോദിച്ചു.

'രാവിലെ തന്നെ പോയി പിർവുവിനേയും വിന്റിയേയും കൊണ്ടുവരാമെന്നു കരുതി.'

'ഓഹ് .. ഞാനതു മറന്നു.' അലക്സി പ്രതിവചിച്ചു. നേരത്തെ തയാറാക്കി വച്ചിരുന്ന ഫ്രേപ്പ കുടിച്ചിട്ട് മൂവരും പുറത്തേക്ക് വന്നു. സ്റ്റെഫാൻ അലെക്സിയുടെ കുതിരവണ്ടിയിൽ പുറപ്പെട്ടപ്പോൾ ഇരുവരും അതുനോക്കി നിന്നിട്ട്. തിരികെ അകത്തേക്ക് പോയി ഗൗരവമേറിയ എന്തോ വിഷയം പതിഞ്ഞ ശബ്ദത്തിൽ ചർച്ച ചെയ്തുകൊണ്ടിരുന്നു.

കോസ്റ്റഡീൻ ക്രാസ്സിമിറും കൂട്ടരും രാവിലെ തന്നെ ഉണർന്നു. ഫിറാസ് ഗാദിയുടെ കണക്കുകൂട്ടൽ പ്രകാരം ഇന്നുച്ചയോടെ തങ്ങൾ സുൽത്താൻ മഹമൂദിന്റെ ഉപേക്ഷിക്കപ്പെട്ട കോട്ടയിൽ എത്തും എന്നത് അവരെ ആവേശഭരിതരാക്കി.

അവർ താൽക്കാലിക കൂടാരങ്ങൾ അഴിച്ചെടുത്തു.

എല്ലാവരും യാത്രയ്ക്ക് തയാറായി.

24

മാർവിൻ ഞെട്ടിയുണർന്നു.

അയാൾ ചുറ്റും നോക്കി.

കൊടുംകാട്ടിനുള്ളിലെവിടെയോ ആണ് താനെന്ന് അയാൾ തിരിച്ചറിഞ്ഞു. തനിക്കെന്താണ് സംഭവിച്ചത് എന്നയാൾ ഓർക്കാൻ ശ്രമിച്ചു. രാത്രിയിൽ സത്രത്തിനു മുന്നിൽ എത്തിയതും രണ്ടുപേരെ ഇസ്കന്തർ അൽ ബാകിി സത്രത്തിലേക്ക് അയച്ചതും അയാൾ ഓർത്തു. താനും മറ്റുള്ളവരും കുറ്റിക്കാട്ടിൽ പതുങ്ങിയിരിക്കവേ പെട്ടെന്ന് സത്രത്തിന്റെ വാതിൽ തുറന്നു രണ്ടുപേർ പുറത്തേക്ക് വന്നു. വെളുത്ത പഞ്ഞിക്കെട്ടുപോലെ തലമുടിയുള്ള നീണ്ട താടിയുള്ള ഒരു വൃദ്ധനും ഉറച്ച ശരീരമുള്ള ഒരു മധ്യവയസ്കനും.

സത്രത്തിനു മുന്നിലെ മങ്ങിയ റാന്തൽ വെട്ടത്തിൽ പോലും വൃദ്ധൻ തേജസോടെ തിളങ്ങി.

പെട്ടെന്നു സകല കാഴ്ചകളെയും മറച്ചുകൊണ്ട് അവിടമാകെ മൂടൽമഞ്ഞു നിറഞ്ഞു.

അഴുകിയ ശവങ്ങളുടെ ഗന്ധം.

പിന്നൊന്നും ഓർമയില്ല.

തന്റെ തൊട്ടടുത്തു നിന്ന ഇസ്കന്തർ കുഴഞ്ഞുവീഴുന്നതു കണ്ട നേരിയ ഓർമയുണ്ട്.

അപ്പോഴേക്കും താനും വീണു പോയിരുന്നു.

'സുൽത്താൻ മഹമൂദ് ഉപേക്ഷിച്ചു പോയതൊക്കെയും ഈ വലേഹ്ചിയായ്ക്ക് അവകാശപ്പെട്ടതാണ്. അത് കണ്ടു കൊതിക്കുന്നവർക്ക് എന്റെ ശിക്ഷ മരണമാണ്.'

ഘനഗംഭീരമായ ഒച്ചയിൽ ആരോ പറയുന്നത് കേട്ട് അയാൾ ചാടിയെഴുന്നേറ്റു. ആരെയും കാണാനില്ല.

മാർവിൻ ഭീതിയോടെ ചുറ്റും നോക്കി.

പെട്ടെന്നയാൾ നിന്നിരുന്നതിനു പിന്നിലായി ആ കാഴ്ച കണ്ടു വിറച്ചു. എട്ടു മരക്കുന്തങ്ങൾ അവയങ്ങനെ ആകാശത്തോളം ഉയരത്തിൽ കുത്തി നിർത്തിയിരിക്കുന്നു...

അവയ്ക്കു മുകളിൽ പിടയുന്ന ഉടലുകൾ. ഒരു നിലവിളി അയാളുടെ തൊണ്ടയിൽ കുരുങ്ങി. അത്.. അതവരല്ലേ? ഇസ്കന്തർ അൽ ബാകിയും കൂട്ടരും.

മാർവിന്റെ കാലുകൾ തളർന്നു പോയത് പോലെ തോന്നി. അമ്പേ തളർന്നു ഭീതിയോടെ അയാൾ തറയിലേക്കിരുന്നു. ഒരു തടിയൻ ചെന്നായയുടെ മുഖം അയാൾ തന്റെ തൊട്ടടുത്തായി കണ്ടു. അനങ്ങാനാകുന്നില്ല.

അയാൾ നിസ്സഹായനായി ചെന്നായയെ നോക്കി അത് നാവു നൊട്ടി നുണഞ്ഞുകൊണ്ടു അയാളുടെ അടുത്തേക്ക് ചുവടുവച്ചു.

പതിവിലും കുറെയേറെ താമസിച്ചാണ് പിർവൂ ഉണർന്നത്. സമയം എട്ടുമണിയെങ്കിലും ആയിട്ടുണ്ടാകുമെന്ന് അയാൾക്ക് ബോദ്ധ്യപ്പെട്ടു.

വിന്റിയും ഉണർന്നിട്ടില്ല.

പെട്ടെന്നാണ് അയാൾക്ക് തലേദിവസം രാത്രി വന്ന അതിഥികളെക്കുറിച്ചു ഓർമ്മവന്നത്.

ചാടിപ്പിടിച്ചെഴുന്നേറ്റു അയാൾ പ്രധാന ഹാളിലേക്ക് വന്നപ്പോൾ സൈനികർ ഇരുവരും ഗാഢനിദ്രയിലായിരുന്നു.

അയാൾ അതിഥികളുടെ മുറിയിലേക്ക് നടന്നു.

അവിടെ ആരുമില്ല. അവർ വെളുപ്പിനെ പോയിട്ടുണ്ടാവാം.

ഒരുപക്ഷേ, പോകും മുൻപ് അവർ തന്നെ വിളിച്ചിട്ടുണ്ടാവാം. വല്ലാത്ത ഉറക്കമായിപ്പോയി. അയാൾ സത്രത്തിൽ നിന്ന് പുറത്തേക്കിറങ്ങുന്ന വാതിൽ തുറന്നു നോക്കി.

അതിഥികളുടെ കുതിരവണ്ടി അപ്രത്യക്ഷമായിരിക്കുന്നു.

കുറച്ചു ഫ്രേപ്പ തയാറാക്കണം.

എന്നിട്ട് സൈനികരെ വിളിച്ചുണർത്താം.

അയാൾ അടുക്കളയിലേക്ക് നടന്നു.

തലേദിവസം രാത്രിയിൽ അവിടെ നടന്നതൊന്നും സത്രത്തിലാരും അറിഞ്ഞിരുന്നേയില്ല.

ഫിറാസ് ഗാദിയുടെ കണക്കുകൂട്ടലുകൾ തെറ്റിയില്ല. ഉച്ചയാകാറായപ്പോൾ മലനിരയിൽ ഇത്തിരി ഉയരത്തിലായി തകർന്നു പൊടിഞ്ഞ കോട്ടയുടെ അവശിഷ്ടങ്ങൾ അയാൾ ക്രാസ്സിമിറിനും കൂട്ടർക്കും കാട്ടിക്കൊടുത്തു.

ആ കാഴ്ച അവരെ ആഹ്ലാദഭരിതരാക്കി.

വഴിയിലെ ചെടികൾ വെട്ടിമാറ്റിക്കൊണ്ടു ഉത്സാഹഭരിതരായി അവർ അങ്ങോട്ടേക്ക് കുതിച്ചു.

ഗ്രിഗോറിയുടെ ഓഫീസ് മുറിയിൽ വിയോറിൽ ഗ്രിഗോറിക്കൊപ്പം ഫ്രേപ്പെ കുടിച്ചുകൊണ്ടിരുന്നു.

'എന്താ തിടുക്കപ്പെട്ടു ഇങ്ങനെയൊരു തീരുമാനം?'

'കാര്യങ്ങൾ സുതാര്യമാകണം വിയോ, ജനങ്ങളുടെ വിശ്വാസം നേടിയെടുക്കാതെ നമ്മളെന്തു ചെയ്തിട്ടും കാര്യമില്ല. അന്റോണിയോണി സഹോദരന്മാർ ഖനി വിൽക്കാൻ തീരുമാനമെടുത്തിരിക്കുന്നു. ഫ്രാൻസിൽ നിന്നു മാഡം മിനാ അത്താനോസിന്റെ സന്നദ്ധ സംഘടനയിൽ പെട്ടവർ ബുക്കാറെസ്റ്റിൽ എത്തിയിട്ടുണ്ട്. അവർ ഒരു സ്കൂൾ തുടങ്ങാനും, ആരോഗ്യ പ്രവർത്തനങ്ങൾ നടത്താനും ഒക്കെ ആയി തിരഞ്ഞെടുത്തിരിക്കുന്നത് നമ്മുടെ പട്ടണമാണ്. ഇതൊക്കെ ജനങ്ങൾ അറിയണമല്ലോ വിയോ'

'ശരിയാണ് ഗ്രിഗോറി, ഇത്രയധികം കാര്യങ്ങൾ... തീർച്ചയായും ജനങ്ങൾ അറിയുക തന്നെ വേണം. എനിക്കാകെ ആശങ്ക ആ ഖനിയുടെ കാര്യത്തിലാണ്. അത് ഏറ്റെടുക്കാനുള്ള സാമ്പത്തിക ശേഷി ടാർഗൂസിനില്ല. ഹങ്കേറിയൻ ഖനി ഉടമകൾക്ക് അതിൽ കണ്ണുണ്ട്. സ്വകാര്യ മേഖലയിൽ വീണ്ടും ഖനി വിട്ടുകൊടുത്താൽ തൊഴിലാളികളുടെ ദുരിതമോ, ഈ നാടിന്റെ ദുരവസ്ഥയോ മാറ്റിയെടുക്കാൻ നമുക്കാകാതെ വരും. അതിനപ്പുറം എനിക്ക് കിട്ടിയ രഹസ്യ വിവരങ്ങൾ വിശ്വസിക്കാമെങ്കിൽ പഴയ ഖനിയുടമ കോസ്റ്റഡീൻ ക്രാസ്സിമിർ ഖനി തിരികെ വാങ്ങാൻ ഫണ്ട് ശേഖരിക്കാൻ

ശ്രമിക്കുന്നുണ്ടത്രേ. ഖനി അയാളിലേക്ക് തിരികെ എത്തിയാൽ അതും നമുക്ക് തലവേദനയാകും.'

'അപ്പോൾ വരുന്ന ഞായറാഴ്ച ഉച്ചയ്ക്ക് ശേഷം ടാർഗൂസ് കവലയിൽ ജനങ്ങളുടെ യോഗം വിളിച്ചു കൂട്ടാം. അപ്പോഴേക്കും മാഡം മിനായും കൂട്ടരും എത്തിച്ചേരുകയും ചെയ്യും.'

'അങ്ങനെയാകട്ടെ ഗ്രിഗോറി, എന്റെ അറിവിൽ ഇതാദ്യമായിട്ടാണ് ടാർഗൂസിൽ ഇങ്ങനെയൊരു യോഗം ഉണ്ടാകുന്നത്. നിങ്ങൾ പറഞ്ഞത് ശരിയാണ് ഗ്രിഗോറി. എല്ലാറ്റിലും ജനങ്ങളുടെ പിന്തുണ ഉണ്ടാകേണ്ടത് അത്യാവശ്യം തന്നെ. വേണ്ട ഒരുക്കങ്ങൾ ഞാൻ ചെയ്തുകൊള്ളാം.'

വിയോ പുറത്തിറങ്ങി തന്റെ ഓഫീസിലേക്ക് നടന്നു.

25

തകർന്ന കോട്ടയ്ക്കുള്ളിൽ കോസ്റ്റഡീൻ ക്രാസ്സിമിറും കൂട്ടരും എത്തിച്ചേർന്നു. കോസ്റ്റഡീൻ ഫിറാസിനോട് ചോദിച്ചു.

'ഈ കോട്ടയിരിക്കുന്ന ഇടം ഒരു ഗ്രാമത്തോളം വലുപ്പമുള്ളതാണ്. ഇവിടെ എവിടെയോ ആണ് സുൽത്താൻ മഹമൂദ് ആ നിധി ഒളിപ്പിച്ചു വച്ചിട്ടുള്ളത്. ഇങ്ങോട്ടേക്കുള്ള വഴി കണ്ടെത്തിയതിലും പ്രയാസകരമായിരിക്കും ആ നിധി കണ്ടെത്തുക എന്നത്.'

'തീർച്ചയായും കോസ്റ്റഡീൻ, പല രേഖകളും പഠനങ്ങളും ഒക്കെ ആശ്രയിച്ചാണ് ഇങ്ങോട്ടുള്ള വഴി സൂചിപ്പിക്കുന്ന ആ ഭൂപടം ഞാൻ ഉണ്ടാക്കിയത്. പക്ഷേ, ഞാനിന്നേവരെ പഠിച്ചിട്ടുള്ള ഒന്നിലും കോട്ടയ്ക്കുള്ളിൽ നിധി എവിടെ ഒളിപ്പിച്ചിരിക്കാം എന്നതിനെക്കുറിച്ചൊരു വിശ്വസിക്കാവുന്ന വ്യക്തമായ സൂചന ഇല്ല. എന്ന് തന്നെയുമല്ല നിധി ഒളിപ്പിക്കപ്പെട്ടിട്ട് നാല് നൂറ്റാണ്ടു കഴിഞ്ഞിരിക്കുന്നു. ഈ തകർന്നു കിടക്കുന്ന കോട്ടയുടെ പരിധിയിൽ എവിടെയോ അതുണ്ടാകാമെന്നേ ഇപ്പോൾ പറയാൻ ആവുന്നുള്ളൂ. ഇനിയത് കണ്ടെത്തുക എന്നതാണ് നമ്മുടെ മുന്നിലുള്ള ഏറ്റവും വലിയ കടമ്പ.'

'പേട്രൺ എനിക്കൊരു ആശയം തോന്നുന്നു.'

കോർണൽ കോസ്റ്റഡീനോട് പറഞ്ഞു.

'പറഞ്ഞോളൂ കോർണൽ.' കോസ്റ്റഡീൻ അനുവദിച്ചു.

'പേട്രൺ താങ്കളായിരുന്നു സുൽത്താൻ മഹ്മൂദിന്റെ സ്ഥാനത്തെങ്കിൽ താങ്കൾ അത്തരം ഒരു വലിയ നിധി എവിടെ ഒളിപ്പിക്കുമായിരുന്നു? ഡോംന്യൂൾ ഫിറാസ് ഗാദി താങ്കളായിരുന്നുവെങ്കിൽ

എവിടെ ആവും അത് നിക്ഷേപിക്കുക?'

'ആ പറഞ്ഞത് യുക്തിസഹമായ ഒരു ചിന്താരീതിയാണ്. സ്വാഭാവികമായും ഇത്രയും വലിയൊരു തുക ഒളിച്ചു വയ്ക്കുമ്പോൾ നാം എന്താവും ചിന്തിക്കുക?' ഫിറാസ് ഗാദി കോർണലിന്റെ ആശയത്തോട് താല്പര്യം പ്രകടിപ്പിച്ചു.

'അത് തട്ടിയെടുക്കാൻ ശത്രുക്കൾ ശ്രമിക്കുമെന്നിരിക്കെ അവർക്ക് എളുപ്പം പിടികിട്ടാത്ത ഒരിടമാകും തിരഞ്ഞെടുക്കുക. എന്നുവച്ചാൽ സാമാന്യയുക്തി കൊണ്ട് കണ്ടെത്താൻ ആവാത്തൊരിടം.' തുർക്കി സംഘത്തിന്റെ തലവൻ പറഞ്ഞു.

'നമ്മുടെ പണി അത്ര എളുപ്പമാവില്ല എന്നർത്ഥം. ഇവിടെ ആകെ ഒന്ന് പരിശോധിച്ചാൽ മാത്രമേ അതിനൊരു തുമ്പ് കണ്ടെത്താൻ ആവൂ.'

ഫിറാസ് തുടർന്ന് പറഞ്ഞു. കോസ്റ്റഡീൻ തിരിഞ്ഞു തന്റെ ഒപ്പം വന്ന ആളുകളോട് അവിടെ ക്യാമ്പ് ചെയ്യാൻ വേണ്ടതൊരുക്കാൻ ആവശ്യപ്പെട്ടു. കോട്ടയ്ക്കുള്ളിൽ പുല്ലുവളർന്നു കിടന്ന ഇടത്തേക്ക് കുതിരകളെ മാറ്റിയിട്ടു വണ്ടികൾ അവർ ഒതുക്കിയിട്ടു. എന്നിട്ട് സൈനിക കൂടാരങ്ങളെ അനുസ്മരിപ്പിക്കുന്ന കട്ടിത്തുണികൾ നിവർത്തി കൂടാരങ്ങൾ കെട്ടിത്തുടങ്ങി.

സ്റ്റെഫാൻ പിർവൂവിനെ കൂട്ടിക്കൊണ്ടുവരാൻ പോയി അല്പം കഴിഞ്ഞപ്പോൾ ഡ്രാഗോമീറും അലെക്സിയും തങ്ങളുടെ കുതിരകളിൽ ടാർഗൂസ് പട്ടണം വിട്ടു പോയി. വിയോറിൽ അന്നത്തെ ദിവസം അവധിയെടുത്തു. പിയറിയും, മാർത്തയും വിയോറിലും, ആദെലീനും, എലിജാ ഭവനത്തിൽ വിന്റീലയുടെയും പിർവൂവിന്റെയും തിരിച്ചു വരവ് ആഘോഷിക്കാൻ വേണ്ട ഒരുക്കങ്ങളിലായിരുന്നു.

'ഈ അലെക്സിയും ഡ്രാക്കോയും എങ്ങോട്ടു പോയി?'

വിയോറിൽ പിയറിയോടു ചോദിച്ചു.

'ആ... എന്നോടൊന്നും പറഞ്ഞില്ല വിയോ. ഞാനും അതാ ആലോചിച്ചു കൊണ്ടിരുന്നത്.'

ആദെലീൻ തന്റെ പ്രീയപ്പെട്ട ബാല്യകാലസഖിയുടെ തിരിച്ചുവരവിന് ഉള്ള ഒരുക്കങ്ങളിൽ മാർത്തയ്ക്കൊപ്പം സജീവമായി ഇടപെട്ടുകൊണ്ടിരുന്നുവെങ്കിലും അവളുടെ ഉള്ളിൽ ഒരു ആശങ്ക അപ്പോഴുമുണ്ടായിരുന്നു. അത് മനസിലാക്കിയ പോലെ മാർത്ത അവളോട് ചോദിച്ചു.

'മോളെ നീ വിഷമിക്കണ്ട, പിർവൂ തിരിച്ചു വരുന്ന ദിവസമല്ല അലെക്സിയും ഡ്രോക്കോയും എന്തായാലും എത്താതിരിക്കില്ല.'

'അമ്മായീ, വിന്റിയ്ക്ക് എത്ര മക്കളുണ്ട്?'

'ഒരു മകൾ ഉണ്ടായിരുന്നു ആദെലീൻ, മലമ്പനി വന്നു ആ കുഞ്ഞു നന്നേ ചെറുപ്പത്തിലേ മരിച്ചു പോയി. മൂന്നോ നാലോ വയസായിരുന്നു. അതിനുശേഷം ജീവിതം ഒന്ന് നന്നായി ഉറപ്പിച്ചിട്ട് മാത്രമേ ഇനി കുഞ്ഞുങ്ങളെക്കുറിച്ച് ആലോചിക്കൂ എന്ന് അവർ തീരുമാനിച്ചതാ.'

'അയ്യോ... അവളെങ്ങനെ അത് സഹിച്ചു കാണും?'

ആദെലീന് വിഷമം തോന്നി.

അവരങ്ങനെ ഓരോന്ന് പറഞ്ഞുകൊണ്ട് വിരുന്നിനും മറ്റുമുള്ള ഒരുക്കങ്ങൾ തുടർന്നു. അതിനിടയിൽ ടാർഗോവീഷ്ഠയിൽ നിന്നൊരു സന്ദേശവുമായി ഒരു സൈനികൻ വിയോറിലിനെ കാണാൻ ഓഫീസിൽ എത്തിയെങ്കിലും അദ്ദേഹം കുടുംബവീട്ടിലാണെന്നു മനസിലാക്കി അവിടെ വന്നു സന്ദേശം കൈമാറി പോയി. ആ സന്ദേശം കിട്ടിയതോടെ വിയോറിൽ കൂടുതൽ ഉത്സാഹഭരിതനായി. അവന്റെ ഭാവമാറ്റം പിയറി ശ്രദ്ധിക്കാതിരുന്നില്ല.

'എന്താ വിയോ പെട്ടെന്ന് ഉഷാറായതു പോലെ?'

'ആരോടും പറയണ്ട, ദിമിത്രി ഫിലിപ്പിന്റെ കുറ്റകൃത്യങ്ങളുടെ കടലാസുകൾ ഞാൻ ടാർഗോവീഷ്ഠയിലെ മേലുദ്യോഗസ്ഥർക്ക് അയച്ചു കൊടുത്തിരുന്നു. അവനെ എവിടെ വച്ച് കണ്ടാലും ജീവനോടെയോ അല്ലാതെയോ പിടികൂടാൻ ഉത്തരവായിട്ടുണ്ട്. മാർത്ത അമ്മായി ഇയോണിനെ കൊന്നത് സാഹചര്യം അനുസരിച്ചു സ്വന്തം ജീവൻ രക്ഷിക്കാൻ ചെയ്തത് ആണെന്നും അതിനാൽ അവർ കുറ്റവാളിയായി കണക്കാക്കപ്പെടേണ്ടതില്ല എന്നും ഭരണകൂടം തീരുമാനിച്ചിരിക്കുന്നു. ഫിലിപ്പ് ഭവനത്തിന്റെ കാര്യത്തിൽ അന്തിമ തീരുമാനം എടുക്കാനും ഇനിയുള്ള കേസുകൾ തീർപ്പാക്കാനും ഗ്രിഗോറി കോൺസ്റ്റന്റൈനെ ചുമതലപ്പെടുത്തി വേറെയും ഒരു ഉത്തരവ് വന്നിട്ടുണ്ട് പിയറി അമ്മാവാ. ആ വീട് അടക്കം ദിമിത്രിയുടെ സകല സ്വത്തുക്കളും ഇനി ആദെലീനു കിട്ടാൻ തടസങ്ങൾ ഇല്ല എന്നർത്ഥം.'

'ഓഹ്... വിയോ ഇതിനെങ്ങനെ നന്ദി പറയണമെന്ന് എനിക്കറിയില്ല. ഇന്നല്ലെങ്കിൽ നാളെ മാർത്തയുടെ കേസ് വിചാരണയുണ്ടാവുമെന്നും അതിന്റെ ഫലം എന്താവുമെന്നും ഞാൻ ഒരുപാട് ഭയന്നിരുന്നു. വിയോ എനിക്കറിയാം നീ ശക്തമായി ഇടപെടുകയും

വേണ്ട തെളിവുകൾ ശേഖരിക്കയും ചെയ്തത് കൊണ്ടാണ് ഇത്ര പെട്ടെന്ന് ഈ കേസിൽ തീർപ്പ് വന്നതെന്ന്. ഞങ്ങൾക്കൊക്കെ ഒരുപാട് പ്രായമായില്ലേ മോനേ, ഇനിയുള്ള കുറച്ചു കാലമെങ്കിലും സമാധാനമായി ജീവിക്കാൻ ആവുമെന്ന് വരുന്നത് എത്ര ആശ്വാസമാണെന്നു നിനക്ക് ഊഹിക്കാൻ ആവുന്നുണ്ടോ? ഇതിനൊക്കെ ഞാൻ എങ്ങനെയാണ് നിന്നോട് നന്ദി പറയുക'

പിയറി വികാരാധീനനായി.

'മനഃപൂർവം അല്ലെങ്കിലും നിങ്ങളുടെ ജീവിതത്തിൽ പല കഷ്ടപ്പാടുകൾക്കും കാരണമായ പലതിലും എന്റെ പിതാവിന്റെ ഇടപെടലുകൾ ഉണ്ടായി. അതെല്ലാം അദ്ദേഹത്തിന്റെ ഔദ്യോഗിക ചുമതലകളുടെ ഭാഗമായി ചെയ്ത കാര്യങ്ങൾ കൊണ്ട് സംഭവിച്ചതാണ് എങ്കിലും, അദ്ദേഹത്തിന്റെ പേരിൽ ഇതൊരു പ്രായശ്ചിത്തമായി കരുതുക. എല്ലാം നന്നായി വരും അമ്മാവാ, വൈകീട്ട് വിരുന്നിനിടയിൽ നമുക്ക് ഈ വാർത്ത പുറത്തു വിടാം. അതുവരെ ഇതൊരു രഹസ്യമായിരിക്കട്ടെ.'

'നിന്റെ ഇഷ്ടം പോലെ മോനേ.'

പിയറി ഒരു ദീർഘനിശ്വാസം പൊഴിച്ചു.

അയാളും കൂടുതൽ ഉഷാറായി ഒരുക്കങ്ങൾ പൂർത്തിയാക്കാൻ വേണ്ട ശ്രമം തുടങ്ങി.

മഹമൂദിന്റെ കോട്ടയിൽ ഫിറാസ് ഗാദി കോർണലിനും മറ്റു രണ്ടു സഹായികൾക്കും ഒപ്പം ഓരോ ഇടവും പരിശോധിച്ചു. സുൽത്താൻ ഉറങ്ങാൻ ഉപയോഗിച്ചിരുന്ന കോട്ടയ്ക്ക് നടുവിലെ കൊട്ടാരം തകർന്നു തരിപ്പണമായിരുന്നു. നിധി അവിടെ ഉണ്ടായേക്കാം എന്ന് സഹായികൾ സൂചിപ്പിച്ചെങ്കിലും ഫിറാസും കോർണലും ആ സാധ്യത തള്ളിക്കളഞ്ഞു. എല്ലാവരും അത് തന്നെയാവും പ്രതീക്ഷിക്കുക എന്നും സുൽത്താൻ മഹമൂദ് ഒരിക്കലും അങ്ങനെ ചെയ്യില്ലെന്നും അവർ വിശ്വസിച്ചു. മറ്റിടങ്ങളും പരിശോധിച്ചു കൊണ്ട് അവർ കോട്ടയുടെ കൂടുതൽ ഉൾവശങ്ങളിലേക്ക് സഞ്ചരിച്ചു.

ഏതാണ്ട് മൂന്നു മണിയോടെ അലെക്സിയുടെ കുതിരവണ്ടി എലിജാ ഭവനത്തിന്റെ കവാടം കടന്നു ഉള്ളിലേക്ക് കയറി. എല്ലാവരും ചേർന്ന് പിർവുവിനെയും വിന്റീലയെയും സ്വീകരിച്ചു. അതീവ സുന്ദരിയായിരുന്ന ആദെലീന്റെ രൂപം കണ്ടു വിന്റീലയ്ക്ക് ദുഃഖം തോന്നി.

വർഷങ്ങൾക്ക് ശേഷം അവർ ഇരുവരും ആലിംഗനം ചെയ്തു. അതേസമയം ഡ്രാഗോമീറിനെയും അലെക്സിയും കാണാത്തതു കൊണ്ട് സ്റ്റെഫാൻ പിയറിയോടു അവരെപ്പറ്റി അന്വേഷിക്കുകയും അവർ രാവിലെ എങ്ങോട്ടോ പോയി എന്ന പിയറിയുടെ വെളിപ്പെടുത്തലിൽ സ്റ്റെഫാൻ അത്ഭുതപ്പെടുകയും ചെയ്തു. രാവിലെ താൻ ഇറങ്ങുമ്പോഴും അത്തരം ഒരു യാത്രയെക്കുറിച്ചു അവർ ഒന്നും പറഞ്ഞിരുന്നില്ലെന്നു സ്റ്റെഫാൻ പരിഭവിച്ചു. പിർവുവിനെയും ആ വാർത്ത അത്ഭുതപ്പെടുത്തി. താൻ ഈ നാട്ടിലേക്ക് തിരിച്ചു വാസത്തിനായി എത്തുന്ന സമയം നോക്കി അവരവിടെ പോയെന്നു അവനും ചിന്തിച്ചു.

സായാഹ്നം കാർപാത്യൻ മലകളെ വെള്ളിവെളിച്ചം കൊണ്ട് അലങ്കരിച്ചു. എലിജാ ഭവനത്തിൽ വിന്റീലയുടെ തിരിച്ചുവരവിന്റെ ആഘോഷം തുടങ്ങിയപ്പോഴേക്കും ഗ്രിഗോറിയും നിക്കോലീനയും എത്തിച്ചേർന്നു. അല്പം കഴിഞ്ഞപ്പോൾ അലെക്സിയും ഡ്രാഗോമേറും എലിജാ ഭവനത്തിന്റെ കവാടത്തിലൂടെ ഉള്ളിലേക്ക് കടന്നു. ഹിച്ചിങ് റെയിൽ എന്ന കുതിരയെ കെട്ടുന്ന മരം കൊണ്ടുള്ള നിർമ്മിതിയിലേക്ക് കുതിരകളെ കെട്ടിയിട്ട് അവർ ഇറങ്ങുമ്പോൾ പിയറി ഓടിവന്നു. പിന്നാലെ സ്റ്റെഫാനും.

'നിങ്ങള് രണ്ടും കൂടി രാവിലെ എങ്ങോട്ടു മുങ്ങിയതാ?'

'ടാർഗോവീഷ്ഠ വരെ പോയി. എന്തെങ്കിലും പണിയെടുക്കാതെ ജീവിക്കാൻ ആവില്ലല്ലോ പിയറി അമ്മാവാ. ചില ആശയങ്ങൾ ഉണ്ട് അതേക്കുറിച്ചു വിശദമായി അന്വേഷിക്കാമെന്നു കരുതി പോയതാ.'

പിയറി ആ വിശദീകരണത്തിൽ തൃപ്തനായത് പോലെ തോന്നിയെങ്കിലും സ്റ്റെഫാന്റെ കണ്ണുകൾ ഡ്രാഗോമീറിൽ തറച്ചു നിന്നു. ഒരു ചെറിയ പുഞ്ചിരിയോടെ ഡ്രാക്കോ അവന്റെ നോട്ടം അവഗണിച്ചുകളഞ്ഞു.

എലിജാ ഭവനത്തിന്റെ പ്രധാന ഹാളിലേക്ക് കടന്നു വന്ന അലെക്സാൻഡ്രൂവിനെ ഒന്നേകാൽ പതിനാണ്ടിനിപ്പുറം ആദെലീൻ വീണ്ടും കണ്ടു. അവനാകട്ടെ അവളെ കണ്ടതായി നടിക്കുക പോലും ചെയ്തില്ല. അക്കാര്യം ശ്രദ്ധിച്ച മാർത്ത അസ്വസ്ഥയായി. അവൾ അലെക്സിയെ വിളിച്ചു മാറ്റി നിർത്തി ചോദിച്ചു.

'അലക്സീ നീ എന്തെ ആദെലീനെ ഒഴിവാക്കുന്നു.'

'ഹേ... അങ്ങനെയൊന്നുമില്ല അമ്മായീ.'

അവൻ മറുപടിയിലെ നിസ്സംഗത അവർക്ക് മനസിലായി.

'എനിക്കറിയാം മോനെ, നിങ്ങൾ പിരിഞ്ഞ കാലത്തു സംഭവിച്ചതൊക്കെ എനിക്കറിയാം. പക്ഷേ, അലെക്സി അത് കഴിഞ്ഞു എത്രയോ കാലമായി. ഇന്നവൾ പൂർണ്ണ മനസോടെ നിന്നെ സ്നേഹിക്കുന്നുണ്ട് എന്ന് എനിക്കറിയാം. നിനക്കും ഉള്ളിൽ അവളോട് സ്നേഹമുണ്ട് അതും ഈ കിഴവിക്കറിയാം. പിന്നെന്താണ് നീ അകന്നു നിൽക്കുന്നത്?'

അലെക്സി വികാരാധീനനായി. അല്പം ദൂരെ നിന്നു ഡ്രാഗോമീർ അവരുടെ സംഭാഷണം ശ്രദ്ധിച്ചു എങ്കിലും അവനിടപെടാൻ പോയില്ല. അലെക്സിയുടെ മനസിന്റെ ഉള്ളിൽ അവളോടിപ്പോഴും ഇഷ്ടമുണ്ടെന്നു അവനറിയാമായിരുന്നു.

അവൻ മെല്ലെ ഗ്രിഗോറിയുടെ അടുത്തേക്ക് പോയി.

'മാർത്ത അമ്മായീ എപ്പോഴാണ് അലെക്സിക്ക് ആദെലീനോട് ഇഷ്ടമില്ലാതിരുന്നിട്ടുള്ളത്? എന്നും അവളോടെനിക്ക് സ്നേഹമേയുള്ളൂ. എങ്കിലും ഇനിയൊരിക്കലും പഴയതു പോലെ അവളെ കാണാൻ എനിക്കാവില്ല.'

'അങ്ങനെയൊരിഷ്ടം ഇല്ലെങ്കിൽ നീയെന്തിനു സ്വന്തം ജീവൻ പോലും പണയം വച്ച് ഞങ്ങളെ പോലും ഒഴിവാക്കി ആ പുലർച്ചെ ടാർഗൂസിലേക്ക് വന്നു? അങ്ങനെ ചാടിക്കേറി ഇറങ്ങിത്തിരിച്ചത് കൊണ്ടല്ലേ നിനക്ക് ഈ അപകടമുണ്ടായത്? നോക്ക് മോനേ ഞാൻ ഒത്തിരി ജീവിതം കണ്ടതാണ്. നീയെനിക്ക് സ്വന്തം മകൻ തന്നെയാണ്. നിനക്ക് അമ്മായിയോട് തരിമ്പെങ്കിലും സ്നേഹമുണ്ടെങ്കിൽ അവളെ വിളിച്ചു സംസാരിക്കണം. പ്രണയിക്കണം, പഴയതു പോലെ ആകണം എന്നൊന്നും ഞാൻ പറയുന്നില്ല. പക്ഷേ, അവളോട് നീ സംസാരിക്കണം. അത്രയെങ്കിലും നീ ചെയ്യണം. എനിക്ക് വേണ്ടി എങ്കിലും.'

'ഇത്തിരി കഴിയട്ടെ അമ്മായി.'

'ഇന്ന് ഈ വിരുന്ന് തീരുന്നതിനു മുൻപ് തന്നെ നീയത് ചെയ്യുമെന്ന് വാക്കു താ.' മാർത്ത അവന്റെ കൈ പിടിച്ചു തന്റെ കയ്യിൽ വച്ചിട്ട് അവനോടു പറഞ്ഞു.

'ഞാൻ ചെയ്യാം.'

അലെക്സിയുടെ വാക്കുകളിൽ നിസ്സംഗതയുണ്ടായിരുന്നു.

'ആരും തിരയാൻ സാധ്യത ഇല്ലാത്തൊരിടം. അതെവിടെയായിരിക്കും?'

ഫിറാസ് ഗാദി തന്റെയൊപ്പം കൂടാരത്തിൽ ഇരുന്ന മറ്റുള്ളവരോടെല്ലാമായി ചോദിച്ചു.

'അതെവിടെ എന്ന് എത്രയും വേഗം കണ്ടെത്തണം. ഞാൻ പറഞ്ഞില്ലേ മറ്റു ചിലരും ഇതിന്റെ പിന്നാലെയുണ്ട്. സൈന്യത്തിനെങ്ങാനും അറിവ് കിട്ടിയാൽ ദേശത്തിന്റെ സമ്പത്തു കൊള്ളയടിക്കാൻ ശ്രമിച്ചതിന്റെ പേരിൽ ഇനിയുള്ള നമ്മുടെ ജീവിതം ജയിലിലായിരിക്കും.'

തുർക്കിയിൽ നിന്നു വെളുത്ത കാട്ടുനായ്ക്കളുടെ തലവൻ പറഞ്ഞു. പെട്ടെന്ന് ഫിറാസ് ഗാദി ചാടി എഴുന്നേറ്റു.

'ഞാനിതെന്തുകൊണ്ട് നേരത്തെ ചിന്തിച്ചില്ല! ഞാനെന്തൊരു വിഡ്ഢിയാണ്. അതേ ഇപ്പോൾ എല്ലാം ശരിയായി വരുന്നു. അത് അവിടെ തന്നെയാണ്. അത് അവിടെ തന്നെയാണ്.'

ആർക്കും ഒന്നും പിടികിട്ടിയില്ല.

എല്ലാവരും കൗതുകത്തോടെ ഫിറാസിനെ നോക്കി.

'പിടികിട്ടിയില്ല അല്ലേ? പറയാം... തുർക്കിയിലെ രേഖകളിൽ ഈ നിധിയെക്കുറിച്ചു വളരെ നേരിയ പരാമർശമേയുള്ളൂ. അതാകട്ടെ ആളുകളുടെ വാമൊഴിയെന്ന നിലയിൽ രേഖപ്പെടുത്തിയതാണ് താനും. ആ വാചകം ഇങ്ങനെയാണ് - അവനതു വെറുക്കപ്പെട്ടവരുടെ ഒടുവിലത്തെ ഇടത്തൊളിപ്പിച്ചു പോന്നു, അടുത്ത യാത്രയിൽ തിരികെ എടുക്കാൻ- വെറുക്കപ്പെട്ടവരുടെ ഒടുവിലത്തെ ഇടം. അതാണ് ഏകസൂചന. അതെവിടെയാണെന്നു മനസിലായോ?'

'ഇല്ല' കോസ്റ്റഡീൻ ക്രാസ്സിമിർ കൈമലർത്തിക്കാട്ടി.

'ജയിൽ, ഈ കോട്ടയിൽ തടവുകാരെ പാർപ്പിച്ചിരുന്ന ജയിൽ. അതവിടെയാണ് സുൽത്താൻ ഒളിപ്പിച്ചിട്ടുള്ളത്. മിക്കവാറും ജയിൽപ്പുള്ളികളെ കൊല്ലാൻ ഉപയോഗിച്ചിരുന്ന ഇടത്തെവിടെയോ ആവണം അത്.'

'അപ്പോൾ നമുക്ക് നാളെ ആ ഇടം കണ്ടെത്തണം'

കോർണൽ മറുപടി പറഞ്ഞു.

അയാളുടെ വാക്കുകളിൽ ഊർജം നിറഞ്ഞിരുന്നു.

'അതെ സുൽത്താന്റെ ജയിലുകൾ നിർമിച്ച ശില്പി മിമാർ കേഴ്മേലിറ്റിന്റെ ശൈലിയനുസരിച്ചാണെങ്കിൽ ജയിലിന്റെ നിലവറ ഭാഗത്താണ് വധശിക്ഷകൾ നടപ്പാക്കുക. അവിടെ തന്നെയാവും സുൽത്താൻ അതൊളിപ്പിച്ചിരിക്കുക.'

എല്ലാവരും ഊർജസ്വലരായി നാളെ ആ നിധി തങ്ങളുടെ കൈ

വശം എത്തുമെന്നും ജീവിതം മാറി മറിയുമെന്നും കിനാവ് കണ്ടു.

അവർ ഉറക്കത്തിലേക്ക് വഴുതി.

26

എലിജാ ഭവനത്തിൽ വിരുന്ന് നടന്നുകൊണ്ടിരുന്നു. ടുയ്ക്കാ കുപ്പികൾ ഒഴിഞ്ഞു കൊണ്ടിരിക്കവേ വിയോറിൽ പെട്ടെന്ന് എല്ലാവരുടെയും ശ്രദ്ധ ക്ഷണിച്ചു കൊണ്ട് പറഞ്ഞു.

'എല്ലാവരും ഒന്ന് ഇങ്ങോട്ടു ശ്രദ്ധിച്ചേ, കുറച്ചു വിശേഷങ്ങൾ നിങ്ങളെ അറിയിക്കാനുണ്ട്.'

എല്ലാവരും വിയോറിലിന് ചുറ്റുമായി കൂടി നിന്നു.

'ഒന്നാമത്തെ കാര്യം ദിമിത്രി ഫിലിപ്പിനെക്കുറിച്ചാണ്. അയാളെ എവിടെ വച്ച് കണ്ടാലും ജീവനോടെയോ അല്ലാതെയോ അറസ്റ്റ് ചെയ്യാനുള്ള ഉത്തരവ് വന്നിട്ടുണ്ട്. അയാളുടെ സഹോദരൻ ഇവാനിയോ ഫിലിപ്പിന്റെ മരണം കൊലപാതകമായിരുന്നു എന്നും, താനും എന്ന് വേണമെങ്കിലും കൊല്ലപ്പെടാൻ ഇടയുണ്ടെന്നും ഫിയോഡോർ ഫിലിപ്പ് എന്ന ദിമിത്രിയുടെ പിതാവിന്റെ കത്ത് ഫിലിപ്പ് ഭവനത്തിൽ നിന്നും ഞാൻ കണ്ടെടുത്തിരുന്നു. ടാർഗൂസിലെ മേലുദ്യോഗസ്ഥർക്ക് അന്ന് തന്നെ അത് കൈമാറിയിരുന്നു. അതിന്മേൽ ആണ് ഈ വിധി. പിടിക്കപ്പെട്ടാൽ അയാൾക്ക് വധശിക്ഷയിൽ കുറഞ്ഞൊന്നും ലഭിക്കുകയില്ല.'

'സ്വത്തിന്റെ പേരിൽ സ്വന്തം കൂടെപ്പിറപ്പിനെ കൊന്നുകളയാൻ മാത്രം ക്രൂരനാണോ ഈ ദിമിത്രി?'

നിക്കോലീന അറിയാതെ പറഞ്ഞുപോയി.

'കഴിഞ്ഞില്ല, ഇയോണിന്റെ കാര്യത്തിൽ മാർത്ത അമ്മായി കുറ്റം ചെയ്തിട്ടില്ല എന്നും, അത് സാഹചര്യങ്ങളുടെ സമ്മർദത്തിൽ സംഭവിച്ചതാണെന്നും ടാർഗോവീഷ്ഠ അധികാരികൾ തീർപ്പാക്കിയിട്ടുണ്ട്. മാർത്ത അമ്മായി ഇനി ഇക്കാര്യത്തിൽ വിചാരണകൾ നേരിടേണ്ടി വരില്ല.'

മാർത്തയുടെ കണ്ണുകൾ നിറഞ്ഞൊഴുകി.

അവൾ പിയറിയുടെ മാറിലേക്ക് മുഖം അമർത്തി കരഞ്ഞു.

'ഇനിയും ഒരു പ്രധാന കാര്യം കൂടിയുണ്ട്. പ്രണയിക്കുന്നവർ ആലിംഗനം ചെയ്യുന്നത് കുറ്റകൃത്യമല്ലാത്തതിനാൽ പിയറി അമ്മാവന് മാർത്ത അമ്മായിയെ കെട്ടിപ്പിടിക്കാൻ തടസമില്ല എന്ന് അഡ്മിനിസ്ട്രേറ്റിവ് ഓഫീസർ എന്ന നിലയിൽ ഞാൻ ഉത്തരവിടുന്നു.'

ഗ്രിഗോറിയുടെ വാക്കുകൾ എല്ലാവരെയും പൊട്ടിച്ചിരിപ്പിച്ചു.

പിയറി ഉത്തരവ് അനുസരിക്കും പോലെ മാർത്തയെ ചേർത്തു പിടിച്ചത് വീണ്ടും ഒരു ചിരിക്ക് കാരണമായി.

വിയോറിൽ വീണ്ടും പറഞ്ഞു.

'തീർന്നിട്ടില്ല വിശേഷങ്ങൾ. ഫിയോഡോർ ഫിലിപ്പിന്റെ ഒസ്യത്തിൽ പറഞ്ഞിരിക്കുന്നതനുസരിച്ചു സകല സ്വത്തുക്കളും ആദെലീന്റെ പേരിലേക്ക് പൂർണ്ണമായ ക്രയവിക്രയ സ്വാതന്ത്ര്യത്തോടെ മാറ്റി നൽകാനുള്ള ഉത്തരവും ഒപ്പമുണ്ട്. മാർത്ത അമ്മായിയുടെ ഭവനം അടക്കം ദിമിത്രി നിയമവിരുദ്ധമായി പിടിച്ചെടുത്ത വസ്തുവകകൾ അതാതിന്റെ ഉടമകൾക്ക് തിരിച്ചു നൽകാനുള്ള തീരുമാനവും, ഇതേവരെ തീർപ്പാകാതെ കിടക്കുന്ന ദിമിത്രിയുടെയും കൂട്ടാളികളുടെയും മറ്റു കേസുകളുടെ തീർപ്പ് കൽപ്പിക്കാനുള്ള അധികാരവും പുതിയ ജുഡീഷ്യൽ ഓഫീസർ ആയ ഗ്രിഗോറിയിൽ നിക്ഷിപ്തമാക്കി മറ്റൊരു ഉത്തരവ് കൂടി പുറപ്പെടുവിച്ചിട്ടുണ്ട്'

എല്ലാവരും കയ്യടികളോടെ ആണ് ആ തീരുമാനം വരവേറ്റത്. അതിന്റെ പേരിലും ടുയ്ക്കാ ചഷകങ്ങൾ നിറഞ്ഞൊഴിഞ്ഞു. അതിനിടയിൽ അലെക്സിയെ സ്റ്റെഫാൻ പുറത്തേക്ക് വിളിച്ചു കൊണ്ടു പോയി.

'അലെക്സി സത്യം പറയണം നിങ്ങൾ എവിടെയാണ് പോയത്? അകത്തുള്ളവരോട് പറഞ്ഞ കളവുകൾ എന്നോട് പറയാൻ നിൽക്കരുത്.'

അലെക്സി ഒന്നും മിണ്ടാതെ അയാളെ നോക്കി നിന്നു. എന്താണ് പറയേണ്ടതെന്നാലോചിച്ചു നിൽക്കെ ഡ്രാഗോമീർ അവിടേക്ക് വന്നു. അയാൾ സ്റ്റെഫാന്റെ ചോദ്യം കേട്ടിരുന്നു എന്ന് അലെക്സിക്കും മനസിലായി.

'സ്റ്റെഫാൻ നിനക്കറിയേണ്ടതൊക്കെ ഞാൻ പറഞ്ഞു തരാം. ഇപ്പോഴല്ല വീടെത്തിയ ശേഷം. ഇപ്പോൾ നമുക്ക് അകത്തേക്ക് പോകാം.'

സ്റ്റെഫാൻ ഡ്രാഗോമീറിനൊപ്പം നടന്നപ്പോൾ അലെക്സി ഒരു ചുരുട്ടെടുത്തു കൊളുത്തി പുകവിട്ടു അവിടെ തന്നെ നിന്നു. അലെക്സി ഒറ്റയ്ക്ക് നിൽക്കുന്നത് കണ്ട മാർത്ത ആദെലീനെ അവന്റെ അടുത്തേക്ക് പറഞ്ഞു വിട്ടു. അവൾ മടിച്ചു മടിച്ചു അവന്റെ അടുത്തെത്തി.

അവൻ വെറുതെ ഒന്ന് ചിരിച്ചെന്നു വരുത്തി.

'അലെക്സി...'

അവൻ തിരിഞ്ഞു നോക്കി. ആദെലീൻ! ഈ ലോകത്തു തനിക്കേറ്റവും പ്രീയപ്പെട്ടതായിരുന്ന ആദെലീൻ. പെട്ടെന്ന് അവനു അവർ പിരിഞ്ഞ സമയത്തെ കാര്യങ്ങൾ ഓർമ്മവന്നു. എങ്ങനെ പ്രതികരിക്കണമെന്നറിയാതെ അലക്സി അവളെ നോക്കി.

അവന്റെ ഉള്ളിൽ ചിന്തകൾ കുഴഞ്ഞു മറിഞ്ഞു.

'അലെക്സീ നീ എന്നോട് ക്ഷമിക്കണമെന്നു ഞാൻ പറയില്ല... ആർക്കും ക്ഷമിക്കാൻ ആവാത്ത തെറ്റാണ് നിന്നോട് ഞാൻ ചെയ്തത് എന്നറിയാം. അതിന്റെ ഫലം ഞാൻ ആവോളം അനുഭവിച്ചു കഴിഞ്ഞു. അതൊക്കെ തിരുത്താൻ എനിക്കൊരു അവസരം തരുമോ നീ?'

'ആദെലീൻ, നിന്നോടെനിക്ക് വെറുപ്പോ ദേഷ്യമോ ഒന്നുമില്ല. പക്ഷേ, ഇനിയൊരിക്കലും പഴയ അലെക്സിയാവാനോ, നിന്നെ പഴയപോലെ കാണാനോ എനിക്കാവില്ല. എന്നോട് ക്ഷമിക്കുക. നിനക്കറിയാമായിരുന്ന ആ അലെക്സി എന്നോ മരിച്ചു പോയി.'

'അലെക്സീ ... എന്നോട് ഇത്തിരി ദയവ് കാട്ടണം അലെക്സീ. ശരിയാണ് ഞാൻ ചെയ്ത തെറ്റ് മാപ്പർഹിക്കുന്നില്ല എന്ന് എനിക്കറിയാം. ഒരു നാൾ എങ്കിൽ ഒരു നാൾ നിന്റെ പെണ്ണായി ഈ ലോകം കാണവേ ജീവിച്ചു മരിച്ചു പോയാലും സാരമില്ല അലെക്സി.'

ആദെലീൻ പൊട്ടിക്കരഞ്ഞുകൊണ്ടാണ് അത് പറഞ്ഞത്. വികാരാവേശത്തിൽ അവൾ കുഴഞ്ഞു താഴേക്ക് വീഴാൻ തുടങ്ങിയതും അലെക്സി അവളെ താങ്ങിപ്പിടിച്ചു. ആദെലീൻ വീഴാൻ തുടങ്ങുന്നത് ദൂരെ എലിജാ ഭവനത്തിനുള്ളിൽ നിന്നു അവർ സംസാരിക്കുന്നതു ശ്രദ്ധിച്ചിരുന്ന മാർത്ത അങ്ങോട്ടേക്ക് ഓടാൻ തുടങ്ങിയതും ഡ്രാഗോമീർ അവരെ തടഞ്ഞു.

'വേണ്ടാ അമ്മായി ... അവർ സംസാരിച്ചു തീർക്കട്ടെ.'

വിയോറിൽ ഡ്രാഗോമീറിനെയും സ്റ്റെഫാനെയും അടുത്തേക്ക് വിളിച്ചു. പിർവുവും അവരുടെ അടുത്തേക്ക് വന്നു. ഒപ്പം ഗ്രിഗോറിയും.

'ഡ്രാക്കോ വരുന്ന ഞായറാഴ്ച ഗ്രിഗോറി ടാർഗൂസിൽ ഒരു പൊതുയോഗം വിളിച്ചിട്ടുണ്ട്. നാളെ മുതൽ വിളംബരം ആരംഭിക്കും.'

'പൊതുയോഗമോ എന്താണ് വിഷയം?'

'അത് ഗ്രിഗോറി തന്നെ പറയുന്നതാണ് ഉത്തമം.'

ഡ്രാഗോമീർ ഗ്രിഗോറിയെ നോക്കി മറ്റുള്ളവരും ഉത്സുകരായി.

'മറ്റൊന്നുമല്ല, ഞാനും വിയോയും തൊഴിലാളികളുടെ കോളനികൾ പോയി കണ്ടിരുന്നു. അവിടത്തെ സാഹചര്യം ശരിക്കും

ഞെട്ടിക്കുന്നതാണ്. അതിനിയും അങ്ങനെ തുടർന്നാൽ പറ്റില്ല. പോയി വന്ന ശേഷം ഞാൻ അതേക്കുറിച്ചു ചില കത്തിടപാടുകൾ ഒക്കെ നടത്തിയിരുന്നു. ബുക്കാറെസ്റ്റിൽ നിന്നും ചില തീരുമാനങ്ങൾ എത്തിയിട്ടുണ്ട്.'

ഏവരും ജിജ്ഞാസയോടെ ഗ്രിഗോറിയുടെ വാക്കുകൾ കേട്ടു.

'വേതനത്തിന്റെ വിഷയങ്ങളൊക്കെ ഉണ്ടെന്നറിയാം. അന്റോണിയോ സഹോദരന്മാർ ഖനി വിൽക്കാൻ തീരുമാനമെടുത്തിട്ടുണ്ട്. പുതിയ നിയമം അനുസരിച്ചു ഖനികൾ കൈമാറ്റം ചെയ്യുന്നതിന് മുൻപ് അത് പ്രാദേശിക ഭരണകൂടങ്ങൾക്ക് മതിപ്പ് വില നൽകി ഏറ്റെടുത്തു നടത്താൻ താല്പര്യം ഉണ്ടെങ്കിൽ അവർക്ക് പ്രഥമ പരിഗണന നൽകണമെന്നും അതിനായി മൂന്നു മാസം അനുവദിക്കണമെന്നും വ്യവസ്ഥയുണ്ട്. അതിൻപ്രകാരമുള്ള പേപ്പറുകൾ അവർ നൽകിക്കഴിഞ്ഞു. ഇനിയുമൊരു സ്വകാര്യ ഉടമസ്ഥൻ ആ ഖനിക്കുണ്ടാവുന്നതിൽ എനിക്കോ വിയോയ്ക്കോ താല്പര്യമില്ല. എങ്കിലും ടാർഗൂസിന്റെ ഇപ്പോഴത്തെ സാമ്പത്തിക അവസ്ഥ വച്ച് അതേറ്റെടുക്കാനുമാവില്ല. അതിനൊരു പോംവഴി കണ്ടെത്തണം. പക്ഷേ അതല്ല ഞാൻ പറഞ്ഞു വന്ന കാര്യം.'

'അതൊരു കുഴപ്പം പിടിച്ച വാർത്തയാണല്ലോ'

സ്റ്റെഫാൻ പ്രതികരിച്ചു. എന്നാൽ ഡ്രാഗോമീർ വ്യത്യസ്തമായിട്ടാണ് പ്രതികരിച്ചത്. അയാൾ ഗ്രിഗോറിയോടു പറഞ്ഞു.

'നമുക്ക് നോക്കാം ഗ്രിഗോറി, മൂന്നുമാസം സമയമുണ്ടല്ലോ'

'അതെ മൂന്നുമാസം സമയമുണ്ട്. അതവിടെ നിക്കട്ടെ. ഇനിയൊരു പ്രധാന കാര്യം തൊഴിലാളികളുടെ കുട്ടികളുടെ വിദ്യാഭ്യാസമാണ്. അടുത്ത തലമുറയെയും ഇങ്ങനെ ചൂഷണത്തിന് വിട്ടുകൊടുക്കാൻ ആവില്ലല്ലോ.'

'അതൊരു വലിയ കാര്യമാണ് ഡോംന്യൂൾ ഗ്രിഗോറി, അക്കാര്യത്തിൽ നിങ്ങൾക്കെന്തെങ്കിലും ചെയ്യാൻ ആവുമെങ്കിൽ അത് വലിയൊരു അനുഗ്രഹമായിരിക്കും.' സ്റ്റെഫാൻ ആവേശത്തോടെ പറഞ്ഞു.

'അതിനായി ഒരു സ്കൂൾ തുടങ്ങാൻ പദ്ധതിയുണ്ട്. ഒരു സ്ഥലം കണ്ടെത്തണം. അധ്യാപകരെയും. മറ്റൊരു പ്രധാന കാര്യം തൊഴിലാളി കോളനിയിലെ ആരോഗ്യ പ്രശ്നങ്ങളാണ്. അതിനുള്ള ബോധവത്കരണവും നേരിട്ടുള്ള ഇടപെടലും വേണ്ടതുണ്ട്. ഭാഗ്യത്തിന് നമുക്കൊരു സന്നദ്ധ സംഘടനയുടെ സഹായം ലഭിച്ചിട്ടുണ്ട്. ഫ്രാൻസിൽ ഉള്ള ഒരു വനിതാ ഡോക്ടറുടെ നേതൃത്വത്തിലുള്ള

സന്നദ്ധ സംഘടന സ്കൂൾ കാര്യത്തിലും ആരോഗ്യ വിഷയത്തിലും നമ്മെ സഹായിക്കാം എന്നുറപ്പ് തന്നിട്ടുണ്ട്.'

ഗ്രിഗോറി സ്റ്റെഫാനെ നോക്കി.

'ഈ വിഷയങ്ങളിലൊക്കെ നിങ്ങളുടെ സഹായം എനിക്ക് വേണ്ടതുണ്ട്. തൊഴിലാളികളുടെ ഇടയിൽ സ്വാധീനമുള്ള ആളുകൾക്ക് അവരെ പറഞ്ഞു മനസിലാക്കാൻ ബുദ്ധിമുട്ടുണ്ടാവില്ലല്ലോ.'

ഗ്രിഗോറി പറഞ്ഞു നിർത്തി.

'ഇതൊക്കെ വലിയ നന്മകളാണ് ഡോംന്യൂൾ ഗ്രിഗോറി. എന്തിനും ഞങ്ങൾ കൂടെയുണ്ട്.'

സ്റ്റെഫാൻ സന്തോഷത്തോടെ ഉറപ്പ് നൽകി.

ടാർഗൂസിന്റെ ഭാവിയിൽ വലിയ വ്യത്യാസങ്ങൾ വരുത്താനുതകുന്ന ഈ പുതിയ തീരുമാങ്ങൾക്ക് എല്ലാവരും ഗ്രിഗോറിയെയും വിയോറിലിനെയും അഭിനന്ദിച്ചു.

ആദെലീനും അലെക്സിയും ഒരുമിച്ചു അകത്തേക്ക് വരുന്നത് കണ്ട എല്ലാവരും അവരെ ശ്രദ്ധിച്ചു. ആദെലീൻ വല്ലാതെ ക്ഷീണിതയായിരുന്നു. മാർത്ത ഓടിച്ചെന്നു അവളെ പിടിക്കാൻ ശ്രമിച്ചു. ആദെലീൻ പുഞ്ചിരിയോടെ മാർത്തയോട് കുഴപ്പമില്ല എന്ന് പറഞ്ഞു. ടുയ്ക്കാ ചഷകങ്ങൾ നിറഞ്ഞൊഴിഞ്ഞു കൊണ്ടിരിക്കവേ പിയറി ഒരു നാടൻ പാട്ട് പാടിത്തുടങ്ങി.

കാർപാത്യന്റെ മുകളിൽ
വെള്ളിക്കമ്പളം വിരിച്ചവൻ
നിനക്കായി നിന്റെ
പെണ്ണിനെയൊരുക്കും
ശലഭങ്ങളവളുടെ ചുണ്ടിൽ
തേൻ പുരട്ടും.
തൂവൽ തുന്നിയ ഉടയാടയണിഞ്ഞവൾ
നിന്റെ അരികിലേക്കെത്തുമ്പോൾ
നിന്റെ കണ്ണിൽ ഞാൻ പ്രണയം നിറയ്ക്കും.

ആഘോഷങ്ങൾ അങ്ങനെ തുടർന്നുകൊണ്ടിരുന്നു.

27

പ്രഭാതം....

കോസ്റ്റഡീൻ ക്രാസ്സിമിറിന്റെ സംഘത്തിൽപ്പെട്ടവർ രണ്ടു കൂട്ടമായി പിരിഞ്ഞു മഹമൂദിന്റെ ഉപേക്ഷിക്കപ്പെട്ട കോട്ടയിൽ എമ്പാടും തിരച്ചിൽ തുടർന്നു. മഹമൂദിന്റെ കാലത്തു തടവറയായി ഉപ

യോഗിച്ചിരുന്ന കോട്ടയുടെ ഭാഗം കണ്ടെത്തണം.

അതത്ര എളുപ്പമായിരുന്നില്ല.

ഉപേക്ഷിക്കപ്പെട്ട ആ കോട്ടയിൽ എമ്പാടും തകർന്ന കെട്ടിടാവശിഷ്ടങ്ങളായിരുന്നു. നാല് നൂറ്റാണ്ടുകൾ അവഗണിക്കപ്പെട്ടു പോയതിന്റെ പ്രതിഷേധമെന്നോണം ആ ശേഷിച്ച ഭാഗങ്ങൾ ചെടികൾക്കിടയിൽ ഒളിച്ചു കളിച്ചു. പലയിടത്തും മരങ്ങൾ വളർന്നിരിക്കുന്നു. കെട്ടിടാവശിഷ്ടങ്ങളിൽ കുറ്റിച്ചെടികളും മറ്റു കാട്ടുചെടികളും വള്ളികളും ഒക്കെ പടർന്നിരിക്കുന്നു.

എങ്കിലും അവർ നിരാശരാകാതെ തിരച്ചിൽ തുടർന്നു.

പ്രഭാതഭക്ഷണം കഴിച്ച ശേഷം സ്റ്റെഫാൻ തൊഴിലാളികളുടെ കോളനിയിലേക്ക് പുറപ്പെട്ടു. തലേ ദിവസത്തെ വിരുന്നിനിടെ ഗ്രിഗോറി പറഞ്ഞ പ്രകാരം പൊതുയോഗത്തെക്കുറിച്ച് തൊഴിലാളികളെ ബോധവാന്മാരാക്കുക എന്നതായിരുന്നു അവന്റെ ലക്ഷ്യം.

സ്റ്റെഫാൻ പോയി അല്പം കഴിഞ്ഞതോടെ ഡ്രാഗോമീറും, അലെക്സിയും പുറത്തെവിടെയോ പോകാൻ ഒരുങ്ങുന്നത് വേലിക്കപ്പുറത്തു നിന്നും പിയറി കണ്ടു. ഡ്രാഗോമീർ അയാളുടെ അടുത്തേക്ക് പോകുന്നതും എന്തൊക്കെയോ പറയുന്നതും മുകളിലെ നിലയിൽ നിന്ന് കണ്ട ആദെലീൻ, അലക്സി എവിടെയെന്നു പാളി നോക്കി. കുതിരപ്പുറത്തു ഇരിക്കുന്ന അലെക്സിയെ ആദെലീൻ കണ്ടു. അവൾ അവനെ നോക്കി ചിരിക്കാൻ ശ്രമിച്ചു. ചെറിയൊരു പുഞ്ചിരിയുടെ അവനും അവൾക്ക് മറുപടി നൽകി. പെട്ടെന്ന് ഡ്രാഗോമീർ തിരിച്ചു പോകുന്നതും പിയറി അവനെ തടയാൻ ശ്രമിക്കുന്നതും ആദെലീൻ ശ്രദ്ധിച്ചു. ഡ്രാഗോമീർ ആകട്ടെ നേരെ പോയി കുതിരയിൽ കയറി. അലെക്സിയും ഡ്രാഗോമീറും കുതിരപ്പുറത്തു അകന്നു പോകുന്നത് കണ്ട പിയറി വിഷമത്തോടെ അതുതന്നെ നോക്കി നിന്നു. പിയറി മെല്ലെ തിരിഞ്ഞു വീടിനുള്ളിലേക്ക് കയറി.

ഉച്ചയോടെ ടാർഗോവീഷ്ഠയിൽ നിന്നും ഒരു കുതിരവണ്ടി ടാർഗൂസിലേക്ക് പ്രവേശിച്ചു. അത് നേരെ സൈനിക ആസ്ഥാനത്തിനു മുന്നിൽ വന്നു നിന്നു. മദ്ധ്യവയസിനോടടുത്ത പ്രായമുള്ള ഒരു വനിതയും, മൂന്നു ചെറുപ്പക്കാരികളും അതിൽ നിന്നിറങ്ങി. നിക്കോലീന അവരെ സ്വീകരിച്ചു. ഗ്രിഗോറിയുടെ ഔദ്യോഗിക വസതിക്ക് ചേർന്ന് അതിഥികൾക്കായി ഒരുക്കിയ ഇടത്തേക്ക് നയിച്ചു.

ഏതാണ്ട് ഉച്ചയായപ്പോൾ കോസ്റ്റഡീന്റെ സംഘത്തിലെ ഒരുവൻ ഉറക്കെ വിളിച്ചു കൂവുന്നത് മറ്റുള്ളവരുടെ ശ്രദ്ധ ആകർഷിച്ചു. മറ്റുള്ളവർ അങ്ങോട്ടേക്ക് നീങ്ങി. കുറ്റിക്കാട് പിടിച്ചു കിടന്ന ഒരു കെട്ടിടാവശിഷ്ടത്തിനുള്ളിൽ അഴിവാതിലുകൾ അവൻ അവരുടെ ശ്രദ്ധയിൽപ്പെടുത്തി. കുറ്റിച്ചെടികളും വള്ളികളും കാഴ്ചയെ മറച്ചിരുന്നു എങ്കിലും അവയ്ക്കിടയിലൂടെ അകത്തേക്ക് നോക്കിയ ഫിറാസ് ഗാദിക്ക് തങ്ങൾ അന്വേഷിക്കുന്ന ഇടം ഇതാകാം എന്ന് സംശയം തോന്നി.

'ചെടികൾ ഒക്കെ ഒന്ന് വെട്ടിമാറ്റുക, നമ്മൾ തിരയുന്ന ഇടം ഇതാകാനുള്ള എല്ലാ ലക്ഷണവുമുണ്ട്.' അവന്റെ വാക്കുകൾ കേട്ട മറ്റുള്ളവർ ചെടികൾ നീക്കം ചെയ്യാൻ ആരംഭിച്ചു.

ഉച്ചഭക്ഷണം കഴിഞ്ഞു പിയറി ഒരു ചുരുട്ടു വലിച്ചുകൊണ്ട് മാർത്തയുടെ വീടിനു മുന്നിൽ ഇരിക്കുമ്പോഴാണ് സ്റ്റെഫാൻ തിരികെ വന്നത്. ഡ്രാക്കോയും അലെക്സിയും വീട്ടിൽ ഇല്ല എന്ന് മനസിലാക്കി അവൻ പുറത്തിറങ്ങി നോക്കുമ്പോൾ പിയറിയെ കണ്ടു.

'പിയറീ, ഡ്രാക്കോയും അലെക്സിയും എങ്ങോട്ടു പോയി?'

താൻ അങ്ങോട്ട് വരാം എന്ന അർത്ഥത്തിൽ കൈ കൊണ്ട് ഒരു ആംഗ്യം കാണിച്ച ശേഷം പിയറി സ്റ്റെഫാന്റെ വീട്ടിലേക്ക് നടന്നു.

ചെടികൾ വെട്ടിയൊതുക്കി അകത്തേക്ക് വഴികൾ തെളിഞ്ഞപ്പോൾ തകർന്നു വീണ കെട്ടിടാവശിഷ്ടങ്ങളിലേക്ക് ക്രാസ്സിമിറും, ഫിറോസ് ഗാദിയും, തുർക്കിയിലെ വെളുത്ത കാട്ടുനായ്ക്കൾ സംഘത്തിലുള്ളവരും പ്രവേശിച്ചു.

ഭാഗികമായി തകർന്ന മേൽക്കൂരയും, വിള്ളലുകൾ വീണു ഇടിഞ്ഞ ചുവരുകളും കടന്ന് അവർ ഉള്ളിലേക്ക് പോയി. അകത്തേക്ക് കടക്കുംതോറും ഇരുട്ട് കൂടിവന്നതു കാരണം നാഫ്തലീൻ പന്തങ്ങൾ കൊളുത്തപ്പെട്ടു. വെളിച്ചം കണ്ടിട്ടാവണം തങ്ങളുടെ ഉറക്കം തടസ്സപ്പെട്ടതിലെ പ്രതിഷേധമെന്നോണം വലിയ ഉച്ചയോടെ എലിച്ചെവിയൻ വാവലുകൾ കൂട്ടത്തോടെ ഇളകിപ്പറന്നു. പെട്ടെന്നുണ്ടായ ഈ ബഹളം കൂട്ടത്തിലെ ചിലരെ ഭയപ്പെടുത്തിയെങ്കിലും കാര്യം മനസിലായപ്പോൾ അവർ ശാന്തരായി. ഉൾഭാഗത്ത് കെട്ടിടം പുറത്തുള്ള അത്രമേൽ തകർച്ച നേരിട്ടിരുന്നില്ല. എങ്കിലും ഒന്ന് രണ്ടു ലോക്കപ്പ് മുറികളുടെ അവശിഷ്ടം കണ്ടതല്ലാതെ അതൊരു തടവറ ആയിരുന്നു എന്നുറപ്പിക്കാൻ കഴിഞ്ഞില്ല. പതി

നഞ്ചോളം പേരുള്ള കൂട്ടം ജാഗ്രതയോടെ തിരച്ചിൽ തുടർന്നു.

നിക്കോലീനയുടെ ക്ഷണം സ്വീകരിച്ചു വിന്റീലയും, ആദെലീനും, മാർത്തയും സായാഹ്നത്തോടെ ഗ്രിഗോറിയുടെ ഔദ്യോഗിക ഭവനത്തിലെത്തി. നിക്കോലീനയ്ക്കൊപ്പം അന്ന് പകൽ വന്നു ചേർന്ന അതിഥികളും ഉണ്ടായിരുന്നു.

മധ്യവയസ്കയായ അതിഥിയെ കണ്ട വിന്റീലയും ആദെലീനും അത്ഭുതത്തോടെ പരസ്പരം നോക്കി.

'ഓർക്കുന്നുണ്ടോ എന്നെ?'

'നിന്നെ എങ്ങനെ മറക്കും മിനാ...'

വിന്റീല ആഹ്ലാദത്തോടെ പറഞ്ഞു.

ആദെലീനെ കണ്ട മിനായുടെ മുഖം മ്ലാനമായി.

'ആദെൽ ഇതെന്തൊരു കോലമാടീ. നീയാകെ മെലിഞ്ഞു. ഇതെന്താ നെറ്റിയിൽ മുറിവ്? നിനക്കെന്തു പറ്റി.'

'ഒന്നുമില്ല മിനാ ഒരു അപകടം പറ്റി. ഇപ്പൊ ശരിയായി വരുന്നു.' അവൾ മറുപടി പറഞ്ഞു.

മിനാ അപ്പോഴാണ് മാർത്തയെ ശ്രദ്ധിക്കുന്നത്.

'മാർത്ത അമ്മായി?' അവൾ സംശയത്തോടെ ചോദിച്ചു.

'നീയെന്നെ മറന്നില്ലല്ലോ കുഞ്ഞേ' മാർത്ത അവളുടെ കൈകൾ ചേർത്ത് പിടിച്ചു. പെട്ടെന്ന് മിനായുടെ കണ്ണുകൾ സജലമായത് മാർത്ത ശ്രദ്ധിച്ചു.

'നിങ്ങളെക്കുറിച്ചു മിനാ അന്വേഷിച്ചിരുന്നു അതാ പെട്ടെന്ന് ഞാൻ ഇങ്ങോട്ടു വിളിച്ചത്. നിങ്ങൾ സംസാരിച്ചിരിക്ക് ഞാൻ നിങ്ങൾക്ക് എന്തെങ്കിലും കുടിക്കാൻ എടുക്കാം'

നിക്കോലീന അത് പറഞ്ഞിട്ട് അകത്തേക്ക് പോയി.

'ഡോംന്യൂൾ അത്തേനോസിന് സുഖം തന്നെയല്ലേ മോളെ?'

മാർത്ത ചോദിച്ചു.

'അച്ഛൻ മരിച്ചു പോയി അമ്മായീ... ബോസ്നിയയിൽ വച്ച്... യുദ്ധത്തിൽ. കുറച്ചു കാലമായി' മിനാ ദുഃഖത്തോടെ പറഞ്ഞു.

'നല്ല മനുഷ്യനായിരുന്നു, മനുഷ്യരെ അറിയുന്ന ആൾ. അത് പോട്ടെ മോള് വിശേഷങ്ങൾ പറയ്. വിവാഹം ഒക്കെ കഴിഞ്ഞോ?'

'മനസുകൊണ്ട് എന്റെ വിവാഹം എന്നേ കഴിഞ്ഞതാ അമ്മായീ. ഇനി എന്റെ ജീവിതത്തിൽ മറ്റൊരു പുരുഷനുണ്ടാവില്ല. അവനൊരു മാറ്റവും ഇല്ല അല്ലേ? ഇപ്പോഴും അതേ പോലെ...'

'നീ അന്വേഷിക്കാറുണ്ട് അല്ലേ മിനാ' വിന്റീ ഇടയിൽ പറഞ്ഞു.

'ഞാനും ഗ്രിഗോറിയും ഒരുമിച്ചു പ്രവർത്തിച്ചിട്ടുണ്ട്. അങ്ങനെ നികോലീനയെ എനിക്ക് നേരത്തെ അറിയാം. ശരിക്കും അങ്ങനെയാണ് ഞാനിവിടെ വരുന്നത് തന്നെ. അച്ഛന്റെ മരണത്തിനു മുൻപ് തന്നെ മെഡിക്കൽ പഠനം പൂർത്തിയായിരുന്നു. അച്ഛൻ പോയതോടെ അദ്ദേഹത്തിന്റെ ഓർമയ്ക്ക് എന്തെങ്കിലും ഒക്കെ ചെയ്യണം എന്ന് തോന്നി. അങ്ങനെ ഒരു സന്നദ്ധ സംഘടന ഉണ്ടാക്കി. ഇവരൊക്കെ എന്റെ ഒപ്പം പ്രവർത്തിക്കുന്നവരാ. ഇവിടത്തെ കാര്യങ്ങൾ ഗ്രിഗോറി എഴുതിയിരുന്നു. അപ്പോൾ ഇങ്ങോട്ടു പോരണം എന്ന് ഉറപ്പിച്ചതാ. സ്കൂളും ആശുപത്രിയും ഒക്കെ ശരിയാക്കണം. ആവുന്നതൊക്കെ ചെയ്യണം. അച്ഛന്റെ ഓർമ്മകൾ ഉള്ള ഇടമാണിതും. എനിക്ക് വരാതിരിക്കാൻ ആവില്ലല്ലോ.'

'അല്ലാതെ വേറെ ആരുടേയും ഓർമ്മകൾ ഉണ്ടായതു കൊണ്ടല്ല അല്ലേ?' ആദെലീൻ അവളെ കളിയാക്കും പോലെ പറഞ്ഞു. മിനാ അത് കേട്ട് ചിരിച്ചെങ്കിലും അവളുടെ ചിരിയിൽ ഒരു വിഷാദഭാവം ഉണ്ടായിരുന്നു.

'കൊള്ളാം മോളെ. കമരാദ് അത്തനോസിന് ചേർന്ന മകൾ തന്നെ.' മാർത്ത പറഞ്ഞു.

'എനിക്കെന്തോ അത്ഭുതം തോന്നുന്നു മാർത്ത അമ്മായീ. ആരോ കൃത്യമായി പദ്ധതിയുണ്ടാക്കി നടപ്പാക്കുമ്പോലെ. ഇതാ ഇനി എന്നെങ്കിലും തമ്മിൽ കാണാൻ ആവുമോ എന്ന് പോലും സംശയിച്ചിരുന്ന മിനയും എത്തിയിരിക്കുന്നു. നിസ്സഹായരായി ടാർഗൂസ് വിട്ടു പോയ ആളുകൾ എന്തെങ്കിലുമൊക്കെ ചെയ്യാൻ പോന്ന വിധം ശക്തരായി തിരിച്ചെത്തണം എന്ന് ആരോ നിശ്ചയിച്ചിരുന്ന പോലെ.'

വിന്റീല അത് പറഞ്ഞപ്പോഴേക്കും നിക്കോലീന അവർക്ക് ലഘുഭക്ഷണവുമായി എത്തിയിരുന്നു.

വിന്റീ പറഞ്ഞത് കേട്ട നിക്കോലീന പ്രതികരിച്ചു.

'സത്യം പറഞ്ഞാൽ എനിക്കും അത് തോന്നാതിരുന്നില്ല. എവിടെയോ ജനിച്ചു വളർന്ന ഞാനും ഗ്രിഗോയും അന്ന് വിന്റീയുടെ സത്രത്തിലെത്തുക, വണ്ടിക്കാരനായി അലെക്സാൻഡ്രൂ വരിക. ഡ്രാഗോമീർ, പിർവൂ, പിയറി, മാർത്ത അമ്മായി ... ആ സ്റ്റെഫാൻ .. എല്ലാവരെയും ഒരുമിച്ചൊരു സംഘമായി മാറ്റാൻ ആരോ വർഷങ്ങൾക്ക് മുൻപേ നിശ്ചയിച്ചു നടപ്പാക്കിയ ഒരു പദ്ധതി പോലെയുണ്ട്. ഞങ്ങളുടെ കുടുംബസുഹൃത്ത് പ്രീയപ്പെട്ട ഡോക്ടർ മിനാ, അവരുടെ വേരുകൾ ഈ പട്ടണത്തിലുമുണ്ടാവുക. അവരും അവ

രുടെ സംഘടനയും ഇവിടെ തന്നെ പ്രവർത്തന മേഖലയായി തിരഞ്ഞെടുക്കുക. എന്തൊക്കെയോ വലിയൊരു മാറ്റത്തിനു വേണ്ടി ആരോ ഒരുക്കിയ ഒരു പദ്ധതിയുടെ ഭാഗമാണോ നമ്മളെന്ന് എനിക്ക് തോന്നാതിരുന്നില്ല.'

'പദ്ധതിയുടെ കാര്യം പറഞ്ഞപ്പോഴാണ് ആദെലീൻ ഇന്നലെ ഒരു പദ്ധതിയെക്കുറിച്ചു പറഞ്ഞായിരുന്നു.'

മാർത്ത നികോലീനയോടു പറഞ്ഞു.

'എന്താണ് ആദെലീൻ?'

'ഡോംന്യൂൾ ഗ്രിഗോറി ഇന്നലെ കാര്യങ്ങൾ പറഞ്ഞപ്പോൾ ഒരു സ്കൂൾ കെട്ടിടം കണ്ടെത്തണം എന്ന് പറഞ്ഞില്ലേ?'

'അതേ... '

'ദിമിത്രിയുടെ വീട് എന്റെ പേരിലേക്ക് മാറ്റാൻ ഉത്തരവായിട്ടുണ്ടെന്നും പറഞ്ഞിരുന്നല്ലോ. എനിക്കാ വീടൊന്നും വേണ്ടാ സ്കൂളിന് വേണ്ടി അത് മതിയാവുമെങ്കിൽ ഞാനതു വിട്ടുകൊടുക്കാൻ തയാറാണ്'

'ആദെലീൻ ആലോചിച്ചാണോ പറയുന്നത്, വളരെ വിലമതിക്കുന്ന സ്വത്താണ്.'

'മാഡം നിക്കോലീന ലോകത്തൊരാൾക്കും തടവിലിട്ടിരുന്ന ജയിലിനെ പ്രണയിക്കാൻ ആവുമെന്ന് തോന്നുന്നില്ല. എനിക്കാ വീട് ഭീതിപ്പെടുത്തുന്ന ഒരു ഓർമയാണ്. അത് മതിയാവുമോ എന്ന് നോക്കാൻ ഡോംന്യൂൾ ഗ്രിഗോറിയോടു പറയണം. പകരം എനിക്ക് ആ സ്കൂളിൽ എന്തെങ്കിലും ഒരു ജോലി നൽകുകയാണെങ്കിൽ വലിയ ഉപകാരമായിരിക്കും.'

മിനാ ആദെലീനടുത്തേക്ക് വന്നു.

'ആദെൽ, നീ ഈ ചെയ്യാമെന്ന് പറയുന്ന കാര്യത്തിന്റെ പ്രാധാന്യം നിനക്കറിയാമോ? നാളത്തെ തലമുറയെ വാർത്തെടുക്കാനുള്ള ഒരു സ്ഥാപനം. അതിനായി ഇങ്ങനെ ഒരു ത്യാഗം.'

'അതേ... നാളെകളിൽ ടാർഗൂസിലെ തലമുറ തെമ്മാടികളും അടിമ ജോലിക്കാരുമായി മാറരുതെന്ന് എനിക്കും ആഗ്രഹമുണ്ട് മിനാ, മുൻകാലത്ത് എനിക്ക് സംഭവിച്ച തെറ്റുകൾ തിരുത്താനുള്ള ഒരു ശ്രമം എന്ന നിലയിലെങ്കിലും എനിക്കതു ചെയ്യണം.'

മാർത്ത ആദെലീനെ നോക്കി ഇരുന്നു. ദിമിത്രിയുടെ സ്വത്തുക്കൾ മോഹിച്ചു അലെക്സിയെ ഉപേക്ഷിച്ച പഴയ ആദെലീനിൽ നിന്ന് അവളെത്ര മാറിയിരിക്കുന്നുവെന്ന് ചിന്തിച്ചു അത്ഭുതപ്പെട്ടു.

വാലാമോർച്ചിയായിൽ നിന്ന് പുറത്തു കടക്കാനാവാതെ ദിമിത്രി അവിടെ അലഞ്ഞു നടന്നു. വിശപ്പും ദാഹവും കൊണ്ട് അയാൾ തളർന്നിരുന്നു. ഓടിയോടി അയാൾ തളർന്നു വീണു.

'മോനെ ദിമിത്രീ'

ആരോ വിളിക്കുന്നത് കേട്ട് ദിമിത്രി ആയാസപ്പെട്ട് കണ്ണുകൾ തുറന്നു. ഇരുട്ടിൽ രണ്ടു നിഴൽ രൂപങ്ങൾ അയാൾ ശ്രദ്ധിച്ചു.

'ഞാനാടാ ഫിയോഡോർ നിന്റെ അപ്പൻ, ഇവനെ ഓർക്കുന്നുണ്ടോ നീ?' ദിമിത്രി ഒന്നും മിണ്ടാൻ ആവാതെ തറയിൽ പറ്റിച്ചേർന്ന് കിടന്നു.

'ഇവനെ മനസിലായില്ലേ ദിമിത്രി? നിന്റെ അനുജൻ ഇവാനിയോ... സ്വത്തവകാശം തട്ടിയെടുക്കാൻ നീ കൊലപ്പെടുത്തിയ നിന്റെ സ്വന്തം കൂടെപ്പിറപ്പ്'

ദിമിത്രി അവസാന ശക്തിയും സംഭരിച്ചു എഴുന്നേറ്റിരുന്നു.

അയാൾ വല്ലാതെ കിതയ്ക്കുന്നുണ്ടായിരുന്നു.

'എന്നിട്ടെന്തേ നീ ഇവിടെ മോനെ, ഞാനും എന്റെ പൂർവികരും കഷ്ടപ്പെട്ട് പണിയെടുത്തുണ്ടാക്കിയ ആ സ്വത്തുക്കളൊക്കെ ഉണ്ടായിട്ടും നീയെന്തേ ഈ വാലാ മോർച്ചിയായിൽ അലഞ്ഞു തിരിഞ്ഞു നടക്കുന്നതെന്തേ?'

'അപ്പാ എന്നെ എങ്ങനെയെങ്കിലും രക്ഷിക്ക്, ഞാൻ അപ്പൻ പറയുന്നതെന്തും ചെയ്യാം. എന്നെ രക്ഷിക്കണം അപ്പാ.. ഇവിടെ അലഞ്ഞു തിരിഞ്ഞു ഞാൻ ചത്തുപോകും അപ്പാ'

ദിമിത്രി ദയനീയമായി അയാളോട് അപേക്ഷിച്ചു.

'മോനെ നിനക്കോർമ്മയുണ്ടോ? കണ്ണടയും മുൻപ് ഇതിലും ദയനീയമായിട്ടാണ് ഇവാനിയോ നിന്നോട് കരഞ്ഞു പറഞ്ഞത്. ഞാനും ഇവാനിയോയും മരിച്ചു പോയവരല്ലേ ദിമിത്രീ. ഞങ്ങൾക്കെന്തു ചെയ്യാനാവും? നിന്റെ ഉടലിനായി കാത്തു നിക്കുന്ന ആ ചെന്നായക്കൂട്ടത്തിനെ കണ്ടോ നീ. അവരെ തടയാൻ പോലും എനിക്കാവില്ല. മരിച്ചു പോയവർക്ക് എന്ത് ചെയ്യാനാവും ദിമിത്രീ. ജീവനുണ്ടായിരുന്നപ്പോൾ നിന്നോടിതൊക്കെ പറഞ്ഞിരുന്നല്ലോ. അന്ന് നീ കേട്ടില്ല. ഞങ്ങൾ പോട്ടേ മോനെ... വേദനാരഹിതമായ ഒരു മരണം പോലും നിനക്ക് ആശംസിക്കാൻ എനിക്കാകാതെ പോകുന്നതിൽ എന്നോട് നീ ക്ഷമിക്കുക.'

നിഴൽ രൂപങ്ങൾ പെട്ടെന്ന് മറഞ്ഞു. ദിമിത്രി ഉറക്കെ കരഞ്ഞു.

ഇരുട്ടിൽ തിളങ്ങുന്ന ചെന്നായ്ക്കളുടെ കണ്ണുകൾ അയാൾ ഭീതിയോടെ കണ്ടു. അവ അടുത്തടുത്തു വന്നുകൊണ്ടിരുന്നു.

28

'ഫിറാസ് ഗാദി, നോക്കൂ... ഈ പടിക്കെട്ടുകൾ, ഇത് താഴേക്കുള്ള വഴിയാണ്.'

തുർക്കിഷ് കൂട്ടത്തിലെ ഒരാൾ വിളിച്ചു കൂവി.

എല്ലാവരും ഓടി അവിടെത്തി.

നല്ല വീതിയിൽ കല്ലുകൾ വെട്ടിയുണ്ടാക്കിയ പടിക്കെട്ടുകൾ!

'ഈ കെട്ടിടത്തിന് താഴേക്ക് നിലകളുണ്ട്! ഒന്നല്ല, അതിലധികം!' ഫിറാസ് ഗാദി ഉറക്കെ വിളിച്ചു പറഞ്ഞുകൊണ്ട് പന്തവുമായി പടിക്കെട്ടിറങ്ങിത്തുടങ്ങി.

ബാക്കിയുള്ളവർ അയാളെ പിന്തുടർന്ന് താഴേയ്ക്കിറങ്ങി.

മടുപ്പിക്കുന്ന ഒരു ഗന്ധം അവിടെയാകെ നിറഞ്ഞു നിന്നു. കനത്ത അഴിവാതിലുകൾ ഉള്ള അറകൾ, പന്തങ്ങളുടെ വെളിച്ചം നിറഞ്ഞതോടെ അവിടെ വിഹരിച്ചിരുന്ന എലികൾ ഓടിയൊളിച്ചു. ഫിറോസ് ഗാദി അഴികൾക്കിടയിലൂടെ അറയിലേക്ക് പന്തം നീട്ടി നോക്കി. അയാൾ ഞെട്ടി പിന്നോക്കം മാറി. പെട്ടെന്നയാൾ അടുത്ത അറയിലേക്കും പന്തം നീട്ടി നോക്കി. ആകെ തളർന്നവനെ പോലെ അയാൾ പിന്നോട്ട് മാറി സ്തംഭിച്ചു നിന്നു.

'ഫിറാസ് എന്ത് പറ്റി?'

തുർക്കിഷ് സംഘത്തിന്റെ തലവൻ ചോദിച്ചു. ഫിറാസ് അറകളിലേക്ക് ചൂണ്ടിക്കാണിച്ചു. അയാൾ അറയിലേക്ക് വെളിച്ചം തെളിച്ചു നോക്കി. ഒരു മനുഷ്യന്റെ പൊടിഞ്ഞു തുടങ്ങിയ അസ്ഥികൂടം. അയാൾ മറ്റു അറകളിലേക്കും വെളിച്ചം തെളിച്ചു നോക്കി. പല അറകളിലും അത്തരം അസ്ഥികൂടങ്ങൾ ഉണ്ടായിരുന്നു. ചിലയിടങ്ങളിൽ ഒന്നിലേറെയും. പക്ഷേ, തുർക്കിഷ് സംഘത്തിന്റെ തലവന് അതിൽ അസ്വാഭാവികമായി ഒന്നും തോന്നിയില്ല.

'തടവിലാക്കപ്പെട്ടവരുടെ ജഡാവശിഷ്ടം. അതിൽ ഇത്രയും വിഷമിക്കാൻ എന്താണുള്ളത് ഫിറാസ്?'

'നിങ്ങൾക്കത് മനസിലാക്കാഞ്ഞിട്ടാണ്, സുൽത്താൻ കോട്ട വിട്ടു പോകുമ്പോൾ ഈ തടവറകളിൽ മനുഷ്യരുണ്ടായിരുന്നു. പട്ടിണിയോ മറ്റു കാരണങ്ങളോ കൊണ്ട് അങ്ങേയറ്റം ദയനീയമായി മരിക്കാൻ വിധിക്കപ്പെട്ട് തടവറകളിൽ അനാഥരാക്കപ്പെട്ടവർ. നിങ്ങൾക്ക് ഊഹിക്കാൻ ആവുന്നുണ്ടോ സുഹൃത്തേ. ഇത്തിരിപ്പോന്ന തടവറകളിൽ കുടിവെള്ളം പോലുമില്ലാതെ മരണം വരിക്കേണ്ടി വരുന്നവരുടെ ദൈന്യം? നിസ്സഹായത, അത്തരം ഒരു മരണം നിങ്ങൾക്ക് ഊഹിക്കാൻ ആവുന്നുണ്ടോ?'

'ഓ... ഫിറാസ് നിർത്തൂ. എന്തൊരു ദയനീയാവസ്ഥയായിരിക്കാം അത്. ആരും രക്ഷിക്കാൻ പോലും വരാനില്ലാതെ - അവർ ഉറക്കെ കരഞ്ഞിരിക്കാം, അടുത്ത തടവ് മുറികളിൽ കിടക്കുന്നവരോട് സഹായം ചോദിച്ചിരിക്കാം, ആർക്കും ഒന്നിനും ആവാതെ മെല്ലെ മെല്ലെ മരണം കടന്നു വരുന്നതും കാത്ത്. എനിക്കെന്തോ വല്ലാത്ത അസ്വസ്ഥത തോന്നുന്നു ഫിറാസ്.'

മരണം കറുത്ത കുപ്പായമണിഞ്ഞു ആ കെട്ടിടത്തിന്റെ തറയിലൂടെ അങ്ങോട്ടും ഇങ്ങോട്ടും ഒഴുകി നീങ്ങുന്നുവെന്നു ഫിറാസ് ഗാദിക്ക് തോന്നി. ആരുടെയൊക്കെയോ നിലവിളികൾ അവിടെ പ്രതിധ്വനിക്കുന്നുണ്ടോ? ശരീരാവശിഷ്ടങ്ങൾ എലികൾ കരണ്ട് തിന്നുന്നതും. അറകളിൽ മൃതപ്രായരായ ആളുകൾക്ക് മേലെ പാമ്പും പഴുതാരകളും ഇഴയുന്നതും അയാളുടെ മുന്നിൽ തെളിഞ്ഞു കണ്ടു.

'ഞങ്ങൾ താഴേക്കിറങ്ങുകയാണ് ഫിറാസ് നീ വരുന്നുണ്ടോ?' ആരോ ചോദിച്ചു. ഫിറാസ് മെല്ലെ എഴുന്നേറ്റ് യാന്ത്രികമായി അവരുടെ പിന്നാലെ പടിക്കെട്ടുകൾ ഇറങ്ങി.

'അവിടെങ്ങും ആരുമില്ല. ആ സത്രവും അടച്ചിട്ടിരിക്കയാണ്! ഇസ്കന്തർ എവിടെ പോയിരിക്കും? ഒപ്പം പോയവർ എവിടെ? ഒരു തെളിവ് പോലും അവശേഷിപ്പിക്കാതെ അവർ എവിടേക്കാണ് മറഞ്ഞത്?'

ബുക്കാറെസ്റ്റ് പട്ടണത്തിന്റെ അതിർത്തിയിലെ ഇസ്കന്തറും കൂട്ടരും താവളമായി ഉറപയോഗിച്ചിരുന്ന കെട്ടിടത്തിൽ നാലഞ്ചു പേർ കൂടിയിരുന്നു.

'മാർവിൻ, അവൻ ചതിച്ചതാവാനാണ് വഴി. അവന്റെ നാട്ടുകാരെ ചില്ലറക്കാശിനു ഒറ്റിക്കൊടുക്കാൻ തയാറായവൻ. അവന്റെ മുതലാളിയെ നമുക്ക് ഒറ്റിത്തരാൻ തയാറായവൻ. ഇസ്കന്തർ അവനെ വിശ്വസിക്കരുതായിരുന്നു.'

'അവൻ ഒറ്റിയതാണെങ്കിൽ അതവർക്ക് വേണ്ടി ആയിരിക്കും?'

'ആർക്ക്?'

'ടാർഗൂസിൽ ഉള്ളവർക്ക് വേണ്ടി മറ്റാർക്ക് വേണ്ടിയാണ്?'

'ടാർഗൂസിൽ അന്വേഷിച്ചോ?'

'എനിക്ക് കിട്ടിയ വിവരമനുസരിച്ചു അവിടെ രണ്ട് ദിവസത്തിനപ്പുറം എന്തോ പൊതുയോഗം നടക്കാൻ പോകുന്നു. എന്തിനാണെന്ന് വ്യക്തമല്ല പുതിയ അഡ്മിനിസ്ട്രേറ്റീവ് ഓഫീസർ ആണത്രേ

യോഗം വിളിച്ചു കൂട്ടിയത്'

'ഇസ്കന്തർ ജീവനോടെ ഉണ്ടോ ഇല്ലയോ എന്ന് പോലും അറിയാൻ ആവുന്നില്ല. ഒരു പക്ഷേ, അവർ നമ്മുടെ കൂട്ടരേ തടവിലാക്കിയിട്ടുണ്ടാവുമോ? അങ്ങനെ എന്തെങ്കിലും വിവരമുണ്ടോ?'

'ഒന്നുമില്ല. നാം ഇനിയെന്താണ് വേണ്ടത്?'

'ആദ്യം ഇസ്കന്തറിനെന്തു പറ്റിയെന്നു അന്വേഷിക്കുക. ആരെങ്കിലും കസ്റ്റഡിയിലെടുത്തുവെങ്കിൽ ബലപ്രയോഗത്തിലൂടെ എങ്കിലും അവരെ മോചിപ്പിക്കുക. അതിനു കാരണമായത് ആരു തന്നെയായാലും അവരെ ശിക്ഷിക്കുക. മറ്റെന്താണ് വേണ്ടത്?'

'അവിടെ ആരുടെയെങ്കിലും സഹായം കിട്ടാതെ നമുക്കതിനാവില്ലല്ലോ?'

'അവിടെ നമ്മളെ സഹായിക്കാൻ ആളുകൾ ഉണ്ട്, ഖനിയുടമകളായ അന്റോണിയോണി സഹോദരന്മാരിൽ മൂത്തയാൾ ലോറൻസിയോ അന്റോണിയോണി. അയാൾ ഇസ്കന്തർ അൽ ബാഖ്യിയുടെ അടുത്ത സുഹൃത്താണ്. അയാളുടെ സഹായം നമുക്ക് ഇക്കാര്യത്തിൽ ഉറപ്പായും ലഭിക്കും. ഞാൻ ഇന്ന് പകൽ തന്നെ അദ്ദേഹത്തിന്റെ സഹായം അഭ്യർത്ഥിച്ചു ആളെ അയച്ചിട്ടുണ്ട്.'

അവർ ചർച്ചകൾ തുടർന്നുകൊണ്ടിരുന്നു...

തടവറ സമുച്ചയത്തിന്റെ ഏറ്റവും താഴത്തെ നിലയിലേക്ക് ക്രാസ്സിമിറും ഫിറാസ് ഗാദിയും കൂട്ടരും ഇറങ്ങി. ഫിറാസ് വല്ലാതെ അസ്വസ്ഥനായിരുന്നു. താഴത്തെ നിലയിലും കാഴ്ചകൾ വ്യത്യസ്തമായിരുന്നില്ല. രൂക്ഷമായ ഒരു ഗന്ധം അവിടെയാകെ നിറഞ്ഞിരുന്നു. ക്രാസ്സിമിറും കോർണലും ഇടയ്ക്ക് കൂട്ടത്തിൽ നിന്നും വഴിമാറുന്നതും എന്തോ രഹസ്യമായി സംസാരിക്കുന്നതും തുർക്കി സംഘത്തിന്റെ തലവൻ ശ്രദ്ധിച്ചു എങ്കിലും അയാൾ അത് കണ്ട ഭാവം നടിക്കാതെ അവിടെ തിരച്ചിൽ നടത്തിക്കൊണ്ടിരുന്നു.

'ഇതൊരു തൂക്കുമരമല്ലേ?'

ആരോ വിളിച്ചു കൂവി. എല്ലാവരും അതിനടുത്തേക്കോടി. തടവുപുള്ളികളെ തൂക്കിലിട്ടിരുന്ന കഴുമരം. ഒരു പീഠത്തിനു മുകളിലായി രണ്ടു തൂണുകൾക്ക് മുകളിൽ കുറുകെ വച്ച മരത്തിന്റെ ഒരു വലിയ തുണ്ട്. അതിൽ കയറൊന്നും ഉണ്ടായിരുന്നില്ല. ഒരുപക്ഷേ, അത് ദ്രവിച്ചു പോയിരിക്കാം. ഫിറാസ് ഗാദിക്ക് വല്ലാത്ത അസ്വസ്ഥത തോന്നി. എങ്കിലും അയാൾ എല്ലാവർക്കും കേൾക്കാൻ ആവുന്ന വിധത്തിൽ പറഞ്ഞു.

'എന്റെ അറിവുകൾ ശരിയാണെങ്കിൽ ... ആ കഴുമരം ഉറപ്പിച്ചിരിക്കുന്ന പീഠത്തിനുള്ളിലുണ്ടാവും നമ്മൾ തിരയുന്ന നിധി.'

വല്ലാത്തൊരു ആവേശത്തോടെ ആളുകൾ അങ്ങോട്ടേക്കോടി. വലിയ ചുറ്റികകൾ ആ പീഠത്തിലേക്ക് ആഞ്ഞു പതിച്ചു. ഫിറാസ് വല്ലാതെ അസ്വസ്ഥനായി. ഇനിയും താൻ അവിടെ നിന്നാൽ മരിച്ചു പോയേക്കുമെന്നു ഫിറാസിന് തോന്നി.

അയാൾ മെല്ലെ തിരിഞ്ഞു നടന്നു. ആവേശത്തോടെ പീഠം തകർക്കുന്ന ആളുകൾ അയാളെ ശ്രദ്ധിച്ചതേയില്ല.

ഫിറാസ് ആ കെട്ടിടത്തിൽ നിന്നും പുറത്തേക്ക് കടക്കുമ്പോൾ അവിടമാകെ മൂടൽമഞ്ഞു നിറഞ്ഞിരുന്നു. നാഫ്തലീൻ പന്തം നൽകിയ ഇത്തിരി വെട്ടത്തിൽ അയാൾ കൂടാരം ലക്ഷ്യമാക്കി നടന്നു.

29

ടാർഗൂസ് നഗരചത്വരത്തിൽ പിയറിയും, സ്റ്റെഫാനും, പിർവൂവും ചിന്താകുലരായി നിന്നു. പിയറിയുടെ ചുണ്ടിൽ ചുരുട്ടെരിയുന്നത് അയാൾ മറന്നു പോയെന്നു തോന്നി.

'ഇവന്മാർ ഇതെങ്ങോട്ടു പോയതാണ്, പിയറി അമ്മാവാ നിങ്ങളോടു ഒന്നും പറഞ്ഞില്ലേ?'

പിയറി പിർവൂവിനെ നോക്കി. അല്പനേരത്തെ മൗനത്തിനു ശേഷം അയാൾ അകലേക്ക് നോക്കി.

'അവന്റെ കണ്ണുകളിൽ തീയുണ്ടായിരുന്നു, അവന്റെ വാക്കുകൾ കൂടുതൽ മൂർച്ചയുള്ളതായി തോന്നി... അവൻ അലെക്സിയെ കമാണ്ടർ എന്ന് വിശേഷിപ്പിച്ചു... ഒന്നും ചോദിക്കാനോ പറയാനോ ആവാതെ എന്റെ ഒച്ച താഴ്ന്നു പോയിരുന്നു... വല്ലാത്തൊരു ഊർജ്ജമുണ്ടായിരുന്നു അവനിൽ. വെറുക്കപ്പെട്ടവരുടെ ഇടത്തേക്ക് എന്ന് മാത്രമാണ് പറഞ്ഞത്. അവൻ തിരികെ എത്തും വരെ അവളെ നോക്കിക്കൊള്ളണം എന്ന് പറഞ്ഞു!'

'എന്തൊക്കെയാ പിയറി അമ്മാവാ.. ആരെ നോക്കിക്കൊള്ളണം എന്നാണ്? ആരാണ് അവൾ?'

'എനിക്കറിയില്ല പിർവൂ... എനിക്കറിയുന്ന എന്റെ ഡ്രാക്കോ ആയിരുന്നില്ല അത്... അവൻ ഡ്രാഗോമീർ സാൽവറ്റോർ. അവനെന്തൊക്കെയോ... എനിക്കൊന്നും മനസ്സിലായിരുന്നില്ല. എനിക്കൊന്നും മനസിലാകുന്നേയില്ല.'

പിയറി തല കുനിച്ചിരുന്നു. അയാളുടെ കണ്ണുകൾ നിറഞ്ഞു. സ്റ്റെഫാൻ അയാളെ ചേർത്ത് പിടിച്ചു.

'എന്താ മൂന്നുപേരും കൂടി ഇവിടെ? പിയറി എന്ത് പറ്റി?'

മാർത്തയും വിന്റീലയും ആദെലീനും നികോലീനയുടെ വസതിയിൽ നിന്ന് തിരികെ പോരുന്ന വഴിക്ക് മൂന്നുപേരും കൂടി ചത്വരത്തിനു സമീപം നിൽക്കുന്നതു കണ്ട് അങ്ങോട്ടേയ്ക്ക് വന്നതായിരുന്നു. അവളുടെ ശബ്ദം കേട്ട് പിയറി മെല്ലെ തല ഉയർത്തി.

'ഹേ ഒന്നുമില്ല, നിങ്ങൾ വൈകിയപ്പോൾ ഞാനിങ്ങോട്ടു വന്നതാണ് ഇവിടെ ഇവരെ കണ്ടു സംസാരിച്ചു നിന്നു.'

'ങാ പിർവൂ ഒരു അത്ഭുതം സംഭവിച്ചു...'

'എന്താണ് വിന്റീ...'

'മിനാ വന്നിട്ടുണ്ട്... അവൾ ഇവിടെ ഉണ്ടാവും ഇനിമേൽ...'

'മിനായോ? ഏതു മിനാ?'

'നീ മറന്നോ? കമരാദ് അത്തനോസിന്റെ മകൾ മിനായെ നീ മറന്നോ മോനേ?'

പിയറി ഒരു ഞെട്ടലോടെ സ്റ്റെഫാനെ നോക്കി. സ്റ്റെഫാൻ അവിശ്വസനീയമായ എന്തോ കേട്ടത് പോലെ നിന്നു. പിർവൂ മനസ്സിൽ ആ വാചകം ഒരുവട്ടം കൂടി ഉരുവിട്ടു. 'ഞാൻ തിരികെ എത്തുംവരെ അവളെ നോക്കിക്കൊള്ളണം..'

എല്ലാവരും വീടുകളിലേക്ക് നടന്നു.

സ്റ്റെഫാനും, പിയറിയും, പിർവൂവും ഉള്ളിൽ വല്ലാതെ ആശങ്കപ്പെട്ടു. എങ്കിലും അതൊന്നും പുറത്തുകാട്ടാതെ അവർ നടന്നുകൊണ്ടിരുന്നു.

ആ മൂടൽമഞ്ഞിനിടയിലൂടെ ഫിറാസ് തപ്പിത്തടഞ്ഞു തന്റെ കൂടാരത്തിലെത്തി. കൂടാരത്തിനുള്ളിൽ ആരോ ഉണ്ടെന്നു ഫിറാസിന് തോന്നി. ഈ രാത്രിയിൽ ഇത്രമേൽ നിഗൂഢമായ ഉൾക്കാട്ടിലെ കോട്ടയിൽ ഇതരാവാം എന്ന് അയാൾ ചിന്തിച്ചു. ഒരുപക്ഷേ, തന്റെ ഒപ്പമുള്ള ആരോ തന്നെ പോലെ അസ്വസ്ഥത തോന്നി വന്നതാവാം. ഇവിടെ ഇപ്പോൾ മാറ്റാറുണ്ടാവാൻ ആണ്? ഫിറാസ് കൂടാരത്തിനുള്ളിലേക്ക് കയറി.

'ഫിറാസ് ഗാദി വരിക ഞാൻ താങ്കളെ കാണാൻ വന്നതാണ്.'

ആ ഒച്ചയുടെ ഉറവിടത്തിലേക്ക് ഫിറാസ് സൂക്ഷിച്ചു നോക്കി. നരച്ചുവെളുത്ത നീണ്ട തലമുടിയും, നീട്ടിവളർത്തിയ താടിയുമുള്ള ഒരു വൃദ്ധൻ. അയാൾ കൂടാരത്തിലെ ഇരിപ്പിടത്തിൽ ഇരിക്കുകയാണ്. അയാൾക്ക് അസാമാന്യമായ ശാരീരിക ശേഷിയും പൊക്കവും ഉണ്ടെന്നു ഫിറാസിന് ഒറ്റനോട്ടത്തിൽ മനസിലായി. അയാ

ളുടെ മുഖം കൂടാരത്തിൽ കത്തിച്ചു വച്ച പന്തത്തിന്റെ വെട്ടത്തിൽ വല്ലാതെ തിളങ്ങി. അയാളുടെ പിന്നിൽ മൂന്നു പേർ നിൽപ്പുണ്ട്. അവരുടെ മുഖം വ്യക്തമല്ല.

'നിങ്ങൾ ആരാണ്? എന്റെ കൂടാരത്തിൽ ഈ അസമയത്ത് നിങ്ങളെന്തു ചെയ്യുകയാണ്?'

'ഓഹ് താങ്കളുടെ കൂടാരമോ? ഹഹഹ... അത് പോട്ടെ ഫിറാസ് ഞാൻ വ്ലാദിമിർ. ഇവരൊക്കെ എന്റെ കൂടെയുള്ളവരാണ്. നിങ്ങളെന്തിനാണ് ഈ കോട്ടയിലേക്ക് അനുവാദമില്ലാതെ കടന്നു വന്നത്? നിങ്ങളെന്തിനാണ് രക്തസാക്ഷികളുടെ ആ തടവറയിലേക്ക് അനുവാദമില്ലാതെ കടന്നു കയറിയത്? നിങ്ങളെന്തിനാണ് വലേഹ്ച്ചിയായുടെ സ്വത്ത് സ്വകാര്യമായി ഉപയോഗിക്കാമെന്നു ആഗ്രഹിച്ചത്? ഫിറാസ് ഗാദി നിങ്ങൾ ഗുരുതരമായ കുറ്റം ചെയ്തിരിക്കുന്നു.'

'രക്തസാക്ഷികളുടെ ഇടാമോ ഞാൻ അവിടെ പോയിട്ടില്ല. അത് തടവറയാണ് വെറുക്കപ്പെട്ടവരുടെ ഇടം.'

ഫിറാസ് ഗാദി പ്രതിവചിച്ചു കഴിഞ്ഞില്ല. ഇരുന്ന ആൾ ചാടിയെഴുന്നേറ്റു. കണ്ണ് ചിമ്മുന്ന നേരത്തിനുള്ളിൽ വൃദ്ധന്റെ കാൽ ഫിറാസിന്റെ നെഞ്ചിൽ പതിച്ചു. അയാൾ അടിതെറ്റി വീണു.

'ഭാ നെറികെട്ടവനെ അവിടെ നീ കണ്ട ഓരോ അസ്ഥികൂടവും ഈ നാടിനു വേണ്ടി പൊരുതിയ നിന്റെ സഹോദരങ്ങളുടെയാണ്. അവരെയാണോ നീ വെറുക്കപ്പെട്ടവർ എന്ന് വിളിച്ചത്. നീയാണ് വെറുക്കപ്പെട്ടവൻ... ഫിറാസ് ഗാദി എന്ന ഒറ്റുകാരനു ഞാൻ വധശിക്ഷ വിധിക്കുന്നു.'

മങ്ങിയ വെട്ടത്തിൽ നിന്ന് ഒരു നിഴൽ രൂപം മുന്നോട്ടുവന്നു അനായാസം ഫിറാസിനെ പൊക്കിയെടുത്തു. അയാൾ കൂടാരത്തിനു പുറത്തേക്ക് നടക്കുമ്പോൾ വൃദ്ധനൊഴികെ മറ്റു രണ്ടുപേരും അയാൾക്കൊപ്പം പുറത്തേക്ക് നടന്നു.

ഫിറാസ് ഗാദി ഒരു ഞെട്ടലോടെ വൃദ്ധനെ തിരിച്ചറിഞ്ഞു.

വാദ് മൂന്നാമൻ, വലേഹ്ച്ചിയായുടെ വോയിവോട്. പെട്ടെന്ന് താൻ ആകാശത്തേക്കുയർത്തപ്പെടുന്നതായി ഫിറാസ് തിരിച്ചറിഞ്ഞു. അയാളുടെ കാലുകൾക്കിടയിലൂടെ തുളച്ചു കയറുന്ന മരക്കുന്തം നൽകിയ അസഹനീയമായ കനത്ത വേദനയിൽ ഫിറാസ് ഗാദി അലറി കരഞ്ഞു.

തടവറയുടെ ഏറ്റവും താഴെയുള്ള നിലവറയിൽ കഴുമരത്തിനു

ചുവടെയുള്ള പീഠം ക്രസ്സിമിറും തുർക്കി സംഘവും അവരുടെ തൊഴിലാളികളും ചേർന്ന് തല്ലിപ്പൊട്ടിച്ചു. അവരുടെ പ്രതീക്ഷകളെ സഫലമാക്കിക്കൊണ്ട് അവിടെ കുറെ പേടകങ്ങൾ അവർ കണ്ടെത്തി.

'സുൽത്താൻ മഹമൂദിന്റെ നിധി. ഒടുവിൽ നാമത് കണ്ടെത്തിയിരിക്കുന്നു.' തുർക്കി സംഘത്തലവൻ ഉറക്കെ വിളിച്ചു കൂവി. പേടകങ്ങൾ ഓരോന്നായി അവർ പുറത്തെടുത്തു. ആറ് പേടകങ്ങൾ!

'ഒരു റൊമാനിയൻ മാദക സുന്ദരിയുടെ ഭാരമുണ്ട് ഓരോ പെട്ടിക്കും' ആരോ ഇതിനിടയിൽ പറഞ്ഞു.

പെട്ടികൾ ഓരോന്നായി തുറക്കപ്പെട്ടു. ഓരോ പെട്ടിയിലും ഏതാണ്ട് പതിനായിരം എണ്ണം 'സുൽത്താനി' എന്നറിയപ്പെടുന്ന ഓട്ടോമൻ നാണയങ്ങൾ ഉണ്ടെന്ന് തുർക്കി സംഘത്തലവൻ പറഞ്ഞു. ഒരു സുൽത്താനി എന്നാൽ നാല് ഗ്രാമോളം തൂക്കമുള്ള തനി സ്വർണമാണ്. ഓരോ പെട്ടിക്കും ഏതാണ്ട് നാൽപതു കിലോ ഭാരം വരും. ആയാസപ്പെട്ട് ഓരോ പെട്ടികളായി അവർ ആ കെട്ടിടത്തിന് മുകളിലേക്ക് ചുമന്നു കൊണ്ടുവന്നു. എന്നാൽ അവിടെയാകെ മൂടൽമഞ്ഞു നിറഞ്ഞിരുന്നു എന്നത് അവരെ അത്ഭുതപ്പെടുത്തി. പക്ഷേ, നിധി കണ്ടെത്തിയ സന്തോഷത്തിൽ അതൊക്കെ മറന്ന് അവർ കൂടാരങ്ങളിലേക്ക് ആ പെട്ടികൾ ചുമന്നു നടന്നു. പക്ഷേ, കൂടാരങ്ങളുടെ അടുത്തെത്തിയ സംഘം ഞെട്ടിത്തരിച്ചു നിന്നു. കുത്തി നിർത്തിയ മരക്കുന്തത്തിൽ പിടഞ്ഞു തീർന്ന ആരുടെയോ ശരീരം ഒരു നിഴൽചിത്രം പോലെ അവർ കണ്ടു.

'ശത്രുക്കൾ... ഇവിടെ മറ്റാരോ എത്തിയിരിക്കുന്നു. ജാഗ്രത.'

കോർണൽ ഉറക്കെ വിളിച്ചു കൂവി.

ലോറെൻസിയോ അന്റോണിയോണി താടിക്ക് കൈകൊടുത്തു ആഗതൻ പറയുന്നത് കേട്ടിരുന്നു. ഇസ്കന്തർ അൽ ബാഖ്യി അന്റോണിയോണിക്ക് അത്രമേൽ വേണ്ടപ്പെട്ട സുഹൃത്താണ്. തുർക്കിയിലേക്കും മറ്റും അയക്കുന്ന കൽക്കരിയുടെ ഇടപാടുകൾ അന്റോണിയോണിക്ക് വേണ്ടി നടത്തിയിരുന്നത് ബാഖ്യിയുടെ മേൽനോട്ടത്തിൽ ആയിരുന്നു എന്നത് മാത്രമായിരുന്നില്ല. ചെറുപ്പകാലം മുതൽ പരസ്പരം അറിയുന്നവരായിരുന്നു ഇരുവരും.

'നിങ്ങൾ തല്ക്കാലം എന്റെ അതിഥിമന്ദിരത്തിൽ വിശ്രമിക്കുക. ആദ്യം ഞാനൊന്ന് അന്വേഷിക്കട്ടെ. ടാർഗൂസിലെ പുതിയ ഓഫീസർമാർ നമുക്ക് വഴങ്ങുന്നവർ അല്ല എങ്കിലും നമ്മുടെ ആളുകൾ

സേനയിൽ ഇപ്പോഴുമുണ്ട്. ഇസ്കന്തർ അവിടെയുണ്ടോ അല്ലെങ്കിൽ ഇസ്കന്തറിനെക്കുറിച്ച് എന്തെങ്കിലും അറിവ് അവിടെ ആർക്കെങ്കിലും ഉണ്ടോ എന്ന് ഞാൻ ഇപ്പോൾ തന്നെ തിരക്കാം. എന്നിട്ട് ബാക്കി കാര്യങ്ങൾ തീരുമാനിക്കാം.'

'നന്ദി പേട്രൺ'

ആഗതൻ ഓഫീസ് മുറിയിൽ നിന്നും പോയ ഉടനെ അന്റോണിയോണി അനുജനെ വിളിച്ചു.

'ലിയോവിൻ ഒരു ചെറിയ പ്രശ്നമുണ്ട്. നമ്മുടെ ഇസ്കന്തറിനെ ടാർഗൂസ് സേന കസ്റ്റഡിയിലെടുത്തുവോ എന്നൊരു സംശയം. അവിടെ ഉള്ള നമ്മുടെ ആളുകളെ വിട്ടൊന്നു അന്വേഷിക്കണം ഇപ്പോൾ തന്നെ. അഥവാ അവിടെ ഇല്ലെങ്കിൽ ടാർഗോവീഷ്ടായിലേക്കും ആളെ അയച്ചു തിരയേണ്ടി വരും.'

'ഇസ്കന്തറിനെയോ? അയാളെ എന്തിന് സേന പിടികൂടണം?'

'നിനക്കറിയാഞ്ഞിട്ടാണ് ഇസ്കന്തറിന്റെ പേരിൽ സരമാഗോ ഖനിയുടമകളിൽ ആരോ കൊടുത്ത ഒരു പഴയ പരാതിയിൽ കേസുണ്ട്. അയാൾ ഈ രാജ്യത്തു പ്രവേശിച്ചാൽ ഉടനെ അറസ്റ്റ് ചെയ്യാൻ പഴയ ഒരു ഉത്തരവുണ്ട്. രഹസ്യമായി ബുക്കാറെസ്റ്റ് വഴി ഇങ്ങോട്ടു വരും വഴി ആളെ കാണാതായിട്ടുണ്ട്. ഒപ്പം ആറോളം കൂട്ടാളികളെയും. അവരുടെ കൂട്ടർ പറയുന്നത് സൈനിക ഇടപെടൽ സംശയിക്കുന്നു എന്നാണു.'

'ജ്യേഷ്ഠാ നമ്മൾ ഈ പുലിവാല് കേസിൽ ഇടപെടണോ?'

'ലിയോ ഇതിൽ ഇടപെട്ടാൽ നമ്മൾ ചോദിക്കുന്ന കാശിന് നമ്മുടെ ഖനി വിലയ്ക്കെടുക്കാൻ ഇസ്കന്തറിന്റെ സുഹൃത്തുക്കൾ തയാറാണ്. എന്തായാലും ഖനി ടാർഗൂസ് ഭരണകൂടത്തിന് വിലയ്ക്കെടുക്കാൻ ആവില്ല. അവരുടെ പക്കൽ അതിനുള്ള ധനമില്ല. അപ്പോൾ എത്രയും വേഗം നമുക്ക് വേറെ ആളുകളെ കണ്ടെത്തേണ്ടി വരും. അതിനു ഇവർ നമ്മെ സഹായിക്കും.'

'പക്ഷേ, ജ്യേഷ്ഠാ എന്റെ അറിവ് വച്ച് ടാർഗൂസ് ഭരണകൂടത്തിന് വേണ്ടി ചിലർ ആ ഖനി വാങ്ങാൻ വേണ്ട ചിലതൊക്കെ ചെയ്യുന്നുണ്ട്. പോരാത്തതിന് ആ ക്രാസ്സിമിർ അയാൾ എന്തോ ഒരു വഴി കണ്ടെത്തിയെന്നും ശ്രുതിയുണ്ട്.'

'ക്രാസ്സിമിറിനെ വിടു, അയാൾക്കതിനാവില്ല. ഈ ടാർഗൂസിനു വേണ്ടി ആരാണ് ശ്രമങ്ങൾ നടത്തുന്നത്?'

'തൊഴിലാളി നേതാവ് ഡ്രാഗോമീർ ആന്ദ്രേ. അറിയാമല്ലോ സരമാഗോ ഖനികൾ ഭരണകൂടത്തിനെക്കൊണ്ട് ഏറ്റെടുപ്പിച്ചത്

അയാളാണ്. അയാളെ സൂക്ഷിക്കണം ജ്യേഷ്ഠാ. വരുന്ന ഞായറാഴ്ച ടാർഗൂസിൽ എന്തോ യോഗം വിളിച്ചിട്ടുണ്ട്. അന്ന് ഇതിനൊക്കെ തീരുമാനമുണ്ടാകുമെന്ന് കേട്ടിരുന്നു.'

'ഒരു കണക്കിനും സൈ്വര്യം തരില്ല ഈ കാമരാദുകൾ. എന്തായാലും നീ ഞാൻ പറഞ്ഞ കാര്യം ചെയ്യൂ. ബാക്കി നമുക്ക് നോക്കാം.'

ലിയോവിൻ അന്റോണിയോണി പുറത്തേക്കിറങ്ങി നടന്നു.

അൽപനേരം കുറ്റിച്ചെടികൾക്കിടയിൽ പതുങ്ങിയിരുന്നിട്ട് കോർണൽ മെല്ലെ എഴുന്നേറ്റു.

അയാൾ തന്റെ കൈത്തോക്കേന്തി ആ ഇടവും കൂടാരങ്ങളും ഒക്കെ പരിശോധിച്ചെങ്കിലും ആരെയും കണ്ടെത്താൻ ആയില്ല.

അതോടെ അയാൾ ബാക്കിയുള്ളവരോട് പുറത്തേക്ക് വന്നുകൊള്ളാൻ പറഞ്ഞു.

ആറ് പെട്ടികളും കൂടാരത്തിനുള്ളിലേക്ക് കയറ്റി വച്ച് എല്ലാവരും ആകാംക്ഷയോടെ അതിനു ചുറ്റും നിന്നു. തുർക്കിയിലെ സംഘത്തിനും കോസ്റ്റഡീൻ സംഘത്തിനും തുല്യമായി വീതം വയ്ക്കുക എന്നതായിരുന്നു ആദ്യമേ പറഞ്ഞുറപ്പിച്ചിരുന്ന കരാർ.

അതനുസരിച്ചു മൂന്നു പെട്ടികൾ രാവിലെ തന്നെ തങ്ങളുടെ കുതിരവണ്ടിയിലേക്ക് മാറ്റാനും മറ്റു മൂന്നു പെട്ടികൾ അടുത്ത കുതിരവണ്ടിയിൽ കയറ്റി തുർക്കി സംഘം കോട്ടയിൽ നിന്നും തുർക്കിയിലേക്കുള്ള വഴിയേ ഫിറാസിന്റെ ഭൂപടമനുസരിച്ചു പോവുക എന്ന ആശയം കോസ്റ്റഡീൻ ക്രാസ്സിമിർ മുന്നോട്ടു അവതരിപ്പിച്ചു. എന്നാൽ തുർക്കി സംഘം അത് ചിരിച്ചു തള്ളുകയാണുണ്ടായത്.

'ക്രാസ്സിമിർ ഈ യാത്ര തുടങ്ങുന്നതിനു മുൻപ് തന്നെ നീയൊരു കുറുക്കനാണെന്ന് ഞാൻ തിരിച്ചറിഞ്ഞിരുന്നു. നീയും കോർണലും ആ തടവറയിൽ വച്ച് എന്തോ ഗൂഢ പദ്ധതിയിടുന്നതും ഞാൻ ശ്രദ്ധിച്ചിരുന്നു. ഞാനൊരു വിഡ്ഢിയാണെന്നു നീ കരുതിയോ കോസ്റ്റഡീൻ? ഫിറാസിനെ ഇത്രമേൽ ക്രൂരമായി മരത്തിന്റെ കുന്തത്തിൽ കൊരുത്തു കൊന്നത് അവന്റെ സഹായമില്ലാതെ ഞങ്ങൾക്ക് ഈ കാടുകളിലൂടെ തിരികെ പോകാൻ ആവില്ല എന്ന തിരിച്ചറിവ് നിനക്കുണ്ടായത് കൊണ്ടാണ്. പക്ഷേ, നിനക്ക് വല്ലാതെ തെറ്റിയിരിക്കുന്നു കോസ്റ്റഡീൻ. എന്റെ കൂടെ വന്നിട്ടുള്ള എല്ലാവരും തന്നെ തികഞ്ഞ യോദ്ധാക്കളാണെന്നു നീ മറന്ന് പോയി. നിന്റെ ഈ പരിചാരകൻ കോർണലും ഈ ആറ് തൊഴിലാളികളും

വിചാരിച്ചാൽ ഞങ്ങളെ ഒന്നും ചെയ്യാൻ ആവില്ല. ഫിറോസ് ഗാദി എനിക്കാരുമല്ല. അയാൾ കേവലം ഒരു ഉപകരണം മാത്രമായി രുന്നു.'

കോസ്റ്റഡീൻ ക്രാസ്സിമിർ ചുറ്റും നോക്കി.

തുർക്കി സംഘത്തിൽപ്പെട്ടവർ തങ്ങളുടെ നേരെ തോക്കു ചൂണ്ടി നിൽക്കുന്നത് കണ്ട ക്രാസ്സിമിർ അനുനയമാർഗം സ്വീകരി ക്കാൻ തീരുമാനിച്ചു.

'സുഹൃത്തേ, നീയൊന്നു ചിന്തിക്ക്. ഫിറാസ് അവിടെ നിന്നിറ ങ്ങി പോന്നത് നമ്മളാരും അപ്പോൾ ശ്രദ്ധിച്ചിരുന്നില്ല. ആ സമയം മുഴുവൻ ഞാനും എന്റെ ആളുകളും നിങ്ങളോടൊപ്പം ഉണ്ടായിരു ന്നു. ഒരാൾ വിചാരിച്ചാലൊന്നും ഫിറാസിനെ പോലെ ഒരാളെ ഇങ്ങനെ കൊലപ്പെടുത്താൻ ആവില്ല. അത് ഞങ്ങളാണ് ചെയ്ത തെങ്കിൽ ഈ പെട്ടികൾ എടുക്കുന്നതിനിടയ്ക്ക് എപ്പോഴാണ് ഞങ്ങൾക്കതിനു സാധിക്കുക? നിങ്ങൾ വെറുതെ എന്നെ സംശയി ക്കുകയാണ്.'

തുർക്കി സംഘത്തലവന് അതിൽ യുക്തിയുണ്ടെന്നു തോന്നി.

പിന്നെ ആരായിരിക്കും അത് ചെയ്തിട്ടുണ്ടാവുക?

പെട്ടെന്ന് അയാളുടെ ഒരു കൂട്ടാളി മെല്ലെ കുനിഞ്ഞു അയാ ളുടെ ചെവിയിലേക്ക് ഒരു രഹസ്യം പറഞ്ഞു.

'ഇയാൾ പറയുന്നത് കളവാണ്. ഒരുപക്ഷേ, ഇയാൾ ആരെയെ ങ്കിലും നമ്മുടെ പിന്നാലെ ആദ്യം മുതലേ അയച്ചിരുന്നു എങ്കി ലോ?

അവർ ഇവിടെ എവിടെയോ ഇപ്പോഴും പതുങ്ങിയിരിപ്പുണ്ടെ ങ്കിലോ?'

അയാൾ കോസ്റ്റഡീനെ നോക്കി.

'ഞാൻ വാശി പിടിക്കുന്നില്ല. ഈ ധനം തുർക്കിയിലെ സുൽ ത്താന്റേതാണ്. അത് തുർക്കിയിലേക്ക് വക ചേരേണ്ട പണവുമാ ണ്. എങ്കിലും ഞാനൊരു വിട്ടു വീഴ്ച ചെയ്യാൻ ഒരുക്കമാണ്. ഒരു പെട്ടി കോസ്റ്റഡീനും കൂട്ടർക്കും എടുക്കാം. ബാക്കി ഞങ്ങളുടെ വണ്ടിയിലേക്ക് കയറ്റാൻ തൊഴിലാളികളോട് ആവശ്യപ്പെടുക. അതുവരെ കോർണലും ക്രാസ്സിമിറും ഇവിടെ തന്നെയിരിക്കുക. അനങ്ങിയാൽ വെടിയേറ്റ് തല ചിതറുമെന്നു മറക്കണ്ട.'

എന്നിട്ടയാൾ തിരിഞ്ഞു തന്റെ കൂട്ടാളികളോട് പറഞ്ഞു.

'മൂന്നുപേർ ഈ തൊഴിലാളികളെ കൂട്ടിക്കൊണ്ടു പോയി ആ വണ്ടികൾ എടുപ്പിക്കണം, ഇപ്പോൾ തന്നെ. എന്നിട്ട് ഇതിൽ നിന്നു

അഞ്ചു പെട്ടികൾ ഒരു വണ്ടിയിൽ കയറ്റുക. നേരം വെട്ടം വയ്ക്കുന്ന ആ നിമിഷം നമ്മൾ തിരിക്കും. ഇവരെ രണ്ടുപേരെയും കൈകാലുകൾ ബന്ധിച്ച് രണ്ടാമത്തെ വണ്ടിയിൽ ഇടുക. ങാ നമ്മുടെ പ്രിയപ്പെട്ട ഈ സുഹൃത്തുക്കൾക്ക് അവകാശപ്പെട്ട ആ ഒരു പെട്ടിയും അങ്ങോട്ട് കയറ്റി വയ്ക്കുക.'

എന്നിട്ടയാൾ തന്റെ ഒരു കൂട്ടാളിയോട് രഹസ്യമായി പറഞ്ഞു.

'ആ തൊഴിലാളികൾ .... അറിയാമല്ലോ എന്താ വേണ്ടതെന്ന്?'

ആറ് തൊഴിലാളികളും തുർക്കി പോരാളികളുടെ തോക്കിനു മുന്നിൽ അനുസരണയോടെ പുറത്തേക്ക് നടന്നു. അല്പനേരത്തിനുള്ളിൽ അവർ തിരികെ വന്ന് മൂന്നു പെട്ടികൾ എടുത്തു കൊണ്ട് പോകുമ്പോൾ കോസ്റ്റഡീനും കോർണലും ബന്ധിതരായിരുന്നു.

കോർണൽ കിടന്ന കിടപ്പിൽ അവരോടു മറ്റുള്ളവരുടെ ശ്രദ്ധയിൽ പെടാത്ത വിധം എന്തോ ആംഗ്യം കാണിച്ചു.

അവർ പുറത്തേക്ക് പോയി നിമിഷങ്ങൾക്കകം പുറത്തു വെടിയൊച്ചകൾ ഉയർന്നു.

തുർക്കി സംഘത്തിന്റെ തലവൻ ഉറക്കെ ചിരിച്ചു.

'കോസ്റ്റഡീൻ നിന്റെ വിഹിതമായ ആ ഒരു പെട്ടി നിനക്കും കോർണലിനും വീതിച്ചെടുക്കാം. നിന്റെ തൊഴിലാളികളുടെ അന്ത്യവിധിയാണ് ഇപ്പൊ നീ കേട്ട വെടിയൊച്ചകൾ! നിനക്ക് സന്തോഷിക്കാം കോസ്റ്റഡീൻ. മരിച്ചു പോയവർ വിഹിതം ചോദിക്കില്ലല്ലോ?'

അയാൾ ഉറക്കെ ചിരിച്ചു.

പെട്ടെന്ന് വീണ്ടും വെടിയൊച്ചകൾ ഉയർന്നു.

കൂടാരത്തിന്റെ കട്ടിത്തുണികൾ കടിച്ചു കീറി കാട്ടുനായ്ക്കൾ കൂടാരത്തിനുള്ളിലേക്ക് വന്നു.

തുർക്കി സംഘത്തലവൻ തന്റെ തോക്കെടുത്ത് കാട്ടുനായ്ക്കളെ വെടിവയ്ക്കാൻ ഒരുങ്ങുമ്പോഴേക്ക് ഒരു വെടി പൊട്ടി അയാളുടെ കൈവശമിരുന്ന തോക്ക് തെറിച്ചു പോയി.

കോസ്റ്റഡീൻ രംഗം വീക്ഷിക്കവേ അയാളുടെ മുന്നിൽ നിഴൽ രൂപങ്ങൾ തെളിഞ്ഞു.

ഘനഗംഭീരമായ ഒച്ചയിൽ ആരോ പറഞ്ഞു.

'കുറെ ഒറ്റുകാർ, കുറെ അത്യാഗ്രഹികളായ നാട്ടുകാർ, പിന്നെ കുറെ തെമ്മാടികളും. നിങ്ങളെന്താണ് കരുതിയത് വെളുത്ത കാട്ടുനായ്ക്കളേ? ഈ സമ്പത്തൊക്കെ ഇവിടെ നിന്നും എടുത്തു തിരികെ ഓട്ടോമാനിലേക്ക് കൊണ്ട് പോകാമെന്നാണോ? നോക്ക്

വെളുത്തതല്ലെങ്കിലും കാട്ടുനായകൾ ഇവിടെയുമുണ്ട്. നിങ്ങൾ ഇന്നോളം കണ്ടിട്ടുള്ളതിൽ വച്ചേറ്റവും വലിപ്പവും ആക്രമണശേഷിയും ഉള്ള ശരിയായ കാട്ടുനായ്ക്കൾ'

എന്നിട്ടയാൾ വിചിത്രമായ ഒരു ഒച്ച പുറപ്പെടുവിച്ചു.

നൂറുകണക്കിന് കാട്ടുനായ്ക്കൾ മുറുമുറുത്തു കൊണ്ട് തുർക്കിയിലെ സംഘത്തിൽപ്പെട്ടവരുടെ മേൽ ചാടിവീണു.

ക്രോസ്സിമിറും കോർണലും ബന്ധിതരായി തറയിൽ കിടന്ന് ആ കാഴ്ചകൾ കണ്ടു ഭയന്ന് വിറച്ചു.

തുർക്കി സംഘത്തിൽ പെട്ടവരുടെ നിലവിളികൾ കൂടാരത്തിനു പുറത്തും ഉയർന്നു.

നിഴൽ രൂപങ്ങൾ അവർക്ക് നേരെ തിരിഞ്ഞു.

അവരെ അനായാസം പൊക്കിയെടുത്തു കൊണ്ട് കുതിരവണ്ടിയിലേക്കിട്ടു. പിന്നാലെ ഒന്നിന് പുറകെ ഒന്നായി ആ ആറുപെട്ടികളും കുതിരവണ്ടിയിലേക്ക് എടുത്തു വയ്ക്കപ്പെട്ടു.

അവിടെ കിടന്ന് കൊണ്ട് ക്രോസ്സിമിർ അത് കണ്ടു.

ഒരായിരം കാട്ടുനായകൾ.

അവ ആ കൂടാരമിരുന്ന ഇടമാകെ നശിപ്പിച്ചു കൊണ്ട് കുരച്ചു ചാടി നടക്കുന്നു. തന്റെ ഒപ്പം വന്നവരുടെ ഉടലുകളും തുർക്കി സംഘത്തിൽ പെട്ടവരുടെ ഉടലുകളും കടിച്ചു കീറുന്ന ഒരായിരം കാട്ടുനായ്കൾ.

പെട്ടെന്ന് കുതിരവണ്ടി ചലിച്ചു തുടങ്ങി.

തന്റെ മുന്നിൽ നിന്ന ആ നിഴൽ രൂപം ഒരു കുതിരപ്പുറത്തു വണ്ടിയെ അനുഗമിക്കുന്നു എന്ന് അയാൾക്ക് മനസിലായി.

അതിരൂക്ഷമായ ഒരു ദുർഗന്ധം അവിടെയാകെ നിറഞ്ഞു.

കോസ്റ്റഡീനും കോർണലും ബോധരഹിതനായി.

ബുക്കാറെസ്റ്റ് അതിർത്തിയിലെ ഇസ്കന്തറിന്റെ താവളത്തിൽ അപ്പോൾ എട്ടോളം പേർ ഉണ്ടായിരുന്നു.

അകത്തെ മുറിയിൽ അർത്ഥബോധത്തിൽ പിച്ചും പേയും പറഞ്ഞുകൊണ്ടിരുന്ന ഒരുവന്റെ ചുറ്റും അവർ അക്ഷമരായി കാത്തുനിന്നു. അതിലൊരാൾ മദ്ധ്യവയസു പിന്നിട്ട, വേഷം കൊണ്ടും ശരീരഭാഷകൊണ്ടും മറ്റുള്ളവരെക്കാൾ സാമൂഹിക ഔന്നത്യമുള്ള ആളാണെന്നു തോന്നിച്ചു.

തുർക്കിയിലെ ധനാഢ്യർ ഉപയോഗിക്കുന്ന തരം ഒരു തൊപ്പി അയാൾ ധരിച്ചിരുന്നു.

ടാർഗൂസിലെ കുതിരക്കാരൻ

'ഞാൻ കണ്ടതാ, ഇസ്കന്തർ യജമാനനെ ഞാൻ കണ്ടതാ, ബാക്കിയുള്ളവരും ഉണ്ടായിരുന്നു.... അവിടെ ആ കാട്ടില് ... ഒന്നേ നോക്കിയുള്ളൂ, സഹിക്കില്ല. മരക്കുന്തത്തിൽ കൊരുത്ത് ..'

അർത്ഥബോധത്തിൽ അയാൾ പുലമ്പിക്കൊണ്ടിരുന്നു.

തൊപ്പി ധരിച്ചിരുന്ന ആൾ പുറത്തേക്ക് വന്നു.

'ഇവൻ ഈ പറയുന്നതിൽ എന്തെങ്കിലും സത്യമുണ്ടോ?'

'അറിയില്ല യജമാനനെ മൂന്നുപേർ അങ്ങോട്ട് പോയിട്ടുണ്ട് നോക്കാൻ.'

'എത്ര നേരമായിട്ടുണ്ട് അവർ പോയിട്ട്?'

'തിരിച്ചെത്താറായിരിക്കുന്നു.'

ആ താവളത്തിൽ ഇരിപ്പിടത്തിൽ അയാൾ ഇരുന്നു.

എല്ലാവരും ആശങ്കയോടെ കാടിനുള്ളിൽ ഇസ്കന്തറിന്റെ മൃത ദേഹം തിരഞ്ഞു പോയവരെ കാത്തിരുന്നു.

'ശരിക്കും ഇസ്കന്തർ എങ്ങോട്ടാണ് പോയത്? എന്തായിരുന്നു അവന്റെ പദ്ധതി?'

കൂട്ടത്തിലൊരുവൻ അയാളോട് കാര്യങ്ങൾ വിശദീകരിച്ചു.

മഹമൂദിന്റെ ഉപേക്ഷിക്കപ്പെട്ട കോട്ടയിലേക്കുള്ള വഴി കണ്ടെത്താൻ സത്രമുടമയെയും ഭാര്യയേയും തട്ടിക്കൊണ്ടു വരിക. അവരെ ചൂണ്ടയിലെ ഇരയായി ഉപയോഗിച്ച് അലെക്സാൻഡ്രൂവിനേയും ഡ്രാഢോമീറിനെയും ആ വഴി കാട്ടിക്കൊടുക്കാൻ സമ്മർദ്ദത്തിലാക്കുക, ഇതായിരുന്നു പദ്ധതി എന്നയാൾ വിശദീകരിച്ചു.

ഡ്രാഗോമീർ എന്ന പേര് കേട്ടതും തൊപ്പിവച്ചയാൾ ചാടിയെഴുന്നേറ്റു.

'ഡ്രാഗോമീർ ആന്ദ്രേ അവനാണോ?'

'അതെ റഹ്മി അൽ ബാഖ്യി അവൻ തന്നെ സരമാഗോയിലെ തൊഴിലാളി നേതാവ്'.

'അല്ല, അവൻ അതുമാത്രമല്ല. അവനിപ്പോൾ എവിടെയുണ്ട്?'

'അവൻ ടാർഗൂസിലുണ്ട് എന്നാണു അറിവ്. അവന്റെ ഉറ്റ സുഹൃത്തുക്കളാണത്രെ സത്രം നടത്തിയിരുന്നവർ.'

'ഇനിയൊന്നും ആലോചിക്കാനില്ല. നിങ്ങൾ എത്രപേരുണ്ട്?'

'ഇവിടെ ഇപ്പോൾ ആള് കുറവാണ്.'

'നിനക്കെത്രപേരെ സംഘടിപ്പിക്കാനാവും?'

'പരമാവധി പത്തോ പന്ത്രണ്ടോ പേരെ.'

'എത്ര ആളുവേണോ കൂട്ടിക്കോളൂ. ഡ്രാഗോമീറിനെ ജീവനോടെയോ അല്ലാതെയോ എന്റെ അടുക്കൽ എത്തിക്കുന്നവർക്ക് 150

സുൽത്താനി ഞാൻ കൊടുക്കും. എന്തേ, തയാറാണോ?'

'തീർച്ചയായും തയാർ.'

റഹ്മി അൽ ബാഖ്യി ചിന്തയിലേക്ക് പോയി.

സരമാഗോയിലെ കലാപകാലം.

കമരാദ് അത്താനോസും കൂട്ടരും തുടങ്ങിവച്ച തൊഴിലാളി കലാപം കൊടുമ്പിരിക്കൊണ്ടിരിക്കുമ്പോഴാണ് തന്റെ അമ്മാവൻ അവരെ ശാരീരികമായി ആക്രമിച്ചു കീഴ്പ്പെടുത്താൻ ശ്രമം ആരംഭിക്കുന്നത്. എന്നാൽ പെട്ടെന്ന് തന്നെ ബോസിനിയയിൽ തൊഴിലാളി പ്രശ്നം രൂക്ഷമായെന്ന വിവരത്തിന്റെ അടിസ്ഥാനത്തിൽ അത്താനോസ് അങ്ങോട്ട് തിരിച്ചെന്ന വിവരം അമ്മാവന് ലഭിച്ചു.

സാരാമാഗോയിൽ നിന്നു ബോസിനിയയിലേക്കുള്ള യാത്രാമദ്ധ്യേ അത്താനോസിന്റെ സംഘത്തെ കണ്ടെത്താനും രൂക്ഷമായ പോരാട്ടത്തിനൊടുവിൽ അത്താനോസിനെ വെടിവച്ചു വീഴ്ത്താനും അമ്മാവന് കഴിഞ്ഞു.

അതോടെ സരമാഗോയിലെ സമരം അവസാനിക്കുമെന്ന് എല്ലാവരും കണക്കുകൂട്ടി. പക്ഷേ, അത് പുതിയൊരു നേതാവിന്റെ ഉദയത്തിനു വഴിവയ്ക്കുമെന്നു ആരും കരുതിയിരുന്നില്ല.

ടാർഗൂസിൽ നിന്നു വിലക്കപ്പെട്ട ഡ്രാഗോമീർ ആന്ദ്രേ.

കമ്യൂണിസ്റ്റ്യഷേ നേതൃത്വം സരമാഗോയിലെ കലാപത്തിന്റെ നേതൃത്വം അവനെ ഏൽപ്പിച്ചു.

എന്നാൽ തൊഴിലാളികൾ ഭയന്നിരുന്നു.

അത്താനോസിന്റെ ഗതി തങ്ങൾക്കും ഉണ്ടാകുമെന്നവർ ഭയന്നു.

അത്താനോസിന്റെ കൊലയാളികളോട് പ്രതികാരം ചെയ്യാത്തിടത്തോളം തങ്ങളുടെ വാക്കുകൾ ജനങ്ങൾ ശ്രദ്ധിക്കില്ലെന്നു ഡ്രാഗോമീർ ഉറപ്പിച്ചു. അങ്ങനെ ഒരു നശിച്ച ദിവസം പ്രഭാതത്തിൽ കിഴക്കൻ സാരാമാഗോ ഖനിയുടെ മുന്നിൽ തന്റെ അമ്മാവന്റെ മൃതദേഹം ....

മരക്കുന്തത്തിൽ കൊരുത്ത് ..

അതവനായിരുന്നു ഡ്രാഗോമീർ ആന്ദ്രേ.

അത്താനോസിന്റെ കൊലയ്ക്ക് പകരം വീട്ടി അവൻ സമരം ശക്തമാക്കി. ഒടുവിൽ തങ്ങൾക്ക് ആ ഖനി ഭരണകൂടത്തിന് വിട്ടുകൊടുക്കേണ്ടിവന്നു.

സരാമാഗോയിൽ ഡ്രാഗോമീർ ഒരു നായകനായിരുന്നു അവനെ അവിടെ വച്ച് അപായപ്പെടുത്താൻ നടത്തിയ എല്ലാ ശ്രമങ്ങളും ജനങ്ങൾ ഇടപെട്ടു പരാജയപ്പെടുത്തി.

തന്റെ അമ്മാവന്റെ കൊലപാതകി ഇപ്പോഴിതാ സാരാമാഗോയ്ക്ക് പുറത്തു എത്തിയിരിക്കുന്നു.

ഇത്തവണ അവനെ എന്ത് വിലകൊടുത്തും കൊലപ്പെടുത്തണം.

ഇത്തരം ഒരു അവസരം ഇനി ലഭിക്കുകയില്ല.

റഹ്മി അൽ ബാഖ്യിയുടെ ചിന്തകൾ അത്രത്തോളമെത്തിയപ്പോൾ ഇസ്കന്ദറിനെ അന്വേഷിച്ചു പോയവർ തിരിച്ചെത്തി.

'റഹ്മി അൽ ബാഖ്യി ... അറിഞ്ഞത് സത്യമാണ് പേട്രൺ. ആ ഒറ്റുകാരൻ മാർവിൻ ഒഴികെ മറ്റെല്ലാവരും.. മരക്കുന്തങ്ങളിൽ... മാർവിന്റെ ഉടൽ ഏതോ വന്യജീവികൾ മുക്കാലും കടിച്ചു പറിച്ചു നശിപ്പിച്ചിരിക്കുന്നു. സഹിക്കാൻ ആവാത്ത കാഴ്ചയാണ് പേട്രൺ.'

റഹ്മി ചാടിയെഴുന്നേറ്റു.

'ഡ്രാഗോമീർ ആന്ദ്രേ... ആദ്യം നീ എന്റെ അമ്മാവനെ കൊന്നു ഇപ്പോഴിതാ എന്റെ മൂത്ത സഹോദരനെയും നീ. ഇനി നമ്മിലൊരാൾ മാത്രമേ ഈ ഭൂമിയിൽ അവശേഷിക്കാവൂ.'

അയാൾ ക്രോധത്താൽ തിളച്ചു.

30

രണ്ടാം നിലയിലെ തന്റെ ഓഫീസ് മുറിയിൽ ഇരുന്നുകൊണ്ട് ഉച്ചയ്ക്ക് ശേഷം നടക്കേണ്ട പൊതുയോഗത്തിനുള്ള ഒരുക്കങ്ങൾ വിലയിരുത്തുന്ന തിരക്കിലായിരുന്നു ഗ്രിഗോറി.

നികോലീനയും മിനായും കവലയിൽ താൽക്കാലികമായി ഒരുക്കുന്ന വേദിയുടെ പ്രവർത്തികൾ നോക്കി നിൽക്കുന്നത് ഇടയ്ക്ക് അയാൾ ശ്രദ്ധിച്ചു.

വിയോറിൽ വേദി നിർമാണം നടക്കുന്ന ഇടത്തായിരുന്നു.

അയാൾ ഓഫീസിലേക്ക് തിരികെ നടക്കാൻ ഒരുങ്ങുമ്പോഴാണ് തൊട്ടടുത്തെങ്ങോ നിന്ന് കാട്ടുനായ്ക്കളുടെ കൂട്ടാതെയോടെയുള്ള ഒച്ചകൾ ഉയർന്നത്.

വീഥിയിലാകെ പൊടിപടലങ്ങളുയർത്തിക്കൊണ്ട് ഒരു കുതിരവണ്ടിയും ഒപ്പം ഒരു കുതിരയിൽ മറ്റൊരാളും കവലയിലേക്കുള്ള വഴിയേ അതിവേഗം വരുന്നത് കണ്ടു വിയോറിൽ ജാഗരൂഗനായി.

അയാളുടെ വലതു കൈ യാന്ത്രികമായി അരപ്പട്ടയിലെ കൈത്തോക്കിലേക്ക് നീണ്ടു.

സ്റ്റെഫാൻ വീടിനു പുറത്തേക്കിറങ്ങി കവലയിലേക്ക് പുറപ്പെടാൻ തുടങ്ങിയ നേരത്താണ് തെരുവാകെ പുകപടലങ്ങൾ ഉയർത്തി ആ കുതിരവണ്ടി കവലയിലേക്ക് പോകുന്നത് കണ്ടത്. തൊട്ടു

പിന്നാലെ ഒരു കുതിരയിൽ മറ്റാരോ അതിനെ പിന്തുടരുന്നതും അയാൾ കണ്ടു. പെട്ടെന്ന് സ്റ്റെഫാൻ ഉറക്കെ വിളിച്ചു.

'പിയറീ... പിയറീ പെട്ടെന്ന് വരൂ...'

പിയറി പെട്ടെന്ന് പുറത്തേക്ക് വന്നു.

ഇരുവരും കവലയിലേക്ക് ഓടി.

ഗ്രിഗോറിയുടെ ഔദ്യോഗിക വസതിയുടെ ബാൽക്കണിയിൽ നിന്ന് ഒരുക്കങ്ങൾ ശ്രദ്ധിച്ചിരുന്ന മിനായും നിക്കോലീനയും അതിവേഗം പാഞ്ഞു വരുന്ന കുതിരവണ്ടി കണ്ടു.

വണ്ടിയോടിക്കുന്ന ആളെയോ അതിനെ പിന്തുടരുന്ന കുതിരക്കാരനെയോ തിരിച്ചറിയാൻ ആവുന്നതിലും അധികം ദൂരത്തായിരുന്നു അവർ അപ്പോൾ.

ഇരുവരും സാകൂതം ആ രംഗം വീക്ഷിച്ചു.

പിർവൂ രാവിലെ തന്നെ വീട്ടിൽ നിന്നും ഇറങ്ങി.

യോഗത്തിന്റെ ഒരുക്കങ്ങൾ നടക്കുന്നുണ്ട്.

ഡ്രാക്കോയുടെയും അലെക്സിയുടെയും വിവരം എന്തെങ്കിലും കിട്ടിയോ എന്നറിയണം. പിർവൂ ടാർഗൂസ് കവലയിലേക്കുള്ള പ്രധാന പാതയിലേക്ക് നയിക്കുന്ന വീഥിയിലൂടെ സാവകാശം കുതിരപ്പുറത്തു വരുമ്പോഴാണ് പ്രധാനപാതയിലൂടെ അമിതവേഗത്തിൽ ഒരു കുതിരവണ്ടിയും അതിനു പിന്നാലെ മറ്റൊരാളും പോകുന്നത് അയാളുടെ ശ്രദ്ധയിൽപെട്ടത്.

പിർവൂ തന്റെ കുതിരയെ അതിവേഗത്തിൽ പ്രധാന പാതയിലേക്ക് നയിച്ചു.

സംശയാസ്പദമായ രീതിയിൽ കുതിരവണ്ടി ടാർഗൂസ് കവലയിലെത്തുമ്പോഴേക്കും സൈനികർ വണ്ടി തടഞ്ഞു.

വണ്ടിക്കാരൻ അവന്റെ മുഖം തുണി കൊണ്ട് മറച്ചിരുന്നു.

അയാളുടെ പിന്നാലെ വന്ന കുതിരയിൽ ഇരുന്ന ആളും മുഖം മറച്ചിരുന്നു. സൈനികർ വണ്ടിക്കാരനും കൂട്ടാളിക്കും നേരെ തോക്കു ചൂണ്ടി.

'മുഖം മൂടികൾ മാറ്റുക. എന്നിട്ട് രണ്ടു കയ്യും ഉയർത്തി രണ്ടുപേരും ഇറങ്ങുക.'

വിയോറിൽ ഉറക്കെ ആജ്ഞാപിച്ചു.

സ്റ്റെഫാനും പിയറിയും ഓടി കവലയിലെത്തിയത് അപ്പോഴാണ്. തൊട്ടുപിന്നാലെ തന്റെ കുതിരയിൽ പിർവൂവും എത്തി.

മിനായും നിക്കോലീനയും ആകാംക്ഷയോടെ ഈ കാഴ്ച ദൂരെ

നിന്ന് കണ്ടു നിന്നു.

ഒച്ചപ്പാടും ബഹളവും ഉറക്കെ ഉള്ള സംസാരവും കേട്ട് ഗ്രിഗോറിയും ഓഫീസിൽ നിന്നു ബാൽക്കണിയിലേക്ക് വന്നു.

വണ്ടിക്കാരൻ മെല്ലെ മുഖമൂടി മാറ്റി.

വിയോറിൽ പൊട്ടിച്ചിരിച്ചു.

'അലെക്സാൻഡ്രൂ നീയോ?'

അലക്സി നാടകീയമായി കൈകൾ ഉയർത്തി വിയോറിലിനടുത്തേക്ക് വന്നു. അവൻ ഒച്ചതാഴ്ത്തി വിയോറിലിനോട് എന്തോ പറഞ്ഞു. അവിശ്വസനീയമായ എന്തോ കേട്ടത് പോലെ അയാൾ അലെക്സിയെ തുറിച്ചു നോക്കി.

അവന്റെ ഒപ്പം വന്ന കുതിരക്കാരൻ മുഖംമൂടി മാറ്റി കുതിരയിൽ നിന്നിറങ്ങി വിയോറിലിനടുത്തേക്ക് വന്നു.

'ഡ്രാക്കോ അലെക്സി പറയുന്നത് സത്യമാണോ?'

'അതെ വിയോ വണ്ടി വേഗം സൈനിക ആസ്ഥാനത്തേക്ക് മാറ്റണം.'

ഡ്രാഗോമീർ വിയോറിലിനോട് പറഞ്ഞു.

വിയോറിൽ ധൃതിപിടിച്ചു സൈനികരോട് വണ്ടി സൈനിക ആസ്ഥാനത്തേക്ക് മാറ്റാൻ ആജ്ഞാപിച്ചു.

സ്റ്റെഫാനും, പിയറിയും, പിർവൂവും അവരെ അനുഗമിച്ചു.

ദൂരെ നിന്നു ഈ കാഴ്ച കണ്ടിരുന്ന നിക്കോലീനയ്ക്ക് വണ്ടിയിൽ വന്നവരുടെ മുഖം വ്യക്തമായില്ല.

മിനാ ഒച്ച താഴ്ത്തി പറഞ്ഞു.

'അതവൻ തന്നെയാണ്, ഡ്രാഗോമീർ ആന്ദ്രേ...'

കോസ്റ്റഡീൻ ക്രാസ്സിമിർ കണ്ണ് തുറന്നു.

അയാൾ ചുറ്റും നോക്കി.

തൊട്ടടുത്ത് അയാളുടെ വിശ്വസ്ത അനുചരൻ കോർണൽ ഉറങ്ങിക്കിടന്നു. രൂക്ഷമായ ദുർഗന്ധം, പെട്ടെന്നൊരു തീക്കാറ്റ് ചീറിയടിച്ചു. അസഹനീയമായ ചൂട് കോർണലിനു തന്റെ ഉടലാകെ വെന്തുപോകും പോലെ തോന്നി.

കൈകാലുകൾ ബന്ധിക്കപ്പെട്ട് കുതിരവണ്ടിയിലേക്ക് എടുത്തെറിയപ്പെട്ടത് അയാൾക്കോർമയുണ്ട്.

ആയാസപ്പെട്ട് ക്രാസ്സിമിർ എഴുന്നേറ്റു നിന്നു.

'വാലാ മോർച്ചിയായിലേക്ക് സ്വാഗതം കോസ്റ്റഡിൻ...'

അയാൾ ചുറ്റും നോക്കി, തീക്കാറ്റ് വീണ്ടും വീശിയടിച്ചു കോസ്റ്റ

ഡീൻ ക്രാസ്സിമിറിന്റെ വസ്ത്രങ്ങൾക്ക് തീപിടിച്ചു.

അയാൾ വെപ്രാളപ്പെട്ട് വസ്ത്രങ്ങൾ ഊരിയെറിഞ്ഞു.

ഇത്തിരി തണലുള്ള ഇടം തേടി അയാൾ ആ താഴ്വാരത്തു കൂടി ഓടി....

സൈനിക ആസ്ഥാനത്തെ ഹാളിൽ ഡ്രാഗോമീറും, അലെക്സാൻ ഡ്രൂവും മറ്റു സുഹൃത്തുക്കളും ഇരുന്നു. സൈനികർ അവർക്ക് കുടിക്കാൻ ഫ്രേപ്പെ നൽകി.

ഡ്രാഗോമീറിനോട് മുകളിൽ ഗ്രിഗോറി കാണണം എന്ന് ആവശ്യപ്പെട്ടതായി വിയോറിൽ പറഞ്ഞു. ഡ്രാഗോമീറും അലെക്സിയും എഴുന്നേറ്റു. എന്നാൽ അലെക്സിയോട് പോകരുതെന്ന് പിർവൂ ആംഗ്യം കാണിച്ചു.

ഡ്രാഗോമീർ വിയോറിലിനൊപ്പം പടിക്കെട്ടുകൾ കയറി മുകളിലേക്ക് പോയി. അലെക്സി എന്താ എന്ന അർത്ഥത്തിൽ പിർവുവിനോട് ആംഗ്യഭാഷയിൽ ചോദിച്ചു.

പിർവൂ അലെക്സിക്ക് മാത്രം കേൾക്കാനാവുന്ന ഒച്ചയിൽ പറഞ്ഞു.

'മിനാ... മിനാ അത്താനോസ്

അലെക്സി ഞെട്ടി.

'എവിടെ? നീ കണ്ടോ?'

'മുകളിലുണ്ട്, ഞാൻ കണ്ടില്ല വിന്റീ പറഞ്ഞു.'

സുഹൃത്തുക്കൾ എല്ലാവരും ആകാംക്ഷയോടെ മുകളിലേക്ക് നോക്കി ഇരുന്നു.

ഡ്രാഗോമീർ മുകളിലെ ഇടനാഴിയിലൂടെ ഗ്രിഗോറിയുടെ ഔദ്യോഗിക വസതിയിലേക്ക് നടന്നു.

'ഡ്രാക്കോ... അങ്ങോട്ട് ചെന്നോളൂ, ഞാൻ ഒരു കാര്യം മറന്നു ഇപ്പൊ തിരിച്ചു വരാം.' വിയോറിൽ ഡ്രാക്കോയെ തനിച്ചു വിട്ടിട്ട് തിരികെ പടിക്കെട്ടിറങ്ങി. അതേസമയം ഗ്രിഗോറിയുടെ ഓഫീസ് മുറിയിൽ ഇരുന്നു ഗ്രിഗോറിയും നിക്കോലീനയും പരസ്പരം നോക്കി പുഞ്ചിരിച്ചു.

'എന്താവും ഗ്രിഗൊ?'

'പക്വതയുള്ള രണ്ടു മനുഷ്യർ കണ്ടുമുട്ടുമ്പോൾ ഉണ്ടാകാവുന്നത്. മറ്റെന്തുണ്ടാവാൻ?'

ഡ്രാഗോമേറെ ഗ്രിഗോറിയുടെ വസതിയിലേക്ക് കയറി.

അവിടെ ആരെയും കണ്ടില്ല.

പ്രധാന ഹാളിന്റെ ഒരു ജനാലയിൽ പിടിച്ചു പുറം തിരിഞ്ഞു നിൽക്കുന്ന ഒരു സ്ത്രീ.

ഡ്രാഗോമീർ മുരടനക്കി.

അവർ ശ്രദ്ധിക്കുന്നതായി തോന്നിയില്ല.

'ഡോംന്യൂൾ ഗ്രിഗോറി എവിടെ?'

അവൻ തന്റെ ഗംഭീരമായ ഒച്ചയിൽ ചോദിച്ചു. ആ സ്ത്രീ മെല്ലെ തിരിഞ്ഞു നോക്കി. അവരുടെ കണ്ണുകൾ നിറഞ്ഞിരുന്നു. ഡ്രാഗോമീർ അവളെ കണ്ടു ഞെട്ടി.

'മിനാ .... നീ..'

'ഡ്രാക്കോ, ഞാൻ പറഞ്ഞിരുന്നതല്ലേ വരുമെന്ന്. ഞാൻ പറഞ്ഞിരുന്നില്ലേ ഞാൻ വരുമെന്ന്.'

ഒരു നിമിഷം ഇരുവരും പരസ്പരം നോക്കി നിന്നു.

പെട്ടെന്ന് മിനാ അവനടുത്തേക്കോടി വന്നു.

അവൻ അവളെ ചേർത്ത് പിടിച്ചു.

അവന്റെ കണ്ണുകളും നിറഞ്ഞിരുന്നു.

'എനിക്കറിയാമായിരുന്നു മിനാ, ഞാൻ കാത്തിരിക്കുകയായിരുന്നു...'

വികാരത്തള്ളിച്ചയിൽ ഒന്നും മിണ്ടാനാവാതെ ഇരുവരും ആലിംഗനത്തിൽ മുഴുകി നിൽക്കവേ പെട്ടെന്ന് കയ്യടിയൊച്ച കേട്ട് അവർ വിട്ടുമാറി. ഗ്രിഗോറിയും, നിക്കോലീനയും അവന്റെ കൂട്ടുകാരും വിയോയും ഹാളിലേക്ക് കടന്നുവന്നു.

'ഇതുങ്ങളെ ഇപ്രാവശ്യം ഇങ്ങനെ വിട്ടാൽ പറ്റില്ല. ഇനി രണ്ടും വലിയ തത്വങ്ങൾ പറഞ്ഞു രണ്ടുവഴിക്ക് പോകരുത്.'

പിയറി ഉറക്കെ പറഞ്ഞു.

'അതെന്താ പിയറി അമ്മാവാ അതിന്റെ കഥ?'

'അതോ? രണ്ടിനും അങ്ങോട്ടും ഇങ്ങോട്ടും ചാകാൻ പോന്ന ഇഷ്ടമുണ്ട്. ഒരാൾ ആതുരസേവനവും മറ്റെയാൾ തൊഴിലാളികളുടെ ജീവിതം മെച്ചപ്പെടുത്താനും എന്ന് പറഞ്ഞു രണ്ടു വഴിക്ക് പോയതാ പണ്ട്. ഇനി മതി ഈ അകന്നിരുന്നുള്ള കണ്ണീർ ഒലിപ്പിക്കൽ ഡോംന്യൂൾ ഗ്രിഗോറി. ഇത്തവണ ഞങ്ങൾ രണ്ടിനേം പൂട്ടും.'

പിർവു ആണ് ഗ്രിഗോറിക്ക് മറുപടി നൽകിയത്.

'ഡ്രാക്കോയെ നോക്കിക്കേ, ഈ പോത്ത് കരയുന്നതു ഞാൻ ആദ്യമായിട്ട് കാണുവാ!'

അലെക്സി ഡ്രാഗോമീറിനെ പിന്നിൽ നിന്നു ചേർത്ത് പിടിച്ചു

കൊണ്ട് പറഞ്ഞു.കണ്ണീർ ഒളിപ്പിച്ചു കൊണ്ട് തന്നെ ചിരിക്കുന്ന മിനായെ നികോലീന ചേർത്ത് പിടിച്ചു.

ടാർഗൂസ് നഗരചത്വരത്തിൽ പൊതുയോഗം ആരംഭിച്ചു.

ഗ്രിഗോറി കോൺസ്റ്റന്റെൻ ജനങ്ങളെ അഭിസംബോധന ചെയ്തു.

'ഒരുപാട് സന്തോഷകരമായ കാര്യങ്ങൾ നിങ്ങളോടു പങ്കുവയ്ക്കാനുണ്ട്. പക്ഷേ, എല്ലാറ്റിനും മുൻപ് നിങ്ങളുടെ കൂട്ടത്തിലെ ചില വലിയ മനുഷ്യരെക്കുറിച്ചാണ് എനിക്ക് പറയാനുള്ളത്.'

എല്ലാവരും ആകാംക്ഷയോടെ അതാരാണ് എന്ന അർത്ഥത്തിൽ ഗ്രിഗോറിയെ നോക്കി.

'അറുപതിനായിരം ഓട്ടോമൻ സുൽത്താനി സ്വർണ്ണനാണയങ്ങളുടെ ഇന്നത്തെ മൂല്യം നിങ്ങൾക്ക് ഊഹിക്കാൻ ആവുന്നുണ്ടോ? അത്രയും ധനം സ്വന്തമാക്കാൻ ആവുമായിരുന്നിട്ടും, ഈ ഖനി തൊഴിലാളികളുടെ പേരിൽ വാങ്ങാനും, ഇവിടെ ആശുപത്രിയും, സ്കൂളും ഒക്കെ സ്ഥാപിക്കാനും വേണ്ടി അത് നൽകുന്നത് അത്ര ചെറിയ കാര്യമാണോ?.'

'അറുപതിനായിരം സുൽത്താനിയോ?'

ജനങ്ങളുടെ ഇടയിൽ ഒരു മർമ്മരമുണ്ടായി.

'അതേ, തുർക്കിയിൽ നിന്നും പിന്നെ നമ്മുടെ നാട്ടിൽ നിന്നും ഉള്ള ശത്രുക്കളെ നേരിട്ട് സുൽത്താൻ മഹമൂദിന്റെ ഉപേക്ഷിക്കപ്പെട്ട കോട്ടയിൽ നിന്നും ആ നിധി കണ്ടെടുത്ത് അതിൽ നിന്നും ഒരു നാണയം പോലും സ്വന്തമായി എടുക്കാതെ ടാർഗൂസ് പട്ടണത്തിന്റെ വികസനത്തിനുവേണ്ടി രേഖാമൂലം നൽകിയ ആ രണ്ടുപേരെ നിങ്ങൾക്ക് അറിയണ്ടേ?'

'ആരാണ്?' ആളുകൾ ഒച്ചയുണ്ടാക്കി.

'അത് നിങ്ങളുടെ സുഹൃത്തുക്കൾ സരമാഗോയുടെ സാൽവറ്റോർ ഡ്രാഗോമീർ ആന്ദ്രെയും, മഹമൂദിന്റെ വഴിയേ കുതിയോട്ടിയ അലെക്സാൻഡ്രൂവും ആണ്.'

ജനങ്ങൾ ഭ്രാന്തമായി കയ്യടിച്ചു.

അവർ ഇരുവർക്കും വേണ്ടി ഉറക്കെ മുദ്രാവാക്യം വിളിച്ചു.

സുഹൃത്തുക്കൾ ഡ്രാഗോമീറിനെയും അലെക്സിയെയും ചേർത്തു പിടിച്ചു നിൽക്കവേ പെട്ടെന്ന് എന്തോ വസ്തു വായുവിലൂടെ വേദിയിലേക്ക് വന്നു വീഴുന്നത് സ്റ്റീഫൻ ശ്രദ്ധിച്ചു.

'ഡൈനാമൈറ്റ്...' സ്റ്റെഫാൻ വിളിച്ചു കൂവി.

എന്നിട്ട് അവൻ ആ ഡൈനാമൈറ്റ് എടുത്തു കവലയ്ക്കടുത്ത കാടിന് സമീപത്തേക്കോടി.

കാട്ടിലേക്ക് അത് വലിച്ചെറിയാൻ ശ്രമിച്ചപ്പോഴേക്കും കാലു തെറ്റി മരങ്ങൾ നിറഞ്ഞ ചെരുവിലേക്ക് അവൻ വീണു. അതിഭയങ്കരമായ ഉച്ചയോടെ ആ ഡൈനാമൈറ്റ് പൊട്ടിത്തെറിച്ചു. ഒരു നിമിഷം കൊണ്ട് സ്റ്റെഫാൻ ചിതറിത്തെറിക്കുന്ന കണ്ട ഏവരും അലറിക്കരഞ്ഞു.

ഡ്രാക്കോയും അലെക്സിയും മറ്റും അങ്ങോട്ടേക്ക് ഓടിച്ചെന്നു.

ജനങ്ങൾ പരിഭ്രാന്തരായി ഓടി.

പിയറി ആ കാഴ്ച താങ്ങാനാവാതെ നെഞ്ചുതടവിക്കൊണ്ടു കുഴഞ്ഞു വീണു. ആരൊക്കെയോ അയാളെ തോളിലെടുത്തു ആശുപത്രിയിലേക്കോടി.

സ്ഫോടനം നടന്ന ഇടം ആകെ കുഴിഞ്ഞു പോയിരുന്നു സ്റ്റെഫാന്റെ കുപ്പായത്തിന്റെ തുണ്ടുകൾ അവിടവിടായി കിടപ്പുണ്ട്.

'എസ്തേഫാൻ ....'

ഡ്രാഗോമീർ അലറിക്കരഞ്ഞു.

പെട്ടെന്നവനിൽ ക്രോധം ഇരച്ചു കയറി.

അരപ്പട്ടയിൽ നിന്നു കൈത്തോക്ക് വലിച്ചൂരി അലെക്സി ചുറ്റും നോക്കി.

'ആരെടാ പന്നിക്ക് പിറന്നവനേ ഒളിച്ചിരുന്നാക്രമിക്കുന്നത്? പുറത്തേക്ക് വാടാ.'

അലെക്സി അലറിക്കൂവി, പിർവൂ തോക്കെടുത്ത് തന്റെ കൂട്ടുകാർക്കൊപ്പം കൂടി.

വിയോറിലും സൈനികരും ആയുധങ്ങളുമായി തയാറായി.

ഒരു സൈനികനിൽ നിന്നും ക്യൂഗിർ റൈഫിൾ വാങ്ങിക്കൊണ്ടു ഗ്രിഗോറിയും തയാറായി. പെട്ടെന്ന് വെടിയൊച്ചകൾ വീണ്ടും മുഴങ്ങി. ഡ്രാഗോമീർ ഇടതു തുടയിൽ അമർത്തിപ്പിടിച്ചു പിന്നിലേക്ക് മറിഞ്ഞു.

അത് കണ്ട മിനാ അവനടുത്തേക്ക് ഓടി.

ആരൊക്കെയോ അവളെ തടയാൻ ശ്രമിച്ചു.

അവൾ കൈകൾ തട്ടിയെറിഞ്ഞു ഡ്രാക്കോയ്ക്ക് അടുത്തേക്കെത്തുമ്പോൾ വെടിയേറ്റ് മുറിഞ്ഞ ഇടതു കാൽ ആയാസത്തോടെ ഊന്നി അവൻ എഴുന്നേറ്റു.

ഇരുപതോളം കുതിരകളിൽ അപരിചിതരായ ആളുകൾ മരക്കൂട്ടത്തിനിടയിൽ നിന്നും കവലയിലേക്ക് കയറി വന്നു.

അലെക്സാൻഡ്രൂവും മറ്റും സുരക്ഷിതമായ ഇടങ്ങളിലേക്ക് മാറി നിന്നു വെടിവയ്ക്കാൻ തയാറായി.

'ഡ്രാഗോമീർ ആന്ദ്രേ... ഇനിയൊരു പ്രഭാതം നിന്നെ കാണിക്കില്ല.' കടന്നുവന്നവരുടെ കൂട്ടത്തിലൊരുവൻ അലറി.

'റഹ്മി അൽ ബാഖ്യി. നിനക്കിവിടെ നിന്നും രക്ഷപെടാനാവില്ല.' ഡ്രാഗോമീർ അവനു നേരെ വെടി വച്ചു. എന്നാൽ അവന്റെ ഉന്നം പിഴച്ചു.

ചറപറാ വെടിയൊച്ചകൾ ഉയർന്നു.

ഡ്രാഗോമീറിന്റെ നെഞ്ച് തകർത്ത് കൊണ്ട് വെടിയുണ്ടകൾ കടന്നു പോയി. റഹ്മി അൽ ബാഖ്യിയുടെ ക്രോധം ശമിച്ചിരുന്നില്ല. അയാൾ വീണ്ടും വീണ്ടും ഡ്രാഗോമീറിനെതിരെ നിറയൊഴിച്ചു. ഡ്രാക്കോയ്ക്ക് കൂടുതൽ വെടിയേൽക്കാതിരിക്കാൻ മിനാ അവനോടു ചേർന്ന് നിന്നു പ്രതിരോധം തീർത്തു

റഹ്മി വെടിവയ്ച്ചുകൊണ്ടേയിരുന്നു.

മിനായും ഡ്രാക്കോയും വെടിയേറ്റ് വീഴുന്നത് കണ്ട പിർവൂ ക്യൂഗിർ റൈഫിൾ കൊണ്ട് റഹ്മിയെ ആക്രമിച്ചു. അതേസമയത്തു അലെക്സാൻഡ്രൂ അയാളെ ചവുട്ടി കുതിരപ്പുറത്തു നിന്നു താഴേക്കിട്ടു.

വെടിയേറ്റ റഹ്മി താഴെ വീണു പിടഞ്ഞു.

അലക്സി ഭ്രാന്തമായി അയാളെ വെടിവച്ചുകൊണ്ടേയിരുന്നു.

സൈന്യം ശക്തമായി തിരിച്ചടിച്ചു.

കടന്നു കയറ്റക്കാരിൽ മിക്കവാറും വെടിയേറ്റ് വീണു.

ബാക്കിയുള്ളവർ കാട്ടിനുള്ളിലെക്ക് രക്ഷപെട്ടു.

സൈനികർ രക്ഷപ്പെട്ടു പോയവരെ പിന്തുടർന്ന് പോയി.

അഞ്ചു വർഷങ്ങൾക്ക് ശേഷം ടാർഗൂസിലെ പുതുതായി നിർമിച്ച വലിയ ആശുപത്രിക്ക് മുന്നിലെ വഴിയിൽ റാന്തൽ കൊളുത്തി വച്ച പോസ്റ്റിൽ ചാരി പിയറി ഒരു സിഗാർ കത്തിച്ചു വലിച്ചുകൊണ്ടു ചുറ്റുപാടും നോക്കി നിന്നു.

പെട്ടെന്ന് അലെക്സാൻഡ്രൂ അകത്തു നിന്നും ഓടി വന്നു.

'പിയറി അമ്മാവാ, പ്രസവിച്ചു ആൺകുട്ടിയാണ്.'

പിയറി സിഗാർ കുത്തിയണച്ചു.

അവനൊപ്പം അകത്തേക്ക് നടന്നു.

സന്തോഷഭരിതനായി നിൽക്കുന്ന പിർവൂവിന്റെ കൈകൾ പിടിച്ചു പിയറി മെല്ലെ പറഞ്ഞു.

'അഭിനന്ദനങ്ങൾ മോനെ.'

നനുത്ത തുണിപ്പൊതിയിൽ കുഞ്ഞിനെ പൊതിഞ്ഞു പിടിച്ചു കൊണ്ട് മാർത്ത വിന്റിയുടെ അടുത്തു തന്നെ നിന്നു.

വിയോറിൽ ഓടിപ്പിടിച്ചു അങ്ങോട്ടേക്ക് വന്നു.

അവനും ആ കുഞ്ഞിനെ നോക്കി നിർന്നിമേഷനായി നിന്നു.

'കുഞ്ഞിനെന്തു പേരിടാനാണ് ഉദ്ദേശം വിന്റീ?'

'ഡ്രാഗോമീർ.. മറ്റെന്തു പേരാണ് എന്റെ മോന് ഞാനിടുക.'

അത് പറയുമ്പോൾ പിർവൂ അല്പം ഇടറിയോ?

'നമുക്ക് പെൺകുഞ്ഞു മതി' ആദെലീൻ അലെക്സിയെ നുള്ളി ക്കൊണ്ടു അവനു മാത്രം കേൾക്കാൻ ആവും വിധം പറഞ്ഞു.

കാർപാത്യനിലേക്ക് രാത്രി മെല്ലെ കടന്നുവന്നു.

ഒരു സൈനികൻ ഓടി വിയോയുടെ അടുത്തേക്ക് വന്നു.

'ക്യാപ്റ്റൻ, ബ്രാസോയിൽ നിന്നു വന്ന വ്യാപാരിയെ വഴിയിൽ വച്ചു കൊള്ളയടിച്ച തുർക്കി സ്വദേശികളായ രണ്ടുപേർ കാട്ടിലൂ ടെ രക്ഷപെട്ടിട്ടുണ്ട് അവർ ടാർഗൂസിലേക്ക് വരാൻ ഇടയുണ്ടെന്നു ടാർഗോവീഷ്ഠയിൽ നിന്നൊരു സന്ദേശമുണ്ട്.'

വിയോ ചിരിച്ചു.

വരട്ടെ നമുക്ക് നോക്കാം.

ഒടുക്കം

ടാർഗൂസ് കാടുകളിലൂടെ രണ്ടുപേർ കുതിരപ്പുറത്തു സാവധാ നം യാത്ര തുടർന്നു.

കനത്ത മൂടൽ മഞ്ഞും ഇടയ്ക്കിടെ കാട്ടുനായ്ക്കളുടെ ഓരിയി ടലും അവരെ ജാഗ്രതയോടെ യാത്ര ചെയ്യാൻ പ്രേരിപ്പിച്ചിട്ടുണ്ടാ വണം.

'രാത്രി എവിടെയെങ്കിലും തങ്ങാൻ ആയെങ്കിൽ നന്നായിരുന്നു. ഇവിടെയെങ്ങും ആൾവാസമുള്ള ലക്ഷണമേയില്ല.'

'വ്യാപാരിയുടെ കയ്യിൽ നിന്നും കിട്ടിയത് എത്രയുണ്ടാവും?'

'എങ്ങനെയെങ്കിലും ഈ കാടു കടക്കാൻ നോക്കാം ആദ്യം. കിട്ടിയത് എത്ര തന്നെയായാലും ലാഭം തന്നെ.' പെട്ടെന്ന് അതി ലൊരുവൻ മറ്റേയാളോട് എന്തോ ചൂണ്ടിക്കാണിച്ചു.

'അവിടെ ആരോ ഉണ്ട്! തീ കത്തുന്നത് കാണുന്നില്ലേ?'

'ശ്രദ്ധിക്ക്, നാട്ടുകാരാണോ കാട്ടിൽ ബീറ്റ് ചെയ്യുന്ന സൈനിക രാണോ എന്ന് നമുക്കറിയില്ലല്ലോ. എത്രപേരുണ്ടെന്നും.'

കുതിരകളെ ദൂരെ മാറ്റി കെട്ടിയിട്ട് ഒച്ചയുണ്ടാക്കാതെ അവർ

മരക്കൂട്ടത്തിനിടയിലൂടെ വെട്ടം കണ്ട ഇടത്തേക്ക് വന്നു.

മുടിയും താടിയും നീട്ടിവളർത്തിയ ഒരാളും, മെലിഞ്ഞു പൊക്കമുള്ള മറ്റൊരു പുരുഷനും. മധ്യവയസെത്തിയ സുന്ദരികളായ രണ്ടു സ്ത്രീകളും തണുപ്പിൽ തീ കാഞ്ഞിരിക്കുന്നതു അവർ കണ്ടു. അല്പം മാറി ഒരു വലിയ കുതിരവണ്ടി ഇട്ടിട്ടുണ്ട്.

അവർ പരസ്പരം നോക്കി.

'ഇന്ന് നമ്മുടെ ദിവസമാണെന്ന് തോന്നുന്നു. ഇവരുടെ പക്കലും ധനമുണ്ടാവും.'

'ഞാൻ ചിന്തിക്കുന്നത് തന്നെയാണോ നീയും ആലോചിക്കുന്നത്?'

'സുന്ദരികളാണ് ഇരുവരും അല്ലേ?'

കൂട്ടത്തിൽ ഒരാൾ മെല്ലെ മരങ്ങളുടെ മറ പറ്റി കുതിരവണ്ടിയുടെ പിന്നാലെ പോയി ഒളിച്ചു.

അയാൾ അവിടെ എത്തി എന്ന് ഉറപ്പായതോടെ മറ്റെയാൾ തീ കാഞ്ഞിരുന്നവരുടെ അടുത്തേക്ക് നടന്നു.

'ശത്രുവല്ല വഴിതെറ്റിയ ഒരു യാത്രക്കാരനാണ് എനിക്ക് കടന്നു വരാമോ?'

'ധൈര്യമായി പോരുക... ആരാണ് താങ്കൾ എവിടെ നിന്നു വരുന്നു?'

'തുർക്കിയിൽ നിന്നുള്ള കച്ചവടക്കാരനാണ്. ഇന്നലെ വഴിയിൽ വച്ചു കാട്ടുനായ്ക്കൾ ആക്രമിച്ചു അങ്ങനെ വഴിതെറ്റി പോയതാണ്. അതിരിക്കട്ടെ ഈ കാട്ടിനുളിൽ നിങ്ങൾ?'

'ഞങ്ങൾ ഇടയ്ക്ക് ഇങ്ങനെ ഇറങ്ങാറുണ്ട്. വിരസത മാറ്റാൻ ഈ യാത്രകൾ നല്ലതല്ലേ സുഹൃത്തേ? എന്റെ പേര് ഡ്രാഗോമീർ ആന്ദ്രേ, അതെന്റെ പ്രിയസുഹൃത്ത് എസ്തേഫാൻ ലൈയിംസ്, ഇത് എന്റെ പത്നി മിനാ, കൂടെയുള്ളത് എസ്തേഫാന്റെ പത്നി ബിയാങ്ക.'

'ഇത്രയും സുന്ദരികളായ സ്ത്രീകൾ ഒപ്പമുള്ളപ്പോൾ വിരസതയോ? അവരുടെ വിരസത മാറ്റാൻ ഞങ്ങളും സഹായിക്കാം.'

തോക്കു ചൂണ്ടിക്കൊണ്ട് കുതിരവണ്ടിയുടെ മറവിൽ നിന്നയാൾ സ്റ്റെഫാന്റെ അടുത്തേക്ക് വന്നു. ഒപ്പം മറ്റെയാളും തന്റെ തോക്ക് ഡ്രാഗോമീറിന് നേരെ നീട്ടി.

സ്ത്രീകൾ പരസ്പരം നോക്കി ചിരിച്ചു.

പെട്ടെന്നൊരു മിന്നൽ ഉണ്ടായി.

മുടി നീട്ടിവളർത്തിയ ആളുടെ കാൽ തന്റെ നെഞ്ചിലേക്ക് പതി

ക്കുന്നതും, തന്റെ കൂട്ടാളിയെ എസ്തേഫാൻ ലൈയിംസ് പൊക്കിയുടുത്തു തറയിൽ ആഞ്ഞടിക്കുന്നതും അയാൾ കണ്ടു.

'വോയിവോട് ഡ്രാഗോമീർ ഇവരെ എന്ത് ചെയ്യണം?'

'ഇവരെ വാലാ മോർച്ചിയായിലേക്ക് മാറ്റുക. ഇവർക്കുള്ള ശിക്ഷ നമുക്ക് പിന്നീട് തീരുമാനിക്കാം.'

(അവസാനിച്ചു)

വ്ലാദ് മൂന്നാമൻ

വലേഷ്യയുടെ രാജകുമാരൻ ആയിരുന്നു വ്ലാദ് മൂന്നാമൻ(1431 –1476). ഇദ്ദേഹം കൂടുതലായി അറിയപ്പെട്ടിരുന്ന പേരായിരുന്നു വ്ലാദ് ദി ഇമ്പേലർ അല്ലെങ്കിൽ ഡ്രാക്കുള. വ്ലാദ് മൂന്നാമൻ 1448 മുതൽ 1476 വരെയുള്ള കാലഘട്ടത്തിൽ മൂന്ന് തവണയായി വലേഷ്യ ഭരിച്ചു. ഒട്ടോമാൻ സാമ്രാജ്യത്തിനെതിരെയുള്ള പ്രതിരോധത്തിലും, ശത്രുക്കളെ ശൂലത്തിലേറ്റുന്ന കടുത്ത ശിക്ഷാനടപടിയിലും വ്ലാദ് മൂന്നാമൻ പേരുകേട്ടിരുന്നു.

www.ingramcontent.com/pod-product-compliance
Lightning Source LLC
LaVergne TN
LVHW100245051026
849517LV00006B/1997
* 9 7 8 9 3 9 1 0 8 5 5 8 2 *